RANG MAJEETH (COLORFUL POETRY)

ਰੰਗ ਮਜੀਠ(ਕਾਵਿ ਰੰਗੋਲੀ)

WE CAN BE TRUTHFUL EVEN LIVING OUR WAY

ਆਪਣੀ ਮਰਜ਼ੀ ਨਾਲ ਜਿਉਂਦਿਆਂ ਵੀ ਸਚਿਆਰੇ ਹੋ ਸਕੀਦਾ ਹੈ

WORKBOOK PRESS
RECOMMENDED

SS SUNNER

This publication contains the opinions and ideas of its author. It is intended to provide helpful and informative material on the subjects addressed in the publication. The author and publisher specifically disclaim all responsibility for any liability, loss or risk, personal or otherwise, which is incurred as a consequence, directly or indirectly, of the use and application of any of the contents of this book.

WORKBOOK PRESS LLC
187 E Warm Springs Rd,
Suite B285, Las Vegas, NV 89119, USA

Website: https://workbookpress.com/
Hotline: 1-888-818-4856
Email: admin@workbookpress.com

Ordering Information:
Quantity sales. Special discounts are available on quantity purchases by corporations, associations, and others.
For details, contact the publisher at the address above.

ISBN-13:   978-1-955459-21-1 (Paperback Version)
                978-1-955459-22-8 (Digital Version)

REV. DATE: 28/04/2021

ਸਮਰਪਿਤ

ਲੇਖਕਾਂ ਅਤੇ ਪਾਠਕਾਂ
ਨੂੰ

ਤਰਤੀਬ

ਅੱਖਰ ਅੱਖਰ ਕਵਿਤਾ

ਰੂਹ ਰਾਗ਼

ਚਿੱਤ ਚੇਤੇ ਨਾ ਚੇਤ ਚੜ੍ਹੇਗਾ

ਸ਼ਹਾਦਤ ਨੂੰ ਸ਼ਰਧਾਂਜਲੀ

ਸੱਚ ਦਾ ਸੇਕ

ਮਾਂ ਦੀ ਮਮਤਾ, ਮਾਂ ਬੋਲੀ

ਦੇਸ਼ ਪਿਆਰ ਦੀ ਕਵਿਤਾ

ਢਾਈ ਅੱਖਰ ਪ੍ਰੇਮ ਕੇ

ਬਿਨ ਸਿਰਲੇਖ

ਹੀਰ

ਅੱਖ਼ਰ ਅੱਖ਼ਰ ਕਵਿਤਾ

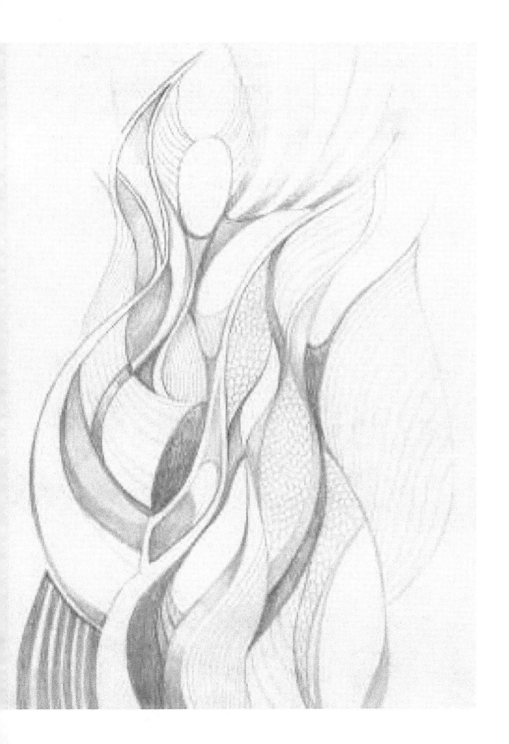

Give it a shot

Most of me might be worthless; it won't hurt you to read my thought.
I was digging in dark and deep; freezing, shivering, and sometimes hot.
Look like lazy and little bit loose; but believe me baby it means a lot.
Very different and hard to believe; thought is the same with brand new shot.
Somebody should have been upfront; somebody should have opened the naught.
You can cook up and twist the tale; someday surely you will get caught.
No thank you I don't ask anything; price or praise no mention not.
Highly obliged you will find me; pretty please read it, give it a shot.

Surinder Singh Sunner

Zero

Zero is the first phase;
nothing was there in the space.

No material nothing to eat,
air water or any treat.

No nothing no creation,
no movement and no station.

Almighty power a remote,
there was nothing ells to note.

First the heat was created,
than air was estimated.

Air became first charter,
mixed air produced water.

Water is the fifth aliment,
five created cent percent.

Earth is also made of five,
universe and total life.

His Highness

One, One and only One,
In earth, mars, moon or sun

The great, greater than great,
Only one is ultimate.

Yes, yes He is the one,
One, One and only One

Only one is immortal,
He plays, He is the ball.

Every play under His range,
He is changing, He is change.

Who is He? It does not matter,
His gender is rightly better.

Truthful and only true,
Oldest and brand new,

He is the future, he is now,
Wonderful, one can say wow.

He is consoling, He is sole,
He performs every role.

How big is He o man?
No one knows no one can.

No anomy, have no fear,
His position, crystal clear,

How He looks no one can say,
He is staying He is the stay.

He doesn't come, He doesn't go,
He is showing He is show.

He is grace He is God,
"His Highness" He is The Lord

Power

Let one talk about His power,
Let one take spiritual shower.

He is founder He is found,
He is never time bond.

Clockwise He will prevail,
Omnipresent never fail.

He was, He is, He will remain,
Rest of all is a big pain.

Only Way

Where is He, no one can guess,
His power, cannot asses.

You may reborn billion times
You may think trillion times

Goodness is one, one is GOD,
No one can become THE LORD.

No one knows His real might
Not even by keeping quite.

Greed cannot quench the thirst,
Chances are you will get worst

One may know a million trick,
Sickness will one day get sick.

Nothing, one can do at all,
Nothing else is immortal.

How? One can find the way,
What it takes and where to pay?

There is one and only way,
Where He keeps we have to stay.

Universe

Universe is in His order,
His kingdom, need no border.

Everything is His creation,
No guessing, no estimation.

Everyone is with his will,
Worthy, name fame or nil,

His creation good and bad,
Someone happy someone sad

One feeling, one is unable,
One feeling, one comfortable,

Within him if someone found,
He will still be running around.

Everything happens His way,
Nobody, nothing can say.

If man knows this clear and loud,
Then, nothing there to feel proud,

He is guarded He is Guard,
Explanation is too hard.

Grace

Someone sings spiritual song,
Appreciation never wrong,

His grace if someone feeling,
He is querying he is healing.

This is universal college,
If one acknowledge His knowledge.

Read write any scripture,
In scripture is His picture.

Sing song any melody,
All statues, His parody,

He is singing, if one feeling,
Sound like He is revealing.

True singer living creature,
True singer is true nature.

True singer can see too far,
True singer is super star.

True singer has lot to sing,
True singers are big ring.

He is giving away to all,
He is giving spring and fall.

We can't find Him, not at all
One can sing, and that is all.

23

Truth

True Lord Truth His name,
Different names, He is the same.

His love, and His blessing,
Keep getting without assessing.

Mighty giver is giving away
We just take and we don't pay

What we do to oblige lord
How we can realize God?

How someone can reach,
What wording and what speech.

How high is His Highness?
One can only think and guess.

Early morning one may think,
One may take a Holy drink.

One can think clear and deep,
Every one is when asleep.

Find truth your inside,
You can search and you can guide.

You can teach and you can learn.
Spirituality you can earn.

One can feel what he got,
All in you it can't be bought.

All is Him, Him everywhere,
All is Him here and there.

Creator

One can write Him in scripture,
Nobody can make His picture.

Creator you can't create,
Only one is ultimate.

Self created one power,
Nobody can build that tower.

Self created is only one,
Creation is all His fun.

Those who trust they prevail,
Otherwise certainly fail.

We should sing just His song,
Singing Him can't get wrong.

Singing, listening with full respect,
This is main trick in fact.

Singing Him with full belief,
Only way to get relief

We can get rid of sorrow,
Satisfaction we can borrow.

Faithfully if we can sing,
We can get spiritual wing.

Faithfully if we can learn,
We can make it we can earn.

Faithfully we can prevail,
Faithfully we can avail.

His Highness is only God,
His Highness is my Lord.

We can't reach His tower,
We can't know His power.

O lord you are so kind,
Always stay in every mind.

Around the year

Yes we are time bound;
still we like to run around.

Yes we are very lost;
finding home at any cost.

Help us God to find the way;
save us from going away.

We find out that we can run;
but running away is not a fun.

We should try to find The Great;
let us do it before too late.

Going wrong nothing we gain;
going wrong nothing but pain.

Running around here and there;
we can't make it anywhere.

Only God can show us the way;
only God where we can prey.

Without God we can't achieve;
hell with those who don't believe.

Some who say, he know it all;
one day he will face free fall.

We have only one salvation;
everything ells is intoxication.

We need only God's grace;
otherwise we can't show our face.

O Lord you are the home;
we can't get lost in your dome.

ਪੈਂਤੀ ਅੱਖ਼ਰੀ

ਉੜਾ ਊਲ ਜਲੂਲ ਵਿੱਚ ਉਮਰ ਬੀਤੀ,
ਉਸਦੀ ਸਮਝ ਨਾ ਆਈ ਉਸਨੂੰ ਪਾਵਣਾ ਕੀ।
ਉੱਪਰੋਂ-ਉੱਪਰੋਂ ਉਸਦੀ ਉਮੀਦ ਕੀਤੀ,
ਰਾਹ ਦੀ ਸਮਝ ਜੇ ਨਹੀਂ ਉਸ 'ਤੇ ਜਾਵਣਾ ਕੀ।

ਐੜਾ ਅਲਫ਼ ਅੱਲਾ ਦਾ ਹੀ ਆਸਰਾ ਹੈ,
ਆਲ-ਜਾਲ਼, ਜੰਜਾਲ਼ ਵਿਅਰਥ ਭੱਜ-ਨੱਠ।
ਐਵੇਂ ਧਰਤ ਆਕਾਸ਼ ਤੂੰ ਫਿਰੇਂ ਗਾਹੁੰਦਾ,
ਆਦਮ ਇੱਕ ਤੂੰ ਭਾਲਦਾ ਫਿਰੇਂ ਅੱਠ-ਸੱਠ।

ਈੜੀ ਇੱਕੋ-ਇੱਕ ਓਅੰਕਾਰ ਇਲਮੀ,
ਇਲਮਾਂ ਬਾਝ ਹੈ ਆਦਮੀ ਏਸ ਜੱਗ ਵਿੱਚ।
ਇਹ ਜੋ ਇਲਮ ਦੀ ਅਗਨ ਤੂੰ ਬਾਲਦਾ ਏਂ,
ਸੜ ਜਾਏਂਗਾ ਆਪਣੀ ਏਸ ਅੱਗ ਵਿੱਚ।

ਸੱਸਾ ਸਹਿਜ ਸੰਤੋਖ਼ ਸੀ ਸਰਲ ਕਾਇਦਾ,
ਭੰਬਲਭੂਸੇ ਵਿੱਚ ਫਸਿਆ ਸੰਸਾਰ ਐਵੇਂ।
ਸੁਪਨ ਦੁਨੀਆ ਤੂੰ ਸਿਰਜਦਾ ਫਿਰੇਂ ਜਿਹੜੀ,
ਸੱਚ ਨਹੀਂ, ਇਹ ਬਿਲਕੁਲ ਬੇਕਾਰ ਐਵੇਂ।

ਹਾਹਾ ਹਰੀਹਰ, ਹਰੀਹਰ ਫਿਰੇਂ ਕਰਦਾ,
ਮੂੰਹੋਂ ਹੋਰ ਤੇ ਅੰਦਰ ਕੁੱਝ ਹੋਰ ਬੰਦਿਆ!
ਹਰ ਹਾਲ ਵਿੱਚ ਹਰੀ ਤਾਂ ਨਾਲ ਤੇਰੇ,
ਹਓਮੈਂ ਤਿਆਗ ਕੇ ਹਰੀ ਨਾ' ਜੋੜ ਬੰਦਿਆ!

ਕੱਕਾ ਕਰਮ ਨਾ ਕਿਸੇ ਦੇ ਕਦੇ ਬਦਲੇ,
ਕਰਨਹਾਰ ਹੈ ਕਿਰਤ, ਕਰਤੂਤ ਬੰਦਿਆ!
ਕਿਰਪਾ ਕਰੇ ਜੇ ਕੁਦਰਤ ਕ੍ਰਿਪਾਲ ਹੋ ਕੇ,
ਕੱਜ ਲਵੇ ਕਸੂਤੇ ਸਬੂਤ ਬੰਦਿਆ!

ਖੱਖਾ ਖ਼ਾਸਮ-ਖ਼ਾਸ ਹੀ ਖੜਨ ਲਾਗੇ,

ਖ਼ਾਸ ਨਹੀਂ ਜੇ ਕੋਈ ਤਾਂ ਖ਼ੈਰ-ਸੱਲਾ।
ਖੁਣਸੀ ਲੋਕਾਂ ਤੇ ਖੱਖਰ ਵਿਚ ਕੀ ਅੰਤਰ,
ਖ਼ਬਰੇ ਓਪਰੀ ਖੱਖਰ ਨਾ ਕਰੇ ਹੱਲਾ।

ਗੱਗਾ ਗੱਲ ਨੂੰ ਗੋਲ ਨਾ ਕਰ ਬੰਦਿਆ!
ਗੱਲਾਂ-ਗੱਲਾਂ ਵਿੱਚ ਗੱਲ ਨੇ ਨਸ਼ਰ ਹੋਣਾ।
ਗ਼ਲਤ ਸੋਚ ਨੇ ਗ਼ਲਤ ਹੀ ਰੁਖ਼ ਕਰਨਾ,
ਗ਼ਲਤ ਸੋਚ ਦਾ ਗ਼ਲਤ ਹੀ ਹਸ਼ਰ ਹੋਣਾ।

ਘੱਗਾ ਘੜੀ ਨੇ ਘੜੀ ਨਾ ਕਦੇ ਰੁਕਣਾ,
ਘੁੰਮਣ ਘੇਰੀਆਂ, ਘੇਰਨਾ ਘੁੰਮ-ਘੁੰਮ ਕੇ।
ਘਪਲੇਬਾਜ਼ ਦੁਨੀਆ ਘਾਪੇ ਕਿਵੇਂ ਪੂਰੇ,
ਘੌਂਦੂ ਰਾਮ ਨੂੰ ਘੂਰ ਨਾ ਦਰਦ ਸੁਣ ਕੇ।

ਚੱਚਾ ਚਾਰ ਕੂੰਟਾਂ ਚਾਰੇ ਫਰੋਲ ਛੱਡੀਆਂ,
ਚੰਨ-ਤਾਰਿਆਂ ਤੱਕ ਵੀ ਫਿਰੇਂ ਲੱਭਦਾ।
ਚੱਤੋ ਪਹਿਰ ਜੋ ਤੂੰ ਚਲੋ-ਚੱਲ ਲਾਈ,
ਬਣਿਆ ਚੌਧਰੀ ਹਰ ਜਗ੍ਹਾ ਫਿਰੇਂ ਫੱਬਦਾ।

ਛੱਛਾ ਸ਼ਾਮ ਦੇ ਢਲਦਿਆਂ ਸ਼ਾਂਤ ਹੋਵੇ,
ਓਹੜ-ਪੋਹੜ ਸਾਰਾ ਛੁੱਟਦਾ ਦਿਸੇ ਸਭ ਨੂੰ।
ਸ਼ਾਹੀ ਠਾਠ ਤੇਰਾ ਛਤਰ ਸ਼ੋਹਰਤਾਂ ਦੇ,
ਛੁੱਟਦੇ ਦੇਖ ਕੇ ਸ਼ਾਇਦ ਧਿਆਏਂ ਰੱਬ ਨੂੰ।

ਜੱਜਾ ਜੋ-ਜੋ ਕਰੇਂ ਉਹ ਜੁਗਤ ਲੱਗਦਾ,
ਜੁਗਤੀ ਬਹੁਤ ਹੀ ਫਿਰਨ ਜਹਾਨ ਦੇ ਵਿੱਚ।
ਜੁਗਤਾਂ ਸਾਰੀਆਂ ਨੇ ਜਾਨੀ ਜ਼ਬਤ ਹੋਣਾ,
ਚੱਪੂ ਚੱਲ ਨਾ ਸਕਣ ਤੂਫ਼ਾਨ ਦੇ ਵਿੱਚ।

ਝੱਜਾ ਝੂਠੀ-ਮੂਠੀ ਝਲਕ ਪਈ ਤੈਨੂੰ,
ਝਿਲਮਲ-ਝਿਲਮਲ ਜੋ ਕਰੇ ਸਭ ਝੂਠ ਹੀ ਹੈ।
ਝੱਲ ਤੇਰਾ ਜੋ ਝੰਡੇ ਝੁਲਾਉਣ ਵਾਲਾ,
ਝੂਠ ਪਿੱਛੇ ਭੱਜਦਿਆਂ ਲੱਗਦੀ ਛੂਟ ਹੀ ਹੈ।

ਟੈਂਕਾ ਟਣਕਦਾ ਫਿਰੇਂ ਤੂੰ ਖੋਟਿਆ ਵੇ!
ਟੈਂ-ਟੈਂ ਕਰਦਾ ਤੂੰ ਤੇ ਥੱਕਦਾ ਨਹੀਂ।
ਟਿੰਡ ਵਿਚ ਕਾਨਾ ਐਵੇਂ ਪਾਈ ਰੱਖਦੈਂ,

ਟੂਣੇਹਾਰਿਆ ਟਪਲੇ ਲਾ ਅੱਕਦਾ ਨਹੀਂ।

ਠੱਠਾ ਠੰਡ ਕਲੇਜੇ ਨੂੰ ਤਾਂ ਪੈਂਦੀ,
ਠਾਕੁਰਦੁਆਰਿਆਂ 'ਤੇ ਠੀਕਰ ਚਾੜ੍ਹ ਆਵੇਂ।
ਪਿੱਠ ਦੇ ਕੇ ਨੱਠ ਜਾਏਂ ਜਦੋਂ ਮਰਜ਼ੀ,
ਠੱਗੀ ਨਾਲ ਬੇਦਾਵੇ ਕਦੇ ਪਾੜ ਆਵੇਂ।

ਡੱਡਾ ਡਮਰੂ ਵਜਾਏਂ ਤੂੰ ਬਹੁਤ ਵਧੀਆ,
ਡੌਂਡੀ ਪਿੱਟਦਾ ਫਿਰੇਂ ਜਹਾਨ ਅੰਦਰ।
ਡਰੇ ਡਾਂਗ ਤੋਂ ਮਾੜੇ ਨਾ' ਲਵੇਂ ਪੰਗਾ,
ਡੰਗ ਸਾਰਦੈਂ ਤੂੰ ਰੱਖ ਕੇ ਧਿਆਨ ਅੰਦਰ।

ਢੱਢਾ ਢੋਲ ਢਮੱਕਾ ਤੂੰ ਕਰੇਂ ਕਾਫ਼ੀ,
ਗੱਲ ਜੋੜਦੈਂ ਢਾਡੀ ਜਿਉਂ ਵਾਰ ਗਾਵੇ।
ਢੱਕਣ ਦੇ ਕੇ ਰਿੰਨ੍ਹੀਏ ਜੇ ਕੁੱਝ ਵੀ,
ਕੀ ਰਿੱਝਦਾ ਕੋਈ ਨਾ ਸਮਝ ਪਾਵੇ।

ਤੱਤਾ ਤੇਰਿਆਂ ਨੇ ਤੈਨੂੰ ਤੰਗ ਕਰਨਾ,
ਐਸੀ ਤ੍ਰਿਪਤੀ ਤੋਂ ਚੰਗਾ ਅਤ੍ਰਿਪਤ ਰਹਿਣਾ।
ਤੈਨੂੰ ਤਲਖ਼ ਤਜ਼ਰਬੇ ਵੀ ਹੋਣਗੇ ਕਈ,
ਤੇਰੀ ਤਮ੍ਹਾ ਨੇ ਵੀ ਤੈਨੂੰ ਤੇਲ ਦੇਣਾ।

ਥੱਥਾ ਥੱਕ-ਹਾਰ ਕੇ ਸੁਰਤ ਆਵੇ,
ਥੁੜ੍ਹਿਆ ਕੀ ਸੀ ਏਹੋ ਜਿਹੇ ਟੌਹਰ ਬਾਝੋਂ।
ਥਾਂ-ਥਾਂ 'ਤੇ ਨੇ ਥਿੜਕਣ ਪੈਰ ਲੱਗੇ,
ਬੰਦਾ ਥਿੜਕਦਾ ਨਹੀਂ ਕਿਸੇ ਔਹਰ ਬਾਝੋਂ।

ਦੱਦਾ ਦਾਨਿਸ਼ਮੰਦਾਂ ਦੀ ਇਹ ਦੁਨੀਆ,
ਦਵਾ-ਦਾਰੂ ਵੀ ਦਰਦ ਦੇ ਮਿਲਣ ਏਥੇ।
ਕੰਡੇ ਦੁੱਖ ਦਿੰਦੇ, ਦਿਲ ਨੂੰ ਹੌਲ ਪੈਂਦੇ,
ਮਹਿਕ ਦੇਣ ਨੂੰ ਫੁੱਲ ਵੀ ਖਿਲਣ ਏਥੇ।

ਧੱਦਾ ਧੰਨ ਪਰਭਾਣੀਆਂ ਸਬਰ ਜਿਨ੍ਹਾਂ,
ਧਰਤੀ ਧਰਮ ਦੀ ਧੌਲ 'ਤੇ ਖੜੀ ਲੱਗਦੀ।
ਧੀਰਜ ਨਾਲ ਜੇ ਜਿਉਣ ਦਾ ਵੱਲ਼ ਹੋਵੇ,
ਧੰਨ-ਧੰਨ ਹੋ ਜਾਏ ਸ਼ੋਭਾ ਮਿਲੇ ਜੱਗ ਦੀ।

ਨੰਨਾ ਨਾਮ ਦਾ ਆਸਰਾ ਲੈ ਬੰਦਿਆ!
ਨਮੋ ਸ਼ਿਵਾ ਨਾਲ ਨਾਮ ਖੁਮਾਰੀਆਂ ਨੇ।
ਨੇਹੁੰ ਮਿਲ ਗਿਆ ਜੇਕਰ ਕਿਸੇ 'ਕੇਰਾਂ,
ਨਾਮੇ ਨਦਰੀਂ, ਫਿਰ ਨਦਰ ਨਿਹਾਰੀਆਂ ਨੇ।

ਪੱਪਾ ਪਰਮ ਪਰਮੇਸ਼ਵਰ ਪਿਤਾ ਪਿਆਰਾ,
ਪਲ-ਪਲ ਮੈਂ ਜਾਵਾਂ ਬਲਿਹਾਰ ਉਸਤੋਂ।
ਪਰਵਰਦਗਾਰ ਅਪਾਰ ਦਾ ਪਿਆਰ ਪਾ ਕੇ,
ਵਾਰੇ-ਵਾਰੇ ਜਾਵਾਂ, ਵਾਰ-ਵਾਰ ਉਸਤੋਂ।

ਫੱਫਾ ਫਿਕਫਿਕਾ ਲੰਘੇ ਨਾ ਸੰਘ ਅੰਦਰ,
ਫਿੱਕੇ ਬੋਲ ਵੀ ਕੰਨਾਂ ਨੂੰ ਨਹੀਂ ਭਾਉਂਦੇ।
ਫੁੱਲ ਫੱਬੇ ਨਾ ਲਾਟ 'ਤੇ ਸੜੇ ਜਿਹੜਾ,
ਆਪੇ ਫਾਥੜੀ ਨੂੰ ਕੋਈ ਨਾ ਮੂੰਹ ਲਾਉਂਦੇ।

ਬੱਬਾ ਬਹੁਤ ਕੁੱਝ ਬੰਦੇ ਨੂੰ ਬਖ਼ਸ਼ਿਆ ਹੈ,
ਹੋਰ ਬਹੁਤੇ ਤੋਂ ਬਹੁਤਾ ਹੁਣ ਕੀ ਹੋਵੇ।
ਬਾਰ੍ਹਾਂਤਾਲਿਆਂ ਬੰਦਿਆ! ਬਣ ਬੰਦਾ,
ਨਾਮ ਸਿਮਰ ਬਸ! ਜਿੰਨਾ ਚਿਰ ਜੀਅ ਹੋਵੇ।

ਭੱਭਾ ਭਰਮ ਦੀ ਭਾਜੀ ਪਕਾਈ ਫਿਰਦੈਂ,
ਭਾਂਤ-ਭਾਂਤ ਦੇ ਚਸਕੇ ਤੂੰ ਲਾਏਂ ਭਾਊ!
ਭੁੱਲਿਆ ਕੁੱਝ ਨਹੀਂ ਜਾਣਦੈਂ ਭਲੀ-ਭਾਂਤੀ,
ਭਾਓ, ਭਾਓ ਹੀ ਹੈ ਜੋ ਪਾਰ ਲਾਊ।

ਮੰਮਾ ਮੇਰਿਆਂ-ਤੇਰਿਆਂ ਵਿੱਚ ਉਲਝੇ,
ਮੋਹ-ਮਾਇਆ ਨੇ ਜਾਲ ਵਿਛਾਇਓ ਨੇ।
ਕਦੇ ਮੌਤ ਨੂੰ ਮੇਰੀ ਨਾ ਕਹੇ ਕੋਈ,
ਮਲਕਲ ਮੌਤ ਵੀ ਆਇਆ ਕਿ ਆਇਓ ਨੇ।

ਯੱਯਾ ਯਾਦ ਰੱਖੀਂ! ਯਾਰੀ ਟੁੱਟ ਜਾਣੀ,
ਸਾਰੇ ਯੁਗ, ਯੁਗਾਂਤਰ ਵੀ ਪਲਟ ਜਾਂਦੇ।
ਜਮ ਪਕੜ ਕੇ ਤੁਰ ਗਿਆ ਜਦੋਂ ਤੈਨੂੰ,
ਚੰਗੇ-ਭਲੇ ਸਾਹ ਇਕਦਮ ਹਲਟ ਜਾਂਦੇ।

ਰਾਰਾ ਰੌਣਕਾਂ ਤੇਰੀਆਂ ਰਹਿਣੀਆ ਨਹੀਂ,
ਤੁਰ ਜਾਏਂਗਾ ਰੋਜ਼ ਦੋ ਰੋਜ਼ ਰਹਿ ਕੇ।

ਰਾਹੀ ਰੱਬ ਦੀਆਂ ਰਮਝਾਂ ਨੂੰ ਨਾ ਜਾਣੇ,
ਰਾਤੋ-ਰਾਤ ਜਾਣਾ ਕਿਹੜੀ ਰੇਲ ਬਹਿ ਕੇ।

ਲੱਲਾ ਲਾ ਕੇ ਬੈਠਾਂ ਤੂੰ ਦਿਲ ਦਿਲਬਰ,
ਲਾਲ੍ਹਾਂ ਸੁੱਟਦਾਂ ਤੂੰ ਲੱਡੂ ਖਾਣ ਦੇ ਲਈ।
ਲਿਖਿਆ ਲੇਖ ਤੇਰਾ ਜੋ ਲਾਲ ਅੱਖ਼ਰੀਂ,
ਲੱਭ ਲਈਂ ਕੁੱਝ ਨਾਲ ਲਿਜਾਣ ਦੇ ਲਈ।

ਵਾਵ੍ਹਾ ਵਾਹੇਗੁਰੂ-ਵਾਹੇਗੁਰੂ ਕਰ ਬੰਦਿਆ!
ਵਕਤ ਨਾਲ ਤੂੰ ਵਕਤ ਪਛਾਣ ਭਾਈ!
ਵਗੀ ਪੁਰੇ ਦੀ 'ਵਾ ਜਦ ਵੇਗ ਦੇ ਵਿੱਚ,
ਹਰੇ ਪੱਤੇ ਵੀ ਪਲ 'ਚ ਝੜ ਜਾਣ ਭਾਈ!

ੜਾੜਾ ਰਿੜਕਿਆ ਬੜਾ ਤੂੰ ਸਾਫ਼ ਪਾਣੀ,
ਪਾਣੀ ਵਿੱਚ ਮਧਾਣੀ ਪਾ ਲੱਭਿਆ ਕੀ।
ਰਿੜ੍ਹਨਾ, ਤੁਰਨਾ ਤੂੰ ਸਿੱਖ ਕੇ ਭੱਜ ਤੁਰਿਆ,
ਰੁੜ੍ਹ ਗਿਆ ਪੂਰਾ ਆਬੂ ਛੱਡਿਆ ਕੀ।

ਬੱਤੀ ਅੱਖ਼ਰਾਂ ਦਾ ਬਣਦਾ ਵਜ਼ਨ ਬਹੁਤਾ,
ਤਿੰਨ ਅੱਖ਼ਰ ਜੋ ਕਾਬੂ ਵਿੱਚ ਨਹੀਂ ਆਏ।
ਸਿੱਖਿਆ ਵੱਲ਼ ਗ੍ਰੰਥਾਂ ਨੂੰ ਪੜ੍ਹ-ਸੁਣ ਕੇ,
ਸਾਡੇ ਪੂਰਬਿਆਂ ਪੂਰਨੇ ਬਹੁਤ ਪਾਏ।

ਕਰਿਓ! ਤੁੱਛ ਜਿਹੀ ਭੇਟਾ ਮਨਜ਼ੂਰ ਮੇਰੀ
ਸੁੱਨੜ ਅਜੇ ਤੱਕ ਇੱਕ ਵਿਦਿਆਰਥੀ ਹੈ।
ਸ਼ਰਨ ਸਾਹਿਤਕਾਰਾਂ ਦੀ ਵਿੱਚ ਬੈਠਾ
ਸੁੱਨੜ ਸਮਝਦਾ ਅਜੇ ਸ਼ਰਨਾਰਥੀ ਹੈ।

ਙੰਙਾਂ ਗਿਆਨ ਨਾ ਮੈਨੂੰ ਞੰਞਾਂ ਜੁਗਤ ਕੋਈ,
ਣਾਣਾ ਵੀ ਨਾ ਕਾਬੂ ਵਿੱਚ ਕਰਨ ਜੋਗਾ।
ਪੈਂਤੀ ਅੱਖ਼ਰੀ ਮਾਲਾ ਦੇ ਤਿੰਨ ਮਣਕੇ
ਙੰਙਾਂ, ਞੰਞਾਂ ਤੇ ਣਾਣਾ ਨਹੀਂ ਘੜਨ ਜੋਗਾ।

◆

ਬਾਰ੍ਹਾਂਮਾਹ
ਚੇਤ

ਚੜ੍ਹਿਆ ਸੂਰਜ ਚੇਤ ਦਾ, ਚਾਲੂ ਹੋਇਆ ਸਾਲ।
ਗਿਣਤੀ ਸੂਰਜ ਚੜ੍ਹਣ ਦੀ, ਹੋਰ ਨਾ ਕੋਈ ਖ਼ਿਆਲ।

ਚੱਲੀ ਸੂਈ ਸਮੇਂ ਦੀ ਬਸ! ਫਿਰ ਚੱਲ ਸੋ ਚੱਲ।
ਰੋਕ ਸਕਣ ਦਾ ਇਸਨੂੰ, ਲੱਭਿਆ ਨਾ ਕੋਈ ਹੱਲ।

ਕੋਰੀ ਕਾਪੀ ਗਣਿਤ ਦੀ, ਹੱਥੀਂ ਹਿੰਦਸੇ ਪਾਏ।
ਮਰਜ਼ੀ ਦੇ ਨਾਲ ਫਾਥੀਏ! ਤੈਨੂੰ ਕੌਣ ਛੁਡਾਏ।

ਸੋਚ ਤੇਰੀ ਨੇ ਸੋਚਿਆ, ਸੋਚਣ ਜੋਗੀ ਹੋਈ।
ਸਬਜ਼ਬਾਗ ਸਮਝਣ ਲਈ, ਸਹਿਜੋਂ ਟੁੱਟ ਖਲੋਈ।

ਸੀਤਲ 'ਵਾ ਸੋਹਣਾ ਸਮਾਂ, ਬਣਿਆਂ ਧੁੰਦੂਕਾਰ।
ਮਿਰਗਤ੍ਰਿਸ਼ਨਾ ਵੇਖੀਏ, ਕੀ ਕਰਦੀ ਚਮਤਕਾਰ।

ਨਾ ਕੋਈ ਚਿੰਤਾ ਨਾ ਫ਼ਿਕਰ, ਗਰਭ ਜੂਨ ਦੇ ਦੇਸ਼।
ਕੱਟ ਹੋ ਗਿਆ ਨਾੜੂਆ, ਪੈਦਾ ਹੋ ਗਿਆ ਵੇਸ।

ਨਾ ਟੁੱਟਦਾ ਤਾਂ ਖ਼ਰਾ ਸੀ, ਹੁਣ ਤੇਰੀਆਂ ਜਾਣੇ ਤੂੰ,
ਚਰਖੇ ਵਾਂਗੂੰ ਚਰਖਿਆ, ਜਾਹ ਕਰਦਾ ਫਿਰ ਘੂੰ-ਘੂੰ।
◆

ਵੈਸਾਖ

ਵੈਸੇ ਤਾਂ ਵੈਸਾਖ ਵੀ, ਬਹੁਤਾ ਦੂਰ ਨਹੀਂ।
ਜਾਗ ਲੱਗ ਕੇ ਦੁੱਧ ਨੂੰ, ਬਣਿਆ ਅਜੇ ਦਹੀਂ।

ਸਾਖਾਂ ਅਜੇ ਕਰੂੰਬਲਾਂ, ਨੰਨੇ ਨੈਣ ਨਕਸ਼।
ਲੋਭ-ਮੋਹ ਨਹੀਂ ਜਨਮਿਆਂ, ਹੈਂਕੜ, ਕ੍ਰੋਧ, ਹਵਸ।

ਕੱਟਣਾ ਪੈਣਾ ਖਾਣ ਨੂੰ, ਜੋ ਆਪ ਪਕਾਇਆ ਖੇਤ।
ਬਾਗ਼ਵਾਨ ਫੁੱਲ ਤੋੜਦਾ, ਕਿਸ ਤੋਂ ਪੁੱਛੀਏ ਭੇਤ।

ਚੰਗੇ-ਚੋਖ਼ੇ ਖਾਣ ਦਾ, ਲੱਗਾ ਪੈਣ ਸਵਾਦ।
ਇੱਕ ਦਿਨ ਲੇਖਾ ਹੋਵਸੀਂ, ਇਹ ਵੀ ਰੱਖੀਂ ਯਾਦ।

ਸਵਾਦ ਸਦਾ ਨਾ ਰਹਿਣਗੇ, ਤੱਤਾਂ ਵਿੱਚੋਂ ਤੱਤ।
ਤਰਕੀਬਾਂ ਨਹੀਂ ਰਹਿਣੀਆਂ, ਮਰ ਮੁੱਕ ਜਾਣੀ ਮੱਤ।

ਹਾਲੇ ਕੁੱਝ ਨਾ ਵਿਗੜਿਆ, ਤਪਸ਼ ਵੱਲ ਨਾ ਤੁਰ।
ਤੂੰ ਵੀ ਖ਼ੁਦ ਨਹੀਂ ਜਾਣਦਾ, ਜੋ ਤੂੰ ਕਰਦਾਂ ਘੁਰ-ਘੁਰ।

◆

ਜੇਠ

ਜੇਠ ਵੱਡੇ ਨੂੰ ਆਖਦੇ, ਵੱਡਿਆਂ ਤੋਂ ਲੈ ਮੱਤ।
ਪਿਓ-ਦਾਦੇ ਦੇ ਵਾਂਗ ਤੇਰਾ ਵੀ, ਭੰਗ ਹੋਣਾ ਜਤ-ਸਤ।

ਤਪਸ਼ ਵੱਲ ਨੂੰ ਤੁਰ ਪਿਓਂ, ਇਹ ਕੀ ਤੇਰੀ ਦੌੜ।
ਅਸਲੀ ਮਾਇਆ ਤਿਆਗ ਕੇ, ਕਰ ਲਿਆ ਝੁੱਗਾ ਚੌੜ।

ਹਿੰਗ ਲੱਗੀ ਨਾ ਫਟਕੜੀ, ਮਿਲ ਗਈ ਮਾਨਸ ਦੇਹ।
ਪਰ ਤੂੰ ਇਹ ਵੀ ਸਮਝ ਲੈ! ਖੇਹ ਨੇ ਹੋਣਾ ਖੇਹ।

ਕਰਜ਼ਾ ਚੁੱਕਣ ਲੱਗਿਆਂ, ਇੱਕ ਦਿਨ ਹੋਊ ਹਿਸਾਬ।
ਪਾਈ-ਪਾਈ ਦੇਣ ਲਈ, ਰੱਖੀਂ ਤਿਆਰ ਜਵਾਬ।

ਆਪਣੇ ਪੈਰੀਂ ਹੋਣ ਦਾ, ਤੈਨੂੰ ਬਹੁਤਾ ਮਾਣ।
ਇੱਕ ਦਿਨ ਐਸਾ ਆਵਸੀ, ਕੋਈ ਨਾ ਚੱਲੂ ਤਾਣ।

ਚਰਨ ਕਮਲ ਦਾ ਆਸਰਾ, ਛੱਡ ਤੁਰਿਓਂ ਤੂੰ ਆਪ।
ਤਪਸ਼ ਵਿੱਚੋਂ ਨਹੀਂ ਲੱਭਣਾ, ਠੰਡਕ ਵਰਗਾ ਸਾਕ।

◆

ਹਾੜ੍ਹ

ਹਾੜ੍ਹ ਮਹੀਨਾ ਚੜ੍ਹ ਪਿਆ, ਸੜਦਾ ਫਿਰੇ ਜਹਾਨ।
ਮਹੀਨਾ ਚੌਥਾ ਅਜੇ ਤਾਂ, ਥਿੜਕ ਰਿਹਾ ਇਮਾਨ।

ਧਰਤੀ ਤੱਤੀ ਹੋ ਗਈ, ਲੋਆਂ ਵਗਦੀਆਂ ਨਿੱਤ।
ਏਸ ਤਰ੍ਹਾਂ ਵੀ ਹੋਊਗੀ, ਨਾ ਮਨ ਤੇਰੇ ਨਾ ਚਿੱਤ।

ਖਾ ਖਰਬੂਜੇ, ਚਿੱਬੜਾਂ, ਕਰ 'ਲਾ ਪੂਰੇ ਸਵਾਦ।
ਪੈਰ੍ਹ-ਪੈਰ੍ਹ 'ਤੇ ਵੇਖ ਲਵੀਂ, ਨਾਨੀ ਆਊ ਯਾਦ।

ਸੋਹਣਾ ਤੁੰਮਾ ਵੇਖ ਕੇ, ਤੂੰ ਠੱਗਿਆ ਆਪਣਾ ਆਪ।
ਹਰ ਬਿਪਤਾ ਵਿੱਚ ਵੇਖ ਲਵੀਂ, ਭੱਜ ਖਲੋਣੇ ਸਾਕ।

ਆਪਣੇ ਪਿੰਡੋਂ ਚੱਲ ਕੇ, ਪਹੁੰਚਾਂ ਵਿੱਚ ਉਜਾੜ।
ਵੇਂਹਦਾ ਰਹਿ ਤੇ ਭੁਗਤ ਹੁਣ, ਅਜੇ ਤਾਂ ਚੜ੍ਹਿਆ ਹਾੜ੍ਹ।

ਰੱਕੜ ਭੂਮੀ ਹੋ ਗਈ, ਸੜ੍ਹਿਆ ਪਿਆ ਚੁਫ਼ੇਰ।
ਬੂੰਦ ਨਾ ਪਾਣੀ ਲੱਭਦਾ, ਇਹ ਕਰਮਾਂ ਦਾ ਗੇੜ।

◆

ਸਾਉਣ

ਨਿੱਤ ਅਰਦਾਸਾਂ ਕੀਤੀਆਂ, ਤਾਂ ਫਿਰ ਆਇਆ ਹੈ ਸਾਉਣ।
ਵਿਰਲੇ-ਵਿਰਲੇ ਅੰਬਰੀਂ, ਬੱਦਲ ਲੱਗੇ ਭਾਉਣ।

ਕਿਣਮਿਣ ਹੋਈ ਅੰਬਰੋਂ, ਸੰਭਲ ਗਏ ਖੜਸੁੱਕ।
ਪਹਿਲੀਆਂ ਕਣੀਆਂ ਪਤਾ ਨਹੀਂ, ਕਿੱਥੇ ਗਈਆਂ ਲੁਕ।

ਬਾਰਸ਼ ਹੋਈ ਰੱਜ ਕੇ, ਆਇਆ ਸੁਖ ਦਾ ਸਾਹ।
ਜੇਠ-ਹਾੜ੍ਹ ਦੀ ਧੁੱਪ ਨੇ, ਕੱਢ ਰੱਖਿਆ ਸੀ ਤ੍ਰਾਹ।

ਤੀਆਂ ਲੱਗੀਆਂ ਤ੍ਰਿੰਝਣੀਂ, ਕੁੜੀਆਂ ਗਾਉਂਦੀਆਂ ਗੀਤ।
ਅੰਦਰ ਬਾਹਰ ਤਪਸ਼ ਜੋ, ਰਤਾ ਕੁ ਹੋਈ ਸੀਤ।

ਖੁੱਡੀਂ ਪਾਣੀ ਪੈ ਗਿਆ, ਸੱਪ-ਸਪੋਲ ਬੜੀ।
ਮੂਸਾ ਭੱਜਿਆ ਮੌਤ ਤੋਂ, ਅੱਗੇ ਮੌਤ ਖੜੀ।

ਸੁਣਦਾ ਨਹੀਂ ਸੈਂ ਕਿਸੇ ਦੀ, ਹੁਣ ਦੱਸ! ਹੁਣ ਬੋਲ!!
ਹੱਥਾਂ ਦੇ ਨਾਲ ਦਿੱਤੀਆਂ, ਦੰਦਾਂ ਦੇ ਨਾਲ ਖੋਲ੍ਹ।

◆

ਭਾਦੋਂ

ਦੋ ਭਾਅ ਹੋ ਗਏ ਸਮੇਂ ਦੇ, ਬਾਰਿਸ਼ ਨਾਲੇ ਹੁੱਟ।
ਸ਼ਸ਼ੋਪੰਜ ਵਿੱਚ ਸੋਚਦਾ, ਕਿੱਦਾਂ ਜਾਵਾਂ ਛੁੱਟ।

ਭਾਦੋਂ ਦਾ ਭਜਾਇਆ, ਸਾਧ ਹੋ ਗਿਆ ਜੱਟ।
ਮੰਗਣਾ ਵੀ ਨਾ ਆਂਵਦਾ, ਬੋਲ ਜਾਏ ਵੱਧ-ਘੱਟ।

ਸਾਉਣੀ ਫਸਲਾਂ ਉੱਗੀਆਂ, ਆਉਣ ਲੱਗਾ ਕੰਮ ਲੋਟ।
ਮੂੰਜੀ ਮਹਿਕੀ ਖੇਤ ਵਿੱਚ, ਮਟਰ, ਮੂਲੀਆਂ, ਮੋਠ

ਦੂਜੇ ਪਾਸੇ ਦੇਖੀਏ! ਤਾਂ ਉਹ ਵੀ ਨਹੀਂਓ ਘੱਟ।
ਮੱਛਰ ਅਤੇ ਮਲੇਰੀਆ, ਕੱਢੀ ਜਾਂਦੈ ਵੱਟ।

ਕਰ ਚਾਤਰ ਚਤੁਰਾਈਆਂ, ਭੱਜ 'ਲਾ ਅੰਨ੍ਹੇਵਾਹ।
ਜਾਣ ਲਵੇਂਗਾ ਚਾਤਰਾ! ਵਿਕਦੀ ਕਿਹੜੇ ਭਾਅ।

ਭਾਦੋਂ ਭਰਮ ਭਲਾਈਆਂ, ਨਾ ਉਸ ਪਾਰ ਨਾ ਇਸ।
ਕੋਈ ਨਾ ਸੁਣਦਾ ਕਿਸੇ ਦੀ, ਵੇਦਨ ਕਹੀਏ ਕਿਸ।
◆

ਅੱਸੂ

ਆਸੁਣ ਬਹਿ ਕੇ ਬੰਦਿਆ! ਭੁੱਲ ਜਾ ਓਤ ਤੇ ਪੋਤ।
ਪਿੱਛੇ ਮੁੜਨ ਦੀ ਅਜੇ ਵੀ, ਕਰ ਲੈ ਕੋਈ ਵਿਉਂਤ।

ਖ਼ੁਦ ਰਚ ਕੇ ਚੱਕਰਵਿਊ, ਵਿੱਚ ਫਸ ਗਿਆ ਆਪ।
ਤੈਨੂੰ 'ਕੱਲਾ ਫਸਿਆ ਦੇਖ ਕੇ, ਦੌੜ ਗਏ ਅੰਗ-ਸਾਕ।

ਦੱਦਾ ਦੋਸ਼ ਨਾ ਕਿਸੇ ਦਾ, ਸਭ ਤੇਰੀ ਕਰਤੂਤ।
ਤਾਣਾ ਤੂੰ ਉਲਝਾਇਆ, ਤੂੰ ਆਪ ਹੀ ਕਰਨਾ ਸੂਤ।

ਵੱਤਰ ਹੈ ਤੇ ਰੁੱਤ ਵੀ, ਹੁਣ ਪੂਰੀ ਕਰ 'ਲਾ ਰੀਝ।
ਭੁੱਲ ਕੇ ਵੀ ਨਾ ਬੀਜੀਏ, ਕਦੇ ਕਰੁੱਤਾ ਬੀਜ।

ਕੱਚੇ ਰੰਗਾਂ ਨਾਲ ਤੂੰ, ਹੁਣ ਬੈਠਾ ਰਿਸ਼ਤਾ ਜੋੜ।
ਪੱਕੇ ਰੰਗ ਨਾ' ਆਪ ਹੀ, ਤੂੰ ਕੀਤਾ ਤੋੜ ਵਿਛੋੜ।

ਆਪਣੇ ਅੰਦਰ ਝਾਕ ਤੂੰ, ਕਰਦੇ ਪਰਦੇਫਾਸ਼।
ਸੱਤਵੇਂ ਮਹੀਨੇ ਸੱਤਿ 'ਤੇ, ਆਸੁਣ ਕਰ ਵਿਸ਼ਵਾਸ।

◆

ਕੱਤਕ

ਕੱਤੇ ਦੇ ਵਿੱਚ ਆਪ ਹੀ, ਕੱਤਣੇ ਪੈਣੇ ਕਰਮ।
ਮੀਂਹ ਗਏ, ਝੱਖੜ ਗਏ, ਰੁੱਤ ਹੋਈ ਮਾਸਾ ਨਰਮ।

ਹਾੜ੍ਹੀ ਬੀਜਣ ਵਾਸਤੇ, ਹੁਣ ਕਰ 'ਲਾ ਭੌਂਏ ਤਿਆਰ।
ਜਿਉਂ-ਜਿਉਂ ਮਿਹਨਤ ਕਰੇਂਗਾ, ਆਉਂਦਾ ਜਾਊ ਨਿਖ਼ਾਰ।

ਜਿੰਨਾ ਘਾਟਾ ਪੈ ਗਿਆ ਬਸ! ਹੁਣ ਉਸਨੂੰ ਜਾ ਭੁੱਲ।
ਰਹਿੰਦੇ-ਖੂੰਹਦੇ ਬੇਰ ਵੀ, ਨਹੀਂ ਤਾਂ ਜਾਣੇ ਡੁੱਲ।

ਰੁੱਤ ਬਦਲੀ ਤੂੰ ਬਦਲ, ਘਰ ਪਰਤਣ ਦੀ ਸੋਚ।
ਪਰਦੇਸਾਂ ਵਿੱਚ ਰੁਲਣ ਦੀ, ਕਾਹਤੋਂ ਕਰਨੀ ਲੋਚ।

ਦਾਤਾ ਦੇ ਸਰਬੱਤ ਨੂੰ, ਇੱਕੋ-ਇੱਕ ਅਰਦਾਸ।
ਆਪਣੇ ਅੰਦਰ ਵਸਦੇ, ਦੋਸ਼ਾਂ ਦਾ ਮੰਗੀਏ ਨਾਸ਼।

ਕੱਤਣਾ ਤੇਰੀ ਕੀਰਤੀ, ਕੱਤਣਾ ਤੇਰੀ ਬੁੱਧ।
ਜੇ ਕੱਤਕ ਵਿੱਚ ਕੱਤੀਏ ਤਾਂ ਕਾਰਜ ਹੁੰਦੇ ਸੁੱਧ।
◆

ਮੱਘਰ

ਮਨ ਘਰ ਦੇ ਵਿੱਚ ਵਸਦਾ, ਮਨ ਬੁੱਧ ਦਾ ਪ੍ਰਿਤਪਾਲ।
ਮਨ ਕਰਦਾ ਚਤੁਰਾਈਆਂ, ਪਰ ਇੱਕ ਨਾ ਚੱਲੇ ਨਾਲ।

ਪੁੰਗਰੀਆਂ ਫਸਲਾਂ, ਪੁੰਗਰ ਤੂੰ, ਮਨ ਨੂੰ ਦੇ ਹੁਣ ਮੋੜ।
ਪੁੰਗਰ ਕੇ ਸੀ ਵਿਛੜਿਆ, ਫਿਰ ਪੁੰਗਰ ਕੇ ਹੀ ਜੋੜ।

ਜਿਸਦੇ ਨਾਲ ਖਲੋਣ 'ਤੇ, ਸਭ ਦੁਨੀਆ ਕਰਦੀ ਮਾਣ।
ਉਸਦੇ ਵੱਲ ਨੂੰ ਮੁੜਣ ਲਈ, ਲਾ ਦੇ ਪੂਰਾ ਤਾਣ।

ਸੇਂਜੀ ਸਰਸੋਂ ਬੀਜ ਕੇ, ਚਾਰਾ ਕਰ ਹੁਣ ਤਿਆਰ।
ਤੇਰੀ ਏਸ ਲਵੇਰੀ 'ਤੇ, ਹੱਥ ਫੇਰ ਤੇ ਦੇ ਪਿਆਰ।

ਨਾ ਠੱਕਾ ਨਾ ਲੋਅ ਵਗੇ, ਨਾ ਝੱਖੜ ਨਾ ਕੋਈ 'ਨ੍ਹੇਰ।
ਸਹਿਜੇ-ਸਹਿਜੇ ਸਹਿਜ ਲੱਭ, ਕਿਤੇ ਹੋ ਨਾ ਜਾਏ ਦੇਰ।

ਮਨ-ਮੰਦਰ ਵਿੱਚ ਆਰਤੀ, ਕਰਨ ਦੀ ਸਿੱਖ ਲੈ ਜਾਚ।
ਮਨ ਘਰ ਬੈਠਣ ਸਿੱਖ 'ਲਾ, ਕਦੇ ਸਕਦਾ ਨਹੀਂ ਗੁਆਚ।
◆

ਪੋਹ

ਅੰਗ ਲੱਗਣ ਦੀ ਆਸ ਵਿੱਚ, ਕਰ 'ਲਾ ਹੁਣ ਸ਼ਿੰਗਾਰ।
ਜੇਕਰ ਗਲ਼ੇ ਲਗਾ ਲਿਆ, ਹੋ ਜਾਸੀ ਦੂਰ ਤੁਖ਼ਾਰ।

ਫਸਲ ਗੋਡ ਕੇ ਰੱਖੀਏ, ਨਾਲੇ ਚੁਣ ਸੁੱਟੀਏ ਨਦੀਨ।
ਬਾਥੂ, ਮੈਣਾ, ਭੱਖੜਾ, ਇਟਸਿਟ, ਫਸਲ ਕਰਨ ਫ਼ਲਹੀਣ।

ਲੰਮੀਆਂ ਉਮਰਾਂ ਹਾੜ੍ਹੀਆਂ, ਕੱਕਰ ਸਹਿਣ ਸਮਰੱਥ।
ਜੇ ਵਿੱਚ ਉੱਗ ਪਏ ਘਾਹ-ਫੂਸ, ਕੁੱਝ ਨਾ ਆਉਂਦਾ ਹੱਥ।

ਗੋਡੀ ਕਰਕੇ, ਸਿੰਝ ਕੇ, ਖੇਤੀ ਨੂੰ ਕਰੀਏ ਤਿਆਰ।
ਖਾਦ ਵਕਤ ਸਿਰ ਪੈ ਜਾਏ ਤਾਂ ਬੂਟੇ ਨੂੰ ਚੜ੍ਹੇ ਨਿਖ਼ਾਰ।

ਗੱਲ ਸੁਣ ਮਿੱਤਰ ਪਿਆਰਿਆ! ਖੋਲ੍ਹਾਂ ਆਪਣਾ ਭੇਤ।
ਰੰਗ ਬਰੰਗਾ ਆਪ ਖ਼ੁਦ, ਤੂੰ ਖੇਤੀ ਅਤੇ ਤੂੰ ਖੇਤ।

ਮਨ ਮਿਲਣੇ ਨੂੰ ਲੋਚਿਆ, ਇਹ ਬਹੁਤ ਵੱਡੀ ਫ਼ਰਿਆਦ।
ਵਸਲ ਘੜੀ ਜਦ ਵਾਪਰੀ, ਕੁੱਝ ਨਾ ਰਹਿਣਾ ਯਾਦ।

◆

ਮਾਘ

ਕੱਕਰ ਕੋਰਾ ਕਹਿਰ ਦਾ, ਮਹੀਨਾ ਚੜ੍ਹਿਆ ਮਾਘ।
ਬੁੱਕਲ ਦੇ ਬਿਨ ਨਾ ਸਰੇ, ਨਾ ਸੁੱਤਿਆਂ ਨਾ ਜਾਗ।

ਦਸ-ਦਸ ਦਿਨ ਧੁੰਦ ਮਿਟੇ ਨਾ, ਲੱਗੇ ਪੈਂਦੀ ਭੂਰ।
ਮੂੰਹ ਨੂੰ ਮੂੰਹ ਨਾ ਦਿਸਦਾ, ਕੀ ਦਿਸਣਾ ਹੈ ਦੂਰ।

ਮੂੰਹ-ਹੱਥ ਧੋ ਕੇ ਸਾਰਦੇ, ਪੰਜ ਇਸ਼ਨਾਨੇ ਕਰਨ।
ਗੱਲ੍ਹਾਂ ਥਿੜਕਣ ਠੰਡ ਨਾਲ, ਹੋਰ ਕਿੰਨਾ ਕੁ ਠਰਨ।

ਰੱਬ-ਰੱਬ ਆਪੇ ਹੋਂਵਦਾ, ਠਰੁਦਿਆਂ ਵੱਜਦੇ ਦੰਦ।
ਸੜਕਾਂ ਰੁਕ-ਰੁਕ ਚੱਲਦੀਆਂ, ਆਉਣਾ-ਜਾਣਾ ਬੰਦ।

ਵਿੱਛੜਦਿਆਂ ਧੁੱਪ ਘੇਰਿਆ, ਤਪਸ਼ ਜੇਠ ਤੇ ਹਾੜ੍ਹ।
ਮੁੜਦਿਆਂ ਪਾਲ਼ਾ ਪੈ ਗਿਆ, ਰੁਕ ਜਾ! ਮੌਕਾ ਤਾੜ।

ਚਾਰੇ ਕੂੰਟਾਂ ਗਾਹ ਲਈਆਂ, ਚੱਲ ਮੁੜ ਚੱਲੀਏ! ਦਰਬਾਰ।
ਗਲਵਕੜੀ ਸ਼ਾਹੁ ਦੀ ਮਿਲੇ, ਸਭ ਕੁੱਝ ਦੇਈਏ ਹਾਰ।
◆

ਫੱਗਣ

ਘੁੰਮ-ਘੁਮਾ ਕੇ ਘਰ ਮੁੜੇ, ਹੋਇਆ ਅੰਤ ਮਿਲਾਪ।
ਸ਼ੁਰੂ ਅੰਤ ਇੱਕੋ ਜਗ੍ਹਾ, ਵਿੱਚ ਬਾਕੀ ਸਾਰੇ ਸਾਕ।

ਆਦਿ ਬਿਨਾ ਨਾ ਅੰਤ ਹੈ, ਜਨਮ ਬਿਨਾ ਨਾ ਮੌਤ।
ਸੁੱਖ ਜਾਵੇ, ਦੁੱਖ ਆਂਵਦਾ, ਇਹ ਸੱਚੋ-ਸੱਚ ਅਖੌਤ।

ਚਾਨਣ ਮਿਟਦਾ 'ਨ੍ਹੇਰ ਵਿੱਚ, ਅੰਧੇਰ ਮਿਟੇ ਪਰਕਾਸ਼।
'ਨੇਰ੍ਹਾ ਚਾਨਣ ਦੋਵੇਂ ਹੀ, ਇੱਕ-ਦੂਜੇ ਦਾ ਵਿਸ਼ਵਾਸ।

ਸੱਚ ਬਿਨਾ ਕੋਈ ਝੂਠ ਨਾ, ਝੂਠ ਬਿਨਾ ਨਹੀਂ ਸੱਚ।
ਸੱਚ-ਝੂਠ ਨਿਰਭਰ ਕਰਨ, ਇਸ ਵਿੱਚ ਕੋਈ ਨਾ ਕੱਚ।

ਘਰ ਨਾ ਵਾਪਸ ਪਰਤਦਾ, ਜੇ ਗੁਣ ਨਾ ਹੁੰਦੇ ਕੋਲ।
ਜੱਗ ਵਿੱਚ ਐਸਾ ਕੋਈ ਨਾ, ਜੋ ਸਦਾ-ਸਦਾ ਅਡੋਲ।

ਪੈਂਡਾ, ਪਾਂਧੀ ਦੋਏ ਤੂੰ, ਇਹ ਵਾਟ ਤੇਰਾ ਵਿਸਥਾਰ।
ਤੂੰ ਕਰਤਾ, ਤੂੰ ਕਰਮ ਹੈਂ, ਆਪੇ ਹੀ ਤੂੰ ਕਰਤਾਰ।
◆

ਜਨਮ ਕੁੰਡਲੀ

1.
ਅੰਬਰ ਫਟਿਆ ਜ਼ੋਰ ਦੀ, ਇੱਕ ਸ਼ਕਤੀ ਪ੍ਰਗਟ ਹੋਈ,
ਪੰਜ ਤੱਤ ਜਿਸਦੇ ਰੂਪ ਸੀ, ਤੇ ਜਿਹੜੀ ਪੰਜਾਂ ਵਿੱਚ ਸਮੋਈ।
ਧਰਤੀ ਗੋਲਾ ਅੱਗ ਦਾ, ਹਵਾ 'ਚ ਆਣ ਖਲੋਈ,
ਹਵਾ 'ਚ ਚੱਕਰ ਲਾਉਂਦਿਆਂ, ਇੱਕ ਦਿਨ ਠੰਡੀ ਹੋਈ।

ਹਵਾ, ਹਵਾਵਾਂ ਨਾਲ ਰਲ, ਪਾਣੀ ਪ੍ਰਗਟਿਆ,
ਜਲ ਦੇ ਪ੍ਰਗਟ ਹੁੰਦਿਆਂ, ਹਰਿਆਵਲ ਜੰਮ ਖਲੋਈ।
ਧਰਤੀ ਵੀ ਪੰਜ ਤੱਤ ਹੈ, ਜੀਵ-ਜੰਤ, ਆਕਾਸ਼,
ਪੰਜ ਭੂਤਕ ਇਨਸਾਨ ਹੈ, ਪੰਜੇ ਤੱਤ ਸਭ ਕੋਈ।

2.
ਧਰਤੀ ਮਾਂ ਦੇ ਗਰਭ ਦੀ ਅੱਗ ਵਿੱਚੋਂ,
ਪਵਨ ਗੁਰੂ ਅਵਤਾਰ ਜਦ ਧਾਰਿਆ ਸੂ।
ਪਾਣੀ ਪਿਤਾ ਪੈਦਾ ਹੋਇਆ ਪਵਨ ਵਿੱਚੋਂ,
ਸਬਜ਼ ਬਾਗ਼ ਸਭ ਜਲ ਪਸਾਰਿਆ ਸੂ।

ਜਿਉਂ-ਜਿਉਂ ਵਧੇ ਹਰਿਆਵਲੀ, ਵਧੇ ਪਾਣੀ,
ਜਲ ਦੇਵਤੇ ਨੇ ਜੱਗ ਤਾਰਿਆ ਸੂ।
ਪਾਣੀ, ਹਵਾ ਤੇ ਸੇਕ ਨਾਲ ਬਣੇ ਬੱਦਲ,
ਬੱਦਲਾਂ, ਅੰਬਰਾਂ ਵਿੱਚ ਗੇੜਾ ਮਾਰਿਆ ਸੂ।

ਉੱਚੀਆਂ ਨੀਵੀਆਂ ਧਰਤੀਆਂ ਨਾਲ ਖਹਿ ਕੇ,
ਬੱਦਲਾਂ ਧਰਤੀ ਨੂੰ ਧੋ ਨਿਖ਼ਾਰਿਆ ਸੂ।

3.
ਮਾਤਾ ਧਰਤ ਠੰਡੀ, ਪਾਣੀ ਖਸਮ ਸਾਈਂ,
ਜੀਵ-ਜੰਤ ਤਾਂ ਫਿਰ ਪੈਦਾ ਹੋਵਣੇ ਸੀ।
ਜੇ ਸਮੱਗਰੀ ਸਾਰੀ ਹੀ ਹੋਈ 'ਕੱਠੀ,
ਪੈਦਾ ਹੋਏ ਸਭ ਕੁੱਝ ਜਦ ਬੀਜ ਬੋਵਣੇ ਸੀ।

ਵੱਖ-ਵੱਖ ਆਕਾਰ ਦੇ ਜੀਵ-ਜੰਤੂ,
ਪਰਾਂ ਵਾਲਿਆਂ ਨੇ ਅੰਬਰ ਫਿਰ ਛੋਹਵਣੇ ਸੀ।
ਰੀਂਘਣ ਵਾਲਿਆਂ ਕੀੜੇ-ਮਕੌੜਿਆਂ ਨੇ,
ਖੁੱਡਾਂ ਪੁੱਟ ਕੇ ਜਿਸਮ ਲੁਕੋਵਣੇ ਸੀ।

ਕਈ ਜੀਵਾਂ ਨੇ ਪੈਰ੍ਹਾਂ 'ਤੇ ਖੜੇ ਹੋ ਕੇ,
ਭੱਜ-ਦੌੜ ਕਰਕੇ ਰੋਣੇ, ਰੋਵਣੇ ਸੀ।
ਸੂਏ ਜਾਨਵਰ ਤਾਂ ਦੁੱਧ ਥਣੀਂ ਆ ਜਾਏ,
ਦੁੱਧ ਕਿਸੇ ਨਾ ਕਿਸੇ ਤਾਂ ਚੋਵਣੇ ਸੀ।

ਪਾਣੀ ਵਧਣ ਦੇ ਨਾਲ ਫਿਰ ਬਣੇ ਸਾਗਰ,
ਡੱਡੂ, ਮੱਛੀਆਂ ਪਾਣੀ ਵਿੱਚ ਸੋਹਵਣੇ ਸੀ।
ਮਾਲਾ ਜ਼ਿੰਦਗੀ ਦੀ ਬਣ ਹੀ ਜਾਵਣੀ ਸੀ,
ਜਦੋਂ ਕੁਦਰਤ ਨੇ ਮੋਤੀ ਪਰੋਵਣੇ ਸੀ।

4.
ਬ੍ਰਹਮਾ, ਵਿਸ਼ਨੂੰ, ਮਹੇਸ਼ ਦੀ ਗੱਲ ਵਧੀਆ,
ਲੇਕਿਨ ਗੱਲ ਦੀ ਸ਼ਕਲ ਨਾ ਘੜੋ ਯਾਰੋ!
ਜੇਕਰ ਬ੍ਰਹਮਾ ਦਾ ਕੋਈ ਆਕਾਰ ਹੈ ਸੀ,
ਤਾਂ ਉਸਦੇ ਮਾਤਾ-ਪਿਤਾ ਨੂੰ ਵੀ ਫੜੋ ਯਾਰੋ!

ਰਾਜੇ ਰਾਮ ਦੀ ਕਥਾ, ਮਿਥਿਹਾਸ ਸੋਹਣਾ,
ਉਸਨੂੰ ਗ਼ੌਰ ਦੇ ਨਾਲ ਸਭ ਪੜ੍ਹੋ ਯਾਰੋ!
ਲੇਕਿਨ ਕ੍ਰਿਸ਼ਨ ਤੇ ਬਾਕੀ ਦੇਵੀ ਦੇਵ ਸਾਰੇ,
ਹੁਣ ਇਤਿਹਾਸ ਦੇ ਵਿੱਚ ਨਾ ਜੜੋ ਯਾਰੋ!

ਰੱਬ ਨੇ ਬੰਦਾ ਹੀ ਨਹੀਂ ਸਾਰੇ ਜੀਵ ਸਿਰਜੇ,
ਉਸ ਅਸੀਮ ਨੂੰ ਸੀਮਿਤ ਨਾ ਕਰੋ ਯਾਰੋ!
ਸਭ ਨੂੰ ਜੰਮਣਾ, ਮਾਰਨਾ ਰੱਬ ਦੇ ਹੱਥ,
ਨਾ ਸਿਆਣਪਾਂ ਨਾਲ ਜੰਮੋ-ਮਰੋ ਯਾਰੋ!

ਪੰਜਾਂ ਤੱਤਾਂ ਨਾਲ ਜਿਸਮ ਬਣਾਏ ਸਾਰੇ,
ਮਰਜ਼ੀ ਰੱਬ ਦੀ ਨੂੰ ਸਤਿ ਕਰ ਜਰੋ ਯਾਰੋ!
ਪੈਦਾ ਕਰਨ ਵਾਲਾ ਇੱਕੋ-ਇੱਕ ਜਿਹੜਾ,
ਉਸਨੂੰ ਘੜੋ ਨਾ ਉਸ ਤੋਂ ਕੁੱਝ ਡਰੋ ਯਾਰੋ!

5.
ਅੱਲਾ ਤਾਲਾ ਦੇ ਹੁਕਮ ਨਾਲ ਬਣੀ ਦੁਨੀਆ,
ਪਾਕ ਮੌਲਾ ਨੇ ਸ੍ਰਿਸ਼ਟ ਉਪਾਈ ਸਾਰੀ।
ਚੰਨ, ਸੂਰਜ ਨੂੰ ਕਾਰਜ ਸੰਭਾਲਿਆ ਸੂ,
ਕਾਇਆਨਾਤ ਸਭ ਕੰਮ 'ਤੇ ਲਾਈ ਸਾਰੀ।

ਝਰਨੇ, ਝੀਲਾਂ ਬਣਾ ਕੇ ਖ਼ੁਦਾ ਨੇ ਸਭ,
ਆਬ-ਏ-ਹਯਾਤ ਦੀ ਕਥਾ ਸੁਣਾਈ ਸਾਰੀ।
ਪੈਦਾ ਕੀਤੇ ਬੇਅੰਤ ਖਜੂਰ, ਮੇਵੇ,
ਤੇ ਇਸਲਾਮ ਦੀ ਝੰਡੀ ਝੁਲਾਈ ਸਾਰੀ।

ਜੋ-ਜੋ ਹਜਰਤ ਦੇ ਮੂੰਹੋਂ ਇਲਹਾਮ ਹੋਇਆ,
ਹੁਕਮ ਆਖ਼ਰੀ ਦੁਨੀਆ ਮਨਾਈ ਸਾਰੀ।
ਲੇਕਿਨ ਜਨਮ ਦਿੰਦੀ ਜਿਹੜੀ ਆਦਮੀ ਨੂੰ,
ਔਰਤ ਜਾਤ ਹੀ ਮੂਲੋਂ ਭੁਲਾਈ ਸਾਰੀ।

ਹੁਕਮ ਡੰਡੇ ਦੇ ਨਾਲ ਧਰਮ ਚਲਾਉਣ ਦੇ ਨੇ,
ਦੁਨੀਆ ਭੰਬਲ-ਭੂਸੇ ਵਿੱਚ ਪਾਈ ਸਾਰੀ।
ਸ਼ਬਦਾਂ ਬਾਝ ਤਾਂ ਕੋਈ ਨਾ ਧਰਮ ਬਣਦਾ,
ਮੂੰਹ ਵਿੱਚ ਸ਼ਬਦ, ਹੱਥ ਛੁਰੀ ਫੜਾਈ ਸਾਰੀ।

6.
ਦੇਖੋ! ਰੱਬ ਨੂੰ ਮਰਨ ਦੀ ਲੋੜ ਪੈ ਗਈ,
ਆਦਮ ਜਾਤ ਦੀਆਂ ਭੁੱਲਾਂ ਬਖ਼ਸ਼ਾਉਣ ਦੇ ਲਈ।
ਇੱਕ ਨਵੀਂ ਕਹਾਣੀ ਵੀ ਪਈ ਘੜਨੀ,
ਛੇਆਂ ਦਿਨਾਂ ਵਿੱਚ ਦੁਨੀਆ ਬਣਵਾਉਣ ਦੇ ਲਈ।

ਪਾਣੀ ਉੱਪਰ ਜੇ ਤਰਦੀ ਸੀ ਰੂਹ ਰੱਬ ਦੀ,
ਪੰਜਾਂ ਤੱਤਾਂ ਨੂੰ ਪ੍ਰਗਟ ਕਰਾਉਣ ਦੇ ਲਈ।
ਹਵਾ ਬਿਨਾ ਤਾਂ ਪਾਣੀ ਨਾ ਕਦੇ ਬਣਦਾ,
ਸੇਕ ਚਾਹੀਦਾ ਹਵਾ ਉਪਜਾਉਣ ਦੇ ਲਈ।

ਬਿਨਾ ਧਰਤੀ ਦੇ ਸੇਕ ਪਰ ਆਊ ਕਿੱਥੋਂ,
ਅੰਬਰ ਚਾਹੀਦਾ ਧਰਤੀ ਘੁੰਮਾਉਣ ਦੇ ਲਈ।
ਪੰਜੇ ਤੱਤ ਜੇ ਪਹਿਲਾਂ ਹੀ ਸੀ 'ਗੇ ਹਾਜ਼ਰ,
ਸਾਰੀ ਸ੍ਰਿਸ਼ਟੀ ਨੂੰ ਘੜਣ-ਘੜਾਉਣ ਦੇ ਲਈ।

ਛੇਆਂ ਦਿਨਾਂ ਵਾਲੀ ਕਥਾ ਪਈ ਘੜਨੀ,
ਨਵੇਂ ਸਿਰਿਓਂ ਇੱਕ ਧਰਮ ਚਲਾਉਣ ਦੇ ਲਈ।
ਔਰਤ ਕੱਢੀ ਫਿਰ ਬੰਦੇ ਦੀ ਪਸਲੀ ਤੋਂ,
ਨਵੇਂ ਸਿਰਿਓਂ ਛੂ ਮੰਤਰ ਦਿਖਾਲਉਣ ਦੇ ਲਈ।

7.
ਬੰਦਾ ਬਣਿਆ ਕਈ ਮੰਨਦੇ ਬਾਂਦਰਾਂ ਤੋਂ,
ਗੱਲ ਬਣਦੀ ਨਹੀਂ ਇਸ ਬਿਆਨ ਵਿੱਚ ਵੀ।
ਇਹ ਤਾਂ ਠੀਕ ਹੈ! ਹੋਇਆ ਵਿਕਾਸ ਸਭ ਦਾ,
ਕੋਈ ਸ਼ਿਕਵਾ ਨਹੀਂ ਇਸ ਗਿਆਨ ਵਿੱਚ ਵੀ।

ਪੈਦਾ ਪਾਣੀ ਵਿੱਚ ਹੋਏ ਜੋ ਜੀਵ-ਜੰਤੂ,
ਅੰਬਰੀਂ ਉੱਡਣਾ ਨਹੀਂ ਉਨ੍ਹਾਂ ਦੇ ਧਿਆਨ ਵਿੱਚ ਵੀ।
ਸਾਕਾਹਾਰੀ ਤੇ ਮਾਸ ਨੂੰ ਖਾਣ ਵਾਲੇ,
ਵੱਖਰੇ-ਵੱਖਰੇ ਸਭ ਜੀਅ ਖਾਣਾ ਖਾਣ ਵਿੱਚ ਵੀ।

ਚਾਰ੍ਹ ਪੈਰ੍ਹ ਤੇ ਸਿਰਾਂ 'ਤੇ ਸਿੰਘ ਵਾਲੇ,
ਆਦਮ ਜਾਤ ਤੋਂ ਵੱਖਰੇ ਪਹਿਚਾਣ ਵਿੱਚ ਵੀ।
ਬੰਦਾ, ਬੰਦੇ ਦੇ ਰੂਪ ਵਿੱਚ ਸ਼ੁਰੂ ਤੋਂ ਹੀ,
ਵੱਖਰਾ ਪਸ਼ੂਆਂ ਤੋਂ ਸੀ ਆਣ-ਬਾਣ ਵਿੱਚ ਵੀ।

ਘੋੜੇ, ਹਾਥੀਆਂ ਦੀ ਬੰਦੇ ਮਦਦ ਕਰਦੇ,
ਤਾਕਤਵਰਾਂ ਤੋਂ ਬਚਣ, ਬਚਾਉਣ ਵਿੱਚ ਵੀ।
ਬਾਂਦਰ ਬੰਦੇ ਦੀ ਕੋਈ ਕਰਤੂਤ ਲੱਗਦੀ,
ਲਗਭਗ ਬੰਦੇ ਦੀ ਪੇਂਦ ਚੜ੍ਹਾਉਣ ਵਿੱਚ ਵੀ।

8.
ਜਲ ਤੇ ਥਲ ਦੇ ਵੱਖੋ-ਵੱਖ ਜੀਵ-ਜੰਤੂ,
ਪਸ਼ੂ, ਪੰਛੀਆਂ ਵੱਖ-ਵੱਖ ਵਿਕਾਸ ਹੋਇਆ।
ਹਰ ਇੱਕ ਜੀਵ ਤੇ ਨਸਲ ਦੀ ਜੂਨ ਵੱਖਰੀ,
ਆਪੋ-ਆਪਣਾ ਸਭ ਦਾ ਇਤਿਹਾਸ ਹੋਇਆ।

ਦੁੱਖ-ਸੁੱਖ ਫੋਲ੍ਹਣੇ ਸਿੱਖਿਆ ਜਦੋਂ ਬੰਦਾ,
ਤਾਂ ਇਨਸਾਨ ਨੂੰ ਨਵਾਂ ਵਿਸ਼ਵਾਸ ਹੋਇਆ।
ਜਦੋਂ ਸਿੱਖ ਲਿਆ ਬੰਦੇ ਨੇ ਸ਼ਬਦ ਜਾਦੂ,
ਸਭ ਕੁੱਝ ਜ਼ਿੰਦਗੀ ਦਾ ਉਸ ਦਿਨ ਰਾਸ ਹੋਇਆ।

ਸ਼ਬਦ ਸ਼ਕਤੀ ਤੋਂ ਵੱਡੀ ਨਹੀਂ ਕੋਈ ਸ਼ਕਤੀ,
ਖੰਡ, ਬ੍ਰਹਿਮੰਡ ਫਿਰ ਬੰਦੇ ਦਾ ਦਾਸ ਹੋਇਆ।
ਕਈ ਕੁੱਝ ਘੜਣ, ਬਣਾਉਣ ਦੇ ਯੋਗ ਹੋਇਆ,
ਰੱਬ ਵਰਗਾ ਇਨਸਾਨੀ ਅਹਿਸਾਸ ਹੋਇਆ।

ਬੰਦਾ ਜਦੋਂ ਰੱਬ ਬਣ-ਬਣ ਕੇ ਬਹਿਣ ਲੱਗਿਆ,
ਸਾਰੀ ਸ਼ਕਤੀ ਦਾ ਫਿਰ ਸੱਤਿਆਨਾਸ ਹੋਇਆ।

◆

ਰੂਹ ਰਾਗ਼

ਰੱਬ ਪ੍ਰਸਤ

ਰੱਬ ਪ੍ਰਸਤ ਹੋਣਾ ਚਾਹੁੰਦਾ ਹਾਂ
ਰੱਬ ਪ੍ਰਸਤ ਚੰਗੇ ਹੁੰਦੇ ਹਨ।
ਸਾਡੇ ਵਡ-ਵਡੇਰੇ ਸੁਣਿਆ! ਰੱਬ ਪ੍ਰਸਤ ਹੋਇਆ ਕਰਦੇ ਸੀ।

ਸੱਚ ਬੋਲਣ ਨੂੰ ਜੀਅ ਕਰਦਾ ਹੈ
ਸੱਚ ਬੋਲਣਾ ਚੰਗੀ ਗੱਲ ਹੈ।
ਸਾਡੇ ਪਿਉ, ਦਾਦੇ ਪੜ੍ਹਦਾਦੇ ਸੱਚ ਪ੍ਰਸਤ ਹੋਇਆ ਕਰਦੇ ਸੀ।

ਦਿਲ ਕਰਦਾ ਹੈ ਅੰਮ੍ਰਿਤਧਾਰੀ ਹੋ ਜਾਵਾਂ ਮੈਂ
ਪਰ ਡਰਦਾ ਹਾਂ
ਅੰਮ੍ਰਿਤ ਦੀ ਮਰਿਆਦਾ ਕੌਣ ਨਿਭਾਊਗਾ?
ਝੂਠਾ, ਸੱਚ ਦੀ ਬੋਲੀ ਕਿੱਦਾਂ ਪਾਊਗਾ?

ਝੂਠ ਦੀ ਬੁੱਕਲ ਲਾਹ ਦਿੱਤੀ ਤਾਂ ਠਰ ਜਾਵਾਂਗੇ,
ਸੱਚ ਖਾ ਕੇ ਤਾਂ ਜੀਅ ਨਹੀਂ ਹੋਣਾ ਮਰ ਜਾਵਾਂਗੇ।

ਇਹ ਤਾਂ ਬੜਾ ਕਠਿਨ ਰਸਤਾ ਹੈ
ਹੋਰ ਕੋਈ ਉਪਰਾਲਾ ਕਰੀਏ।
ਰੱਬ ਪ੍ਰਸਤ ਹੋਣਾ ਚਾਹੁੰਦਾ ਹਾਂ।

ਸ਼ਬਦ ਗੁਰੂ ਵਿੱਚ ਵਾਸਦੇਵ ਦਾ ਨਾਂ ਆਉਂਦਾ ਹੈ।
ਗੀਤਾ ਦਾ ਉਪਦੇਸ਼ ਲਵਾਂ ਮੈਂ
ਕੇਸ਼ਵ ਦਾ ਚੇਲਾ ਬਣ ਜਾਵਾਂ
ਧਰਮਰਾਜ ਤੋਂ ਆਗਿਆ ਲੈ ਕੇ
ਅਰਜਣ ਵਾਂਗੂੰ ਤੀਰ ਚਲਾਵਾਂ।
ਮੇਰੇ ਵਿੱਚ ਤਾਂ ਅੱਗ ਬੜੀ ਹੈ
ਭੀਮ ਸੈਨ ਦਾ ਪੁੱਤ ਬਣ ਜਾਵਾਂ।
ਲੇਕਿਨ ਮੈਨੂੰ ਡਰ ਲੱਗਦਾ ਹੈ
ਕਰਣ ਕਿਸੇ ਮਜਬੂਰੀ ਕਾਰਣ
ਅਰਜਣ ਦੀ ਥਾਂ
ਤੀਰ ਕਿਤੇ ਮੇਰੇ ਨਾ ਮਾਰੇ।

ਕੀ ਕਰ ਸਕਦਾਂ
ਰੱਬ ਪ੍ਰਸਤ ਹੋਣਾ ਚਾਹੁੰਦਾ ਹਾਂ।
ਸਾਡੇ ਵਡ-ਵਡੇਰੇ ਸੁਣਿਆ! ਰੱਬ ਪ੍ਰਸਤ ਹੋਇਆ ਕਰਦੇ ਸੀ।

ਰਾਮ ਰਾਮ ਕਰਕੇ ਵੇਂਹਦਾ ਹਾਂ
ਰਾਮ ਰੱਬ ਦਾ ਨਾਂ ਉੱਤਮ ਹੈ।

ਮਰਕਟ ਰੱਬ ਦਾ ਹੋ ਸਕਦਾ ਹੈ ਮੈਨੂੰ ਕੀ ਹੈ
ਪੁੱਲ਼ ਬੰਨ ਕੇ ਤੇ ਲੰਕਾ ਵੀ ਨਹੀਂ ਜਾਣਾ ਪੈਣਾ।
ਸ਼ਹਿਰ-ਸ਼ਹਿਰ ਹਰ ਗਲੀ-ਗਲੀ ਵਿੱਚ ਰਾਵਣ ਰਹਿੰਦੇ
ਕੁੰਭਕਰਨ ਦੇ ਕਈ ਘੁਰਾੜੇ ਘਰ ਸੁਣਦੇ ਹਨ।
ਪਰ ਮੈਂ ਸੋਚਾਂ ਦੈਤਾਂ ਦੇ ਨਾਲ ਪੰਗਾ ਲੈ ਕੇ ਮੈਂ ਕੀ ਕਰਨਾ?
ਹਨੂੰਮਾਨ ਤਾਂ ਉੱਡ ਜਾਂਦਾ ਸੀ
ਮੈਥੋਂ ਤਾਂ ਉੱਡਿਆ ਨਹੀਂ ਜਾਣਾ
ਸਮਝ ਨਹੀਂ ਲੱਗਦੀ ਕੀ ਸੋਚਾਂ
ਕਿਹੜਾ ਰਾਹ ਅਪਣਾ ਕੇ ਦੇਖਾਂ।

ਰੱਬ ਪ੍ਰਸਤ ਹੋਣਾ ਚਾਹੁੰਦਾ ਹਾਂ
ਸਾਡੇ ਪਿਉ, ਦਾਦੇ ਪੜ੍ਹਦਾਦੇ ਰੱਬ ਪ੍ਰਸਤ ਹੋਇਆ ਕਰਦੇ ਸੀ।

ਧਰਤੀ ਦੇ ਦੂਜੇ ਪਾਸੇ ਹਾਂ
ਚੱਲ ਸੁਕਰਾਤ ਦੀ ਗੱਲ ਕਰਦੇ ਹਾਂ।
ਗੱਲ ਕਰਨ ਦਾ ਡਰ ਵੀ ਕੀ ਹੈ
ਆਪਾਂ ਕਿਹੜਾ ਜ਼ਹਿਰ ਪਿਆਲਾ ਪੀ ਲੈਣਾ ਹੈ।

ਕੀ ਕਰੀਏ ਕੀ ਨਾ ਕਰੀਏ ਫਿਰ ਸੋਚਾਂਗੇ
ਅੱਜ ਦੀ ਗੱਲ ਇੱਥੇ ਬੰਦ ਕਰਕੇ ਚੱਲਦਾ ਹਾਂ ਹੁਣ।
ਕੱਲ ਸਵੇਰੇ ਕੰਮ 'ਤੇ ਜਾਣਾ
ਕਾਰ ਦੀਆਂ ਕਿਸਤਾਂ ਬਾਕੀ ਨੇ,
ਹਾਲੇ ਮੈਂ ਵੱਡਾ ਘਰ ਲੈਣਾ।

ਕੀ ਕਰ ਸਕਦਾਂ,
ਰੱਬ ਪ੍ਰਸਤ ਹੋਣਾ ਚਾਹੁੰਦਾ ਹਾਂ।
ਸਾਡੇ ਵਡ-ਵਡੇਰੇ ਸੁਣਿਆ! ਰੱਬ ਪ੍ਰਸਤ ਹੋਇਆ ਕਰਦੇ ਸੀ।
ਸਾਡੇ ਪਿਉ, ਦਾਦੇ ਪੜ੍ਹਦਾਦੇ ਸੱਚ ਪ੍ਰਸਤ ਹੋਇਆ ਕਰਦੇ ਸੀ।
◆

ਰੰਗ ਮਜੀਠ

ਮੈਨੂੰ ਰੰਗ ਦੇ ਰੰਗ ਮਜੀਠ
ਕੱਚੇ ਰੰਗ ਕਸੁੰਭ ਲਾ-ਲਾ
ਲਾਹ-ਲਾਹ ਹੋ ਗਏ ਢੀਠ
ਮੈਨੂੰ ਰੰਗ ਦੇ ਰੰਗ ਮਜੀਠ।

ਇਹ ਵੀ ਤੇਰੀ ਦਾਤ, ਤੂੰ ਦਾਤਾ ਜਿੰਨੇ ਰੰਗ ਵਿਖਾਏ
ਸੱਤ ਰੰਗੀਆਂ ਪੀਂਘਾਂ ਅਸਮਾਨੀ ਚੜ੍ਹ-ਚੜ੍ਹ ਰੂਪ ਬਣਾਏ
ਕੱਚੀ ਕੰਚਨ ਦੇਹੀ ਕੋਲੋਂ ਕਿੰਨੇ ਕੇਲ ਕਰਾਏ
ਪੱਕਾ ਰੰਗ ਚੜ੍ਹਾ ਦੇ ਹੁਣ ਲੱਗ ਜਾਵੇ ਚਰਣ ਪ੍ਰੀਤ।

ਮੈਨੂੰ ਰੰਗ ਦੇ ਰੰਗ ਮਜੀਠ
ਕੱਚੇ ਰੰਗ ਕਸੁੰਭ..........।

ਦੁਨੀਆ ਦੇ ਦਰਸ਼ਨ ਕਰਵਾਏ, ਇਹ ਵੀ ਤੇਰੀ ਦਾਤ
ਮਾਂ ਪਿਓ, ਸਕੇ ਸਬੰਧੀ ਦਿੱਤੇ, ਬਖ਼ਸ਼ੀ ਇੱਕ ਜਮਾਤ
ਜੋਬਨ ਰੱਤੀ ਜੋਰੂ, ਪੁੱਤਰ, ਭਾਈ-ਭੈਣਾਂ ਦਾ ਸਾਥ
ਬਸ! ਬਸ!! ਬਸ!!! ਹੁਣ ਬਖ਼ਸ਼ੀ ਮੈਨੂੰ, ਮਾਲਕ ਮਨ ਦਾ ਮੀਤ।

ਮੈਨੂੰ ਰੰਗ ਦੇ ਰੰਗ ਮਜੀਠ
ਕੱਚੇ ਰੰਗ ਕਸੁੰਭ..........।

ਹੱਥ-ਪੈਰ ਬੜੇ ਹੀ ਮਾਰੇ ਦੁਨੀਆਂ ਦੇ ਵਿੱਚ ਆ ਕੇ
ਚਹੁੰ ਕੂਟੀਂ ਭੱਜ-ਭੱਜ ਕੇ ਤੱਕਿਆ ਦੇਸ-ਵਿਦੇਸ਼ੀਂ ਜਾ ਕੇ
ਚੁਣ-ਚੁਣ ਕੇ ਚਸਕੇ ਵੀ ਲਾਏ ਤੱਕਿਆ ਮਨ ਪਰਚਾ ਕੇ
ਮਨ ਮੰਦਿਰ ਵਿੱਚ ਗੂੰਜ ਪਵੇ ਜੇ ਬਸ! ਇੱਕ ਤੇਰਾ ਹੀ ਗੀਤ।

ਮੈਨੂੰ ਰੰਗ ਦੇ ਰੰਗ ਮਜੀਠ
ਕੱਚੇ ਰੰਗ ਕਸੁੰਭ..........।
ਜੇ ਤੂੰ ਕਿਰਪਾ ਕਰੇ ਗੁਸਾਈਆਂ ਤਾਂ ਕੋਈ ਕਰਮ ਕਮਾਵਾਂ
ਚਾਹਤ ਹੋਰ ਰਹੇ ਨਾ ਕੋਈ ਬਸ! ਇੱਕ ਤੈਨੂੰ ਚਾਹਵਾਂ
ਤੇਰਾ ਹੀ ਤਾਂ ਹੈ ਇਹ ਸਭ ਕੁੱਝ, ਬਸ! ਤੇਰਾ ਬਣ ਜਾਵਾਂ

ਪਤ ਮੇਰੀ ਰਹਿ ਜਾਵੇ ਜੇ ਮਿਲ ਜਾਵੇ ਪਤਤ ਪੁਨੀਤ।

ਮੈਨੂੰ ਰੰਗ ਦੇ ਰੰਗ ਮਜੀਠ
ਕੱਚੇ ਰੰਗ ਕਸੁੰਭ ਲਾ ਲਾ
ਲਾਹ ਲਾਹ ਹੋ ਗਏ ਢੀਠ।

◆

ਰਾਖ਼ਸ਼ ਬੁੱਧੀ

ਕੌਡੇ ਰਾਖ਼ਸ਼ ਤੇ ਸੱਜਣ ਠੱਗ ਬਾਰੇ ਪੜ੍ਹਿਆ,
ਕੌਡੇ ਰਾਖ਼ਸ਼ ਤੇ ਸੱਜਣ ਠੱਗ ਬਾਰੇ ਸੁਣਿਆ।
ਬੀਤ ਗਏ ਇਤਿਹਾਸ ਨੂੰ ਪੜ੍ਹ ਕੇ ਡਰ ਆਇਆ ਸੀ,
ਬੀਤ ਗਏ ਇਤਿਹਾਸ ਨੂੰ ਪੜ੍ਹ ਕੇ ਕੰਬ ਗਿਆ ਸੀ।

ਜਦ ਇਹ ਧਰਤੀ ਥਕ ਗਈ ਸੀ
ਕਾਦਰ ਕੁਦਰਤ ਅੱਕ ਗਈ ਸੀ
ਦੁਨੀਆਂ ਦੇ ਨਿਪਟਾਰੇ ਖਾਤਰ
ਜੱਗ ਦੇ ਪਾਰ ਉਤਾਰੇ ਖਾਤਰ
ਸੱਚ ਦੀ ਬੋਲੀ ਤੂੰ ਪਾਈ ਸੀ।

ਕਿੱਥੇ ਜਗਨਨਾਥ ਦਾ ਮੰਦਿਰ
ਕਾਬਾ ਧੁਰ ਮਾਰੂਥਲ ਅੰਦਰ
ਕਿੰਨਾ ਲੰਮਾ ਸਫ਼ਰ ਸੀ ਤੇਰਾ
ਸੱਚ ਦੀ ਬੋਲੀ ਸੱਚ ਦਾ ਫੇਰਾ
ਚਾਨਣ ਤੱਕ ਭੱਜ ਗਿਆ ਹਨ੍ਹੇਰਾ
ਰਾਤ ਗਈ, ਚੜ੍ਹ ਪਿਆ ਸਵੇਰਾ।

ਓਸ ਸਵੇਰੇ ਮੁਰਸ਼ਦ ਦੇ ਨਾਲ ਤਾੜੀ ਲਾ ਕੇ
ਓਸ ਸਵੇਰੇ ਰੱਬ ਸੱਚੇ ਦੇ ਗੀਤ ਸੁਣਾ ਕੇ
ਰਾਖ਼ਸ਼ ਬੁੱਧੀ ਨੂੰ ਥੋੜੀ ਜਿਹੀ ਢਾਹ ਲਾਈ ਸੀ
ਠੱਗਾਂ ਦੀ ਠੱਗੀ ਉਸ ਵੇਲੇ ਸ਼ਰਮਾਈ ਸੀ।

ਤੇਰਾ ਗੀਤ ਤੇ ਤੇਰਾ ਜਾਮਾ
ਵੱਖ-ਵੱਖ ਰੂਪ ਧਾਰ ਕੇ ਆਇਆ
ਦੂਜੇ, ਤੀਜੇ, ਚੌਥੇ, ਪੰਜਵੇਂ ਤੇਰੇ ਜਾਮੇ
ਤੇਰੇ ਵਾਂਗੂੰ ਓਸੇ ਰੱਬ ਦਾ ਗੀਤ ਸੁਣਾਇਆ।
ਇੱਕ ਦਿਨ ਐਸਾ ਮੌਕਾ ਆਇਆ

ਤੇਰੇ ਨਗ਼ਮੇ ਕਹਿਣ ਲਈ ਵੀ
ਰੱਬ ਦੇ ਰੰਗ ਵਿੱਚ ਰਹਿਣ ਲਈ ਵੀ

ਤੀਰ ਅਤੇ ਸ਼ਮਸ਼ੀਰ ਦੀ ਵਰਤੋਂ
ਖ਼ੁਦ ਤੇਰੇ ਜਾਮੇ ਨੇ ਕੀਤੀ।

ਕਿੰਨਾ ਦਰਦ ਸੀ ਤੈਨੂੰ ਉਸ ਦਿਨ
ਇਸ ਬਾਰੇ ਵੀ ਮੈਂ ਪੜ੍ਹਿਆ ਹੈ
ਇਸ ਬਾਰੇ ਵੀ ਮੈਂ ਸੁਣਿਆ ਹੈ।
ਉਸ ਦਿਨ ਤੈਨੂੰ ਕੀ ਦਿਸਿਆ ਸੀ
ਕੌਡਾ ਰਾਖ਼ਸ਼ ਤੇ ਸੱਜਣ ਠੱਗ?

ਮੈਂ ਜਦ ਆਪਣੇ ਬਾਰੇ ਪੜ੍ਹਦਾਂ
ਮੈਂ ਜਦ ਆਪਣੇ ਬਾਰੇ ਸੁਣਦਾਂ
ਬੀਤ ਰਹੇ ਇਤਿਹਾਸ ਨੂੰ ਪੜ੍ਹ ਕੇ ਡਰ ਜਾਂਦਾ ਹਾਂ।
ਬੀਤ ਰਹੇ ਇਤਿਹਾਸ ਨੂੰ ਸੁਣ ਕੇ ਕੰਬ ਜਾਂਦਾ ਹਾਂ।

ਠੱਗਾਂ ਦੀ ਭਰਮਾਰ ਹੈ ਅੱਜਕੱਲ੍ਹ
ਠੱਗਾਂ ਦੀ ਸਰਕਾਰ ਹੈ ਅੱਜਕੱਲ੍ਹ
ਆਪਣੀ ਇਹ ਤਸਵੀਰ ਵੇਖ ਕੇ
ਹਰ ਪਲ ਹਰ ਦਿਨ ਮੈਂ ਮਰਦਾ ਹਾਂ
ਡੁੱਬਦਾ-ਤਰਦਾ ਗੱਲ ਕਰਦਾ ਹਾਂ
ਜੇ ਕਿੱਧਰੇ ਤੇਰਾ ਮਨ ਮੰਨੇ
ਜੇ ਕਿੱਧਰੇ ਤੇਰਾ ਦਿਲ ਆਵੇ
ਆ ਕੇ ਇੱਕ ਦੋ ਗੀਤ ਸੁਣਾ 'ਜਾ
ਚਿੱਲੇ 'ਤੇ ਇੱਕ ਤੀਰ ਚੜ੍ਹਾ 'ਜਾ
ਤੇਜ਼ ਧਾਰ ਸ਼ਮਸ਼ੀਰ ਵਿਖਾ 'ਜਾ।

ਮੈਂ ਜਦ ਅੱਜ ਦੇ ਬਾਰੇ ਪੜ੍ਹਦਾਂ ਡਰ ਜਾਂਦਾ ਹਾਂ
ਮੈਂ ਜਦ ਅੱਜ ਦੇ ਬਾਰੇ ਸੁਣਦਾਂ ਕੰਬ ਜਾਂਦਾ ਹਾਂ।

◆

ਕਰਾਮਾਤ

ਬ੍ਰਹਮਾਂ, ਵਿਸ਼ਨੂੰ, ਸ਼ਿਵਜੀ ਅਤੇ ਮਹੇਸ਼ ਜਦੋਂ,
ਆਪਣੀ-ਆਪਣੀ ਕਰਾਮਾਤ ਦੱਸਣ ਲੱਗੇ।
ਆਪਣੇ-ਆਪਣੇ ਜ਼ੌਹਰ ਦਿਖਾ ਕੇ ਦੁਨੀਆਂ ਨੂੰ,
ਇਕ ਦੂਜੇ ਦੀ ਤਾਕਤ 'ਤੇ ਹੱਸਣ ਲੱਗੇ।
ਇਹ ਤੱਕ ਕੇ ਤਾਂ ਧਰਮਰਾਜ ਵੀ ਡੋਲ ਗਿਆ,
ਸ਼ਕਤੀਵਾਨ ਬਰਾਬਰ ਜਦ ਵੱਸਣ ਲੱਗੇ।
ਜਿਸ ਦਿਨ ਰਾਮ, ਰਹੀਮ ਦਾ ਝਗੜਾ ਹੋ ਤੁਰਿਆ,
ਜੰਜੂ ਪਿੱਛੇ ਜਦ ਮੁੱਲਾਂ ਨੱਸਣ ਲੱਗੇ।
ਸਮਾਂ ਜਦੋਂ ਕੁੱਝ ਕਹਿਣ ਦੇ ਨਾ ਸਮਰੱਥ ਰਿਹਾ,
ਜਦੋਂ ਬੁਲਬੁਲੇ ਸਾਗਰ 'ਤੇ ਨੱਚਣ ਲੱਗੇ।

ਉਸ ਦਿਨ ਨਾਨਕ ਨੇ ਇੱਕ ਗੱਲ ਸਮਝਾਈ ਸੀ।
ਸਰੇਆਮ ਇੱਕ ਸੱਚ ਦੀ ਬੋਲੀ ਪਾਈ ਸੀ।
ਸੱਚ ਦੇ ਸੱਚ ਨੇ ਵੱਖਰੀ ਕੌਮ ਬਣਾਈ ਸੀ।
ਸਿੱਖ ਹੋਣਾ ਇਕ ਬਹੁਤ ਵੱਡੀ ਵਡਿਆਈ ਸੀ।

ਅੱਜ ਮੈਂ ਆਪਣੇ ਆਪ ਨੂੰ ਸਿੱਖ ਅਖਵਾਉਂਦਾ ਹਾਂ,
ਚੇਹਰਾ-ਮੋਹਰਾ ਸਿੱਖਾਂ ਜਿਹਾ ਬਣਾਉਂਦਾ ਹਾਂ।
ਲੇਕਿਨ ਜਦ ਖ਼ੁਦ ਕੋਲੋਂ ਮੈਂ ਸੱਚ ਪੁੱਛਦਾ ਹਾਂ,
ਆਪਣੇ ਕੋਲੋਂ ਖ਼ੁਦ ਆਪੇ ਸ਼ਰਮਾਉਂਦਾ ਹਾਂ।

ਇੱਕ ਵਾਰੀ ਫਿਰ ਆ ਕੇ ਦਰਸ ਦਿਖਾ ਜਾਵੇਂ ਜੇ,
ਸਿੱਖੀ ਸਰਦਾਰੀ ਦੀ ਪੇਂਦ ਚੜ੍ਹਾ ਜਾਵੇਂ ਜੇ।
ਆਪਣੇ ਸਿੱਖ ਨੂੰ ਸਿੱਧੇ ਰਸਤੇ ਪਾ ਜਾਵੇਂ ਜੇ,
ਸੱਚ ਬੋਲਣ ਦੀ ਫਿਰ ਤੋਂ ਗੁੜ੍ਹਤੀ ਦੇ ਜਾਵੇਂ ਜੇ।

◆

ਦਾਤੇ ਦੀ ਦਾਤ

ਦਾਤਾਂ ਤਾਂ ਖਾਂਦੇ ਪਹਿਨਦੇ, ਦਾਤੇ ਤੋਂ ਪਰ ਕਿਓਂ ਦੂਰ ਹਾਂ।
ਗੱਲਾਂ ਤਾਂ ਸਭ ਇਹ ਤੇਰੀਆਂ, ਕਿਸ ਗੱਲ ਤੋਂ ਮਜਬੂਰ ਹਾਂ।

ਕਿੰਨੀ ਵਧੀਆ ਜਾਤ ਇਹ ਬਖ਼ਸ਼ੀ ਤੂੰ ਸਾਨੂੰ ਦਾਤਿਆ!
ਉੱਚ ਦੀ ਔਕਾਤ ਇਹ ਬਖਸ਼ੀ ਤੂੰ ਸਾਨੂੰ ਦਾਤਿਆ!!

ਸਭ ਜੀਆਂ ਤੋਂ ਵੱਧ ਅਕਲਾਂ ਤੂੰ ਦਿੱਤੀਆਂ ਮਾਲਕਾ!
ਸਭ ਜੀਆਂ ਤੋਂ ਸੋਹਣੀਆਂ ਸ਼ਕਲਾਂ ਤੂੰ ਦਿੱਤੀਆਂ ਮਾਲਕਾ!

ਸੋਚ ਸ਼ਕਤੀ ਦੀ ਸਿਖ਼ਰ ਵੀ ਦਾਤ ਤੇਰੀ ਦਾਤਿਆ!
ਦਿਲ ਦੇਖਾਂ, ਤਾਂ ਕਹਾਂ 'ਕਿਆ ਬਾਤ' ਤੇਰੀ ਦਾਤਿਆ!

ਅੱਖ ਪੁੱਟ ਕੇ ਦੇਖਿਆਂ ਚੰਗਾ ਬੁਰਾ ਸਭ ਦਿਸ ਰਿਹਾ।
ਪਰਖ਼ ਹੁੰਦੀ, ਹਵਾ ਦੱਖਣ ਜਾਂ ਪੁਰਾ ਸਭ ਦਿਸ ਰਿਹਾ।

ਸੁਣ ਕੇ ਦੱਸ ਸਕਦੇ ਹਾਂ, ਰੋਂਦਾ ਹੈ ਜਾਂ ਗਾਉਂਦਾ ਹੈ ਕੋਈ।
ਬਿੜਕ ਤੋਂ ਜ਼ਾਹਿਰ ਕਿ ਜਾਂਦਾ ਹੈ ਜਾਂ ਆਉਂਦਾ ਹੈ ਕੋਈ।

ਸੈਂਕੜੇ ਹੀ ਬੋਲੀਆਂ ਤੂੰ ਬਖ਼ਸ਼ੀਆਂ ਬੋਲਣ ਲਈ।
ਬੰਦੇ ਨੂੰ ਬਖ਼ਸ਼ੀ ਸੂਝ, ਬੰਦਾ ਬੋਲ ਤੋਂ ਤੋਲਣ ਲਈ।

ਪੈਰ੍ਹ ਦੋ ਦਿੱਤੇ ਤੂੰ, ਦੋਹਾਂ ਦੀ ਬੜੀ ਹੀ ਲੋੜ ਹੈ।
ਧਰਤੀ ਸਾਰੀ ਗਾਹ ਲਈ, ਹੁਣ ਅੰਬਰਾਂ ਦੀ ਦੌੜ ਹੈ।

ਹੈਰਾਨ ਹੋ ਜਾਂਦਾ ਜਦੋਂ ਹੱਥਾਂ ਦੀ ਤਾਕਤ ਦੇਖਦਾਂ।
ਫਖ਼ਰ ਕਰਦਾ ਹਾਂ, ਜਦੋਂ ਆਪਣੀ ਲਿਆਕਤ ਦੇਖਦਾਂ।

ਇਹ ਜਾਣਦੇ ਹਾਂ ਦਾਤਿਆ! ਸਭ ਕੁੱਝ ਇਹ ਤੇਰੀ ਦਾਤ ਹੈ।
ਇਹ ਵੀ ਪਤਾ ਹੈ ਦਾਤਿਆ! ਤੇਰੀ ਇਹ ਸਭ ਕਰਾਮਾਤ ਹੈ।

ਰਸ-ਰਸ ਕੇ ਜੀਵਨ ਭੋਗਦੇ ਰਸ-ਰਸ ਕੇ ਇਸਨੂੰ ਮਾਣਦੇ।

ਤੇਰੇ ਤੋਂ ਲੁਕਿਆ ਕੁੱਝ ਨਹੀਂ ਪੂਰੀ ਤਰਾਂ ਇਹ ਜਾਣਦੇ।

ਵਧ-ਚੜ੍ਹ ਕੇ ਗੱਪਾਂ ਮਾਰਦੇ, ਅਜੇ ਹਾਣੀਆਂ ਵਿੱਚ ਹਾਂ ਅਸੀਂ
ਲੁਕਿਆ ਨਹੀਂ ਕੁੱਝ ਵੀ ਕਿ ਕਿਨ੍ਹਾਂ ਪਾਣੀਆਂ ਵਿੱਚ ਹਾਂ ਅਸੀਂ।

ਧੱਕਦੇ ਹਾਂ ਤਾਰੇ ਪਰ੍ਹਾਂ ਨੂੰ, ਮੂੰਹ ਚੜ੍ਹ ਕੇ ਜਦ ਹਾਂ ਬੋਲਦੇ।
ਪੂਰੀ ਸਮਝ ਹੈ ਝੂਠ ਦੀ, ਫਿਰ ਵੀ ਕੁਫ਼ਰ ਹਾਂ ਤੋਲਦੇ।

ਦਾਤਾ ਵੀ ਤੂੰ ਦਾਤਾਂ ਵੀ ਇਹ ਸਭ ਤੇਰੀਆਂ।
ਬੋਲੀ ਵੀ ਤੂੰ ਬਾਤਾਂ ਵੀ ਇਹ ਸਭ ਤੇਰੀਆਂ।

ਫੁੱਲ, ਫ਼ਲ, ਪੱਤੇ, ਤਣਾ, ਸ਼ਾਖਾਵਾਂ ਵੀ ਇਹ ਸਭ ਤੇਰੀਆਂ।
ਜਾਮਾ ਵੀ ਤੇਰਾ ਮਾਲਕਾ! ਜਾਤਾਂ ਵੀ ਇਹ ਸਭ ਤੇਰੀਆਂ।

ਦਾਤਾਂ ਤਾਂ ਖਾਂਦੇ ਪਹਿਨਦੇ, ਦਾਤੇ ਤੋਂ ਪਰ ਕਿਓਂ ਦੂਰ ਹਾਂ।
ਗੱਲਾਂ ਤਾਂ ਸਭ ਇਹ ਤੇਰੀਆਂ, ਕਿਸ ਗੱਲ ਤੋਂ ਮਜਬੂਰ ਹਾਂ।
◆

ਧਰਮ

ਧਰਮ ਵਿੱਚ ਹਦਾਇਤ ਹੋਣੀਂ ਲਾਜ਼ਮੀ,
ਧਰਮ ਪਰ ਹਦਾਇਤਨਾਮਾ ਨਹੀਂ ਹੈ।
ਜ਼ਿੰਦਗੀ ਵਿੱਚ ਕਿਰਤ ਕਰਨਾ ਲਾਜ਼ਮੀ,
ਜ਼ਿੰਦਗੀ ਇੱਕ ਕਾਰਨਾਮਾ ਨਹੀਂ ਹੈ।

ਸੱਚ ਨੂੰ ਸੱਚ ਆਖਣਾ ਵੀ ਧਰਮ ਹੈ,
ਸੋਚਣਾ ਤੇ ਸਮਝਣਾ ਵੀ ਕਰਮ ਹੈ।
ਹਰ ਕਰਮ ਦੀ ਆਪਣੀ ਇੱਕ ਵਿਧੀ ਹੈ,
ਕਰਮਾਂ ਦਾ ਕੋਈ ਕਾਰਖਾਨਾ ਨਹੀਂ ਹੈ।

ਜ਼ਿੰਦਗੀ ਵਿੱਚ ਕਿਰਤ ਕਰਨਾ ਲਾਜ਼ਮੀ,
ਜ਼ਿੰਦਗੀ ਇੱਕ ਕਾਰਨਾਮਾ ਨਹੀਂ ਹੈ।

ਧਾਰਮਿਕ ਹੋਣਾ ਤਾਂ ਇੱਕ ਅਭਿਆਸ ਹੈ,
ਖ਼ੁਦ ਆਪਣੇ 'ਤੇ ਆਪਣਾ ਵਿਸ਼ਵਾਸ਼ ਹੈ।
ਸੱਚ ਦਾ ਹਰ ਜੀਵ ਦੇ ਵਿੱਚ ਵਾਸ ਹੈ,
ਸੱਚ ਹੀ ਤਾਂ ਇੱਕ ਸੱਚਾ ਅਹਿਸਾਸ ਹੈ।
ਸੱਚ ਦੀ ਨਾ ਕਿਸੇ ਦੇ ਨਾਲ ਦੁਸ਼ਮਣੀ,
ਤੇ ਸੱਚ ਦਾ ਕੋਈ ਦੋਸਤਾਨਾ ਨਹੀਂ ਹੈ।

ਜ਼ਿੰਦਗੀ ਵਿੱਚ ਕਿਰਤ ਕਰਨਾ ਲਾਜ਼ਮੀਂ,
ਜ਼ਿੰਦਗੀ ਇੱਕ ਕਾਰਨਾਮਾ ਨਹੀਂ ਹੈ।

ਦੂਜਿਆਂ ਨੂੰ ਸਿੱਖਿਆ ਜੋ ਦੇ ਰਿਹੈਂ,
ਆਪ ਆਪਣੇ ਵਾਸਤੇ ਕਰਕੇ ਤਾਂ ਦੇਖ।
ਭਵ ਸਾਗਰ ਨੂੰ ਤਰਨ ਦਾ ਵਲ਼ ਦੱਸਦੈਂ,

ਖ਼ੁਦ ਭਲਾ ਦੋ ਤਾਰੀਆਂ ਤਰ ਕੇ ਤਾਂ ਦੇਖ।
ਧਰਮ ਖਾਤਰ ਮਰਨ ਦੀ ਗੱਲ ਕਰ ਰਿਹੈਂ,
ਅੱਗੇ ਹੋ ਕੇ ਆਪ ਖ਼ੁਦ ਮਰ ਕੇ ਤਾਂ ਦੇਖ।
ਸਹਿਣ ਦੀ, ਜਰ ਲੈਣ ਦੀ ਸਿੱਖਿਆ ਦਵੇਂ,

ਖੁਦ ਕਿਸੇ ਦੇ ਜ਼ੁਲਮ ਨੂੰ ਜਰ ਕੇ ਤਾਂ ਦੇਖ।
ਸੱਚ ਦੀ ਸੱਚਿਆਈ ਤੂੰ ਵੀ ਜਾਣਦੈਂ
ਸਿੱਖਿਆ ਸੱਚ ਦਾ ਬਿਆਨਾ ਨਹੀਂ ਹੈ।

ਧਰਮ ਵਿੱਚ ਹਦਾਇਤ ਹੋਣੀਂ ਲਾਜ਼ਮੀ,
ਧਰਮ ਪਰ ਹਦਾਇਤਨਾਮਾ ਨਹੀਂ ਹੈ।
ਜ਼ਿੰਦਗੀ ਵਿੱਚ ਕਿਰਤ ਕਰਨਾ ਲਾਜ਼ਮੀ,
ਜ਼ਿੰਦਗੀ ਇੱਕ ਕਾਰਨਾਮਾ ਨਹੀਂ ਹੈ।
◆

ਧਰਮ ਅਸਥਾਨ

ਜੱਗ ਸਿੱਧੇ ਰਾਹ ਪਾਵਣ ਲਈ, ਬਾਬਾ ਅਇਆ ਬਣ ਇਨਸਾਨ।
ਬਾਬੇ ਦੇ ਦੋ ਭਾਈ ਸੁਣੀਂਦੇ, ਇੱਕ ਹਿੰਦੂ ਇੱਕ ਮੁਸਲਮਾਨ।

ਰਾਮ ਰਹੀਮ ਤਾਂ ਉੱਚੇ ਨਾਂ ਹਨ, ਇਸ ਤੋਂ ਉੱਚਾ ਕਿਸ ਦਾ ਨਾਮ।
ਸੱਚ ਤੋਂ ਸੱਚਾ ਕੀ ਹੋ ਸਕਦਾ, ਧਰਮ, ਕਰਮ ਕਿ ਦੀਨ ਇਮਾਨ।

ਸੱਤਿ ਨਾਮ ਤਾਂ ਇੱਕੋ ਹੀ ਹੈ, ਅੱਲਾ ਕਹਿ ਲਓ ਜਾਂ ਭਗਵਾਨ।
ਇੱਕ ਮਾਂ ਦੇ ਦੋ ਪੁੱਤ ਗਵਾਚੇ, ਇੱਕ-ਦੂਜੇ ਦੀ ਨਾ ਪਹਿਚਾਣ।

ਮੋਹ ਮਾਇਆ ਦੀ ਮ੍ਰਿਗ ਤ੍ਰਿਸ਼ਨਾ, ਜਾ ਪਹੁੰਚੇ ਵਿੱਚ ਬੀਆਬਾਨ।
ਆਪਣੀ ਮਾਂ ਨੂੰ ਲੱਭਦੇ ਫਿਰਦੇ, ਰਸਤੇ ਤੋਂ ਬਿਲਕੁਲ ਅਨਜਾਣ।

ਦੋਵੇਂ ਭੈਣਾਂ ਗੁਣੀ ਗਿਆਨੀ, ਦੋਨੋਂ ਭੈਣਾਂ ਹਨ ਵਿਦਵਾਨ।
ਗੀਤਾ ਦਾ ਉਪਦੇਸ਼ ਵੀ ਉੱਤਮ, ਉੱਤਮ ਗੱਲਾਂ ਕਰੇ ਕੁਰਾਨ।

ਬਾਬੇ ਨੇ ਇੱਕ ਗੱਲ ਸਮਝਾਈ, ਬਿਲਕੁਲ ਹੋ ਕੇ ਅੰਤਰਧਿਆਨ।
ਜੇ ਦੋ ਭਾਈ ਮਿਲ ਜਾਵਣ ਤਾਂ, ਨਿਸਚਤ ਹੋ ਜਾਵਣ ਬਲਵਾਨ।

ਇੱਕੋ ਗਰਭ ਦੀਆਂ ਇਹ ਤੰਦਾਂ, ਮਿਲ ਕੇ ਸੋਹਣਾ ਸੂਤ ਬਨਾਣ।
ਰਾਹ ਵੀ ਇੱਕ, ਮੰਜ਼ਿਲ ਵੀ ਇੱਕੋ, ਇੱਕ-ਦੂਜੇ ਦਾ ਹੱਥ ਵਟਾਣ।

ਰਲ ਕੇ ਆਪਣੀ ਮਾਂ ਨੂੰ ਲੱਭਣ, ਰਲ ਕੇ ਆਪਣੀ ਵਾਟ ਮੁਕਾਣ।
ਸਾਂਝੀ ਬਿਰਤੀ ਲਾ ਕੇ ਸੋਚਣ, ਤੜਕੇ ਉੱਠ ਕੇ ਕਰ ਇਸ਼ਨਾਨ।

ਬਸ! ਏਹੀ ਬਾਬੇ ਦੀ ਸਿੱਖਿਆ, ਏਹੀ ਬਾਬੇ ਦਾ ਫੁਰਮਾਨ।
ਜੇ ਸਾਰੇ ਧਰਮੀ ਹੋ ਜਾਵਣ, ਜੱਗ ਬਣ ਜਾਵੇ ਧਰਮ ਅਸਥਾਨ।
◆

ਧਰਮੀਂ

ਜੋ ਜੋ ਧਰਮ ਕਮਾਵੇ ਸਿੱਖ ਹੈ।
ਸੱਚ ਦੀ ਬੋਲੀ ਪਾਵੇ ਸਿੱਖ ਹੈ।

ਤਨ ਮਨ ਸੱਚ ਸਮਾਵੇ ਸਿੱਖ ਹੈ।
ਸੱਚ ਨੂੰ ਜੋ ਅਪਣਾਵੇ ਸਿੱਖ ਹੈ।

ਧਰਮੀਂ ਨੂੰ ਜੋ ਚਾਹਵੇ ਸਿੱਖ ਹੈ।
ਜੋ ਸੱਚ ਦਾ ਬਣ ਜਾਵੇ ਸਿੱਖ ਹੈ।

ਬਾਣੀ ਪੜ੍ਹੇ ਪੜ੍ਹਾਵੇ ਸਿੱਖ ਹੈ।
ਜੋ ਹਰ ਕੇ ਗੁਣ ਗਾਵੇ ਸਿੱਖ ਹੈ।

ਸਾਧ ਸੰਗਤ ਵਿੱਚ ਆਵੇ ਸਿੱਖ ਹੈ।
ਰੱਬ ਦਾ ਨਾਮ ਧਿਆਵੇ ਸਿੱਖ ਹੈ।

ਸਿੱਖ ਦਾ ਉਤਮ ਰੂਪ ਖ਼ਾਲਸਾ,
ਸਿੱਖ ਦਾ ਖ਼ਾਸ ਸਰੂਪ ਖ਼ਾਲਸਾ।

ਜੇ ਕੋਈ ਅੰਮ੍ਰਿਤਧਾਰੀ ਹੋਵੇ,
ਜੇ ਕੋਈ ਪਰਉਪਕਾਰੀ ਹੋਵੇ।

ਜੇ ਕੋਈ ਸੋਹਣੀ ਸੂਰਤ ਹੋਵੇ,
ਗੋਬਿੰਦ ਵਰਗੀ ਮੂਰਤ ਹੋਵੇ।

ਗੋਬਿੰਦ ਸਿੰਘ ਦਾ ਯਾਰ ਹੈ ਉਹ ਤਾਂ,
ਸਿੱਖਾਂ ਦਾ ਸਰਦਾਰ ਹੈ ਉਹ ਤਾਂ।

ਨਾਨਕ ਦਾ ਇਹ ਧਰਮ ਨਿਆਰਾ,
ਕੁੱਲ ਦੁਨੀਆਂ, ਜਿਸ ਦਾ ਪਰਵਾਰਾ।

ਰਵੀਦਾਸ ਦਾ ਬਿਆਨ ਵੀ ਸਿੱਖ ਹੈ।

ਬੁੱਧੂ ਦੀ ਸੰਤਾਨ ਵੀ ਸਿੱਖ ਹੈ।

ਨਾਮਦੇਵ ਦਾ ਨਾਮ ਵੀ ਸਿੱਖ ਹੈ।
ਧੰਨੇ ਜੱਟ ਦਾ ਧਿਆਨ ਵੀ ਸਿੱਖ ਹੈ।

ਭਗਤ ਕਬੀਰ ਦੀ ਤਾਣੀ ਸਿੱਖ ਹੈ।
ਸ਼ੇਖ ਫਰੀਦ ਦੀ ਬਾਣੀ ਸਿੱਖ ਹੈ।

◆

ਤੂੰ ਹੀ ਤੂੰ

ਰਾਮ ਭੀ ਤੂੰ ਰਹੀਮ ਵੀ ਤੂੰ ਹੈਂ
ਕਰਤਾ, ਕਰਮ ਕਰੀਮ ਭੀ ਤੂੰ ਹੈਂ
ਰੰਗ ਭੀ ਤੂੰ ਰੰਗੀਨ ਭੀ ਤੂੰ ਹੈਂ
ਸ਼ੌਕ ਭੀ ਤੂੰ ਸ਼ੌਕੀਨ ਭੀ ਤੂੰ ਹੈਂ
ਜੋਗੀ ਤੂੰ ਹੈਂ ਬੀਨ ਭੀ ਤੂੰ ਹੈਂ
ਸਸੀਅਰ ਸਗਲ ਯਕੀਨ ਭੀ ਤੂੰ ਹੈਂ।

ਤੂੰ ਹੀ ਤੂੰ ਹੈਂ ਤੂੰ ਹੀ ਤੂੰ ਹੈਂ।

ਧਨ ਵੀ ਤੂੰ ਹੈਂ ਧਿਆਨ ਵੀ ਤੂੰ ਹੈਂ
ਗੁਣ ਵੀ ਤੂੰ ਹੈਂ ਗਿਆਨ ਭੀ ਤੂੰ ਹੈਂ
ਬੋਲੀ ਤੂੰ ਹੈਂ ਬਿਆਨ ਭੀ ਤੂੰ ਹੈਂ
ਤੇਜ ਧਾਰ ਵੀ, ਮਿਆਨ ਭੀ ਤੂੰ ਹੈਂ।

ਤੂੰ ਹੀ ਤੂੰ ਹੈਂ ਤੂੰ ਹੀ ਤੂੰ ਹੈਂ।
◆

ਓਅੰਕਾਰੂੰ

ਇੱਕ ਹੈ ਓਅੰਕਾਰ ਹੈ,
ਕਰਤਾਰ ਹੈ ਨਿਰੰਕਾਰ ਹੈ।
ਨਾਨਕ ਦਾ ਰਵੀਦਾਸ ਦਾ,
ਛੱਤੀਆਂ ਦਾ ਸਾਂਝਾ ਪਿਆਰ ਹੈ।

ਕਬੀਰ, ਫ਼ਰੀਦ ਤੇ ਨਾਮ ਦੇਵ,
ਧੰਨੇ ਦੀ ਵੱਖ-ਵੱਖ ਜਾਤ ਹੈ,
ਪਰ ਗੁਰਬਾਣੀ ਦੀ ਗੋਦ ਵਿੱਚ,
ਇੱਕੋ ਜਿਹਾ ਸਤਿਕਾਰ ਹੈ।

ਇੱਕ ਹੀ ਓਅੰਕਾਰ ਹੈ,
ਕਰਤਾਰ ਹੈ ਨਿਰੰਕਾਰ ਹੈ....।

ਇਹ ਇੱਕ ਹੈ ਇੱਕ-ਮਿੱਕ ਹੈ,
ਰਾਗ਼ਾਂ 'ਚ ਰਲਦਾ ਰਾਗ਼ ਹੈ,
ਗੁਰੂ ਹੈ ਜਾਂ ਭਗਤ ਜਨ,
ਸਭਨਾਂ ਦਾ ਇੱਕ ਵਿਚਾਰ ਹੈ।

ਇੱਕ ਹੀ ਓਅੰਕਾਰ ਹੈ,
ਕਰਤਾਰ ਹੈ ਨਿਰੰਕਾਰ ਹੈ....।

ਸੱਤ ਦਾ ਸੱਤਿਨਾਮ ਹੈ,
ਨਿਰਭਓ ਹੈ ਨਿਰਵੈਰ ਹੈ।
ਸੋਚਾਂ ਤਾਂ ਲੱਗਦਾ ਇਸ ਤਰਾਂ,
ਇਹ ਆਪ ਪਰਵਰਦਗਾਰ ਹੈ।

ਇੱਕ ਹੀ ਓਅੰਕਾਰ ਹੈ,
ਕਰਤਾਰ ਹੈ ਨਿਰੰਕਾਰ ਹੈ....।

◆

ਸ਼ਬਦ

ਸਤਿ ਸ਼ਬਦ ਸ਼ਕਤੀ ਸੰਪੂਰਣ ਇੱਕੋ ਇੱਕ ਓਅੰਕਾਰ।
ਸਤਿ ਸ਼ੁਰੂਆਤ, ਸਤਿ ਹੀ ਵਰਤੇ ਸਤਿ ਰਹੇਗਾ ਆਖ਼ਰਕਾਰ।

ਸਤਿ ਸ਼ਕਤੀ ਸਭ ਕਰੇ ਕਰਾਵੇ, ਸਤਿ ਸਿਰਜੇ ਸੰਸਾਰ।
ਸੰਪੂਰਣ ਨਾ ਡਰੇ-ਡਰਾਵੇ ਨਾ ਕੋਈ ਜਿੱਤ ਨਾ ਹਾਰ।

ਸਰਬਵਿਆਪਕ ਸ਼ਕਤੀ ਦਾ ਹੈ ਸ਼ਬਦਾਂ ਵਿੱਚ ਸਤਿਕਾਰ।
ਸਮਾਂ-ਕਾਲ, ਸੀਮਾ ਨਾ ਕੋਈ, ਜੂਨ ਰਹਿਤ ਆਕਾਰ।

ਸੂਰਤ-ਮੂਰਤ ਨਾ ਕੋਈ ਜਾਮਾ ਨਰਾਇਣ ਨਿਰੰਕਾਰ।
ਸਾਹਿਬ ਸਹੀ ਸਲਾਮਤ ਸਤਿਗੁਰ ਮਿਹਰਾਂ ਦਾ ਭੰਡਾਰ।

ਸਭ ਨੂੰ ਦਾਤਾਂ ਬਖ਼ਸ਼ ਰਿਹਾ ਹੈ ਦਾਤਾ ਬਖਸ਼ਣਹਾਰ।
ਸਰਬਕਲਾ ਸਮਰੱਥ ਦਾ ਸਿਮਰਣ, ਨਾਮ ਲੰਘਾਵੇ ਪਾਰ।

ਸਹਿਜ, ਸਿਆਣਪ, ਸੰਜਮ, ਸੁੱਚਮ ਦਾਤਾਂ ਹੱਥ ਦਾਤਾਰ।
ਸਤਿ ਸਤਿ ਕਰ ਜਾਣੀਏਂ, ਸਾਰੇ ਸ਼ਬਦ ਬਣੇ ਆਧਾਰ।

ਸ਼ਬਦ ਬਿਨਾ ਸੋਝੀ ਨਾ ਕੋਈ ਸ਼ਬਦ ਸਵਾਰਣਹਾਰ।
ਸ਼ਬਦ ਜਾਪ ਦੀ ਜੁਗਤੀ ਦੇ ਨਾ' ਪਾਈਏ ਪਰਵਰਦਗਾਰ।

◆

ਕਿਆਮਤ

ਕਾਜ਼ੀ ਕਰਮ ਕਿਆਮਤ ਭਾਲੇ।
ਨਿੱਤ-ਨਿੱਤ ਸੋਚ-ਸੋਚ ਦਿਨ ਗਾਲ਼ੇ।

ਸੁਬ੍ਹਾ, ਸ਼ਾਮ ਮਸਜਿਦ ਵਿੱਚ ਜਾ ਕੇ
ਅੱਲਾ ਪਾਕ ਦਾ ਨਾਮ ਧਿਆ ਕੇ
ਆਪਣੇ ਮਨ ਦੀ ਬਿਪਤਾ ਟਾਲੇ।

ਕਾਜ਼ੀ ਕਰਮ ਕਿਆਮਤ ਭਾਲੇ....।

ਇੱਕ ਦਿਨ ਤੂੰ ਸੁਖ ਨੀਂਦੇ ਸੌਣਾ
ਤਨ ਤੇ ਮਨ ਦਾ, ਸਫ਼ਰ ਮੁਕਾਉਣਾ
ਤਨ ਖ਼ਾਕੀ ਹੈ, ਖ਼ਾਕ ਰਲਾਉਣਾ
ਦੇਣੇ ਪੈਣੇ ਕਿਰਤ ਹਵਾਲੇ।

ਕਾਜ਼ੀ ਕਰਮ ਕਿਆਮਤ ਭਾਲੇ....।

ਕਾਜ਼ੀ ਇੱਕ ਦਿਨ ਖ਼ਾਤਰ ਰੋਵੇ
ਏਥੇ ਰੋਜ਼ ਕਿਆਮਤ ਹੋਵੇ
ਸੱਚ ਚੰਦਰਮਾ ਪ੍ਰਗਟ ਹੋਵੇ
ਸੱਚ ਦੀ ਸੋਚ, ਕਰਨ ਸੱਚ ਵਾਲੇ।

ਕਾਜ਼ੀ ਕਰਮ ਕਿਆਮਤ ਭਾਲੇ.....।

◆

ਰੱਬ ਦੇ ਨਗ਼ਮੇ

ਕਿਸ ਰੱਬ ਦੇ ਨਗ਼ਮੇ ਤੇਰੀ ਬਾਣੀ ਬਣ ਆਏ।
ਕਿਸ ਮੋਹਣ ਦੇ ਤੂੰ ਮਨ ਮੋਹਣੇ ਸ਼ਬਦ ਬਣਾਏ।

ਕਿਸ ਦਾਤੇ ਦੀਆਂ ਦਾਤਾਂ ਦੇ ਤੂੰ ਸੋਹਲੇ ਗਾਏ।
ਕਿਸ ਪਰਮੇਸ਼ਰ ਦੇ ਤੂੰ ਨਿੱਤ-ਨਿੱਤ ਪਾਠ ਪੜ੍ਹਾਏ।

ਕਿਸ ਦੀ ਰਜ਼ਾ 'ਚ ਰਹਿਣ ਲਈ ਤੂੰ ਵਾਕ ਸੁਣਾਏ।
ਕਿਹੜਾ ਰਾਹ ਸੀ ਜੋ ਤੈਥੋਂ ਵੀ ਅੱਗੇ ਜਾਏ।

ਕਿਹੜਾ ਕੰਮ ਸੀ ਜੋ ਤੈਨੂੰ ਕਰਨਾ ਨਾ ਆਏ।
ਸਾਨੂੰ ਤਾਂ ਹਾਲੇ ਤੱਕ ਤੇਰੀ ਸਮਝ ਨਾ ਆਏ।

ਤੈਥੋਂ ਵੱਡਾ ਪਤਾ ਨਹੀਂ ਕਿਹੜਾ ਅਖਵਾਏ।
ਤੈਥੋਂ ਵੱਡਾ ਪਤਾ ਨਹੀਂ ਕਿਹੜਾ ਅਖਵਾਏ।
◆

70

ਸੰਪੂਰਣ

ਪੂਰਣ ਸੀ, ਸੰਪੂਰਣ ਸੀ ਮੈਂ,
ਜਦ ਮੈਨੂੰ ਵਿਸ਼ਵਾਸ ਸੀ ਤੇਰਾ।
ਸੀਤਲ, ਤਪਸ ਗਰਭ ਤੇਰੇ ਦੀ,
ਧੰਦੂਕਾਰੇ ਵਾਸ ਸੀ ਮੇਰਾ।

ਖਾਣ-ਪੀਣ ਦਾ ਫ਼ਿਕਰ ਨਹੀਂ ਸੀ,
ਖੁਸ਼ੀ ਗ਼ਮੀਂ ਦੇ ਅਰਥ ਨਾ ਜਾਣਾ।
ਕੁੱਝ ਸੋਚਣ ਦੀ ਲੋੜ ਨਹੀਂ ਸੀ,
ਜਦ ਤੱਕ ਤੂੰ ਧਰਵਾਸ ਸੀ ਮੇਰਾ।

ਤੇਰੇ 'ਤੇ ਨਿਰਭਰ ਸੀ ਸਭ ਕੁੱਝ,
ਅੰਗ-ਸੰਗ ਦਾ ਅਹਿਸਾਸ ਨਹੀਂ ਸੀ।
ਨਾ ਦੁੱਖ ਸੀ ਨਾ ਭੁੱਖ ਸੀ ਮੈਨੂੰ,
ਕਿਸੇ ਕਿਸਮ ਦੀ ਪਿਆਸ ਨਹੀਂ ਸੀ।

ਰੋਗ ਰਹਿਤ ਸੁਰਤੀ, ਬਿਰਤੀ ਸੀ,
ਦਇਆ ਤੇਰੀ ਧੜਕਣ ਸੀ ਮੇਰੀ।
ਸਭ ਕੁੱਝ ਤੇਰੇ ਤੋਂ ਮਿਲਦਾ ਸੀ,
ਹੋਰ ਕਿਸੇ 'ਤੇ ਆਸ ਨਹੀਂ ਸੀ।

ਨਾ ਜਾਣਾ ਮੈਂ ਕਦ ਸੌਣਾ ਹੈ,
ਜਾਗ ਖੁੱਲਣ ਦਾ ਡਰ ਨਾ ਕੋਈ।
ਨਾ ਕੋਈ ਤਾਲਾ ਨਾ ਕੋਈ ਚਾਬੀ,
ਘਰ ਨਾ ਕੋਈ ਦਰ ਨਾ ਕੋਈ।

ਸਹਿਜ ਤੇਰਾ ਸਿਮਰਣ ਵੀ ਤੇਰਾ,
ਮੈਂ ਦਾ ਜਨਮ ਨਹੀਂ ਸੀ ਹੋਇਆ।
ਤੂੰ ਹੀ ਤੂੰ ਸੀ! ਤੂੰ ਹੀ ਤੂੰ ਸੀ!!
ਤੇਰੇ ਵਰਗਾ ਵਰ ਨਾ ਕੋਈ।

◆

ਮੈਂ ਕੌਣ ਹਾਂ

ਬ੍ਰਹਮਾ ਨਹੀਂ ਮੈਂ, ਬ੍ਰਹਮ ਗਿਆਨੀ ਵੀ ਨਹੀਂ।
ਨਾ ਹੀ ਭਗਤ ਹਾਂ, ਨਾ ਹੀ ਜਤੀ-ਸਤੀ ਸੰਤੋਖ਼ੀ।

ਸ਼ਾਇਦ ਮੈਂ ਇਨਸਾਨ ਹਾਂ

ਇੱਕ ਪ੍ਰਕਾਸ਼ ਹੋਇਆ ਸੀ
ਆਵਾਜ਼ ਆਈ ਸੀ ਇਲਾਹੀ
ਸ਼ਾਇਦ ਸੁਪਨਾ ਸੀ ਇਹ ਮੇਰਾ।
ਯਾਦ ਹੈ, ਮੈਨੂੰ ਕਿਸੇ ਨੇ ਕਿਹਾ ਸੀ,
"ਹੈਵਾਨੀਅਤ ਨੂੰ ਤਿਆਗ਼ ਦੇਵੇਂ
ਹਵਸ ਨੂੰ ਵਸ ਵਿੱਚ ਕਰ ਲਵੇਂ
ਤਾਂ ਤੂੰ ਇਨਸਾਨ ਬਣ ਸਕਦੈਂ।"

ਮੈਨੂੰ ਸਮਝ ਨਹੀਂ ਲੱਗਦੀ
ਹੋ ਸਕਦਾ ਮੈਂ ਸਮਝਣਾ ਚਾਹੁੰਦਾ ਨਹੀਂ
ਕਿ ਮੈਂ ਕੌਣ ਹਾਂ?

ਮੈਨੂੰ ਪਤਾ ਹੈ ਬ੍ਰਹਮਾ ਨਹੀਂ ਹਾਂ
ਬ੍ਰਹਮਾ ਤਾਂ ਇੱਕ ਸਤਿਕਾਰ ਹੈ
ਕਰਤਾ ਹੈ ਕਰਤਾਰ ਹੈ।
ਜੋ ਕਰਦਾ ਹੈ ਕਰਤਾਰ!
ਬਹੁਤ ਵਧੀਆ ਹੈ ਬਹਾਨਾ
ਮੇਰਿਆਂ ਦੋਸ਼ਾਂ ਦਾ ਮੈਂ ਦੋਸ਼ੀ ਨਹੀਂ
ਹਰ ਦੋਸ਼ ਤੋਂ ਅਗਿਆਨ ਹਾਂ ਮੈਂ।

ਸਭ ਦੇ ਸਾਹਮਣੇ ਇਕਬਾਲ ਕਰਦਾਂ ਕਿ
ਮੈਂ ਅਗਿਆਨ ਹਾਂ

ਬ੍ਰਹਮ ਗਿਆਨੀ ਵੀ ਨਹੀਂ ਹਾਂ।
ਫਿਰ ਮੈਂ ਕੌਣ ਹਾਂ?
ਮੈਂ ਭਗਤੀ ਨਹੀਂ ਕਰਦਾ

ਜੰਗਲਾਂ ਵਿੱਚ ਭਟਕਣ ਨਾਲ
ਬੁੱਧ ਦਾ ਕੁੱਝ ਨਹੀਂ ਬਣਿਆ
ਤਾਂ ਫਿਰ ਮੈਂ ਕਿਉਂ ਭਟਕਾਂ!

ਮੈਂ ਭਗਤ ਵੀ ਬਿਲਕੁੱਲ ਨਹੀਂ ਹਾਂ
ਜਤ-ਸਤ ਕਰ ਨਹੀਂ ਹੁੰਦਾ
ਮੈਂ ਝੂਠ ਕਿਉਂ ਬੋਲਾਂ
ਅੱਜ ਤੱਕ ਮੈਨੂੰ ਕਦੇ ਸੰਤੋਖ਼ ਨਹੀਂ ਹੋਇਆ,
ਜਤੀ-ਸਤੀ ਸੰਤੋਖ਼ੀ ਚੰਗੇ ਹੋਣਗੇ।

ਮੇਰਾ ਏਨਾ ਚੰਗਾ ਬਣਨ ਨੂੰ ਵੀ ਜੀਅ ਨਹੀਂ ਕਰਦਾ
ਇਸ ਲਈ ਸਾਫ਼ ਦੱਸ ਦੇਵਾਂ
ਮੈਂ ਜਤੀ-ਸਤੀ ਸੰਤੋਖ਼ੀ ਬਿਲਕੁੱਲ ਨਹੀਂ ਹਾਂ।

ਫਿਰ ਮੈਂ ਕੌਣ ਹਾਂ?
ਸ਼ਾਇਦ ਮੈਂ ਇਨਸਾਨ ਹਾਂ
ਹਿੰਮਤ ਨਹੀਂ ਮੇਰੀ
ਕਿ ਮੈਂ ਇਨਸਾਨੀਅਤ ਦੀ ਗੱਲ ਕਰਾਂ।
ਇਨਸਾਨ ਕਹਿੰਦੇ ਨੇ ਸਾਰੇ ਕਹਿਣ ਦੇਵਾਂ
ਮੈਂ ਆਪਣੇ ਭੇਦ ਕਿਉਂ ਖੋਲ੍ਹਾਂ
ਸਮਝ ਹੈ ਮੈਨੂੰ ਇੱਕ ਇਨਸਾਨ ਕੀ ਹੁੰਦੈ?
ਲੋਕਾਂ ਦੀਆਂ ਨਜ਼ਰਾਂ 'ਚ ਮੈਂ ਇਨਸਾਨ ਹਾਂ
ਰਹਿਣ ਦੇ ਪਰਦਾ ਕਿ ਮੈਂ ਜਾਣ ਨਾ ਸਕਿਆ
ਨਹੀਂ ਪਤਾ ਤੇ ਨਾ ਸਹੀ ਮੈਂ ਕੌਣ ਹਾਂ!
ਨਹੀਂ ਪਤਾ ਤੇ ਨਾ ਸਹੀ ਮੈਂ ਕੌਣ ਹਾਂ!!

◆

ਧਰਵਾਸ

ਤਰਸ ਗਏ ਅਸੀਂ ਛਾਵਾਂ ਨੂੰ,
ਸਾਨੂੰ ਗੋਡੇ-ਗੋਡੇ ਪਿਆਸ।
ਕੌਣ ਦਿਲਾਸਾ ਦੇਵੇ ਸਾਨੂੰ,
ਕੌਣ ਦੇਵੇ ਧਰਵਾਸ।

ਖ਼ਬਰੇ ਇਸ ਹਾਲਤ ਵਿੱਚ,
ਹੁਣ ਕਿੰਨਾ ਚਿਰ ਜੀਣਾ ਹੈ।
ਡੋਲ ਗਏ ਮੇਰੇ ਸਭ ਸਾਥੀ,
ਡੋਲ ਗਿਆ ਵਿਸ਼ਵਾਸ।

ਕੌਣ ਦਿਲਾਸਾ ਦੇਵੇ ਸਾਨੂੰ,
ਕੌਣ ਦੇਵੇ ਧਰਵਾਸ.....।

ਕਿਸ-ਕਿਸ ਦੀ ਹੁਣ ਗੱਲਾਂ ਕਰੀਏ,
ਸਭ ਕੁੱਝ ਹੀ ਤਾਂ ਡੋਲ ਗਿਆ ਹੈ।
ਡੋਲ ਗਏ ਸਭ ਕਲਮਾਂ ਵਾਲੇ,
ਡੋਲ ਗਿਆ ਅਹਿਸਾਸ।

ਕੌਣ ਦਿਲਾਸਾ ਦੇਵੇ ਸਾਨੂੰ,
ਕੌਣ ਦੇਵੇ ਧਰਵਾਸ.....।

ਝੂਠੇ, ਸੱਚ ਦਾ ਸਬਕ ਸਿਖਾਉਂਦੇ,
ਅੰਨੇ ਏਥੇ ਰਾਹ ਦਰਸਾਉਂਦੇ।
ਝੂਠ ਜਾਪਦਾ ਸੱਚ ਏਥੇ,
ਤੇ ਸੱਚ ਜਾਪੇ ਮਿਥਿਹਾਸ।

ਕੌਣ ਦਿਲਾਸਾ ਦੇਵੇ ਸਾਨੂੰ,
ਕੌਣ ਦੇਵੇ ਧਰਵਾਸ.....।
◆

ਕਾਦਰ ਦੀ ਕੁਦਰਤ

ਕਾਦਰ ਦੀ ਕੁਦਰਤ ਦੇ ਕਾਤਲ ਕੌਣ-ਕੌਣ,
ਨਾਂ ਗਿਣਾਂ ਜੇ ਗਿਣਤੀ 'ਚ ਮੇਰਾ ਨਾਮ ਵੀ ਆਊ।

ਤੇਰਾ-ਮੇਰਾ, ਸਾਰਿਆਂ ਦਾ ਦੋਸ਼ ਹੈ,
ਇੱਕ ਦੋਸ਼ੀ ਦੂਸਰੇ 'ਤੇ ਦੋਸ਼ ਕੀ ਲਾਊ।

ਕਾਬੂ ਕਰਦੇ ਫਿਰਨ ਜੋ ਕਰਤਾਰ ਨੂੰ,
ਕਿਸ ਧਰਮ ਦਾ ਪਿੰਜਰਾ ਜੋ ਕੈਦ ਕਰ ਪਾਊ।

ਮੁਰਗਾਬੀ ਤੋਂ ਸ਼ਾਂਤ ਸਾਗਰ ਖੁੱਸ ਗਿਆ,
ਕਿਸਮਤ 'ਤੇ ਹੱਸੂਗੀ ਜਾਂ ਫਿਰ ਰੋਂਦੀ ਰਹਿ ਜਾਊ।

ਅੰਬ, ਜਾਮਨ ਨਾ ਰਹੇ ਬਾਗਾਂ ਦੀ ਮੌਤ 'ਤੇ,
ਕੋਇਲ ਵਿਚਾਰੀ ਗਾਊਗੀ ਜਾਂ ਕੀਰਨੇ ਪਾਊ।

ਸਵਾਂਤ ਬੂੰਦਾਂ ਭਾਲਦੈਂ, ਛੱਪੜ ਵੀ ਨਾ ਰਹੇ,
ਚਾਤ੍ਰਿਕ ਬਬੀਹਾ ਸੁੱਨੜਾ! ਜੀਊ ਕਿ ਮਰ ਜਾਊ।

ਇਹ ਪੀਰਾਂ, ਅਵਤਾਰਾਂ ਦੀ ਧਰਤੀ ਸੀ ਕਦੇ,
ਰਾਮ, ਰੱਬ, ਅੱਲਾ ਦਾ ਬੰਦਾ ਕੀ ਸਮਝ ਪਾਊ।

ਰਾਮ ਦੇ ਸਰਨਾਵਿਆਂ ਦੀ ਲਿਸਟ ਵਿੱਚ,
ਕੋਈ ਲੁਬਾਣਾ ਕਿਸ ਤਰ੍ਹਾਂ ਹੁਣ ਗੁਰੂ ਲੱਭ ਪਾਊ।

ਅੰਬਰਾਂ ਨੂੰ ਛੋਹ ਰਹੇ ਹੋ ਪਰਬਤੋ!
ਬਹੁਤ ਉੱਚੇ ਥਾਂ ਤਾਂ ਫੁੱਲ ਬੂਟਾ ਨਾ ਜੰਮ ਪਾਊ।

ਕੀ ਪਤਾ ਸੀ ਪਾਣੀਆਂ ਦੇ ਦੇਸ਼ ਵਿੱਚ
ਪਾਣੀ ਦੇਖਣ ਨੂੰ ਕਦੇ ਨਲਕਾ ਤਰਸ ਜਾਊ।

◆

ਮਨ ਦੀ ਮੈਲ਼

ਮਨ ਦੀ ਮੈਲ਼ ਮਨੋਂ ਨਾਂ ਉਤਰੀ, ਮਲ-ਮਲ ਪਿੰਡੇ ਨਾਈਦਾ।
ਸੁੰਦਰ ਸੋਹਣੇ ਵਸਤਰ ਪਾ ਕੇ ਅਤਰ-ਫਲੇਲ ਲਗਾਈਦਾ।

ਹਉਮੈ ਤੇ ਹੰਕਾਰ ਨਾ ਹਟਿਆ ਦਿਲ ਨੂੰ ਬੜਾ ਹਟਾਈਦਾ।
ਮਾਲਕ ਦੇ ਮੰਦਿਰਾਂ ਵਿੱਚ ਜਾ ਕੇ, ਨਿੱਤ-ਨਿੱਤ ਸੀਸ ਝੁਕਾਈਦਾ।

ਮੋਹ-ਮਮਤਾ ਮਨ ਵਿੱਚ ਬੈਠੀ ਹੈ ਮਨ ਨੂੰ ਬੜਾ ਮਨਾਈਦਾ।
ਆਪਣਾ ਮਨ ਕਾਬੂ ਨਹੀਂ ਆਉਂਦਾ ਲੋਕਾਂ ਨੂੰ ਸਮਝਾਈਦਾ।

ਧਰਮ ਦਾ ਮਤਲਬ ਖ਼ੁਦ ਨਾ ਜਾਣਾ, ਧਰਮੀ ਰੂਪ ਬਣਾਈਦਾ।
ਦੁਨੀਆ ਦੇ ਨਿਪਟਾਰੇ ਖ਼ਾਤਰ ਡਮ-ਡਮ ਡਗਾ ਵਜਾਈਦਾ।

ਹਰ ਦਮ ਹਉਮੈ ਅੰਗ-ਸੰਗ ਰਹਿੰਦੀ, ਪਲ-ਪਲ ਲੜ ਛੁਡਵਾਈਦਾ।
ਪੰਜੇ ਦੂਤ ਅਸਾਂ ਤੋਂ ਤਕੜੇ ਖ਼ੁਦ ਤਕੜੇ ਅਖਵਾਈਦਾ।

ਜੇ ਕੋਈ ਗੱਲ ਸਿਰੇ ਨਾ ਚੜ੍ਹਦੀ ਬੜਾ ਗੁੱਸੇ ਵਿੱਚ ਆਈਦਾ।
ਵਿਸ਼ਵਾਮਿੱਤਰ ਤੋਂ ਵੀ ਵਧੀਆ ਧਰਮਰਾਜ ਬਣਵਾਈਦਾ।

ਮੋਹ ਮਾਇਆ ਕਿੰਨੀ ਛੋਟੀ ਹੈ ਇੱਕ ਦਮ ਇਹ ਭੁੱਲ ਜਾਈਦਾ।
ਅੱਜ ਏਨਾ ਵੀ ਭੁੱਲਦਾ ਜਾਂਦਾ ਕਿੱਦਾਂ ਰਾਮ ਮਨਾਈਂਦਾ।

ਖ਼ੁਦ ਹੀ ਖ਼ੈਰ ਕਰੇ ਜੇ ਮਾਲਕ ਤਾਂ ਚਰਨੀ ਚਿੱਤ ਲਾਈਦਾ।
ਅਠਸਠ ਤੀਰਥ ਓਥੇ ਹਾਜ਼ਰ, ਜਿੱਥੇ ਨਾਮ ਧਿਆਈਦਾ।
◆

ਚੱਕਰਵਿਊ

ਆਤਮਾ ਦੇ ਅਰਥ ਸਮਝਣ ਦੀ ਤਾਂ ਗੱਲ ਹੀ ਹੋਰ ਹੈ।
ਆਦਮੀ ਨੂੰ ਆਦਮੀ ਸਮਝਣ ਦਾ ਦੱਸੀਂ ਵੱਲ਼ ਜ਼ਰਾ।

ਲਾਜ ਸਾਡੀ ਲੁੱਟ ਕੇ ਲੰਕੇਸ਼ ਲੰਕਾ ਲੈ ਗਏ,
ਭਾਲ ਕੇ ਲੈ ਆਓਣ ਜੇ ਵਣਮਾਣਸਾਂ ਨੂੰ ਘੱਲ ਜ਼ਰਾ।

ਚਾਲਾਂ ਚੱਲਦੇ ਆਪ ਹੀ ਚੱਕਰਵਿਊ ਵਿੱਚ ਫਸ ਗਏ,
ਤਮ੍ਹਾ ਦੇ ਤੀਰਾਂ ਤੋਂ, ਬਚ ਨਿਕਲਣ ਦਾ ਬਖ਼ਸ਼ੀਂ ਬਲ ਜ਼ਰਾ।

ਆਦਮੀ ਦੀ ਦੁਸ਼ਮਣੀ, ਦੁਸ਼ਮਣ ਵੀ ਉਸਦਾ ਆਦਮੀ,
ਸਾਡੀ ਸਮੱਸਿਆ ਦਾ ਦੱਸੋ! ਜੇ ਹੋ ਸਕੇ ਤਾਂ ਹੱਲ ਜ਼ਰਾ।

ਤਪਸ਼, ਗਰਮੀ, ਸੇਕ ਆਵੇ, ਔੜ ਲੱਗੀ ਹਰ ਤਰਫ਼,
ਇੰਦਰ ਨੂੰ ਕਰੀਏ ਬੇਨਤੀ, ਧਰਤੀ ਕਰੇ ਜਲਥਲ ਜ਼ਰਾ।

◆

ਰਾਂਝਣੂ

ਰਾਂਝਣ ਮਾਹੀ ਮੇਰਾ ਲੋਕੋ, ਧੀਦੋ ਰਾਂਝਾ ਮੇਰਾ।
ਰੂਹ ਕਲਬੂਤ ਦੀਆਂ ਹੁਣ ਗੱਲਾਂ, ਮਿਟ ਗਿਆ ਮੇਰਾ ਤੇਰਾ।

ਯਾਰ ਮੇਰਾ ਪਟਵਾਰੀ ਨੀ ਹੁਣ ਪੱਕੀ ਪੈ ਗਈ ਯਾਰੀ।
ਮੇਰੇ ਨਾਂ ਗਰਦੌਰੀ ਕਰਤੀ, ਕਇਆਨਾਤ ਹੀ ਸਾਰੀ।

ਆਖੋ ਸਾਰੇ ਝੱਲੀ ਨੀ, ਹੁਣ ਹੋ ਗਈ ਖੇਡ ਅਵੱਲੀ।
ਮੱਲ ਕੇ ਤਾਂ ਕੋਈ ਦੱਸੇ, ਜਿਹੜੀ ਅਸੀਂ ਜਗ੍ਹਾ ਜਾ ਮੱਲੀ।

ਰਿਸ਼ਤਾ ਹੋ ਗਿਆ ਪੱਕਾ, ਸੱਚੀਂ ਰਿਸ਼ਤਾ ਹੋ ਗਿਆ ਪੱਕਾ।
ਕਰਨ ਕਰਾਉਣ ਵਾਲੇ ਨੇ ਕੀਤਾ, ਕੌਣ ਕਰੂ ਹੁਣ ਧੱਕਾ।

ਹੁਣ ਦਿਲ ਵਿੱਚ ਮੇਰੇ ਮੱਕਾ, ਸਾਡਾ ਦਿਲ ਵੀ ਹੱਕਾ-ਬੱਕਾ।
ਹੁਣ ਤਾਂ ਜਿੱਧਰ ਨੂੰ ਮੈਂ ਘੁੰਮਾਂ, ਨਾਲ ਈ ਘੁੰਮਦਾ ਮੱਕਾ।

ਪੂਜਾ ਮਿਲੀ ਪੁਜਾਰੀ, ਹੁਣ ਕੋਈ ਕਿੱਦਾਂ ਕਰੂ ਖ਼ੁਆਰੀ।
ਮਹਿਕ ਪਈ ਹੁਣ ਜੀਵਨ ਖੇਤੀ, ਹਰ ਇੱਕ ਫ਼ਸਲ ਨਿਆਰੀ।

ਰੰਗ ਵੀ ਉਹ, ਰੰਗਿਆ ਵੀ ਉਸਨੇ, ਮੇਰੇ ਘਰੇ ਲਲਾਰੀ।
ਸਾਡੀ ਖੇਡ ਅਸੀਂ ਖੇਡਾਂਗੇ ਹੁਣ ਇਹ ਸਾਡੀ ਵਾਰੀ।

ਮਨ ਮੰਦਰ ਵਿੱਚ ਮਨ ਦੀ ਪੂਜਾ ਖ਼ੁਦ ਮਨ ਆਪ ਪੁਜਾਰੀ।
ਜਿਨ੍ਹਾਂ ਰਾਹਾਂ 'ਤੇ ਚੱਲਾਂਗੇ ਹੁਣ, ਨਾਲ ਤੁਰੂ ਗਿਰਧਾਰੀ।

ਸਾਡਾ ਪੈਂਡਾ ਸਾਡੀ ਮੰਜ਼ਿਲ ਸਾਡੇ 'ਤੇ ਅਸਵਾਰੀ।
ਬਹੁਤ ਹੀ ਖੇਡ ਨਿਆਰੀ ਨੀ, ਸਾਨੂੰ ਲੱਗੇ ਬੜੀ ਪਿਆਰੀ।
◆

ਸੱਚ ਦਾ ਰਾਹ

ਮੋਹ-ਮਾਇਆ ਦੀ ਕੰਧ ਹੇਠਾਂ ਦੱਬ ਗਿਆ, ਮੈਂ ਮਰ ਗਿਆ।
ਬੇਅੰਤ ਲਾਸ਼ਾਂ ਦੇਖ ਕੇ ਘਬਰਾ ਗਿਆ, ਮੈਂ ਡਰ ਗਿਆ।

ਜਿਉਂਦੀਆਂ ਲਾਸ਼ਾਂ ਦੀ ਚੁੱਪ 'ਚੋਂ ਸਾਫ਼ ਨਜ਼ਰੀਂ ਆ ਗਿਆ।
ਉਹ ਸਾਹਿਬਜ਼ਾਦਾ ਨਹੀਂ ਜੋ ਇਸ ਕੰਧ ਥੱਲੇ ਆ ਗਿਆ

ਮੈਂ ਜਾਣਦਾ ਹਾਂ ਪੁੰਨ ਅਤੇ ਪਾਪ ਵਿੱਚ ਕੀ ਫ਼ਰਕ ਹੈ।
ਮੈਂ ਜਾਣਦਾਂ ਧਰਤੀ 'ਤੇ ਕਿਹੜਾ ਸਵਰਗ ਕਿਹੜਾ ਨਰਕ ਹੈ।

ਕਹਿਣ ਵਿੱਚ ਤੇ ਕਰਨ ਵਿੱਚ ਤਾਂ ਬਹੁਤ ਅੰਤਰ ਹੈ।
ਯਾਰੋ! ਰੌਲਾ-ਰੱਪਾ ਪਾ ਕੇ ਮੈਂ ਤਾਂ ਝੱਟ ਲੰਘਾਇਆ ਹੈ।

ਸੱਚ ਸੁਣ ਸਕਣਾ ਵੀ ਮੇਰੇ ਵੱਸ ਦੀ ਗੱਲ ਨਹੀਂ ਹੈ।
ਸੱਚ ਦੇ ਰਾਹ ਤੁਰਨ ਦਾ ਮੈਂ ਮਨ ਬਣਾਇਆ ਹੈ।
◆

ਭਗਤੂ-ਭਗਤੂ ਬੋਲ

ਜੋ ਬੁਰਾ-ਭਲਾ ਤੈਨੂੰ ਆਖਦਾ, ਸੁਣ ਬੈਠ ਕੇ ਉਸਦੇ ਕੋਲ।
ਜੇ ਕੰਜਰੀ-ਕੰਜਰੀ ਆਖਦਾ ਤੂੰ ਭਗਤੂ-ਭਗਤੂ ਬੋਲ।

ਦੋਵੇ ਰੰਗ ਉਸਦੇ ਦੇਖ ਸੁਣ ਸਮਝਣ ਦੀ ਕੋਸ਼ਿਸ਼ ਕਰ ਤੂੰ,
ਉਹ ਨਾਲੇ ਲਾਲ੍ਹਾ ਸੁੱਟਦਾ ਨਾਲੇ ਬੋਲੇ ਬੋਲ ਕਬੋਲ।

ਤੂੰ ਡਰ ਨਾ ਕਿਸੇ ਵੀ ਗੱਲ ਤੋਂ ਉਹ ਤੈਥੋ ਵੱਧ ਡਰਪੋਕ,
ਪਰ ਉਸਦੇ ਮੂੰਹੋਂ ਸੁਣਨ ਨਾਲ ਹੀ ਖੁੱਲ੍ਹਣੇ ਉਸਦੇ ਪੋਲ।

ਤੇਰੀ ਖੁਸ਼ਬੂ, ਰੰਗ, ਮੁਲਾਇਮਤਾ ਦੇ ਚੱਤੇ ਪਹਿਰ ਸ਼ੌਕੀਨ,
ਇਹ ਸਭ ਸਿੰਘਾਸਣ ਡੋਲਣੇ, ਤੂੰ ਖੜ ਕੇ ਦੇਖ ਅਡੋਲ।
◆

ਸਦੀਵੀ ਸੱਚ

ਸੱਚ ਸਲਾਮਤ ਸਦਾ ਸਦੀਵੀ, ਸੱਚ ਕਹਿਣ ਦਾ ਕਾਹਦਾ ਡਰ,
ਸਤਿਪੁਰਖ਼ ਗੁਰੂ ਨਾਨਕ ਧੁਰ ਕੀ ਬਾਣੀ ਪ੍ਰਤੱਖ ਹਰ।

ਸਿਰਜਣਹਾਰ ਨਾ ਸਿਰਜਿਆ ਜਾਵੇ, ਪੀਰ, ਪੈਗੰਬਰ ਹੋ ਸਕਦੇ,
ਸ਼ਬਦਾਂ ਵਿੱਚ ਸਤਿਕਾਰ ਹਰੀ ਦਾ, ਸਤਿ ਸ਼ਬਦ ਹੈ ਹਰੀਹਰ।

ਸ਼ਬਦ ਸੱਚ ਨੂੰ ਪੜ੍ਹੀਏ-ਸੁਣੀਏਂ, ਜੇ ਹੋ ਸਕੇ ਤਾਂ ਗਾਵੀਏ ਵੀ,
ਜਿਸਨੇ ਤੂੰ-ਤੂੰ ਕਹਿਣਾ ਸਿੱਖ ਲਿਆ, ਉਸਦੀ ਮੈਂ-ਮੈਂ ਜਾਵੇ ਮਰ।

ਮਿੱਟੀ ਦੀਆਂ ਪੁਤਲੀਆਂ ਨੱਚਣ ਇੱਕ ਦਿਨ ਸਭ ਨੇ ਟੁੱਟ ਜਾਣਾ,
ਸ਼ਬਦਾਂ ਨਾਲ ਜੁੜ ਗਿਆ ਜਿਹੜਾ, ਭਵ ਸਾਗਰ ਨੂੰ ਜਾਵੇ ਤਰ।

◆

ਸੱਚ ਦੀ ਖੋਜ

ਮਹਾਂਪੁਰਖ਼ਾਂ ਦੀ ਮਹਾਂਵਿਭੂਤੀ ਸਤਿਪ੍ਰਸਤੀ ਦਾ ਸਤਿਕਾਰ,
ਸੱਚ ਤਾਂ ਬਸ ਇੱਕ ਸੱਚਾ ਹੀ ਹੈ, ਬਾਕੀ ਸਭ ਝੂਠਾ ਸੰਸਾਰ।
ਸੱਚ ਦੀ ਖੋਜ ਕਰਨ ਸਚਿਆਰੇ ਆਪੋ-ਆਪਣੇ ਅੰਦਰੋਂ,
ਸੱਚ ਬਣਾਇਆ ਨਹੀਂ ਬਣ ਸਕਦਾ ਚਾਰ ਵੇਦ ਚਾਰੇ ਸਚਿਆਰ।

ਸੱਚਪ੍ਰਸਤ ਜੀਸਸ, ਸੁਕਰਾਤ ਸੱਚ ਦੇ ਪਾਂਧੀ ਰਾਮ, ਰਹੀਮ,
ਪੂਰਣ ਸੱਚ ਨਹੀਂ ਕੋਈ ਵੀ ਸੱਚ ਦਾ ਕਰਦੇ ਸੀ ਸਤਿਕਾਰ।
ਰੱਬ ਬਣ-ਬਣ ਕੇ ਬਹਿੰਦੀ ਦੁਨੀਆ ਰੱਬ ਨਾ ਬਣੇ ਬਣਾਇਆ,
ਸੱਚ ਦਾ ਰੂਪ ਨਹੀਂ ਕੋਈ ਵੀ ਸੱਚ ਤਾਂ ਅਪਰ-ਅਪਾਰ।

ਸ਼ਬਦ ਵਸੀਲਾ ਸੱਚ ਬੋਲਣ ਦਾ ਸ਼ਬਦ ਗੁਰੂ ਹੈ ਸਤਿਗੁਰ,
ਸ਼ਬਦਾਂ ਵਿੱਚ ਸਮਾਇਆ ਸੱਚਾ, ਬਾਕੀ ਗੱਲਾਂ ਸਭ ਬੇਕਾਰ।
ਵੇਦ-ਕੇਤਾਬ, ਅੰਜ਼ੀਲਾਂ, ਬਾਈਬਲ ਸ਼ਬਦਾਂ ਵਿੱਚ ਕੁਰਾਨ,
ਸ਼ਬਦ ਨਿਰੰਜਣ ਸ਼ਬਦ ਸਤਿਗੁਰੂ ਸੱਚ ਖੰਡ ਸ਼ਬਦ ਨਿਰੰਕਾਰ।

◆

ਪਰਮ ਪੁਰਖ਼ ਦੀਆਂ ਦਾਤਾਂ

ਕਿਰਪਾ ਹੋਈ ਆਪਾਰ ਕਿ ਮਿਲਿਆ ਤਨ ਕੋਠੜਾ ਰਹਿਣ ਲਈ।
ਜੀਭਾ ਬਖ਼ਸ਼ਿਸ਼ ਹੋਈ ਸਾਨੂੰ, ਸਭ ਵਲਵਲੇ ਕਹਿਣ ਲਈ।

ਪੰਜ ਤੱਤ, ਪੰਜ ਗਿਆਨ ਇੰਦਰੀਆਂ, ਪੰਜ ਇੰਦਰੀਆਂ ਕਰਮਸ਼ੀਲ,
ਕਿਰਤ ਕਰਨ ਲਈ ਹੱਥ ਮਿਲੇ ਤੇ ਲੱਤਾਂ ਉੱਠਣ-ਬਹਿਣ ਲਈ।

ਪਰਮ ਪੁਰਖ਼ ਦੀਆਂ ਦਾਤਾਂ ਨੂੰ ਮਲਕੀਅਤ ਨਾ ਸਮਝੀ ਸੁੱਨੜਾ!
ਇਹ ਤਾਂ ਮੌਕਾ ਮਿਲਿਆ ਸਾਨੂੰ ਉਸਦੀ ਰਜ਼ਾ 'ਚ ਰਹਿਣ ਲਈ।

◆

ਅਧੂਰਾ ਮਨੁੱਖ

ਸਭ ਕੁੱਝ ਠੀਕ ਕਰਦਿਆਂ ਮਰ ਗਏ ਕੁੱਝ ਵੀ ਨਾ ਹੋਇਆ ਕਰ ਵੇ।
ਜੰਗਲਾਂ ਵੱਲ ਨੂੰ ਤੁਰ ਪਏ ਜਿਹੜੇ ਕਿਸ ਵਿਧ ਪਹੁੰਚਣ ਘਰ ਵੇ।

ਪੂਰਨ ਨਾਲੋਂ ਟੁੱਟਣ ਕਰਕੇ ਹੀ ਤਾਂ ਹੋਏ ਅਧੂਰੇ।
ਸੂਰਜ ਕਿਰਣ ਦੁਬਾਰਾ ਮਿਲਿਆਂ, ਹੋਣੇ ਕਾਰਜ ਪੂਰੇ।

ਸਾਗਰ ਉੱਤੇ ਲਹਿਰਾਂ, ਛੱਲਾਂ ਅਤੇ ਬੁਲਬੁਲੇ ਤਰਦੇ।
ਕੌਣ ਜਾਣੇ ਕਦ ਪੈਦਾ ਹੁੰਦੇ, ਕੌਣ ਜਾਣੇ ਕਦ ਮਰਦੇ।

ਹਰ ਕੋਈ ਆਪਣੀ ਕਿਰਤ-ਕਮਾਈ ਦਾ ਫ਼ਲ ਆਪੇ ਭੋਗੇ।
ਹੋਰ ਬੜਾ ਕੁੱਝ ਲਿਖ ਸਕਦੇ ਪਰ ਕਰਮ ਲਿਖਣ ਨਹੀਂ ਜੋਗੇ।
◆

ਪ੍ਰੇਮ

ਆ ਸੁਣ ਮਿੱਤਰ ਪਿਆਰਿਆ! ਪ੍ਰੇਮ ਬਿਨਾ ਨਾ ਮੇਲ।
ਸੱਚਮੁੱਚ ਜਿਸਨੂੰ ਭੁੱਖ ਲੱਗੇ, ਉਹ ਖੇਲ ਸਕੇ ਇਹ ਖੇਲ।

ਹੋਰ ਕੋਈ ਕਿੱਦਾਂ ਕਰੇ ਜੋ ਤੂੰ ਕਰ ਸਕਦੈਂ ਆਪ।
ਰਾਮ ਦੀ ਮਰਜ਼ੀ ਹੋਏ ਤਾਹੀਓਂ ਸੰਤ ਬਣ ਸਕਣ ਮਾਈ ਬਾਪ।

ਸੁਖ ਦੇ ਸਕਦਾ ਹੈ ਸੁਖਦਾਤਾ ਕੋਈ ਹੋਰ ਨਾ ਇਸਦੇ ਯੋਗ।
ਜੋ-ਜੋ ਸੱਜਣ ਸਮਝਦੇ ਬਸ! ਉਹ ਸਚਿਆਰੇ ਲੋਗ।

ਆਪਣੀ ਹਉਮੈਂ ਤਿਆਗ ਕੇ ਜੋ ਪ੍ਰਭ ਚਰਨੀਂ ਚਿੱਤ ਲਾਏ।
ਇੱਕ ਵਾਰੀ ਜੇ ਮਿਲ ਗਿਆ, ਉਹ ਕਿੱਦਾਂ ਵਿੱਛੜ ਜਾਏ।

ਜਿਹੜਾ ਇੱਕ ਦੇ ਲੜ ਲੱਗੇ, ਇੱਕੋ ਹੀ ਜਿਸਦੇ ਚਿੱਤ।
ਫਿਰ ਦੇਰ ਨਾ ਲੱਗਦੀ ਓਸਨੂੰ, ਹੋਂਵਦਿਆਂ ਇੱਕ-ਮਿੱਕ।

ਆਸ ਪਿਆਰ ਸਾਰੀ ਮਿਟੇ ਕੋਈ ਸਮਰੱਥ ਕੰਤ ਮਿਲਾਏ।
ਸੁਹਾਗਣ ਆਪਣੇ ਕੰਤ ਦੇ ਕਿਉਂ ਨਾ ਸੀਨੇ ਲੱਗ ਜਾਏ।
◆

ਧਰਮ ਦੀ ਹੋਂਦ

ਜੰਮਦੀ-ਮਰਦੀ ਦੁਨੀਆ ਦੇ ਵਿੱਚ ਧਰਮ ਵੀ ਜੰਮਦੇ-ਮਰਦੇ ਨੇ।
ਲੋਹਾ ਅਕਸਰ ਡੁੱਬ ਜਾਂਦਾ, ਲੱਕੜੀ ਦੇ ਬੇੜੇ ਤਰਦੇ ਨੇ।

ਸਭ ਤੋਂ ਪਹਿਲਾਂ ਧਰਮ ਸਨਾਤਨ, ਭਾਸ਼ਾ ਪਹਿਲੀ ਸੰਸਕ੍ਰਿਤ,
ਧਰਮ ਗ੍ਰੰਥ ਰਿਗਵੇਦ ਹੈ ਪਹਿਲਾ ਸਾਰੇ ਇਹ ਗੱਲ ਕਰਦੇ ਨੇ।

ਪੜ੍ਹਨ-ਪੜ੍ਹਾਉਣ ਬਿਨਾ ਕੋਈ ਪੁਸਤਕ ਕਿੰਨਾ ਚਿਰ ਜੀਅ ਸਕਦੀ ਹੈ।
ਪਤਾ ਨਹੀਂ ਕਿਉਂ ਪੰਡਿਤ ਸਭ ਨੂੰ ਵੇਦ ਪੜ੍ਹਾਉਣੋਂ ਡਰਦੇ ਨੇ।

ਮੁਸਲਮਾਨ ਮਦਰੱਸੇ ਕਰਕੇ ਦੁਨੀਆ ਦੇ ਵਿੱਚ ਫੈਲ ਗਏ।
ਬਾਈਬਲ ਵੰਡ ਇਸਾਈ, ਸਾਰੀ ਦੁਨੀਆ ਕਾਬੂ ਕਰਦੇ ਨੇ।

ਹਰ ਇੱਕ ਧਰਮ ਬਰਾਬਰ ਹੈ ਪਰ ਪੜ੍ਹਨਾ ਪੈਂਦਾ ਹੈ ਇਸਨੂੰ,
ਜੋ ਧਰਮੀਂ ਪਾਠਕ ਬਣ ਜਾਂਦੇ ਫਿਰ ਕਿਸੇ ਕੋਲੋਂ ਨਾ ਹਰਦੇ ਨੇ।

ਸ਼ਬਦ ਗੁਰੂ ਨੂੰ ਮੱਥਾ ਟੇਕਣ ਨਾਲ ਹੀ ਗੱਲ ਨਹੀਂ ਬਣ ਸਕਦੀ,
ਪੜ੍ਹਣ, ਸੁਣਨ, ਸਮਝਣ ਜਿਹੜੇ ਉਹ ਹਰ ਭਵ ਸਾਗਰ ਤਰਦੇ ਨੇ।
◆

ਸ਼ਬਦ ਗੁਰੂ ਅਵਤਾਰ

ਅਤੋਲ ਸ਼ਕਤੀ ਰੱਬ ਜਿਸਨੂੰ ਬੰਦਾ ਫਿਰਦਾ ਤੋਲਦਾ।
ਸ਼ਬਦ ਸ਼ਕਤੀ ਨਾਲ ਚੌਂਹ ਕੂੰਟਾਂ 'ਚ ਫਿਰਦਾ ਟੋਲ੍ਹਦਾ।

ਨਿਰੰਕਾਰ ਦੇ ਆਕਾਰ ਘੜਦਾ ਫਿਰੇ ਬੰਦਾ ਰਾਤ ਦਿਨ,
ਸ਼ਬਦ ਨਾ ਬੋਲੇ ਕਦੇ ਬੰਦਾ ਸ਼ਬਦ ਨੂੰ ਬੋਲਦਾ।

ਸ਼ਬਦ ਜਦ ਪ੍ਰਕਾਸ਼ ਹੋਇਆ ਹਰ ਵਕਤ ਪ੍ਰਕਾਸ਼ ਹੈ,
'ਨ੍ਹੇਰਿਆਂ ਦੀ ਕੜ੍ਹੀ ਤਾਂ ਬੰਦਾ ਹੈ ਫਿਰਦਾ ਘੋਲਦਾ।

ਸ਼ਬਦ ਗੁਰ ਅਵਤਾਰ ਵਿੱਚ, ਦਾਤਾਰ ਬੈਠਾ ਹੈ ਅਡੋਲ,
ਬੰਦੇ ਦੀ ਮਰਜ਼ੀ ਨਾਲ ਹੀ ਬੰਦਾ ਹੈ ਫਿਰਦਾ ਡੋਲਦਾ।

ਰਸਤਾ ਦਰਸਾਉਂਦਾ ਗੁਰੂ ਰਾਹਾਂ 'ਚ ਰੁਲਣੋਂ ਵਰਜ਼ਦਾ,
ਰੱਬ ਕੀ ਕਰੇ ਜੇ ਜਾਣਬੁਝ ਕੇ ਬੰਦਾ ਖ਼ੁਦ ਨੂੰ ਰੋਲ਼ਦਾ।

ਸ਼ਬਦ ਵੇਚਣ ਤੁਰ ਪਿਆ ਇਨਸਾਨ ਅੱਜ ਬਾਜ਼ਾਰ ਵਿੱਚ,
ਭੁੱਖ ਮੇਟਣ ਵਾਸਤੇ ਮੁੱਲ ਪਾ ਰਿਹਾ ਅਨਮੋਲ ਦਾ।
◆

ਅੰਮ੍ਰਿਤ ਧਾਰਾ

ਅੰਮ੍ਰਿਤ ਧਾਰਾ, ਸਾਧ ਕੀ ਬਾਣੀ ਲੇਕਿਨ ਸਮਝੇ ਉਹੀਓ,
ਜੋ ਰਸਨਾ ਨਿੱਤ ਨਾਮ ਜਪੇ।

ਸ਼ਬਦ ਸਾਧ ਦੇ ਸੁਖ ਸਾਗਰ 'ਚੋਂ ਅਨਹਦ ਸ਼ਬਦ ਸੁਣਨ ਨਿੱਤ ਨੇਮੀਂ,
ਬਾਕੀ ਸਭ ਝੱਖ ਮਾਰ ਖਪੇ।

ਮਿੱਟੀ ਦੇ ਬਰਤਨ ਨੇ ਭਾਵੇਂ ਪਰ ਮਟਕੀ ਠੰਡੇ ਜਲ ਕਰਕੇ,
ਖ਼ੁਦ ਠੰਡੀ ਤੇ ਦੁਨੀਆ ਨੂੰ ਠੰਡ ਪਾਵੇ।

ਤਪਦੇ ਤਵੇ, ਪਤੀਲੇ ਸੜਦੇ, ਦੁੱਧ ਦਧੂਨੇ ਵੀ ਅੱਗ ਫੱਕਦੇ,
ਕਿਸੇ ਦੀ ਕਿਸਮਤ ਨੂੰ ਨਾ ਕੋਈ ਬਦਲ ਸਕੇ।

◆

ਸੁਰਤੀ-ਬਿਰਤੀ

ਤਪਸ਼ ਇਸ ਤਰ੍ਹਾਂ ਸੀ, ਲੱਗਦਾ ਸੀ ਸੁਰਤੀ-ਬਿਰਤੀ ਹਾਰ ਗਈ।
ਅੱਜ ਐਸੀ ਕਿਣਮਿਣ ਹੋਈ ਸਾਰੇ ਦੁੱਖ, ਸੰਤਾਪ ਉਤਾਰ ਗਈ।

ਰੋ ਪੈਣਾ ਇਨਸਾਨੀ ਗੱਲ ਹੈ ਕਸ਼ਟ ਕੋਈ ਵੀ ਜਦ ਹੋਵੇ,
ਅੰਮ੍ਰਿਤਧਾਰਾ ਸਰਵਣ ਹੋਈ ਰੂਹ ਮੇਰੀ ਬਲਿਹਾਰ ਗਈ।

ਬਿਖ਼ਰ ਰਿਹਾ ਸੀ ਸਾਰਾ ਕੁੱਝ ਅੰਨ ਪਰਮੇਸ਼ਰ ਵੀ ਨਹੀਂ ਸੀ ਭਾਉਂਦਾ,
ਐਸੀ ਕਿਰਪਾ ਹੋਈ ਅੱਜ ਜੀਵਨ ਦੇ ਅਰਥ ਸੰਵਾਰ ਗਈ।

ਦਰਸ਼ ਤੇਰੇ ਦੀ ਪਿਆਸ ਵੀ ਮੇਰੇ ਨਾਲ ਹੀ ਮਿਟਦੀ ਜਾਂਦੀ ਸੀ,
ਵਸਲ ਹੋਣ ਦੀ ਆਸ ਬਣੀ ਡੁੱਬਦੇ ਪੱਥਰ ਨੂੰ ਤਾਰ ਗਈ।

◆

ਮਨ ਮੰਦਰ

ਗੁਰ ਕਾ ਸ਼ਬਦ ਸੰਵਾਰੇ ਹਿਰਦਾ, ਸ਼ਬਦ ਛਿੜਕਦਾ ਅਤਰ-ਫੁਲੇਲ।
ਮਨ ਮੰਦਰ ਜੇ ਸੋਹਣਾ, ਸੁਥਰਾ ਤਾਂ ਹੋ ਸਕਦਾ ਹਰਿ ਸਿਓਂ ਮੇਲ।

ਹਓਮੈਂ ਕੋਈ ਬੰਦਸ਼ ਨਾ ਲਾਵੇ, ਭੱਜ-ਭੱਜ ਕੇ ਮਨ ਦੇ ਵਿੱਚ ਆਵੇ।
ਧਰਮ-ਕਰਮ ਨੂੰ ਕਾਬੂ ਕਰਕੇ, ਭਗਤੀ ਦਾ ਹੰਕਾਰ ਕਰਾਵੇ।
ਸੱਚ ਸੁਥਰੇ ਬਰਤਨ ਵਿੱਚ ਪੈਂਦਾ, ਹਓਮੈਂ ਨੂੰ ਪਰਹੇਜ਼ ਨਾ ਆਵੇ।

ਹਓਮੈਂ ਹੈਂਕੜ ਥਾਂ-ਥਾਂ ਉੱਤੇ, ਦੇਖੋ! ਕੀ ਕੁਦਰਤ ਦਾ ਖੇਲ।
ਸ਼ਬਦ ਗੁਰੂ ਦਾ ਵਾਰਾ ਪਹਿਰਾ, ਕਰ ਸਕਦੈ ਹਓਮੈਂ ਨੂੰ ਫੇਲ।

ਮਨ ਮੰਦਰ ਜੇ ਸੋਹਣਾ, ਸੁਥਰਾ ਤਾਂ ਹੋ ਸਕਦਾ ਹਰਿ ਸਿਓਂ ਮੇਲ।
◆

ਸਤਿਯੁਗ

ਐਸਾ ਸਤਿਯੁਗ ਵੀ ਸੁਣਿਆ ਧਰਤੀ ਉੱਤੇ ਸੀ,
ਜਾਨਵਰਾਂ ਦੀ ਬੋਲੀ ਵੀ ਸਮਝੀ ਜਾਂਦੀ ਸੀ।
ਇਹ ਕੈਸੀ ਰੁੱਤ ਆਈ ਹੈ ਓਸੇ ਧਰਤੀ 'ਤੇ,
ਆਦਮੀਆਂ ਦੀਆਂ ਧਾਹਾਂ ਦੀ ਵੀ ਸਮਝ ਨਾ ਆਵੇ।

ਅਗਨੀ ਤੇ ਇੰਦਰ ਦਾ ਇੰਨਾ ਸੁੱਖ ਹੁੰਦਾ ਸੀ,
ਦੇਵਤਿਆਂ ਵਿੱਚ ਪਾਣੀ ਦੀ ਗਿਣਤੀ ਹੁੰਦੀ ਸੀ।
ਰੱਬ ਬਣ ਕੇ ਬੰਦਾ ਧਰਤੀ 'ਤੇ ਐਸਾ ਬੈਠਾ,
ਧਰਮਰਾਜ ਵੀ ਧਰਤੀ 'ਤੇ ਆਉਣੋਂ ਘਬਰਾਵੇ।

ਜਿਸ ਧਰਤੀ 'ਤੇ ਰੱਬ ਵਰਗੇ ਰਾਜੇ ਹੁੰਦੇ ਸੀ,
ਮਰਿਆਦਾ ਪ੍ਰਸ਼ੋਤਮ ਵੀ ਕਹਿੰਦੇ ਸੀ ਲੋਕੀਂ।
ਅਣਿਆਈ ਮੌਤੇ ਮਰਨੋਂ ਪਰਜਾ ਡਰਦੀ ਹੈ,
ਬੋਲਣ ਤੋਂ ਪਹਿਲਾਂ ਹੀ ਗਰਦਨ ਕੱਟੀ ਜਾਵੇ।
◆

ਬੰਦੇ ਦਾ ਬਣਾਇਆ ਭਗਵਾਨ

ਬੰਦੇ ਦੇ ਬਣਾਏ ਭਗਤ ਤੇ ਭਗਵਾਨ ਦੋਹਾਂ ਨੇ ਨਹੀਂ ਰਹਿਣਾ।

ਬੰਦੇ ਨੇ ਬ੍ਰਹਮਾ ਬਣਾ ਕੇ ਬ੍ਰਹਮਾ ਤੋਂ ਬਣਵਾ ਲਿਆ ਸਭ ਕੁੱਝ।
ਰੱਬ ਨੂੰ ਰਾਜਾ ਬਣਾ ਕੇ ਮਰਜ਼ੀ ਨਾ' ਕਰਵਾ ਲਿਆ ਸਭ ਕੁੱਝ।
ਕਦੇ ਤਾਂ ਰਾਮ ਦੇ ਭਗਤਾਂ ਦੇ ਜੰਜੂ ਲਾਹ ਰਹੀ ਅੱਲਾ ਦੀ ਫ਼ੌਜ।
ਇੱਕ ਭਗਵਾਨ ਤੋਂ ਭਗਵਾਨ ਮਰਵਾ ਦੇਣਾ ਹੈ ਬੰਦੇ ਦੀ ਮੌਜ।
ਰੱਬ ਨੂੰ ਰਚਣ ਵਾਲਿਆ ਬੰਦਿਆ ਵੇ! ਤੇਰੀ ਅਕਲ ਦਾ ਕੀ ਕਹਿਣਾ।

ਪਰ ਬੰਦੇ ਦੇ ਬਣਾਏ ਭਗਤ ਤੇ ਭਗਵਾਨ ਦੋਹਾਂ ਨੇ ਨਹੀਂ ਰਹਿਣਾ।

ਬਹੁਤ ਡੂੰਘੀ ਰਾਤ ਹੋ ਜਾਵੇ ਤਾਂ ਲੱਗਦਾ ਹੈ ਕਿ ਲਾਗੇ ਹੈ ਸਵੇਰਾ।
ਰੱਬ ਵੀ ਥਕ ਗਿਆ ਹੋਣੈ ਬੰਦੇ ਨੇ ਰੱਬ ਨੂੰ ਭਜਾਇਆ ਹੈ ਬਥੇਰਾ।
ਪਿੱਛਲਖੁਰੀ ਭੱਜਣਾ ਪਿਆ ਰੱਬ ਨੂੰ ਹਜ਼ਾਰਾਂ ਸਾਲ, ਕਈ ਸਦੀਆਂ।
ਰੱਬ ਨੂੰ ਸੂਲੀ ਚਾੜ੍ਹ ਕੇ ਬਖ਼ਸ਼ਾ ਲਈਆਂ ਬੰਦੇ ਨੇ ਸਾਰੀਆਂ ਬਦੀਆਂ।
ਕੋਈ ਭਗਤ ਬਣ ਜਾਵੇ, ਕੋਈ ਰੱਬ ਨੂੰ ਬਣਾਵੇ ਸੁੱਨੜ ਨੇ ਕੀ ਲੈਣਾ।

ਜਦ ਬੰਦੇ ਦੇ ਬਣਾਏ ਭਗਤ ਤੇ ਭਗਵਾਨ ਦੋਹਾਂ ਨੇ ਨਹੀਂ ਰਹਿਣਾ।

◆

ਸੁਪਨਾ

ਸੋਚ ਵੀ ਸੁਪਨਾ, ਤੂੰ ਵੀ ਸੁਪਨਾ, ਸੁਪਨੇ ਵਿੱਚ ਵੀ ਆਇਆ ਸੁਪਨਾ,
ਸੁਪਨ ਲੋਕ ਦੇ ਵਾਸੀ ਸੁਪਨੇ ਲੈਂਦੇ ਆਉਂਦੇ-ਜਾਂਵਦਿਆਂ।

ਸੁਪਨੇ ਦੇ ਵਿੱਚ ਰੱਬ ਬਣਾਇਆ ਆਪਣੇ ਵਰਗਾ ਚਿਹਰਾ ਲਾਇਆ,
ਬ੍ਰਹਮਾ ਨਾਮ ਰੱਖ ਕੇ ਆਪੇ, ਖ਼ੁਦ ਹੀ ਫਿਰਨ ਧਿਆਂਵਦਿਆਂ।

ਰਾਮ ਗਰਭ ਜੂਨ ਵਿੱਚ ਲਿਆ ਕੇ, ਕ੍ਰਿਸ਼ਨ ਕੰਸ ਕੋਲੋਂ ਛੁਡਵਾ ਕੇ,
ਆਪੇ ਪਰਜਾ ਬਣ ਗਿਆ ਸੁਪਨਾ, ਰੱਬ ਤੋਂ ਰਾਜ ਕਰਾਂਵਦਿਆਂ।

ਸੁਪਨੇ ਦਾ ਰੱਬ ਗ਼ਲਤੀਆਂ ਕਰਦਾ, ਮਰਕਟ ਆਣ ਸਹਾਇਤਾ ਕਰਦਾ,
ਧਰਮ ਰਾਜ ਨੇ ਝੂਠ ਬੋਲਿਆ, ਦ੍ਰੋਣਾਚਾਰ ਹਰਾਂਵਦਿਆਂ।

ਸੁਪਨੇ ਵਿੱਚ ਸੁਕਰਾਤ ਬਣਾ ਕੇ, ਰੱਬ ਵਰਗੇ ਕਈ ਕਰਮ ਕਰਾ ਕੇ,
ਸੁਪਨੇ ਨੂੰ ਲੱਜਿਆ ਨਾ ਆਈ ਰੱਬ ਨੂੰ ਜ਼ਹਿਰ ਪਿਲਾਂਵਦਿਆਂ।

ਰੱਬ ਦੇ ਪੁੱਤ ਨੂੰ ਰੱਬ ਬਣਾ ਕੇ, ਰੱਬ ਵਰਗਾ ਸੁਪਨਾ ਦਿਖਲਾ ਕੇ,
ਸੁਪਨੇ ਵਿੱਚ ਸੁਪਨੇ ਨੇ ਤੱਕਿਆ ਰੱਬ ਨੂੰ ਫ਼ਾਹੇ ਲਾਂਵਦਿਆਂ।

ਸੁਪਨੇ ਵਿੱਚ ਇਲਹਾਮ ਕਰਾ ਕੇ, ਧੁਰ ਦਰਗਾਹੋਂ ਹੁਕਮ ਕਰਾ ਕੇ,
ਸੁਪਨੇ ਵਿੱਚ ਇਸਲਾਮੀ ਫਿਰਦੇ ਆਪਣੀ ਈਨ ਮਨਾਂਵਦਿਆਂ।

ਸ਼ਬਦ ਬਿਨਾ ਹਰ ਸੁਪਨਾ ਗੂੰਗਾ, ਹਰ ਕੋਈ ਮੰਦਿਰ ਹਰ ਕੋਈ ਬੁੰਗਾ,
ਸ਼ਬਦਾਂ 'ਚੋਂ ਰੱਬ ਲੱਭ 'ਲਾ ਸੁੱਨੜਾ! ਰਾਹ, ਮੰਜ਼ਿਲ ਗਤਿ ਪਾਂਵਦਿਆਂ।

◆

ਪ੍ਰੇਮ ਦੇ ਪਾਂਧੀ

ਮਰਨ ਤੋਂ ਜੋ ਡਰਨ ਉਹਨਾਂ ਨੂੰ ਹਰਾਉਂਦੀ ਜ਼ਿੰਦਗੀ।
ਪ੍ਰੇਮ ਦੇ ਪਾਂਧੀ ਨੂੰ ਤਾਂ ਮਰਨਾ ਸਿਖਾਉਂਦੀ ਜ਼ਿੰਦਗੀ।

ਮਰਨ ਦੇ ਕਾਰਣ ਤਾਂ ਜੀਸਸ ਨੂੰ ਧਿਆਉਂਦੇ ਧਾਰਮਿਕ,
ਸੁਕਰਾਤ ਨੂੰ ਹੀ ਜ਼ਹਿਰ ਦੇ ਪਿਆਲੇ ਪਿਆਉਂਦੀ ਜ਼ਿੰਦਗੀ।

ਸੀਸ ਕਟਵਾ ਕੇ ਹੀ ਪਾਇਆ ਪਿਆਰ, ਪੰਜਾਂ ਪਿਆਰਿਆਂ,
ਜੋ ਮੌਤ ਨੂੰ ਲਾੜੀ ਕਹੇ, ਉਸਨੂੰ ਧਿਆਉਂਦੀ ਜ਼ਿੰਦਗੀ।

ਜੋ ਕਿਸੇ ਕਾਰਣ ਮਰ ਨਹੀਂ ਸਕਦਾ ਉਹ ਪ੍ਰੇਮੀ ਹੀ ਨਹੀਂ,
ਪਿਆਰ ਪੀਂਘਾਂ ਨੂੰ ਹੀ ਅਸਮਾਨੇ ਚੜ੍ਹਾਉਂਦੀ ਜ਼ਿੰਦਗੀ।

ਤੂੰ ਖ਼ੁਦ ਵੀ ਸਿੱਖ ਲੈ ਸੁੱਨੜਾ! ਸਿੱਖਣ ਬਿਨਾ ਕੀ ਲਿਖੇਂਗਾ,
ਸਤੀਂ ਨਾ ਮਾਸਾ ਵੀ, ਸਤਿਆਂ ਨੂੰ ਸਤਾਉਂਦੀ ਜ਼ਿੰਦਗੀ।

◆

ਸੂਨਯ ਤੋਂ ਬ੍ਰਹਿਮੰਡ ਤਕ

ਬੀਜ ਵਿੱਚੋਂ ਜੰਮਿਆ ਤਣਾ,
ਬਣੀਆਂ ਟਾਹਣੀਆਂ, ਪੱਤੇ ਤੇ ਫੁੱਲ, ਫ਼ਲ ਲੱਗੇ,
ਤੇ ਆਖ਼ਰ ਦੇ ਵਿੱਚ ਫ਼ਲ 'ਚੋਂ ਲੱਭਿਆ ਬੀਜ।

ਸਾਗਰ ਵਿੱਚੋਂ ਭਾਫ਼ ਬਣ ਬੱਦਲ ਬਣੇ,
ਮੀਹ ਵਰ੍ਹੇ, ਬਰਫ਼, ਪਾਣੀ, ਨਦੀਆਂ, ਨਾਲੇ,
ਫਿਰ ਤੋਂ ਸਾਗਰ ਜਾ ਬਣੇ, ਕੁਦਰਤ ਹੈ ਕੀ ਚੀਜ਼।

ਸੂਰਜ ਦੀਆਂ ਕਿਰਨਾਂ, ਸੂਰਜ, ਲਹਿਰਾਂ, ਛੱਲਾਂ, ਬੁਲਬਲੇ, ਸਾਗਰ,
ਪੰਜਾਂ ਤੱਤਾਂ ਜੁੜਨਾ ਚਾਹਿਆ,
ਹਾਏ! ਬਿਖ਼ਰਨ ਦੀ ਰੀਝ।

ਧਰਤ, ਇਹ ਆਕਾਸ਼, ਪਤਾਲ, ਸ੍ਰਿਸ਼ਟੀ ਖੰਡ ਤੇ ਬ੍ਰਹਿਮੰਡ,
ਜਿਸ ਕਿਸੇ ਸ਼ਕਤੀ 'ਚੋਂ ਉਪਜੇ,
ਉਹ ਕੋਈ ਹੈ ਨਹੀਂ ਦੂਜ-ਤੀਜ।

◆

ਬੰਦਾ ਰੱਬ ਨੇ ਸਿਰਜਿਆ

ਸਾਚੇ ਸੱਚ ਦਾ ਸੇਕ ਸਿਰਜਿਆ, ਅਗਨੀ ਕੀਤੀ ਤਿਆਰ।
ਪਵਨ ਨਾ ਉਪਜੇ ਸੇਕ ਬਿਨ, ਮਿਟਦਾ ਨਾ ਅੰਧਿਆਰ।

ਜੇ ਪ੍ਰਕਾਸ਼ ਨਾ ਉਪਜਦਾ, ਰਹਿੰਦਾ ਧੰਦੂਕਾਰ।
ਪਵਨ ਤੋਂ ਪਾਣੀ ਉਪਜਿਆ, ਚਾਰੋਂ ਤਰਫ਼ ਬਹਾਰ।

ਧਰਤੀ ਮਾਂ ਦੇ ਗਰਭ ਵਿੱਚੋਂ, ਪ੍ਰਗਟਿਆ ਸੰਸਾਰ।
ਹਰ ਇਕ ਜੀਅ ਦਾ ਕੁਦਰਤੀ, ਹੋਵੇ ਕੋਈ ਆਕਾਰ।

ਬੰਦਾ ਰੱਬ ਨੇ ਸਿਰਜਿਆ, ਸ੍ਰਿਸਟੀ ਦਾ ਸਰਦਾਰ
ਸੱਚ, ਝੂਠ ਪਰਖ਼ਣ ਲਈ, ਬਖ਼ਸ਼ੀ ਸੋਚ ਵਿਚਾਰ

ਰਚਨਾ ਕਰਨੇ ਵਾਸਤੇ, ਦੇ ਦਿੱਤਾ ਅਧਿਕਾਰ।
ਰੱਬ ਨੂੰ ਸਿਰਜਣ ਵਾਸਤੇ, ਬੰਦਾ ਹੋ ਗਿਆ ਤਿਆਰ।

ਵੱਖ-ਵੱਖ ਰੱਬ ਬਣਾ ਲਏ, ਰੱਬ ਬੰਦੇ ਲਈ ਵਪਾਰ।
ਆਪਣੀ ਇਸ ਕਰਤੂਤ 'ਤੇ ਕੋਈ ਨਹੀਂ ਸ਼ਰਮਸਾਰ।
◆

ਗਿਆਨ

ਪੰਜ ਤੱਤਾਂ ਦਾ ਪੁਤਲਾ ਪੰਜ ਕਰਮ ਤੇ ਪੰਜ ਗਿਆਨ।
ਸਭ ਕੁੱਝ ਬਿਖ਼ਰ ਜਾਏਸੀ, ਜਦ ਨਿੱਕਲ ਜਾਸੀ ਜਾਨ।

ਮੈਂ ਮੁੱਕੀ ਤਾਂ ਮੁੱਕਣਾ ਮੋਹ ਮਮਤਾ ਦਾ ਜਾਲ,
ਤੂੰ-ਤੂੰ ਕਰ 'ਲਾ ਸੁੱਨੜਾ! ਹੋ ਕੇ ਅੰਤਰਧਿਆਨ।
◆

ਸ਼ਬਦ ਸ਼ਰਣ ਵਿੱਚ

ਸ਼ਬਦ ਗੁਰੂ ਸੰਪੂਰਣ ਸਤਿਗੁਰ ਪੂਰਣ ਗੁਰ ਅਵਤਾਰ।
ਸ਼ਬਦ ਸ਼ਰਣ ਵਿੱਚ ਆ ਜਾਵੇ ਤਾਂ ਤਰ ਜਾਵੇ ਸੰਸਾਰ।

ਗੀਤਾ, ਪੁਰਾਣ, ਕੁਰਾਨ ਜਾਂ ਬਾਈਬਲ ਸ਼ਬਦ ਬਿਨਾ ਨਾ ਬਣਦੇ,
ਸ਼ਬਦ ਸਿਆਣ ਲੈਣ ਸਾਰੇ ਤਾਂ ਮਿਟ ਜਾਵੇ ਅੰਧਕਾਰ।
◆

ਭਟਕਣ

ਸਚਿਆਰਾ ਸੱਚ ਲੱਭਦਿਆਂ ਫੋਲ੍ਹੇ ਧਰਤ, ਆਕਾਸ਼ ਬੜੇ,
ਛਾਣ ਮਾਰੀ ਸਭ ਦੁਨੀਆ ਲੇਕਿਨ ਕੁੱਝ ਵੀ ਥਿਆਇਆ ਨਾ।
ਧੂਫ਼-ਬੱਤੀਆਂ ਕਰਕੇ ਥਾਂ-ਥਾਂ ਅਲਖ਼ ਜਗਾਈ ਮੈਂ,
ਲੇਕਿਨ ਆਪਣੇ ਮਨ ਮੰਦਿਰ ਵਿੱਚ ਦੀਵਾ ਕਦੇ ਜਗਾਇਆ ਨਾ।

ਝਾੜੂ ਪੋਚੇ ਲਾਏ ਕਈਆਂ ਧਰਮ ਅਸਥਾਨਾਂ 'ਤੇ,
ਲੇਕਿਨ ਮਨ ਦੀ ਮੈਲ਼ ਮਿਟਾਵਣ ਵਾਲਾ ਧਰਮ ਨਿਭਾਇਆ ਨਾ।
ਦੁਨਿਆਵੀ ਵਸਤਾਂ ਕਬਜ਼ੇ ਵਿੱਚ ਬਹੁਤ ਕੀਤੀਆਂ ਮੈਂ,
ਪਰ ਲੋਭ, ਮੋਹ, ਹੰਕਾਰ 'ਤੇ ਕਬਜ਼ਾ ਕਰਨਾ ਚਾਹਿਆ ਨਾ।

ਲੋਕਾਂ ਨੂੰ ਜੀਵਨ ਦੀਆਂ ਮੱਤਾਂ ਦਿੰਦਾ ਫਿਰਿਆ ਮੈਂ,
ਪਰ ਮੈਨੂੰ ਆਪਣੇ ਆਪ ਉਮਰ ਭਰ ਜੀਣਾ ਆਇਆ ਨਾ।
ਸਚਿਆਰਾ ਸੱਚ ਲੱਭਦਿਆਂ ਫੋਲ੍ਹੇ ਧਰਤ, ਆਕਾਸ਼ ਬੜੇ,
ਛਾਣ ਮਾਰੀ ਸਭ ਦੁਨੀਆ ਲੇਕਿਨ ਕੁੱਝ ਵੀ ਥਿਆਇਆ ਨਾ।

◆

ਆਦਮ ਤੇ ਅਵਤਾਰ

ਕੋਈ ਬੰਦਾ ਨਹੀਂ ਸਤਿਯੁਗੀ ਆਦਮ ਨਾ ਅਵਤਾਰ।
ਸਤਿਯੁਗ ਤਾਂ ਸਤਿਕਾਰ ਹੈ ਜਾਂ ਫਿਰ ਅਪਰ ਅਪਾਰ।

ਤ੍ਰੇਤੇ ਯੁੱਗ ਵਿੱਚ ਪ੍ਰਗਟਿਆ ਸ੍ਰਿਸ਼ਟੀ ਵਿੱਚ ਨਿਰੰਕਾਰ।
ਰੱਬ ਬਣ ਕੇ ਰੱਬ ਵਿਚਰਿਆ ਸੱਚੋ-ਸੱਚ ਸਚਿਆਰ।

ਦੁਆਪਰ ਵਿੱਚ ਦੁਬਿਧਾ ਬਣੀ ਨਿਪਟੇ ਕ੍ਰਿਸ਼ਨ ਮੁਰਾਰ।
ਧਰਮ ਦਾ ਝੰਡਾ ਝੁੱਲਿਆ ਤੇ ਬਦੀ ਦੀ ਹੋਈ ਹਾਰ।

ਕਲਯੁਗ ਦੇ ਵਿੱਚ ਝੂਠ ਦਾ ਪਸਰ ਗਿਆ ਪਾਸਾਰ।
ਸਤਿਗੁਰ ਨਾਨਕ ਸ਼ਬਦ ਨਾਲ ਕਰਿਆ ਪਾਰ ਉਤਾਰ।

ਸ਼ਬਦ ਬਿਨਾ ਸੋਝੀ ਨਹੀਂ ਨਾ ਅੰਦਰ ਨਾ ਬਾਹਰ।
ਪੂਰਣ ਸੱਚ ਇੱਕ ਸ਼ਬਦ ਹੈ ਸ਼ਬਦ ਦੇ ਲੜ ਲੱਗ ਯਾਰ!
◆

ਇਸ਼ਟ

ਹਾਲੇ ਤਾਂ ਪੱਲਾ ਹੀ ਫੜਿਆ ਤੇਰੇ ਵਿੱਚ ਸਮਾਉਣਾ ਹੈ।
ਦੁਨੀਆ ਤੋਂ ਵੈਰਾਗ ਧਾਰ ਕੇ ਤੈਨੂੰ ਇਸ਼ਟ ਬਣਾਉਣਾ ਹੈ।

ਇੱਕੋ ਰੀਝ ਬਚੀ ਹੈ ਤੈਨੂੰ ਜੀਵਨ ਵਿੱਚ ਅਪਣਾਉਣਾ ਹੈ।
ਬਾਕੀ ਬਚਦੇ ਸਾਹਾਂ ਨਾ' ਬਸ! ਤੇਰਾ ਨਾਮ ਧਿਆਉਣਾ ਹੈ।

ਵਸਲ ਘੜੀ ਨੂੰ ਜੀਅ ਕਰਦਾ ਹੈ ਹੁਣ ਤਾਂ ਚਿੱਤ ਪ੍ਰਚਾਉਣਾ ਹੈ।
ਮਨ ਮੰਦਰ ਨੂੰ ਲਿੱਪ-ਪੋਚ ਕੇ ਤੈਨੂੰ ਵਿੱਚ ਸਜਾਉਣਾ ਹੈ।

ਤੇਰਾ ਆਂਚਲ ਛੱਡ ਕੇ ਦੱਸ ਫਿਰ ਸਾਡੇ ਹੱਥ ਕੀ ਆਉਣਾ ਹੈ।
ਰੁੱਸਿਆ ਵੀ ਹੋਵੇਂ ਭਾਵੇਂ ਇੱਕ ਵਾਰ ਜਰੂਰ ਮਨਾਉਣਾ ਹੈ।

◆

ਸ਼ਬਦ ਸ਼ਕਤੀ

ਸ਼ਬਦ ਬਣ ਬੰਦਿਆ! ਨਹੀਂ ਤਾਂ ਬੇਅਰਥ ਮਰ ਜਾਏਂਗਾ।
ਕੁੱਝ ਨਹੀਂ ਬਣਨਾ ਅਗਰ ਤੂੰ ਸ਼ਬਦ ਨਾ ਬਣ ਪਾਏਂਗਾ।

ਛਿਣਭੰਗਰੀਆਂ ਬੋਲੀਆਂ ਹਰ ਸ਼ੈ ਹੈ ਥ਼ੋੜਚਿਰੀ,
ਸ਼ਬਦਾਂ ਬਾਝੋਂ ਦੱਸ ਭਲਾ! ਕਿਸ ਨਾਂ ਨਾਲ ਜਾਣਿਆਂ ਜਾਏਂਗਾ।

ਸ਼ਬਦ ਸ਼ਕਤੀ ਕਰਕੇ ਹੀ ਸਭ ਸ਼ਕਤੀਆਂ ਬਣੀਆਂ,
ਸ਼ਬਦ ਨਾ ਹੋਵੇ ਤਾਂ ਫਿਰ ਇਨਸਾਨ ਕਿੰਝ ਕਹਿਲਾਏਂਗਾ।

ਸ਼ਬਦ ਦੱਸੇ ਪਾਪ-ਪੁੰਨ ਤੇ ਸ਼ਬਦਾਂ ਵਿੱਚ ਇਨਸਾਨੀਅਤ,
ਪਸ਼ੂ-ਪੰਛੀ ਵੀ ਤੂੰ ਸ਼ਬਦਾਂ ਨਾਲ ਹੀ ਕਹਿ ਪਾਏਂਗਾ।

ਸ਼ਬਦ ਦੇ ਲੜ ਲੱਗ ਕੇ ਸਿੱਖ 'ਲਾ ਸ਼ਬਦ ਨੂੰ ਵਰਤਣਾ,
ਸ਼ਬਦ ਜਾਮਾ ਪਾ ਲਿਆ ਤਾਂ ਅਮਰ ਪਦਵੀ ਪਾਏਂਗਾ।
◆

ਟੁੱਟੀ ਗੰਢ ਸਤਿਗੁਰ ਦੇ ਨਾਲ

ਇੱਕ ਪਿਤਾ ਦੇ ਕਈ ਬੱਚੇ ਹੋ ਸਕਦੇ ਨੇ,
ਪਰ ਇੱਕ ਬੱਚੇ ਦੇ ਕਈ ਬਾਪ ਨਹੀਂ ਹੋ ਸਕਦੇ।
ਇੱਕ ਗਰਭ 'ਚੋਂ ਕਈ ਬੱਚੇ ਜੰਮ ਸਕਦੇ ਨੇ,
ਪਰ ਇੱਕ ਜੀਵ ਨੂੰ ਕਈ ਗਰਭ ਨਹੀਂ ਢੋਅ ਸਕਦੇ।

ਇੱਕ ਵਿਸ਼ਵਾਸ਼ ਨਿਰੰਤਰ ਜਿਸ ਦੇ ਅੰਦਰ ਹੈ,
ਉਸ ਨੂੰ ਮਾੜੇ ਮੋਟੇ ਕਦੇ ਨਾ ਮੋਹ ਸਕਦੇ।
ਦਸ਼ਮ ਪਿਤਾ ਨੇ ਤਾਂ ਇੱਕ ਦੇ ਲੜ ਲਾਇਆ ਸੀ,
ਇੱਕ ਤੋਂ ਵੱਧ ਗ੍ਰੰਥ, ਗੁਰੂ ਨਹੀਂ ਹੋ ਸਕਦੇ।

ਪਾਕ ਪਵਿੱਤਰ ਕਈ ਗ੍ਰੰਥ ਹਾਜ਼ਰ, ਲੇਕਿਨ
ਗੁਰੂ ਬਰਾਬਰ ਰਲ ਕੇ ਨਹੀਂ ਖਲੋ ਸਕਦੇ।
ਰੋਜ਼ ਬੇਦਾਅਵੇ ਲਿਖਦੀ ਫਿਰਦੀ ਹੈ ਦੁਨੀਆ,
ਏਨੇ ਪਾਪ ਤਾਂ ਕਦੇ ਨਹੀਂ ਧੋ ਹੋ ਸਕਦੇ।

ਇੱਕ ਦੇ ਲੜ ਲੱਗਣ ਦਾ ਕੀ ਨੁਕਸਾਨ ਭਲਾ!
ਇੱਕ ਧਾਗੇ ਬਿਨ ਮਾਲ਼ਾ ਨਹੀਂ ਪਰੋ ਸਕਦੇ।
ਪਾੜ ਬੇਦਾਅਵੇ ਟੁੱਟੀ ਗੰਢ ਸਕਦੈ ਸਤਿਗੁਰ,
ਪਤਾ ਨਹੀਂ ਅਸੀ ਇੱਕ ਦੇ ਕਿਉਂ ਨਹੀਂ ਹੋ ਸਕਦੇ।

◆

ਜਹਾਨ

ਉੱਤਮ ਰਚਨਾ ਰੱਬ ਦੀ ਧਰਤੀ 'ਤੇ ਇਨਸਾਨ।
ਬੰਦੇ ਨੇ 'ਗਾਂਹ ਸਿਰਜਤਾ ਆਪਣਾ ਇੱਕ ਜਹਾਨ।

ਰੱਬ ਵਾਂਗੂ ਰਚਨਾ ਕਰੇ ਖੋਜੇ ਧਰਤ, ਆਕਾਸ਼,
ਰੱਬ ਬਣ-ਬਣ ਵੀ ਬੈਠਦਾ ਬੰਦਾ ਬੜਾ ਸ਼ੈਤਾਨ।

ਸਿਰਜਣਹਾਰ ਨੂੰ ਸਾਜਦਾ ਮਨ ਮਰਜ਼ੀ ਦੇ ਨਾਲ,
ਖੁਦ ਬੰਦਾ ਬਾਹਰਮੁਖੀ ਆਪੇ ਅੰਤਰਧਿਆਨ ।

ਕਿੰਨੀਆ ਦਾਤਾਂ ਬਖ਼ਸ਼ੀਆਂ! ਦਾਤੇ ਬਖ਼ਸ਼ਣਹਾਰ,
ਪਰ ਸਭ ਕੁੱਝ ਲੈ ਕੇ ਵੀ ਦੁਖੀ ਬੰਦਾ ਬੇਈਮਾਨ।

ਚਿਹਰਾ ਆਪਣਾ ਸੋਧਦਾ ਨਕਲੀ ਲਾਉਂਦਾ ਰੰਗ,
ਅਸਲੀ ਰੰਗ ਮਜੀਠ ਦਾ ਵੀ ਹੈ ਪੂਰਣ ਗਿਆਨ।

ਸੁੱਨੜ ਤੇ ਸੋਚੀਂ ਪਿਆ ਬੇਵਸ ਤੇ ਮਜਬੂਰ,
ਸਮਝ ਨਾ ਲੱਗੇ ਬੰਦੇ ਦਾ ਝੂਠ-ਤੂਫ਼ਾਨ।
◆

ਸੱਚ ਹੈ ਆਦਿ ਜੁਗਾਦਿ

ਉਸ ਸੱਚ ਦਾ ਕੀ ਖੋਜਣਾ ਜੋ ਸੱਚ ਹੈ ਆਦਿ ਜੁਗਾਦਿ,
ਭੁੱਲ ਨਹੀਂ ਸਕਦਾ ਕਦੇ ਜੋ ਉਸਨੂੰ ਕੀ ਕਰਨਾ ਯਾਦ।

ਖੋਜੀ ਖੋਜਾਂ ਖੋਜਦੇ, ਖੋਜਣ ਧਰਤ, ਆਕਾਸ਼,
ਉਸ ਤੱਕ ਕਿਸੇ ਨਾ ਪਹੁੰਚਣਾ ਸਭ ਵਕਤ ਕਰਨ ਬਰਬਾਦ।

ਮੂੰਹ ਭਨਾ ਕੇ ਪਰਤਣਾ ਹਰ ਮਛਲੀ ਦੀ ਜਾਤ,
ਪੱਥਰ ਦਾ ਕੀ ਚੱਟਣਾ ਕੀ ਆਉਣਾ ਉਸਦਾ ਸਵਾਦ।

ਜਿੰਨਾ ਸਰਪੱਟ ਭੱਜਦੇ ਓਨਾ ਜਾਵਣ ਦੂਰ,
ਉਸ ਤੱਕ ਕਿੱਤਰਾਂ ਪਹੁੰਚਣਾ ਜਿਸਦਾ ਅੰਤ ਨਾ ਆਦਿ।

ਭੁੱਲ-ਭੁੱਲਾਈਆ ਜ਼ਿੰਦਗੀ ਸਭ ਦੀ ਇਹ ਔਕਾਤ,
ਨਾ ਕਿਸੇ ਪਹਿਲਾਂ ਲੱਭਣਾ, ਨਾ ਲੱਭਣਾ ਕਿਸੇ ਬਾਅਦ।
◆

ਸ਼ਬਦਾਂ ਦੀ ਪਰਵਾਜ਼

ਸ਼ਬਦ ਦਾ ਨਾ ਜਨਮ ਨਾ ਕੋਈ ਮੌਤ ਹੈ, ਪਰ ਜਦੋਂ ਮੈਂ ਸਮਝਿਆ ਤਾਂ ਬੋਲਿਆ।
ਸ਼ਬਦ ਵਰਤਣ ਦੀ ਜਦੋਂ ਮੈਂ ਜੁਗਤ ਸਿੱਖੀ, ਸ਼ਬਦਾਂ ਰਾਹੀਂ ਫੇਰ ਮੈਂ ਦਿਲ ਖੋਲ੍ਹਿਆ।

ਬਿਖ਼ਰੀ ਹੋਈ ਜ਼ਿੰਦਗੀ, ਮਾਲਾ ਬਣੀ ਸ਼ਾਹਰਗ ਵਿੱਚ ਸ਼ਬਦਾਂ ਨੂੰ ਜਦੋਂ ਪਰੋ ਲਿਆ।
ਬਣ ਗਿਆ ਸਾਂ ਮੈਂ ਬੁਝਾਰਤ ਓਸ ਦਿਨ, ਜਦੋਂ ਵੀ ਮੈਂ ਕੋਈ ਸ਼ਬਦ ਲੁਕੋ ਲਿਆ।

ਸ਼ਬਦਾਂ ਨੇ ਹੀ ਓਸ ਦਿਨ ਕੀਤਾ ਜ਼ਲੀਲ, ਬੋਲਿਆ ਮੈਂ ਸ਼ਬਦ ਜਦ ਅਣਤੋਲਿਆ।
ਸ਼ਬਦਾਂ ਦੀ ਪਰਵਾਜ਼ ਦੇ ਹੀ ਆਸਰੇ ਧਰਤੀਆਂ ਤੇ ਅੰਬਰਾਂ ਨੂੰ ਛੋਹ ਲਿਆ।

ਸ਼ਬਦ ਸ਼ਕਤੀ ਨਾਲ ਹੀ ਤਾਂ ਬੰਦਿਆ! ਦੁਨੀਆ ਦੇ ਹਰ ਜੀਵ ਨੂੰ ਤੂੰ ਮੋਹ ਲਿਆ।।

◆

ਪ੍ਰੇਮ ਸਮੁੰਦਰ

ਪ੍ਰੇਮ ਸਮੁੰਦਰ ਵਿੱਚ ਜੋ ਵੜਿਆ ਵਾਪਿਸ ਕਦੇ ਨਾ ਆਇਆ।
ਖੁਰ ਗਿਆ ਲੂਣ ਦਾ ਪੁਤਲਾ ਲੇਕਿਨ ਕੁੱਝ ਨਾ ਉਸਨੂੰ ਥਿਆਇਆ।

ਪ੍ਰੇਮ ਸ਼ੁਰੂ ਹੋ ਜਾਂਦਾ ਪਰ ਅੱਜ ਤੱਕ ਨਾ ਕਿਸੇ ਮੁਕਾਇਆ।
ਭਗਤੀ ਦੀ ਕੋਈ ਕਥਾ ਨਾ ਹੁੰਦੀ, ਭਗਤਾਂ ਨੇ ਸਮਝਾਇਆ।

ਗਿਆਨ ਦੇ ਕਚਰੇ ਨੇ ਅੱਜ ਤੱਕ ਨਾ ਕੋਈ ਅਗਿਆਨ ਮਿਟਾਇਆ।
ਜੋ ਸੱਚ-ਮੁੱਚ ਦਿਲ ਵਿੱਚ ਬੈਠਾ ਉਹ ਕਦੇ ਨਾ ਗਿਆ ਭੁਲਾਇਆ।

ਸੱਚੀਂ ਤੇਰੇ ਦਰ 'ਤੇ ਨੱਚ ਕੇ ਮਜ਼ਾ ਬਹੁਤ ਹੀ ਆਇਆ।
ਹਾਰੀ-ਸਾਰੀ ਨੂੰ ਜੋ ਮਿਲ ਜਾਏ ਉਹ ਕਾਹਦਾ ਸਰਮਾਇਆ।

ਮੁਕਤ ਅਜੇ ਤਕ ਕੋਈ ਨਾ ਹੋਇਆ ਹਰ ਇੱਕ ਨੇ ਹੀ ਚਾਹਿਆ।।

◆

ਧਾਰਮਿਕਤਾ

ਤਹਿ ਦਿਲੋਂ ਤੇਰੇ ਕੋਲ ਮੈਂ ਇਜ਼ਹਾਰ ਕਰਦਾ ਹਾਂ।
ਕਿ ਧਾਰਮਿਕ ਦੁਨੀਆ ਦਾ ਮੈਂ ਸਤਿਕਾਰ ਕਰਦਾ ਹਾਂ।

ਮੈ ਪੜ੍ਹਿਆ, ਸੁਣਿਆ, ਮੰਨਿਆ ਜਦ ਵੀ ਧਰਮ ਨੂੰ।
ਸੱਚੀਂ ਚੰਗਾ ਲੱਗਿਆ, ਕਰਦਿਆਂ ਇਸ ਕਰਮ ਨੂੰ।

ਪਰ ਠੇਕੇਦਾਰੀ ਧਰਮ ਦੀ ਮੈ ਕਰ ਨਹੀਂ ਸਕਦਾ।
ਆਪਣੀ ਜ਼ਮੀਰੋਂ ਕਦੇ ਵੀ ਮੈ ਮਰ ਨਹੀਂ ਸਕਦਾ।

ਕਿਉਂਕਿ ਭੁੱਖ ਵੀ ਲੱਗਦੀ ਹੈ ਮੈਨੂੰ ਪਿਆਸ ਵੀ।
ਤੇ ਨਾਲੇ ਦਿਲ ਨੇ ਛੱਡੀ ਨਹੀਂ ਅਜੇ ਤੱਕ ਆਸ ਵੀ।

ਤੋਤੇ ਦੀ ਅੱਖ ਵਾਂਗ ਅੱਖ ਵਿੱਚ ਆਸ ਹੈ ਹਾਲੇ।
ਕਦੇ ਤਾਂ ਕੋਈ ਮਿਲੇਗਾ ਵਿਸ਼ਵਾਸ ਹੈ ਹਾਲੇ।

◆

ਚਿੱਤ ਚੇਤੇਨਾ
ਚੇਤ ਚੜ੍ਹੇਗਾ

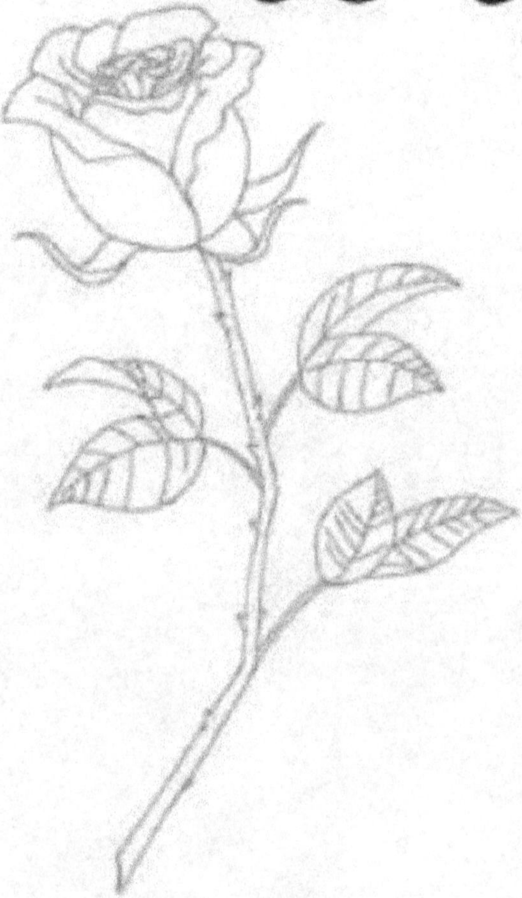

ਚਾਨਣਵੰਤ

ਜਿਸਨੂੰ ਲੱਭਦੇ-ਲੱਭਦੇ ਦੁਨੀਆਂ ਤਰਸ ਗਈ,
ਉਹ ਤਾਂ ਸੁਣਿਆਂ ਚਾਨਣਵੰਤ ਸਵੇਰਾ ਹੈ।

ਮੇਰੀ ਉਮਰ ਹਨ੍ਹੇਰੇ ਦੇ ਵਿੱਚ ਬੀਤ ਗਈ,
ਸਭ ਤੋਂ ਲਾਗੇ ਰਿਸ਼ਤੇਦਾਰ ਹਨ੍ਹੇਰਾ ਹੈ।

ਘੁੱਪ ਹਨ੍ਹੇਰਾ ਮੇਰੀ ਸਾਰੀ ਜ਼ਿੰਦਗੀ ਹੈ,
ਘੁੱਪ ਹਨ੍ਹੇਰਾ ਮੇਰਾ ਚਾਰ ਚੁਫ਼ੇਰਾ ਹੈ।

ਆਪਣਾ ਹੈ ਇਹ ਆਪਾਂ ਇਸ ਵਿੱਚ ਜੀਂਦੇ ਹਾਂ,
ਫ਼ਰਕ ਨਹੀਂ ਕੁੱਝ ਤੇਰਾ ਹੈ ਜਾਂ ਮੇਰਾ ਹੈ।

ਇੱਕ ਸੱਚੇ ਵਿੱਚ ਸਾਰੀ ਉਮਰ ਬਿਤਾ ਚੱਲੇ,
ਦੇਖੋ! ਸਾਡਾ ਕਿੰਨਾ ਵੱਡਾ ਜੇਰਾ ਹੈ,

ਏਨੇ ਨਹੀਂ ਬੇਸਮਝ ਕਿ ਸਾਨੂੰ ਸਮਝ ਨਹੀਂ,
ਦੁਨੀਆ ਵਿੱਚ ਕਿਸ ਕੰਮ ਲਈ ਸਾਡਾ ਫੇਰਾ ਹੈ।

ਆਪਣੀ ਕਿਸਮਤ ਆਪ ਬਣਾ ਕੇ ਬੈਠੇ ਹਾਂ,
ਕੀ ਜਾਣੀਏਂ! ਕਿੱਥੇ ਕੀ ਨਿਬੇੜਾ ਹੈ।

ਗੱਲ ਕਰੀਏ ਤਾਂ ਲੋਕੀਂ ਸਾਨੂੰ ਸੁਣਦੇ ਨੇ,
ਇਸਦਾ ਮਤਲਬ ਸਾਨੂੰ ਇਲਮ ਬਥੇਰਾ ਹੈ।

ਭਰਮ ਦਾ ਅੱਲਣ ਪਾ ਕੇ ਭਾਜੀ ਪੱਕਦੀ ਹੈ,
ਖੁਸ਼ਫ਼ਹਿਮੀ ਦਾ ਸਾਡੇ ਘਰੇਂ ਲਵੇਰਾ ਹੈ।

ਸ਼ੌਕ ਨਾਲ ਸਭ ਰਲ-ਮਿਲ ਕੇ ਛੱਕ ਲੈਂਦੇ ਹਾਂ,
ਨਾ ਕੋਈ ਸਾਡਾ ਝਗੜਾ ਹੈ ਨਾ ਝੇੜਾ ਹੈ।

ਪਰਖ਼ ਲੈਣ ਦੀ ਲੋੜ ਨਹੀਂ ਲੱਗਦੀ ਹੁਣ ਤਾਂ,

ਖੁਸ਼ਬੋ ਤੇ ਬਦਬੋ ਦਾ ਅੰਤਰ ਕਿਹੜਾ ਹੈ।

ਜਾਹ ਵੀਰਾ! ਤੂੰ ਕਿੱਦਾਂ ਸਾਨੂੰ ਲੱਭੇਂਗਾ,
ਭੁੱਲ ਭੁਲਾਈਆਂ ਦੇ ਵਿੱਚ ਸਾਡਾ ਡੇਰਾ ਹੈ।

ਜਿਸਨੂੰ ਲੱਭਦੇ-ਲੱਭਦੇ ਦੁਨੀਆ ਤਰਸ ਗਈ,
ਉਹ ਤਾਂ ਸੁਣਿਆਂ ਚਾਨਣਵੰਤ ਸਵੇਰਾ ਹੈ।
    ◆

ਚੇਤ

ਚਿੱਤ ਚੇਤੇ ਨਾ ਚੇਤ ਚੜ੍ਹੇਗਾ,
ਮੈਂ ਦਾ ਜਨਮ ਹੋਏਗਾ ਇੱਕ ਦਿਨ।
ਦੁਨੀਆ ਦੇ ਦਰਸ਼ਨ ਕਰਦੇ ਹੀ,
ਧਾਹਾਂ ਮਾਰ ਰੋਏਗਾ ਇੱਕ ਦਿਨ।

ਤੂੰ ਦੇ ਵਿੱਚੋਂ ਜਦ ਮੈਂ ਜਨਮੀਂ,
ਦਾਈ ਨੇਂ ਜਦ ਨਾੜੂਆ ਕੱਟਿਆ।
ਟੁੱਟਦਿਆਂ ਸਾਰ ਹੀ ਖ਼ਬਰ ਹੋ ਗਈ,
ਮੈਂ ਦਾ ਮਾਸ ਮੋਏਗਾ ਇੱਕ ਦਿਨ।

ਤੇਰੇ ਤੋਂ ਮੇਰੇ ਬਣਦੇ ਹੀ,
ਹੱਥ ਪੈਰ੍ਹਾਂ ਦਾ ਫ਼ਿਕਰ ਪੈ ਗਿਆ।
ਸੀਰਤ 'ਚੋਂ ਜਦ ਸੂਰਤ ਦਿੱਸੀ,
ਸੌਦੇ ਦੇ ਵਿੱਚ ਘਾਟਾ ਪੈ ਗਿਆ।
ਸ਼ਸ਼ੋਪੰਜ ਵਿੱਚ ਪੈ ਗਈ ਜਿੰਦੜੀ,
ਮੇਰਾ ਕੀ ਹੈ, ਤੇਰਾ ਕੀ ਹੈ।
ਚਮਕ-ਦਮਕ ਦੇਖੀ ਦੁਨੀਆ ਦੀ,
ਬਸ! ਦੁਨੀਆ ਦਾ ਬਣ ਕੇ ਰਹਿ ਗਿਆ।

ਬੜੀ ਮਧੁਰ ਆਵਾਜ਼ ਸੀ ਆਈ,
ਕੋਇਲ ਨੇਂ ਜਦ ਕੂ-ਕੂ ਕੀਤੀ।
ਜਦ ਕੋਇਲ ਨੂੰ ਗਹੁ ਨਾਲ ਤੱਕਿਆ,
ਪੁੱਛੋ ਨਾ ਮਨ 'ਤੇ ਕੀ ਬੀਤੀ।
ਬਿਰਹਾ ਜਾਰੀ, ਹੌਕੇ ਲੈਂਦੀ,
ਅੱਗ ਅਸੀਂ ਬਸੰਤਰ ਸਮਝੇ।
ਆਪਣੀਂ ਅਕਲ ਨੂੰ ਮੁਰਸ਼ਦ ਮੰਨ ਲਿਆ,
ਮੁਰਸ਼ਦ ਦੇ ਵੱਲ ਕੰਡ ਹੈ ਕੀਤੀ।

◆

ਕਨਸੋ

ਮੈਨੂੰ ਮੇਰੇ ਆਪਣੇ ਮਨ 'ਚੋਂ ਬੋ ਆਉਂਦੀ ਹੈ
ਪਤਾ ਨਹੀਂ ਕੀ ਗ਼ਲਤ ਚੀਜ਼ ਮਨ ਵਿੱਚ ਬੈਠੀ ਹੈ
ਪਤਾ ਨਹੀਂ ਕਿਉਂ ਗ਼ਲਤ ਜਿਹੀ ਕਨਸੋ ਆਉਂਦੀ ਹੈ।

ਜਾਂ ਤਾਂ ਮੇਰਾ ਮਨ ਮਰ ਮੁੱਕ ਕੇ ਮੁਸ਼ਕ ਗਿਆ ਹੈ
ਜਾਂ ਕੋਈ ਮ੍ਰਿਤਕ ਮਤ ਦੀ ਇਸਨੂੰ ਛੋਹ ਆਉਂਦੀ ਹੈ
ਦੁਨੀਆ ਦੇ ਦੇਖਣ ਨੂੰ ਮੇਰੀ ਦਿੱਖ ਬੜੀ ਹੈ
ਕੱਪੜਿਆਂ 'ਚੋਂ ਅਤਰਾਂ ਦੀ ਖੁਸ਼ਬੋ ਆਉਂਦੀ ਹੈ।

ਪਰ ਮੈਨੂੰ ਮੇਰੇ ਆਪਣੇ ਮਨ 'ਚੋਂ ਬੋ ਆਉਂਦੀ ਹੈ।

◆

ਲਟਬਾਉਰਾ

ਸੁੱਨੜ ਇੱਕ ਲਟਬਾਉਰਾ ਫ਼ੱਕਰ,
ਸੱਚੀਂ-ਮੁੱਚੀਂ ਬੜਾ ਮਲੰਗ ਹੈ।
ਉਸਦਾ ਆਪਣੀ ਗੱਲ ਕਰਨ ਦਾ,
ਦੁਨੀਆ ਨਾਲੋਂ ਵੱਖਰਾ ਢੰਗ ਹੈ।

ਆਪਣੀ ਗੱਲ ਜਾਂ ਹੋਰ ਕਿਸੇ ਦੀ,
ਕਹਿਣ ਲੱਗਾ ਉਹ ਬੜਾ ਨਿਸੰਗ ਹੈ।
ਰੰਗ-ਰੰਗੀਲੀ ਦੁਨੀਆ ਦੇ ਵਿੱਚ,
ਸੁੱਨੜ ਦਾ ਵੱਖਰਾ ਹੀ ਰੰਗ ਹੈ।

◆

ਮੋਹ ਮਇਆ

ਮੌਜ-ਮੌਜ 'ਤੇ ਮੌਜਾਂ ਕਰਦਾ ਸੱਤ ਸਮੁੰਦਰ ਤਰਦਾ ਫਿਰਿਆ।
ਬੜੀ ਚਲਾਕੀ ਨਾਲ ਨਿਕਲਿਆ ਘੁੰਮਣ-ਘੇਰਾਂ ਵਿੱਚ ਜਦ ਘਿਰਿਆ।
ਤਾਰੂ ਬੜਾ ਵਿਲੱਖਣ ਸਾਂ ਮੈਂ ਤਰਨਾ ਖੱਬੇ ਹੱਥ ਦੀ ਕਿਰਿਆ।
ਸਿੱਪੀਆਂ ਘੋਗੇ 'ਕੱਠੇ ਕਰਦਾ ਚਹੁੰ-ਕੂੰਟਾਂ ਵਿੱਚ ਨੱਠਦਾ ਫਿਰਿਆ।

ਥੋੜਾ ਜਿਹਾ ਥਕੇਵਾਂ ਹੋਇਆ, ਰੱਜ ਕੇ ਖਾ ਤੇ ਪੀ ਨਹੀਂ ਹੁੰਦਾ।
ਬਹੁਤਾ ਖਾ ਕੇ ਤਰ ਨਹੀਂ ਹੁੰਦਾ, ਭੁੱਖਿਆਂ ਰਹਿ ਕੇ ਜੀਅ ਨਹੀਂ ਹੁੰਦਾ।
ਕੁੱਝ-ਕੁੱਝ ਖ਼ਬਰ ਜਿਹੀ ਹੁੰਦੀ ਹੈ, ਕੀ ਹੁੰਦਾ ਤੇ ਕੀ ਨਹੀਂ ਹੁੰਦਾ।
ਆਪਣੀ ਪਹੁੰਚ ਨਜ਼ਰ ਆਈ ਹੈ, ਸਰਲ ਸਾਫ਼ ਕੰਮ ਵੀ ਨਹੀਂ ਹੁੰਦਾ।

ਪਤਾ ਨਹੀਂ ਮੰਜ਼ਿਲ ਕਿਹੜੀ ਸੀ, ਕਿਹੜਾ ਭਵ ਜਲ ਤਰਨਾ ਚਾਹਿਆ।
ਪਤਾ ਨਹੀਂ ਮੈਂ ਕੀ ਕੁੱਝ ਖੋਇਆ, ਪਤਾ ਨਹੀਂ ਮੈਂ ਕੀ ਕੁੱਝ ਪਾਇਆ।
ਪਤਾ ਨਹੀਂ ਲੱਭਦਾ ਮੈਂ ਕੀ ਸਾਂ, ਕਿਸ ਕੰਮ ਨੂੰ ਮੈਂ ਇਸ਼ਟ ਬਣਾਇਆ।
ਮਨ ਮੂਰਖ ਦੇ ਪਿੱਛੇ ਲੱਗ ਕੇ ਮੋਹ ਮਾਇਆ ਦਾ ਜਾਲ ਵਿਛਾਇਆ।
◆

ਨਸ਼ੱਈ

ਮੈਂ ਦਾਰੂ ਪੀਣੀ ਛੱਡ ਦਿੱਤੀ, ਨਸ਼ਿਆਂ ਤੋਂ ਜਾਨ ਛਡਾਂਵਦਿਆਂ
ਵਧੀਆ ਗੱਲਾਂ ਕਰਦਾ ਹਾਂ ਚਿਹਰੇ ਦਾ ਅਸਲ ਲੁਕਾਂਵਦਿਆਂ
ਨਸ਼ਾ ਰਹਿਤ ਮੇਰਾ ਜੀਵਨ ਇਹ ਉੱਚੀ-ਉੱਚੀ ਗਾਂਵਦਿਆਂ
ਭਰਮ ਹੋ ਗਿਆ ਮੈਨੂੰ ਹੀ, ਦੁਨੀਆ ਦਾ ਭਰਮ ਮਿਟਾਂਵਦਿਆਂ
ਪੋਸਤ, ਭੰਗ, ਅਫ਼ੀਮ, ਨਸ਼ਾ ਦਾਰੂ 'ਤੇ ਤੋਹਮਤ ਲਾਂਵਦਿਆਂ
ਵਸਤਾਂ ਦੀ ਬਦਖੋਹੀ ਕਰਕੇ, ਆਪਣਾ ਮਨ ਪਰਚਾਂਵਦਿਆਂ।

ਸੌਂਹ ਦੇ ਅਰਥ ਨਹੀਂ ਆਉਂਦੇ ਪਰ ਫਿਰ ਵੀ ਸੌਂਹਾਂ ਖਾਂਵਦਿਆਂ।
ਮੈਂ ਦਾਰੂ ਪੀਣੀ ਛੱਡ ਦਿੱਤੀ, ਨਸ਼ਿਆਂ ਤੋਂ ਜਾਨ ਛਡਾਂਵਦਿਆਂ......।

ਇਸ ਗੱਲ ਦਾ ਹੈ ਨਸ਼ਾ ਬੜਾ ਮੈਨੂੰ ਕਿ ਹੱਥ ਨਸ਼ੇ ਨੂੰ ਨਹੀਂ ਲਾਉਂਦਾ
ਨਸ਼ੱਈ ਹੋਇਆ ਹੀ ਤਾਂ ਮੈਂ ਬਸ! ਏਸੇ ਦੇ ਹਾਂ ਗੁਣ ਗਾਉਂਦਾ
ਕੋਲੋਂ ਕੀਮਤ ਦੇ ਕੇ ਵੀ ਮੈਂ ਏਸ ਕਲਾ ਦਾ ਮੁੱਲ ਪਾਉਂਦਾ
ਸੱਥਾਂ ਦਾ ਪ੍ਰਧਾਨ ਬਣਨ ਨੂੰ, ਰਾਤ ਦਿਨੇ ਰਹਿੰਦਾ ਚਾਹੁੰਦਾ
ਖੁਸ਼ਬੂਦਾਰ ਕਹੇ ਕੋਈ, ਮੈਂ ਅਤਰ ਫਲੇਲ ਫਿਰਾਂ ਲਾਉਂਦਾ
ਇਸ ਗੱਲ ਦਾ ਹੈ ਨਸ਼ਾ ਬੜਾ ਕਿ ਸਭ ਕੁੱਝ ਮੇਰੇ ਮਨ ਭਾਉਂਦਾ।

ਡਿੱਗ ਨਾ ਜਾਵਾਂ ਮਗਰ ਕਿਤੇ ਗੁੱਡੀ ਅਸਮਾਨ ਚੜ੍ਹਾਂਵਦਿਆਂ।
ਮੈਂ ਦਾਰੂ ਪੀਣੀ ਛੱਡ ਦਿੱਤੀ ਨਸ਼ਿਆਂ ਤੋਂ ਜਾਨ ਛਡਾਂਵਦਿਆਂ।

ਉਹ ਦਿਨ ਹਾਲੇ ਨਹੀਂ ਭੁੱਲਿਆ, ਜਦ ਡੌਲੇ ਫ਼ਰਕਣ ਲੱਗੇ ਸੀ
ਆਪਣੀ ਹੀ ਦੁਨੀਆਂ ਦੇ ਵਿੱਚੋਂ, ਦੁਸ਼ਮਣ ਰੜਕਣ ਲੱਗੇ ਸੀ
ਭਰ ਜੋਬਨ ਦਾ ਨਸ਼ਾ ਸੀ ਹੋਇਆ, ਤੁਰਦੇ ਮੜਕਣ ਲੱਗੇ ਸੀ
ਕਈ ਰੀਝਾਂ, ਕਈ ਸੁਪਨੇ ਮੇਰੇ ਦਿਲ ਵਿੱਚ ਧੜਕਣ ਲੱਗੇ ਸੀ
ਧਨ-ਦੌਲਤ ਦਾ ਨਸ਼ਾ ਸੀ ਹੋਇਆ, ਡਾਲਰ ਬੜਕਣ ਲੱਗੇ ਸੀ
ਕਾਮਯਾਬੀਆਂ ਦੇ ਨਸ਼ਿਆਂ ਵਿੱਚ ਖੂੰਡੇ ਖੜਕਣ ਲੱਗੇ ਸੀ।

ਧਨ, ਜੋਬਨ, ਤਾਕਤ ਦੀ ਮਸਤੀ ਸਾਰੀ ਉਮਰ ਹੰਢਾਂਵਦਿਆਂ।
ਮੈਂ ਦਾਰੂ ਪੀਣੀ ਛੱਡ ਦਿੱਤੀ, ਨਸ਼ਿਆਂ ਤੋਂ ਜਾਨ ਛਡਾਂਵਦਿਆਂ
ਵਧੀਆ ਗੱਲਾਂ ਕਰਦਾ ਹਾਂ ਚਿਹਰੇ ਦਾ ਅਸਲ ਲੁਕਾਂਵਦਿਆਂ।

♦

117

ਪੱਕਾ ਰਿਸ਼ਤਾ

ਹਰ ਬੰਦੇ ਦਾ ਦੁਨੀਆ ਦੇ ਨਾਲ ਰਿਸ਼ਤਾ ਹੈ,
ਹਰ ਰਿਸ਼ਤੇ ਦਾ ਨਾਮਕਰਣ ਨਹੀਂ ਹੋ ਸਕਦਾ।
ਮਹਿਕਾਂ ਦੇ ਵਣਜਾਰੇ ਨੇ ਲੋਕੀਂ ਭਾਵੇਂ,
ਹਰ ਫੁੱਲ ਲੇਕਿਨ ਹਰ ਦਿਲ ਨੂੰ ਨਹੀਂ ਮੋਹ ਸਕਦਾ।

ਸਾਰੇ ਦੁੱਖ-ਸੁੱਖ ਦੁਨੀਆ ਦੇ ਵਿੱਚੋਂ ਉਪਜੇ,
ਹਰ ਥਾਂ ਲੇਕਿਨ ਰੋਣੇ ਕੋਈ ਨਹੀਂ ਰੋ ਸਕਦਾ।
ਆਪਣੀ ਦੁਨੀਆ ਦੇ ਕਈ ਐਸੇ ਵੀ ਰੰਗ ਨੇ,
ਹਰ ਰੰਗ ਦੇ ਵਿੱਚ ਹਰ ਇੱਕ ਨਹੀਂ ਸਮੋ ਸਕਦਾ।

ਸਾਰੀ ਵਾਹ ਲਾ ਕੇ ਭਾਵੇਂ ਕੋਈ ਵੇਖ ਲਵੇ,
ਸਾਰੇ ਧੋਣੇ ਕਦੇ ਨਾ ਕੋਈ ਧੋ ਸਕਦਾ।
ਸੱਚੇ-ਝੂਠੇ ਮੋਤੀ, ਮਣਕੇ ਇਹ ਦੁਨੀਆ,
ਇੱਕ ਧਾਗੇ ਵਿੱਚ ਕੋਈ ਨਾ ਕਦੇ ਪਰੋ ਸਕਦਾ।

ਹਰ ਦਿਲ ਦੇ ਵਿੱਚ ਰੀਝਾਂ ਆਪੋ-ਆਪਣੀਆਂ,
ਕਿਸੇ ਦੇ ਦਿਲ ਨੂੰ ਕੋਈ ਵੀ ਨਹੀਂ ਟੋਹ ਸਕਦਾ।
ਸੋਚਾਂ ਦੇ ਅੰਬਰੀਂ ਮੈਂ ਉੱਡ ਕੇ ਵੇਖ ਲਿਆ,
ਦੁਨੀਆ ਦੀਆਂ ਉਚਾਈਆਂ ਮੈਂ ਨਹੀਂ ਛੋਹ ਸਕਦਾ।

ਮੈਂ ਤਾਂ ਬਸ! ਆਪਣੀ ਸਹੁੰ ਖਾ ਕੇ ਕਹਿ ਸਕਦਾ,
ਪੱਕਾ ਰਿਸ਼ਤਾ ਤਾਂ ਆਪਣੇ ਨਾਲ ਹੋ ਸਕਦਾ।
ਹਰ ਬੰਦੇ ਦਾ ਦੁਨੀਆ ਦੇ ਨਾਲ ਰਿਸ਼ਤਾ ਹੈ,
ਹਰ ਰਿਸ਼ਤੇ ਦਾ ਨਾਮਕਰਣ ਨਹੀਂ ਹੋ ਸਕਦਾ।

◆

ਪਾਤਰ

ਤੂੰ ਵੀ ਪਾਤਰ ਮੈਂ ਵੀ ਪਾਤਰ, ਕਿਉਂ ਨਾ ਗਲ਼ ਲੱਗ ਜਾਈਏ।
ਰਾਤ ਹਨ੍ਹੇਰੀ, ਲੰਬਾ ਪੈਂਡਾ, ਰਲ ਮਿਲ ਵਾਟ ਮੁਕਾਈਏ।
ਅਦਾਕਾਰ ਤੂੰ ਵੀ ਤੇ ਮੈਂ ਵੀ, ਰੰਗ-ਮੰਚ ਤੇ ਰਲ ਕੇ ਆਈਏ।
ਇੱਕ-ਦੂਜੇ ਦੀ ਤਾਕਤ ਬਣ ਕੇ ਤਾਕਤਵਰ ਹੋ ਜਾਈਏ।

ਤੂੰ ਵੀ ਪਾਤਰ ਮੈਂ ਵੀ ਪਾਤਰ, ਕਿਉਂ ਨਾ ਗਲ਼ ਲੱਗ ਜਾਈਏ....।

ਦੋਵੇਂ ਅਸੀਂ ਸ਼ਿਕਾਰ ਬਣ ਗਏ, ਦੋਵੇਂ ਅਸੀਂ ਸ਼ਿਕਾਰੀ।
ਅਕਲਮੰਦ ਦੋਵੇਂ ਆਪਾਂ, ਕੀ ਕਾਰਣ ਬਣੇ ਅਨਾੜੀ।
ਲੋਕਾਂ ਨੂੰ ਮੱਤਾਂ ਦੇਈਏ ਪਰ ਸਾਡੀ ਮੱਤ ਕਿਉਂ ਮਾਰੀ।
ਸੋਚ ਸਮਝ ਕੇ ਤੁਰੀਏ! ਰਲ-ਮਿਲ ਕੇ ਕੋਈ ਗੱਲ ਬਣਾਈਏ।

ਤੂੰ ਵੀ ਪਾਤਰ ਮੈਂ ਵੀ ਪਾਤਰ, ਕਿਉਂ ਨਾ ਗਲ਼ ਲੱਗ ਜਾਈਏ....।

ਕੁੱਝ ਮੈਂ ਤੇਰੇ ਕੋਲੋਂ ਸਿੱਖਾਂ, ਕੁੱਝ ਤੈਨੂੰ ਸਮਝਾਵਾਂ।
ਮੱਛੀ ਅਤੇ ਮਛੇਰੇ ਦੀ ਪਰ ਕਿੱਦਾਂ ਸੁਲਾਹ ਕਰਾਵਾਂ।
ਤੇਰੇ ਅੰਦਰ ਵਿਚਲਾ ਮੰਦਰ, ਮੈਂ ਕਿੱਦਾਂ ਬਣ ਜਾਵਾਂ।
ਜਿਸ ਦੇ ਹੱਥੋਂ ਮੇਰੀ ਮੁਕਤੀ ਉਸਨੂੰ ਕਿਵੇਂ ਧਿਆਵਾਂ।
ਸਾਂਝਾ ਰਾਹ ਜੇ ਲੱਭ ਜਾਵੇ ਤਾਂ ਝੇੜਾ ਅੱਜ ਮੁਕਾਈਏ।

ਤੂੰ ਵੀ ਪਾਤਰ ਮੈਂ ਵੀ ਪਾਤਰ, ਕਿਉਂ ਨਾ ਗਲ਼ ਲੱਗ ਜਾਈਏ....।

ਪਾਤਰ ਚਿਤਰਣ ਕਰਨ ਲਈ ਮੈਂ ਕਵਿਤਾ ਰੋਜ਼ ਬਣਾਵਾਂ।
ਆਪਣਾ ਆਪ ਮੈਂ ਭੁੱਲ ਜਾਵਾਂ ਤੇ ਦੁਨੀਆ ਨੂੰ ਅਜ਼ਮਾਵਾਂ।
ਥੱਕ-ਹਾਰ ਕੇ ਅੱਜ ਤੈਨੂੰ ਹੁਣ ਆਪਣੀ ਗੱਲ ਸੁਣਾਵਾਂ।
ਦਿਲ ਕਰਦਾ ਹੈ ਜੇ ਤੂੰ ਮੰਨੇ, ਤੇਰੇ ਗਲ਼ ਲੱਗ ਜਾਵਾਂ।
ਤੂੰ ਵੀ ਹੰਢਿਆ ਮੈਂ ਵੀ ਘੱਟ ਨਹੀਂ, ਆ! ਅੱਜ ਗੱਲ ਮੁਕਾਈਏ।

ਤੂੰ ਵੀ ਪਾਤਰ ਮੈਂ ਵੀ ਪਾਤਰ, ਕਿਉਂ ਨਾ ਗਲ਼ ਲੱਗ ਜਾਈਏ....।
◆

ਪੁਤਲੀਆਂ ਦਾ ਤਮਾਸ਼ਾ.....

ਪੁਤਲੀਆਂ ਦਾ ਤਮਾਸ਼ਾ ਸੀ ਹੁੰਦਾ ਰਿਹਾ।
ਕੋਈ ਨੱਚਦਾ ਤੇ ਕੋਈ ਨਚਾਉਂਦਾ ਰਿਹਾ।

ਆਪਣੀ ਆਪਣੀ ਤਰਜ਼ ਸਾਰੇ ਕੱਢਦੇ ਰਹੇ,
ਕੋਈ ਹੱਸਦਾ ਰਿਹਾ ਕੋਈ ਰੋਂਦਾ ਰਿਹਾ।

ਹਰ ਕੋਈ ਆਪਣਾ ਰੋਲ ਕਰਦਾ ਰਿਹਾ,
ਕੋਈ ਜਾਂਦਾ ਰਿਹਾ, ਕੋਈ ਆਉਂਦਾ ਰਿਹਾ।

ਜਿਸ ਤਰ੍ਹਾਂ ਵੀ ਵਿਧਾਤਾ ਨੇ ਕਿਸਮਤ ਲਿਖੀ,
ਬੰਦਾ ਰੱਬ ਦੀ ਰਜ਼ਾ ਨੂੰ ਨਿਭਾਉਂਦਾ ਰਿਹਾ।

ਸਭ ਪਤਾ ਹੈ ਕਿ ਹਿੱਸਾ ਤਾਂ ਲਿਖਿਆ ਪਿਆ,
ਫਿਰ ਵੀ ਵਧ ਚੜ੍ਹ ਸਕੀਮਾਂ ਬਣਾਉਂਦਾ ਰਿਹਾ।

ਤੁਰਨਾ ਧਰਤੀ 'ਤੇ ਪੈਣਾ ਹੈ ਇਨਸਾਨ ਨੂੰ,
ਫੇਰ ਵੀ ਅਸਮਾਨ ਨੂੰ ਹੱਥ ਪਾਉਂਦਾ ਰਿਹਾ।

ਅੰਬ ਲਾਉਂਣੇ ਕਿਸੇ ਨੇ ਤੇ ਖਾਣੇ ਕਿਸੇ,
ਫਿਰ ਵੀ ਬੂਟੇ 'ਤੇ ਬੂਟਾ ਲਗਾਉਂਦਾ ਰਿਹਾ।

'ਕੱਲੇ ਆਏ ਤੇ 'ਕੱਲੇ ਚਲੇ ਜਾਣਾ ਹੈ,
ਬੰਦਾ ਪਰਿਵਾਰ ਫਿਰ ਵੀ ਵਧਾਉਂਦਾ ਰਿਹਾ।

ਬੇਸਮਝ ਹੈ ਜੇ ਸੁੱਨੜ ਤਾਂ ਮੈਂ ਕੀ ਕਰਾਂ,
ਉਸਨੂੰ ਹਰ ਰੋਜ਼ ਰਸਤਾ ਦਿਖਾਉਂਦਾ ਰਿਹਾ।

ਭੱਜਿਆ ਜਾਂਦਾ ਧੜੱਮ ਕਰਕੇ ਡਿੱਗ ਪਿਆ,
ਰੁਕ ਜਾ! ਰੁਕ ਜਾ!! ਮੈਂ 'ਵਾਜ਼ਾਂ ਲਗਾਉਂਦਾ ਰਿਹਾ।

◆

ਰਾਮ ਤੇ ਰਾਵਣ

ਰਾਮ ਤੇ ਰਾਵਣ ਦੀਆਂ ਸੀ ਰਾਸ਼ੀਆਂ ਤਾਂ ਰਲਦੀਆਂ,
ਪਰ ਕ੍ਰਿਸ਼ਨ ਦਾ ਤੇ ਕੰਸ ਦਾ ਕਿਰਦਾਰ ਆਪਣਾ-ਆਪਣਾ।
ਪੋਤੇ ਨੱਤੇ ਇੱਕ ਹੀ ਬਾਬੇ ਦੇ ਭਾਵੇਂ ਹਾਂ ਅਸੀਂ,
ਪਰ 'ਕੱਲੇ-'ਕੱਲੇ ਸਖ਼ਸ਼ ਦਾ ਸਤਿਕਾਰ ਆਪਣਾ-ਆਪਣਾ।

ਕਿਸਮ ਤਾਂ ਇੱਕੋ ਅਸੀਂ ਇਹ ਜਿਸਮ ਵੀ ਇੱਕੋ ਜਿਹਾ,
ਪਰ ਹਰ ਕਿਸੇ ਦਾ ਫੇਰ ਵੀ ਵਿਵਹਾਰ ਆਪਣਾ-ਆਪਣਾ।
ਦਿਲ ਦੀ ਬਣਤਰ ਇੱਕ ਹੈ, ਧੜਕਣ ਵੀ ਹੈ ਇੱਕੋ ਜਿਹੀ,
ਪਰ ਵੱਖਰੇ-ਵੱਖਰੇ ਦਿਲਾਂ ਵਿੱਚ ਪਿਆਰ ਆਪਣਾ-ਆਪਣਾ।

ਸ਼ਬਦ ਵੀ ਇੱਕੋ ਜਿਹੇ ਬੋਲੀ ਵੀ ਸਾਡੀ ਇੱਕ ਹੈ,
ਪਰ ਹਰ ਕਿਸੇ ਦੀ ਜੀਭ 'ਤੇ ਇਜ਼ਹਾਰ ਆਪਣਾ-ਆਪਣਾ।
ਕੋਈ ਫੁੱਲ ਕਿਹੜੇ ਬਗ਼ੀਚੇ, ਕਿਸ ਤਰਾਂ ਖਿੜਿਆ ਕਦੇ,
ਗੁਲ ਵੀ ਆਪੋ-ਆਪਣੇ ਗੁਲਜ਼ਾਰ ਆਪਣਾ-ਆਪਣਾ।

ਰਾਮ ਤੇ ਰਾਵਣ ਦੀਆਂ ਸੀ ਰਾਸ਼ੀਆਂ ਤਾਂ ਰਲਦੀਆਂ,
ਪਰ ਕ੍ਰਿਸ਼ਨ ਦਾ ਤੇ ਕੰਸ ਦਾ ਕਿਰਦਾਰ ਆਪਣਾ-ਆਪਣਾ।
◆

ਸਮਾਂ

ਸਮਾਂ ਤਾਂ ਬਿਲਕੁੱਲ ਨਵਾਂ ਨਰੋਆ, ਕੋਈ ਨਾ ਰੂਪ ਵਟਾਇਆ।
ਲੰਘਦੇ-ਲੰਘਦੇ ਲੰਘ ਜਾਣਾ ਮੈਂ ਅੱਧੋਂ ਵੱਧ ਲੰਘਾਇਆ।
ਸਮਾਂ ਬੀਤਿਆ ਫਿਰ ਨਾ ਆਉਣਾ, ਭਰਮ ਜਿਹਾ ਕਿਨ ਪਾਇਆ।
ਮੈਨੂੰ ਲੱਗਦਾ ਸਮੇਂ ਨੇ ਮੈਨੂੰ, ਰੱਜ-ਰੱਜ ਰੋਜ਼ ਹੰਢਾਇਆ।

ਸਮਾਂ ਤਾਂ ਬਿਲਕੁੱਲ ਨਵਾਂ ਨਰੋਆ, ਕੋਈ ਨਾ ਰੂਪ ਵਟਾਇਆ।

ਨਿੱਕੇ-ਨਿੱਕੇ ਸੀ ਅੰਗ ਮੇਰੇ, ਫਿਰ ਜੋਬਨ ਰੁੱਤ ਆਈ।
ਕਿੰਨਾ ਬਦਲ ਗਿਆ ਇਹ ਚੇਹਰਾ, ਬਦਲ ਗਈ ਪਰਛਾਈ।
ਹੌਲੀ-ਹੌਲੀ ਅੱਜ ਹੁਣ ਚਿੱਟੇ ਧੌਲਿਆਂ ਦੀ ਰੁੱਤ ਆਈ।
ਬੀਤ ਜਾਊਂਗਾ ਪਹਿਲਾਂ ਵਾਂਗੂੰ, ਕੋਈ ਰੋਕ ਨਾ ਪਾਇਆ।

ਸਮਾਂ ਤਾਂ ਬਿਲਕੁੱਲ ਨਵਾਂ ਨਰੋਆ, ਕੋਈ ਨਾ ਰੂਪ ਵਟਾਇਆ।

ਇੱਕ ਦਿਨ ਮੇਰੀਆਂ ਸਾਰੀਆਂ ਗਰਜ਼ਾਂ ਮਾਂ ਮੇਰੀ ਨੇ ਪੂਰੀਆਂ।
ਜਦ ਹੀ ਰੀਝਾਂ ਜੰਮੀਆਂ, ਜੰਮਦਿਆਂ ਸਾਰ ਬੜਾ ਹੀ ਝੂਰੀਆਂ।
ਪੱਤਝੜ ਰੁੱਤ ਜਦ ਨਜ਼ਰ ਪਈ, ਤਾਂ ਮੈਂ ਖ਼ੁਦ ਰੀਝਾਂ ਘੂਰੀਆਂ।
ਟੁੱਟ ਜਾਣਾ ਹੈ ਇੱਕ ਦਿਨ, ਪੰਜਾਂ ਤੱਤਾਂ ਨੇ ਜਦ ਟੁੱਟਣਾ ਚਾਹਿਆ।

ਸਮਾਂ ਤਾਂ ਬਿਲਕੁੱਲ ਨਵਾਂ ਨਰੋਆ, ਕੋਈ ਨਾ ਰੂਪ ਵਟਾਇਆ।

ਸੀਮਾਬੱਧ ਸੀਮਾ ਸਰ ਹੁੰਦੀਆਂ, ਸਮਾਂ ਅਸੀਮ ਕਿਸੇ ਨਾ ਗਾਹਿਆ।
ਜਨਮ ਲੈਣ ਵਾਲੇ ਮਰਦੇ ਨੇ, ਸਮੇਂ ਨੇ ਕਿਹੜਾ ਗਰਭ ਹੰਢਾਇਆ।
ਅਰਬਾਂ-ਖਰਬਾਂ ਜਿਸਮਾਂ ਨੂੰ, ਸਮੇਂ-ਸਮੇਂ ਸਿਰ ਸਮੇਂ ਨੇਂ ਢਾਇਆ।
ਸਮੇਂ ਦੀਆਂ ਸੂਈਆਂ ਨੂੰ ਆਪਾਂ, ਆਪਣੇ ਲਈ ਬਣਾਇਆ।

ਸਮਾਂ ਤਾਂ ਬਿਲਕੁੱਲ ਨਵਾਂ ਨਰੋਆ, ਕੋਈ ਨਾ ਰੂਪ ਵਟਾਇਆ।
ਲੰਘਦੇ-ਲੰਘਦੇ ਲੰਘ ਜਾਣਾ ਮੈਂ ਅੱਧੋਂ ਵੱਧ ਲੰਘਾਇਆ।

◆

ਸਾਥੀ

ਦੁਨੀਆ ਦੇ ਸਾਥੀ ਬਣ-ਬਣ ਕੇ ਵੇਖ ਲਿਆ,
ਹੁਣ ਤਾਂ ਯਾਰੋ! ਆਪਣਾ ਸਾਥ ਨਿਭਾਵਾਂਗੇ।
ਲੋਕਾਂ ਨੂੰ ਪਰਚਾ-ਪਰਚਾ ਕੇ ਕੀ ਮਿਲਿਆ,
ਹੁਣ ਤਾਂ ਯਾਰੋ! ਆਪਣਾ ਮਨ ਪਰਚਾਵਾਂਗੇ।

ਘੁੱਟੀਆਂ ਰੱਖੀਆਂ ਰੀਝਾਂ ਸਾਰੀ ਉਮਰ ਅਸੀਂ,
ਰੀਝਾਂ ਦੇ ਨਾਲ ਖੁੱਲ੍ਹ ਕੇ ਕਿੱਕਲੀ ਪਾਵਾਂਗੇ।
ਲੋਕਾਂ ਦੇ ਗੀਤਾਂ ਨੂੰ ਗਾ-ਗਾ ਥੱਕ ਗਏ,
ਹੁਣ ਆਪਣੇ ਗੀਤਾਂ ਨੂੰ ਰੱਜ-ਰੱਜ ਗਾਵਾਂਗੇ।

ਹੋਰਾਂ ਦੇ ਦਿਲ ਖੁਸ਼ ਕਰ-ਕਰ ਕੇ ਹਾਰ ਗਏ,
ਆਪਣੀਆਂ ਖੁਸ਼ੀਆਂ ਦੀ ਈਦ ਮਨਾਵਾਂਗੇ।
ਰੱਬ ਵਾਂਗੂ ਲੋਕਾਂ ਦੀ ਪੂਜਾ ਕਰ ਵੇਖੀ,
ਆਪਣਾ ਰਾਂਝਾ ਰਾਜ਼ੀ ਕਰਨਾ ਚਾਹਵਾਂਗੇ।

ਝੁਕ-ਝੁਕ ਸਜਦਾ ਕਰਨਾ ਰਾਸ ਨਹੀਂ ਆਇਆ।
ਆਪਣੇ ਮਨ ਮਿੱਤਰ ਨੂੰ ਪੀਰ ਬਣਾਵਾਂਗੇ।
ਦੁਨੀਆ ਦੇ ਸਾਥੀ ਬਣ-ਬਣ ਕੇ ਵੇਖ ਲਿਆ,
ਹੁਣ ਤਾਂ ਯਾਰੋ! ਆਪਣਾ ਸਾਥ ਨਿਭਾਵਾਂਗੇ।

◆

ਸ਼ਿਸ਼ੂਪਾਲ

ਰਾਜੇ ਦੇ ਘਰ ਪੈਦਾ ਹੋਇਆ, ਮਾਂ ਮੇਰੀ ਪਟਰਾਣੀ।
ਨੌਕਰ ਚਾਕਰ ਨੱਠੇ ਫਿਰਦੇ, ਗੋਲੀਆਂ ਦੀ ਇੱਕ ਢਾਣੀ

ਰਾਣੇਂ, ਰਾਜੇ 'ਕੱਠੇ ਹੋ ਕੇ ਆਏ ਦੇਣ ਵਧਾਈਆਂ।
ਮਹਾਂਰਾਣੀਆਂ 'ਕੱਠੀਆਂ ਹੋਈਆਂ ਸੁਲਤਾਨਾਂ ਦੀਆਂ ਜਾਈਆਂ।

ਜੰਮਦਿਆਂ ਸਾਰ ਜਿਸਮ ਮੇਰੇ ਦਾ ਕੋਝਾਪਣ ਦਿਸ ਆਇਆ।
ਮਾਲਕ ਦੀ ਮਰਜ਼ੀ ਜੋ ਮੈਨੂੰ ਬਦਸੂਰਤ ਬਣਵਾਇਆ।

ਮਾਂ ਰੋ-ਰੋ ਕੇ ਕਮਲੀ ਹੋਈ, ਇਹ ਕੀ ਭਾਣਾ ਹੋਇਆ।
ਪੁੱਤ ਜੰਮਣ 'ਤੇ ਰਾਜੇ ਦਾ ਘਰ ਬਣਿਆ ਇੱਕ ਨੜੋਆ।

ਤੇਰੀ ਲੀਲ੍ਹਾ ਕ੍ਰਿਸ਼ਨ ਮੁਰਾਰੀ ਖ਼ੁਦ ਆ ਕੇ ਹੱਥ ਲਾਇਆ।
ਪਲ ਛਿਣ ਵਿੱਚ ਹੀ ਜਿਸਮ ਮੇਰੇ ਦਾ ਸਾਰਾ ਕੋਝ ਮਿਟਾਇਆ।

ਰਾਜੇ ਦਾ ਪੁੱਤ ਸ਼ਿਸ਼ੂਪਾਲ ਵੀ ਇੱਕ ਦਿਨ ਰਾਜਾ ਬਣਿਆ।
ਰਾਜ ਭਾਗ ਤੇ ਧਨ ਦੌਲਤ ਦਾ ਬਹੁਤ ਹੀ ਤਾਣਾ ਤਣਿਆ।

ਐਸੀ ਤਾਜ, ਤਖ਼ਤ ਦੀ ਤਾਕਤ ਰੱਬ ਵੀ ਭੁੱਲਦਾ ਜਾਵੇ।
ਬਸ! ਓਹ ਹੀ ਕੰਮ ਚੰਗਾ ਲੱਗੇ, ਜਿਹੜਾ ਮਨ ਨੂੰ ਭਾਵੇ।

ਧਰਮ ਰਾਜ ਨੇ ਆਪਣੇ ਹੱਥੀਂ ਅਦਭੁੱਤ ਮਹਿਲ ਬਣਾਇਆ।
ਸ਼ਿਸ਼ੂਪਾਲ ਰਾਜਾ ਵੀ, ਬਾਕੀ ਰਾਜਿਆਂ ਦੇ ਸੰਗ ਆਇਆ।

ਬੋਲੀ ਜਾਵਾਂ ਜੋ ਮੂੰਹ ਆਵੇ ਭੁੱਲ ਗਿਆ ਭਗਵਾਨ।
ਫਿਰ ਕੀ ਹੋਇਆ ਜੇ ਰੱਬ ਰਾਜਾ, ਮੈਂ ਵੀ ਤਾਂ ਸੁਲਤਾਨ।

ਅੰਤ ਦੇ ਨਾਲ ਵੈਰ ਖ਼ੁਦਾ ਦਾ ਮੈਨੂੰ ਯਾਦ ਨਾ ਆਇਆ।
ਆਪਣੀਂ ਕਰਤੂਤੀਂ ਮੈਂ ਆਪਣਾ ਰੱਬ ਤੋਂ ਕਤਲ ਕਰਾਇਆ।

ਆਪ ਉਪਾਇਆ ਆਪ ਮਿਟਾਇਆ ਮੈਂ ਇਹ ਭੇਦ ਨਾ ਜਾਣਾ।
ਤੇਰੀ ਮੇਹਰ ਹੋਵੇ ਤਾਂ ਹੀ ਤਾਂ ਮੰਨਾਂ ਤੇਰਾ ਭਾਣਾ।

◆

ਧੰਨਵਾਦ

ਧੰਨਵਾਦ ਬਾਪੂ ਤੇ ਮਾਂ ਦਾ,
ਧੀ ਜੰਮੀ ਤੇ ਦੋਹਾਂ ਨੇ ਹੀ,
ਮੱਥੇ ਵੱਟ ਨਾ ਪਾਇਆ।
ਪਰਵਰਦਗਾਰ ਅਪਾਰ ਦੀ ਕਿਰਪਾ,
ਭੈਣ ਨਾਲ ਖੇਡਣ ਦੀ ਖਾਤਰ,
ਵੀਰਾ ਮਾਂ ਨੇ ਜਾਇਆ।

ਧੀ-ਭੈਣ ਬਣ ਕੇ ਤੂੰ ਦੱਸਿਆ,
ਆਪਣੇ ਪਿਉ- ਦਾਦੇ ਦੀ ਪੱਗ ਨੂੰ
ਦਾਗ਼ ਰਤਾ ਨਾ ਲਾਇਆ।
ਧਰਮੀ ਬਾਪੂ ਧਰਮ ਕਮਾਇਆ,
ਤੂੰ ਵੀ ਆਪਣਾ ਫਰਜ਼ ਨਿਭਾਇਆ,
ਧੀ ਦਾ ਦਰਜਾ ਪਾਇਆ।

ਭੈਣ-ਭਾਈ ਰੱਖੜੀ ਦਾ ਰਿਸ਼ਤਾ,
ਵੀਰ ਸਲਾਮਤ ਦੇਖਣ ਲਈ ਤੂੰ,
ਹਰ ਇੱਕ ਪੀਰ ਮਨਾਇਆ।
ਫਿਰ ਇਕ ਦਿਨ ਐਸਾ ਆਇਆ,
ਮਾਂ-ਪਿਓ ਤੇਰੇ ਵਰ ਲੱਭਿਆ,
ਤੈਨੂੰ ਆਪਣਿਆਂ ਪਰਣਾਇਆ।

ਪਰਮੇਸ਼ਰ ਮੰਨਿਆ ਤੂੰ ਉਸਨੂੰ,
ਪਰਮ ਪੁਰਖ਼ ਲੱਗਿਆ ਉਹ ਤੈਨੂੰ,
ਤੂੰ ਦੀਨ ਇਮਾਨ ਲੁਟਾਇਆ।
ਤੇਰੀ ਕੁੱਖ ਹਰੀ ਹੋਈ,
ਸੁਣੀ ਗਈ ਤੇਰੀ ਅਰਜ਼ੋਈ,
ਤੂੰ ਪੁੱਤਰ ਝੋਲੀ ਪਾਇਆ।

ਧੀ, ਭੈਣ, ਮਾਂ ਬਣਕੇ,
ਹਰ ਰੁੱਤ ਹਰ ਰੰਗ ਤੂੰ
ਅੜੀਏ! ਕਿੱਦਾਂ ਤੋੜ ਨਿਭਾਇਆ।
◆

125

ਚਾਅ

ਜਦ ਵੀ ਸਾਡੀ ਰੀਝ ਮਰੀ, 'ਕੱਲੇ ਬਹਿ ਕੇ ਰੋਏ,
ਕਾਹਦਾ ਐਸਾ ਜੀਵਨ ਜੇਕਰ ਸਾਰੇ ਚਾਅ ਅੱਧਮੋਏ।

ਮਰ ਮੁੱਕੇ ਚਾਅ ਸਾਰੇ, ਸਾਡੀਆਂ ਰੀਝਾਂ ਵੀ ਮਰ ਗਈਆਂ,
ਜਿਉਂਦੇ ਰਹੇ ਅਸਾਂ ਤੋਂ ਪਰ ਪ੍ਰਾਣ ਨਹੀਂ ਛੱਡ ਹੋਏ।

ਕਿਸਮਤ ਲਿਖਣ ਵਾਲਿਆ ਦੱਸ! ਸਾਥੋਂ ਕੀ ਗ਼ਲਤੀ ਹੋਈ
ਨੈਣ੍ਹ ਬਖ਼ਸ਼ ਕੇ ਸਾਨੂੰ ਫਿਰ ਕਿਉਂ ਹੰਝੂਆਂ ਵਿੱਚ ਡਬੋਏ।

ਭਰ ਜੋਬਨ ਦਾ ਭਰਮ ਜਿਹਾ, ਐਵੇਂ ਸਾਨੂੰ ਕਰਵਾਇਆ,
ਭਖਦੇ ਅੰਗ ਭਲਾ! ਕਾਹਤੋਂ ਅਸੀਂ ਬੁੱਕਲ ਵਿੱਚ ਲਕੋਏ।

ਜੋ-ਜੋ ਕਾਰਜ ਕੀਤਾ ਇੱਕ ਅਪਰਾਧ ਜਿਹਾ ਕਿਉਂ ਲੱਗਿਆ,
ਅਕਸਰ ਇੰਝ ਕਿਉਂ ਲੱਗਿਆ ਸਾਥੋਂ ਪਾਪ ਨਹੀਂ ਧੋ ਹੋਏ।

ਜੇ ਜੀਵਨ ਦਿੱਤਾ ਸੀ ਇੱਕ ਦੋ ਚਾਅ ਵੀ ਜੇ ਦੇ ਦੇਂਦਾ,
ਜੀਵਨ ਦੀ ਅਰਥੀ ਦੇ ਸਾਥੋਂ ਅਰਥ ਨਹੀਂ ਕਰ ਹੋਏ।
◆

ਮਹਿਕਾਂ ਦਾ ਵਣਜਾਰਾ ਭੰਵਰਾ

ਮਹਿਕਾਂ ਦਾ ਵਣਜਾਰਾ ਭੰਵਰਾ।
ਪਰ ਭੰਵਰੇ ਤੋਂ ਮਹਿਕ ਨਾ ਆਵੇ।

ਹਰ ਇੱਕ ਫੁੱਲ ਨੂੰ ਸੁੰਘਣਾ ਚਾਹਵੇ
ਹਰ ਸੋਹਣਾ ਰੰਗ ਦਿਲ ਨੂੰ ਭਾਵੇ
ਕੋਮਲਤਾ ਦੇ ਨਿੱਤ ਗੁਣ ਗਾਵੇ।

ਮਹਿਕਾਂ ਦਾ ਵਣਜਾਰਾ ਭੰਵਰਾ।
ਪਰ ਭੰਵਰੇ ਤੋਂ ਮਹਿਕ ਨਾ ਆਵੇ।

ਸਭ ਦੁਨੀਆਂ ਭੰਵਰੇ ਨੂੰ ਜਾਣੇ
ਸੱਥ ਵਿੱਚ ਗੱਲਾਂ ਕਰਨ ਸਿਆਣੇ
ਹਰ ਫੁੱਲ ਦੀ ਉਹ ਮਹਿਕ ਪਛਾਣੇ
ਬਾਗਾਂ ਦੇ ਵਿੱਚ ਗਾਉਂਦਾ ਗਾਣੇ।

ਭੰਵਰੇ ਤੋਂ ਹਰ ਕੋਈ ਡਰਦਾ
ਕਿੱਧਰੇ ਨੱਕ 'ਤੇ ਨਾ ਲੜ ਜਾਵੇ।

ਮਹਿਕਾਂ ਦਾ ਵਣਜਾਰਾ ਭੰਵਰਾ।
ਪਰ ਭੰਵਰੇ ਤੋਂ ਮਹਿਕ ਨਾ ਆਵੇ।

ਫੁੱਲ ਭੰਵਰੇ ਦੇ ਮਨ ਦੇ ਮੀਤ
ਮਹਿਕ ਨਾਲ ਭੰਵਰੇ ਦੀ ਪ੍ਰੀਤ

ਗਰਮੀਂ ਹੈ ਜਾਂ ਸਰਦੀ ਸੀਤ
ਫੁੱਲ ਸੁੰਘਣੇ ਭੰਵਰੇ ਦੀ ਰੀਤ।

ਸੁੰਦਰਤਾ ਦੇ ਸੰਗ ਨਿੱਤ ਰਹਿੰਦਾ
ਪਰ ਖ਼ੁਦ ਸੁੰਦਰ ਨਾ ਬਣ ਪਾਵੇ।

ਮਹਿਕਾਂ ਦਾ ਵਣਜਾਰਾ ਭੰਵਰਾ।
ਪਰ ਭੰਵਰੇ ਤੋਂ ਮਹਿਕ ਨਾ ਆਵੇ।

ਮੇਰਾ ਮਨ ਕਾਬੂ ਨਾ ਆਉਂਦਾ
ਮਹਿਕਾਂ 'ਤੇ ਮਨ ਮੋਹਣਾ ਚਾਹੁੰਦਾ।

ਸੁੰਦਰਤਾ ਦੇ ਮਹਿਲ ਬਣਾਉਂਦਾ
ਕੋਮਲਤਾ ਦੇ ਨਾ' ਚਿੱਤ ਲਾਉਂਦਾ।

ਸੁੰਦਰ ਸੋਚ ਨਹੀਂ ਮਨ ਅੰਦਰ
ਕੋਮਲਤਾ ਦਾ ਅਰਥ ਨਾ ਆਵੇ।

ਮਹਿਕਾਂ ਦਾ ਵਣਜਾਰਾ ਭੰਵਰਾ।
ਪਰ ਭੰਵਰੇ ਤੋਂ ਮਹਿਕ ਨਾ ਆਵੇ।
◆

ਇੱਛਾਧਾਰੀ

ਕਿਸੇ ਦੇ ਬਾਰੇ ਤਾਂ ਸੋਚਾਂ ਜੇ ਮੇਰੀ ਭੁੱਖ ਮਿਟ ਜਾਵੇ।
ਭੁੱਖਣ ਭਾਣੇ ਬੰਦੇ ਕੋਲੋਂ ਕੀ ਕੋਈ ਆਸ ਰਖਾਵੇ।

ਵਿਹਲ ਮਿਲੇ ਮੇਰੇ ਤੋਂ ਮੈਨੂੰ, ਤਾਂ ਕੁੱਝ ਤੇਰਾ ਸੋਚਾਂ।
ਆਪਣੀ ਹੀ ਭੁੱਖ ਮੇਟਣ ਖਾਤਰ ਰਾਤ ਦਿਨੇ ਮੈਂ ਲੋਚਾਂ।

ਸ਼ੁਕਰ ਕਰਾਂ ਜੇ ਮੇਰਾ ਮਾਲਕ ਮੈਨੂੰ ਰਾਹ ਦਿਖਾਵੇ।
ਮੇਰਿਆਂ ਪੈਰ੍ਹਾਂ ਉੱਤੇ ਹੀ ਮੈਨੂੰ ਤੁਰਨਾ ਆ ਆਵੇ।

ਮੇਰੀਆਂ ਲੱਤਾਂ ਕੋਲੋਂ ਮੇਰਾ ਭਾਰ ਨਾ ਚੁੱਕਿਆ ਜਾਵੇ।
ਜੇ ਕੋਈ ਭਾਰ ਵੰਡਾ ਸਕਦਾ ਹੈ, ਉਹੀਓ ਭਰੀ ਚੁਕਾਵੇ।

ਬੇਵਸੀਆਂ ਨੇ ਬਸ ਕਰਵਾਈ, ਵਸ ਨਹੀਂ ਕੁੱਝ ਮੇਰੇ।
ਮੇਰਾ ਆਪਣਾ ਇੱਛਾਧਾਰੀ ਮੇਰੇ ਵਸ ਨਾ ਆਵੇ।

ਮੇਰੀ ਕਮਜ਼ੋਰੀ, ਲੱਕ ਮੇਰਾ ਸਿੱਧਿਆਂ ਤੁਰਨ ਨਾ ਦੇਵੇ।
ਹਵਸ ਮੇਰੀ ਨੇ ਕਾਬੂ ਕੀਤਾ ਕਿਹੜਾ ਆਣ ਛੁਡਾਵੇ।

ਢਿੱਡ ਦੀ ਭੁੱਖ ਹੈ ਕਿੰਨੀ ਭੈੜੀ ਡੰਗ ਦੋ ਡੰਗ ਨਾ ਜਰਦੀ।
ਢਿੱਡੋਂ ਭੁੱਖਾ ਮੈਂ ਜਦ ਹੋਵਾਂ ਕੁੱਝ ਵੀ ਹੋਰ ਨਾ ਭਾਵੇ।

ਪੇਟ ਦੀ ਪੂਜਾ ਕਰਕੇ ਹੀ ਫਿਰ ਦਿਲ ਦੀ ਵਾਰੀ ਆਵੇ।
ਖ਼ਾਲੀ ਪੇਟ ਸ਼ਾਇਦ ਕੋਈ ਨਾ ਦਿਲ ਦਾ ਹਾਲ ਸੁਣਾਵੇ।

ਤਨ-ਮਨ ਦੇ ਵਿੱਚ ਦਰਦ ਜੇ ਕੋਈ ਸੋਚ ਕਿੱਧਰ ਨੂੰ ਜਾਵੇ।
ਅਕਲਾਂ ਦੇ ਘੋੜੇ ਨੂੰ ਫਿਰ ਬਈ! ਕਿੱਦਾਂ ਕੋਈ ਦੁੜਾਵੇ।

ਜਿਸਮਾਨੀ ਭੁੱਖ ਮਿਟ ਜਾਵੇ ਤਾਂ ਗੁਰ ਚਰਨੀ ਚਿੱਤ ਲਾਵਾਂ
ਭੁੱਖਣ ਭਾਣੇ ਯਾਰੋ! ਰੱਬ ਵੀ ਕਿਤੇ ਨਜ਼ਰ ਨਾ ਆਵੇ।

◆

ਜੀ ਕਰਦਾ ਹੈ

ਤਾਕਤਵਰ ਦੁਨੀਆ ਤੋਂ ਹਾਰੇ ਸੱਜਣਾ ਵੇ!
ਤੇਰੇ ਕੋਲੋਂ ਹਰ ਜਾਵਣ ਨੂੰ ਜੀ ਕਰਦਾ ਹੈ।

ਸਹਿਮੇਂ-ਸਹਿਮੇਂ ਫਿਰਦੇ, ਮਰ-ਮਰ ਜੀਂਵਦਿਆ,
ਤੇਰੀ ਮੌਤੇ ਮਰ ਜਾਵਣ ਨੂੰ ਜੀ ਕਰਦਾ ਹੈ।

ਤੇਰੇ ਤੋਂ ਮਧਰਾ ਲੱਗਣ ਦਾ ਚਾਅ ਮੈਨੂੰ,
ਚਾਅ ਇਹ ਪੂਰਾ ਕਰ ਜਾਵਣ ਨੂੰ ਜੀ ਕਰਦਾ ਹੈ।

ਤੇਰੇ ਮੇਰੇ ਵਿਚਕਾਲੇ ਭਵ ਸਾਗਰ ਜੋ,
ਸਾਰੇ ਸਾਗਰ ਤਰ ਜਾਵਣ ਨੂੰ ਜੀ ਕਰਦਾ ਹੈ।

ਜੁਲਮ ਜ਼ਬਰ ਜੋ ਵੀ ਹੋਇਆ, ਵੇਖੀ ਜਾਊ!
ਸਾਰਾ ਕੁੱਝ ਹੀ ਜਰ ਜਾਵਣ ਨੂੰ ਜੀ ਕਰਦਾ ਹੈ।

ਫਿੱਕੇ ਪੈਂਦੇ ਜਾਂਦੇ ਤੇਰਿਆਂ ਰੰਗਾਂ ਨੂੰ,
ਲਾਲ-ਗੁਲਾਬੀ ਕਰ ਜਾਵਣ ਨੂੰ ਜੀ ਕਰਦਾ ਹੈ।

ਜਿੱਥੋਂ-ਜਿੱਥੋਂ ਜੋ-ਜੋ ਤੇਰਾ ਮਿਟ ਚੁੱਕਿਆ,
ਖ਼ਾਲੀ ਥਾਵਾਂ ਭਰ ਜਾਵਣ ਨੂੰ ਜੀ ਕਰਦਾ ਹੈ।

ਜਾਨ ਦੇ ਬਦਲੇ ਜਾਨ ਜੇ ਦੇਣੀ ਪੈ ਜਾਵੇ,
ਜਾਨ ਤਲੀ 'ਤੇ ਧਰ ਜਾਵਣ ਨੂੰ ਜੀਅ ਕਰਦਾ ਹੈ।

ਤੈਨੂੰ ਕਿਸੇ ਕਿਨਾਰੇ ਕੰਢੇ ਵੇਖਣ ਲਈ,
ਦੋਵੇਂ ਕੰਢੇ ਖਰ ਜਾਵਣ ਨੂੰ ਜੀਅ ਕਰਦਾ ਹੈ।

ਭਾਵੇਂ ਇਸ ਵਿੱਚ ਕੋਈ ਸਿਆਣਪ ਨਹੀਂ ਦਿਸਦੀ,
ਪਾਗਲ ਮਨ ਖੁਸ਼ ਕਰ ਜਾਵਣ ਨੂੰ ਜੀਅ ਕਰਦਾ ਹੈ
ਤਾਕਤਵਰ ਦੁਨੀਆ ਤੋਂ ਹਾਰੇ ਸੱਜਣਾ ਵੇ!
ਤੇਰੇ ਕੋਲੋਂ ਹਰ ਜਾਵਣ ਨੂੰ ਜੀ ਕਰਦਾ ਹੈ।

◆

ਨਜ਼ਮ ਲਿਖਾਂ ਜਾਂ ਗੀਤ

ਨਜ਼ਮ ਲਿਖਾਂ ਜਾਂ ਗੀਤ, ਗਜ਼ਲ ਜਾਂ ਸਭ ਕੁੱਝ ਲਿਖ ਮਾਰਾਂ।
ਕਾਵਿ ਉਡਾਰੀ ਲਾਉਣ ਲਈ ਹੁਣ ਖੁੱਲ੍ਹ ਕੇ ਖੰਭ ਮਾਰਾਂ।

ਲੱਗ ਜਾਵੇ ਨਾ ਨਜ਼ਰ ਕਿਤੇ ਕੰਜਕਾਂ ਕਵਿਤਾਵਾਂ ਨੂੰ,
ਗੀਤਾਂ ਤੇ ਗਜ਼ਲਾਂ ਦੇ ਸਿਰ ਤੋਂ ਨਿੱਤ ਮਿਰਚਾਂ ਵਾਰਾਂ।

ਵਡ-ਵਡੇਰੇ ਕਵਿਤਾ ਦੇ ਵੀ ਇੱਕ ਦਿਨ ਨਿੱਕੇ ਸੀ,
ਨਿੱਕੀਆਂ-ਨਿੱਕੀਆਂ ਰਚਨਾਵਾਂ ਦੇ ਨਾਲ ਹੀ ਕੰਮ ਸਾਰਾਂ।

ਹੋ ਸਕਦਾ ਮੇਰੀ ਕਵਿਤਾ ਵੀ ਇੱਕ ਦਿਨ ਮਹਿਕ ਪਵੇ,
ਕੱਚੀਆਂ ਕਲੀਆਂ ਉੱਤੇ ਵੀ ਹੋ ਸਕਦਾ ਆਉਣ ਬਹਾਰਾਂ।

◆

ਸੱਜਣ

ਸੱਜਣ ਸਾਡੇ ਸੱਚ ਦੱਸਾਂ! ਕਰ ਗਏ ਕਮਾਲ।
ਪ੍ਰਸ਼ਨ ਚਿੰਨ ਤੱਕ ਸੀਮਤ ਸਾਡਾ ਰਿਹਾ ਸਵਾਲ।

ਤਰਸ-ਤਰਸ ਕੇ ਮਰ ਗਏ, ਪੁੱਛੂ ਬਾਤ ਕਦੇ,
ਪੁੱਛਿਆ ਵੀ ਤਾਂ ਕੀ ਪੁੱਛਿਆ ਜ਼ਖਮਾਂ ਦਾ ਹਾਲ।

ਸਬਰ ਦੀਆਂ ਸਿਖ਼ਰਾਂ ਦਾ ਕਾਹਦਾ ਮਾਣ ਕਰਾਂ,
ਉਸ ਦੇ ਬਾਰੇ ਕੀ ਦੱਸਾਂ ਕੀ ਦਿਆਂ ਮਿਸਾਲ।

ਸਾਡੀਆਂ ਰੀਝਾਂ, ਰੀਝਾਂ ਹੀ ਬਣੀਆਂ ਰਹੀਆਂ,
ਜਾਣ ਨਾ ਸਕੀਆਂ ਕਾਹਤੋਂ ਕਿਸ ਦੀ ਕਰਦੀਆਂ ਭਾਲ।

ਦੂਰ-ਦੂਰ ਤੱਕ ਚਰਚੇ ਉਸਦੀ ਤਾਕਤ ਦੇ,
ਰੱਖ-ਰੱਖ ਭੁੱਲਦੇ ਫਿਰਦੇ, ਉਹ ਆਪਣਾ ਧਨ-ਮਾਲ।

ਉੱਚੇ ਪਰਬਤ ਨੂੰ ਮੈਂ ਦੱਸ! ਫੁੱਲ ਕਿੰਞ ਕਹਾਂ,
ਨਾ ਉਹ ਕੋਮਲ ਨਾ ਖੁਸ਼ਬੂ ਨਾ ਹੀ ਰੰਗ ਲਾਲ।

ਇੱਕੋ ਹੀ ਕਾਰਣ ਸੀ ਸਾਡੇ ਨੱਚਣ ਦਾ,
ਹੋ ਸਕਦਾ ਹੈ ਸ਼ਾਇਦ ਉਹ ਜਾਏ ਦਿਆਲ।

ਸੱਜਣ ਸਾਡੇ ਸੱਚ ਦੱਸਾਂ! ਕਰ ਗਏ ਕਮਾਲ।
ਪ੍ਰਸ਼ਨ ਚਿੰਨ ਤੱਕ ਸੀਮਤ ਸਾਡਾ ਰਿਹਾ ਸਵਾਲ।

◆

ਮੈਨਾ ਦੀ ਮੂਰਤ

ਮਨ ਮੰਦਰ ਵਿੱਚ ਫੁਰਨਾ ਫੁਰਿਆ,
ਮੈਨਾ ਦੀ ਮੂਰਤ ਬਣਵਾਈਏ।
ਕਾਗਜ਼ ਦੇ ਪਿੰਡੇ 'ਤੇ ਇਕਦਮ,
ਅਸਲੀ ਮੈਨਾ ਵਾਂਗ ਦਿਖਾਈਏ।

ਸੁੰਦਰਤਾ ਦੀ ਮੂਰਤ ਲਾ ਕੇ,
ਹਰ ਇੱਕ ਦੇ ਦਿਲ ਨੂੰ ਭਰਮਾਈਏ।
ਵਾਹ! ਵਾਹ!! ਕਰ ਉੱਠੇ ਦਿਲ ਸਭ ਦਾ,
ਜਿਸਨੂੰ ਵੀ ਦਰਸ਼ਨ ਕਰਵਾਈਏ।

ਕਈ ਮੁਸੱਵਰ 'ਕੱਠੇ ਕੀਤੇ,
ਬੁੱਤ ਘਾੜੇ ਵੀ ਬਹੁਤ ਬੁਲਾਏ।
ਅਤਿਕਥਨੀ ਵਿੱਚ ਗੱਲ ਕਰਨ ਲਈ,
ਕਵੀਆਂ ਦੇ ਵੀ ਚਰਨ ਪਵਾਏ।

ਮੂਰਤ ਦੇ ਪਿੱਛੇ ਇਓਂ ਜਾਪੇ,
ਜਿਵੇਂ ਵਰ੍ਹਾਊ ਬੱਦਲ ਛਾਏ।
ਅੱਥਰੇ-ਅੱਥਰੇ ਭਾਲ-ਭਾਲ ਕੇ,
ਪੰਜ ਸੱਤ ਤੋਤੇ ਵੀ ਮੰਗਵਾਏ।

ਤੋਤੇ ਦੀ ਅੱਖ ਵਿੱਚ ਹਰ ਤੋਤਾ,
ਅਤ੍ਰਿਪਤੀ ਦਾ ਮਾਰਿਆ ਜਾਪੇ।
ਅੱਖਾਂ ਵਿੱਚ ਅਭਿਲਾਸ਼ਾ ਦਿੱਸੇ,
ਲੇਕਿਨ ਹਾਰਿਆ-ਹਾਰਿਆ ਜਾਪੇ।

ਬੜੀ ਉਦਾਸੀ ਵਿੱਚ ਹਰ ਤੋਤਾ,
ਬਿਰਹਾ ਦੇ ਵਿੱਚ ਜਾਰਿਆ ਜਾਪੇ।
ਆਪਣਾ-ਆਪਣਾ ਕੁੱਝ ਨਾ ਲੱਗੇ,
ਓਪਰਿਆਂ ਵਿੱਚ ਤਾੜਿਆ ਜਾਪੇ।

ਮੈਨਾਂ ਦੀ ਮੂਰਤ ਦੇਖਣ ਨੂੰ,
ਇੱਕ ਵੀ ਤੋਤਾ 'ਗਾਂਹ ਨਾ ਆਇਆ।
ਪਿਆਰ ਭੁੱਖ ਮੇਟਣ ਦੇ ਖਾਤਰ,
ਮੂਰਤ ਦੇ ਵੱਲ ਕੋਈ ਨਾ ਧਾਇਆ।

ਝੂਠਾ-ਮੂਠਾ ਪਲ-ਛਿਣ ਖਾਤਰ,
ਇੱਕ ਦਾ ਵੀ ਨਾ ਦਿਲ ਲਲਚਾਇਆ।
ਬੜੀ ਕੀਮਤੀ ਮੂਰਤ ਲੇਕਿਨ,
ਪੰਛੀਆਂ ਕੌਡੀ ਮੁੱਲ ਨਾ ਪਾਇਆ।

ਮੈਂ ਆਪਣੇ ਮਨ ਮੰਦਿਰ ਅੰਦਰ,
ਨਿੱਤ-ਨਿੱਤ ਇੱਕ ਤਸਵੀਰ ਬਣਾਵਾਂ।
ਪੂਰਾ ਯਤਨ ਕਰਾਂ ਬਣ ਜਾਵੇ,
ਮਨ-ਤਨ ਲਾ ਕੇ ਸਿਰੇ ਚੜ੍ਹਾਵਾਂ।

ਮੂਰਤ ਮਨ ਨੂੰ ਐਸੀ ਭਾਵੇ,
ਅਸਲੀ ਬਿਲਕੁੱਲ ਭੁੱਲ ਜਾਵਾਂ
ਪੰਛੀ ਨੂੰ ਤਾਂ ਸਮਝ ਨਹੀਂ ਹੈ,
ਮੈਂ ਮੂਰਤ ਨਾਲ ਮਨ ਪਰਚਾਵਾਂ।

ਅਸਲੀ-ਨਕਲੀ ਸਭ ਕੁੱਝ ਚਾਹਵਾਂ।
ਪਰ ਕਿੱਦਾਂ ਪੰਛੀ ਬਣ ਜਾਵਾਂ।
◆

ਤੇਰੇ ਆਪਣੇ

ਬੂਹੇ-ਬਾਰੀਆਂ ਬਨੇਰੇ ਤੇਰੇ ਨਾ ਬਣੇ,
ਤੂੰ ਬਣ-ਬਣ ਬਹੇਂ ਬੰਦਿਆ।
ਤੇਰਾ ਸਾਹ ਵੀ ਤੇਰੇ ਨਾ ਗੱਲ ਵਸਦੀ,
ਤੂੰ ਮੇਰਾ-ਮੇਰਾ ਕਹੇਂ ਬੰਦਿਆ।

ਮਾਰਾਂ ਮਾਰੀਆਂ ਬਣਾਇਆ ਘਰ-ਬਾਰ ਤੂੰ,
'ਕੱਠਾ ਕਰੀ ਫਿਰੇਂ ਆਰ-ਪਰਿਵਾਰ ਤੂੰ।
ਗਾਹ ਮਾਰਿਆ ਤੂੰ ਧਰਤ-ਆਕਾਸ਼ ਵੇ,
ਰਾਹ ਲੱਭੇਂ ਨਿੱਤ ਨਵੇਂ ਬੰਦਿਆ।

ਬੂਹੇ-ਬਾਰੀਆਂ, ਬਨੇਰੇ ਤੇਰੇ ਨਾ ਬਣੇ,
ਤੂੰ ਬਣ-ਬਣ ਬਹੇਂ ਬੰਦਿਆ।

ਵੇ ਤੂੰ ਭੱਜ-ਨੱਠ ਕਰਦਾ ਨਾ ਅੱਕਿਆ,
ਕਦੇ ਕਰਦਾ ਕਮਾਈਆਂ ਤੂੰ ਨਾ ਥੱਕਿਆ।
ਪੂਰੀ ਵਾਹ ਲਾਉਂਦਾ ਫਿਰੇ ਵੇ ਤੂੰ ਆਪਣੀ,
ਤੂੰ ਨਦੀ ਵਾਂਗ ਵਹੇਂ ਬੰਦਿਆ।

ਬੂਹੇ-ਬਾਰੀਆਂ ਬਨੇਰੇ ਤੇਰੇ ਨਾ ਬਣੇ,
ਤੂੰ ਬਣ-ਬਣ ਬਹੇਂ ਬੰਦਿਆ।

ਜੇ ਆਪਣੇ ਨਾ ਹੁੰਦੇ, ਵੈਰੀ ਵੀ ਨਾ ਹੁੰਦਾ ਕੋਈ।
ਜਿਹੜੇ ਆਪਣੇ ਗਿਣੇ ਸੀ, ਉਹਨਾਂ ਮੂੰਹੋਂ ਲਾਹੀ ਲੋਈ।
ਹੁੰਦੀ ਜੱਗ ਵਿੱਚ ਆਈ ਤੂੰ ਵੀ ਜਾਣਦੈਂ,
ਫੇਰ ਵੀ ਤੂੰ ਪੰਗੇ ਲਵੇਂ ਬੰਦਿਆ।

ਬੂਹੇ-ਬਾਰੀਆਂ ਬਨੇਰੇ ਤੇਰੇ ਨਾ ਬਣੇ,
ਤੂੰ ਬਣ-ਬਣ ਬਹੇਂ ਬੰਦਿਆ।

ਛੱਡ ਸੁੱਨੜਾ! ਤੂੰ ਗੱਲ, ਨਾ ਲਾਹ ਵਾਲ ਦੀ ਤੂੰ ਖੱਲ,
ਲੋਕਾਂ ਪਿੱਛੇ ਨਾ ਤੂੰ ਭੱਜ, ਜਾ ਕੇ ਆਪਣੀ ਥਾਂ ਮੱਲ।

ਕੋਈ ਚਿੰਤਾ ਨਾ ਰਹੂਗੀ ਤੈਨੂੰ ਕਿਸੇ ਦੀ,
ਜੇ ਰਜ਼ਾ ਵਿੱਚ ਰਹੇਂ ਬੰਦਿਆ।

ਬੂਹੇ-ਬਾਰੀਆਂ ਬਨੇਰੇ ਤੇਰੇ ਨਾ ਬਣੇ,
ਤੂੰ ਬਣ-ਬਣ ਬਹੇਂ ਬੰਦਿਆ।

◆

ਨਵਾਂ ਸਾਲ ਮੁਬਾਰਕ

ਤੈਨੂੰ ਵੀ, ਮੈਨੂੰ ਵੀ ਤੇ ਆਪਾਂ ਸਾਰਿਆਂ ਨੂੰ-:

ਸ਼ੁਕਰ ਹੈ ਹਰ ਦਿਨ ਦਾ ਤੇ ਸ਼ੁਕਰ ਹੈ ਹਰ ਪਹਿਰ ਦਾ
ਹਰ ਗਲੀ ਦਾ ਹਰ ਮਹੱਲੇ ਅਤੇ ਹਰ ਇੱਕ ਸ਼ਹਿਰ ਦਾ
ਦੁੱਖ-ਸੁੱਖ ਤਾਂ ਦੋਵੇਂ ਹੀ ਵਸਤਰ ਨੇ ਸਾਡੇ ਦੋਸਤਾ!
ਸ਼ੁਕਰ ਕਰੀਏ ਸਾਰੇ ਮਿਲ ਕੇ ਵਾਹਿਗੁਰੂ ਦੀ ਮਿਹਰ ਦਾ।

ਰੀਂਘਦੇ ਫਿਰਦੇ ਨੇ ਕਿੰਨੇ ਜੀਵ ਕੋਈ ਹਿਸਾਬ ਨਾ
ਪਾਤਾਲਾਂ ਵਿੱਚ ਜੀਵ ਗਿਣਤੀ ਦੀ ਕੋਈ ਕਿਤਾਬ ਨਾ
ਆਸਮਾਂ ਦੇ ਉਡਦਿਆਂ ਕੌਣ ਦਿੰਦਾ ਹੈ ਮੁਬਾਰਕ
ਦਿਲ ਦਾ ਜਾਨੀ ਹੀ ਦਵੇ ਖਿੜਿਆ ਫੁੱਲ ਗੁਲਾਬ ਦਾ।

ਸਾਂਝ ਭਿਆਲੀ ਹੋਰ ਪੱਕੀ ਕਰਨ ਦੀ ਇੱਕ ਆਸ ਹੈ
ਕਲਮਾਂ ਦੀ ਸਾਡੀ ਸਾਂਝ ਵਧਦੀ ਰਹੇਗੀ ਵਿਸ਼ਵਾਸ ਹੈ
ਨਵੇਂ ਸਾਲ ਵਿੱਚ ਹੋਰ ਲਾਗੇ ਹੋਣ ਦੀ ਇੱਕ ਰੀਝ ਹੈ
ਕਲਮਾਂ ਵਾਲੇ ਦੋਸਤਾਂ ਲਈ ਤਹਿ ਦਿਲੋਂ ਅਰਦਾਸ ਹੈ।

ਰੱਬ ਕਰੇ ਕਲਮਾਂ 'ਚੋਂ ਆਉਂਦੀ ਮਹਿਕ ਬਸ! ਆਉਂਦੀ ਰਹੇ
ਸੋਹਣੇ-ਸੋਹਣੇ ਫੁੱਲ ਫੁਲਵਾੜੀ 'ਚ ਨਿੱਤ ਲਾਉਂਦੀ ਰਹੇ
ਭੁੱਖ ਹੈ ਸੁੱਨੜ ਸਭ ਦੇ ਹੋਰ ਲਾਗੇ ਹੋਣ ਦੀ
ਰੀਝ ਮੇਰੀ ਰੱਬ ਕਰੇ ਸਭ ਨੂੰ ਇਹ ਭੁੱਖ ਲਾਉਂਦੀ ਰਹੇ।

ਸੁਪਨਾ ਤਾਂ ਸੁਪਨਾ ਹੈ ਫਿਰ ਵੀ ਸੁਪਨਾ ਮੇਰਾ ਯਾਰ ਹੈ
ਸੁਪਨਿਆਂ ਦੇ ਆਸਰੇ ਤਾਂ ਵਸ ਰਿਹਾ ਸੰਸਾਰ ਹੈ
ਉਹ ਵੀ ਕਾਹਦਾ ਦਿਲ ਹੈ ਜਿਸਦਾ ਕੋਈ ਵੀ ਸੁਪਨਾ ਨਹੀਂ
ਆਉਂਦੇ-ਜਾਂਦੇ ਰਹੋ ਜੀ! ਆਪਣਾ ਤਾਂ ਇੱਕ ਪਰਿਵਾਰ ਹੈ।
◆

ਕਥਾ

ਆਪੋ-ਆਪਣੀ ਗੱਲ ਕਰਨ ਲਈ, ਬੜੀ ਦੁਹਾਈ ਪਾਉਂਦੇ ਲੋਕ।
ਕੌਣ ਸ਼ਗਿਰਦ ਬਣੇ ਸਭਨਾਂ ਦਾ, ਸਭ ਉਸਤਾਦ ਕਹਾਉਂਦੇ ਲੋਕ।

ਆਪਣਾ-ਆਪਣਾ ਰੱਬ ਸਭਨਾਂ ਦਾ, ਰਾਖੇ ਆਪੋ-ਆਪਣੇ ਰੱਬ ਦੇ।
ਆਪੋ-ਆਪਣੇ ਫ਼ਤਵੇ ਲਾ ਕੇ, ਰੱਬ ਦੀ ਬਲੀ ਚੜ੍ਹਾਉਂਦੇ ਲੋਕ।

ਕੁੱਝ ਇੱਕ ਹਰਫ਼ ਪੜ੍ਹਨ ਦੇ ਖਾਤਰ, ਉਮਰ ਬੀਤ ਗਈ ਸੋਚਦਿਆਂ।
ਜੋ ਖ਼ੁਦ ਆਪ ਨਾ ਪੜ੍ਹ ਸਕੇ, ਲੋਕਾਂ ਨੂੰ ਸਬਕ ਪੜ੍ਹਾਉਂਦੇ ਲੋਕ।

ਰਟ ਰੱਖੀਆਂ ਨੇ ਲੋਕਾਂ ਨੇ, ਕਈ ਗੁਣ-ਗਿਆਨ ਦੀਆਂ ਗੱਲਾਂ।
ਬੜੇ ਸਰੋਤੇ ਗਹੁ ਨਾਲ ਸੁਣਦੇ, ਤਾਹੀਓਂ ਕਥਾ ਸੁਣਾਉਂਦੇ ਲੋਕ।

◆

ਗੰਦਲਾਂ

ਬਾਂਝ ਰਹਿ ਜਾਵੇ ਕੋਈ ਜ਼ਰਖੇਜ਼ ਧਰਤੀ, ਇਸ ਡਰੋਂ,
ਗੰਦਲਾਂ ਉੱਗੀਆਂ ਤਾਂ ਬਸ! ਅੱਜ ਵੀ ਮਰੇ ਕੱਲ ਵੀ ਮਰੇ।

ਡੀਕ ਜਾਵਣਗੇ ਤਿਹਾਏ ਸਾਗਰ ਪਲਾਂ ਦੇ ਵਿੱਚ,
ਤ੍ਰਿਹਾਈਆਂ ਨਜ਼ਰਾਂ ਦੀ ਤਾਕਤ ਦੇਖ ਕੇ ਸਾਗਰ ਡਰੇ।

ਇਸ ਡਰੋਂ ਕਿ ਭੁੱਖਿਆਂ ਨੇ ਨਿਗਲਣਾ ਜਦ ਵੀ ਮਿਲੇ
ਜਨਮ ਤੋਂ ਪਹਿਲਾਂ ਹੀ ਦਮ ਤੋੜੇ, ਖੁਦਕੁਸ਼ੀ ਖੁਦ ਕਰੇ।

ਜੀਵ-ਜੰਤੂ ਬਹੁਤ ਨੇ ਸਾਗਰ ਦੀਆਂ ਗਹਿਰਾਈਆਂ ਵਿੱਚ,
ਹਰ ਕੋਈ ਕੰਢਿਆਂ ਤੋਂ ਬਾਹਰ ਦੀ ਤਪਸ਼ ਕੀਕਣ ਜਰੇ।

ਕਹਿ ਨਹੀਂ ਸਕਦੇ ਕਿ ਕਿੰਨੀ ਭੁੱਖ ਹੈ ਵਰਤੀ ਹੋਈ,
ਦੁਨੀਆ ਦੀ ਭੁੱਖ ਸੁਣਨ ਵਿੱਚ ਆਇਆ ਪਰ੍ਹੇ ਤੋਂ ਹੈ ਪਰ੍ਹੇ

ਸਿੱਕਾ ਚੱਲ ਜਾਵੇ ਤਾਂ ਮੰਡੀਆਂ ਦੀ ਭਲਾ! ਕੀ ਜ਼ੁਅਰਤ ਹੈ,
ਟਣਕਦੇ ਫਿਰਦੇ ਨੇ ਇੱਕੋ ਮੁੱਲ ਵਿੱਚ ਖੋਟੇ-ਖ਼ਰੇ।

ਕਲਮ ਗੁੰਗੀ ਹੋ ਗਈ ਡਰਦੀ ਕਲਮ ਕਰ ਦੇਣਗੇ,
ਓਨੇ ਕੁ ਬੋਲੇ ਬੋਲ ਬਸ! ਜਿੰਨੇ ਕੁ ਅੱਜ ਮੈਥੋਂ ਸਰੇ।

ਦੁਸ਼ਟ ਜੀਂਦੇ ਰਹਿਣ ਜਾਂ ਮਰ ਜਾਣ, ਸੋਚੀਂ ਬਾਅਦ ਵਿੱਚ,
ਮਾਂ ਮਰੇ ਦੁਸ਼ਟਾਂ ਦੀ ਕੋਈ ਹੋਰ ਨਾ ਉਹ ਜੰਮ ਧਰੇ।

◆

ਬਿਨ ਸਿਰਲੇਖੋਂ

ਬਿਨ ਸਿਰਲੇਖੋਂ ਕਵਿਤਾ ਖਿੱਲਰੀ,
ਅੱਖਰ 'ਕੱਠੇ ਕੌਣ ਕਰੇ।
ਹਰ ਪੱਤਰ ਤੇ ਸ਼ਬਦ ਉਲੀਕੇ,
ਪੱਤਰ 'ਕੱਠੇ ਕੌਣ ਕਰੇ।

ਦਿਲ ਦੀ ਵੇਦਨ ਕੋਈ ਨਾ ਜਾਣੇ,
ਕੌਣ ਪਰਾਏ ਜ਼ਖ਼ਮ ਪਛਾਣੇ।
ਹਰ ਦਿਲ ਪਹਿਲਾਂ ਹੀ ਜ਼ਖ਼ਮੀ ਹੈ,
ਕਿਸੇ ਦੀ ਪੀੜਾ ਕੌਣ ਹਰੇ।

ਬਿਨ ਸਿਰਲੇਖੋਂ ਕਵਿਤਾ ਖਿੱਲਰੀ,
ਅੱਖਰ 'ਕੱਠੇ ਕੌਣ ਕਰੇ....।

ਹਰ ਸੋਹਣੀ ਮੁਟਿਆਰ ਵੀ ਕਵਿਤਾ,
ਕਦੇ-ਕਦੇ ਤਲਵਾਰ ਵੀ ਕਵਿਤਾ।
ਪਰ ਹਰ ਕਵਿਤਾ ਖਿਲਰੀ ਹੋਈ,
ਕਿਸਦੀ ਹਾਮੀ ਕੌਣ ਭਰੇ।

ਬਿਨ ਸਿਰਲੇਖੋਂ ਕਵਿਤਾ ਖਿੱਲਰੀ,
ਅੱਖਰ 'ਕੱਠੇ ਕੌਣ ਕਰੇ....।

ਹਰ ਜ਼ਾਲਿਮ, ਜ਼ਾਲਿਮ ਤੋਂ ਡਰਦਾ,
ਹਰ ਪਾਪੀ, ਪਾਪਾਂ ਦਾ ਬਰਦਾ।
ਸੱਚ ਦੀ ਬੋਲੀ ਪਾ ਕੇ ਫਿਰ,
ਅਣਿਆਈ ਮੌਤੇ ਕੌਣ ਮਰੇ।

ਬਿਨ ਸਿਰਲੇਖੋਂ ਕਵਿਤਾ ਖਿੱਲਰੀ,
ਅੱਖਰ 'ਕੱਠੇ ਕੌਣ ਕਰੇ....।

ਹੁਸਨ ਜੇ ਦੇਖੋ! ਹੁਸਨ ਬੇਕਾਬੂ,
ਇਸ਼ਕ ਜੇ ਤੱਕੋ! ਇਸ਼ਕ ਬੇਕਾਬੂ,

ਇਹ ਉਲਫ਼ਤ ਦੇ ਜਾਏ ਘੋੜੇ,
ਵਾਗਾਂ ਜਾ ਕੇ ਕੌਣ ਫੜੇ।

ਬਿਨ ਸਿਰਲੇਖੋਂ ਕਵਿਤਾ ਖਿੱਲਰੀ,
ਅੱਖਰ 'ਕੱਠੇ ਕੌਣ ਕਰੇ।
ਹਰ ਪੱਤਰ ਤੇ ਸ਼ਬਦ ਉਲੀਕੇ,
ਪੱਤਰ ਕੱਠੇ ਕੌਣ ਕਰੇ।

♦

141

ਐਨਕ

ਤੇਰੀ ਐਨਕ ਕਿੱਥੇ ਗਈ
ਬਿਨਾ ਐਨਕ
ਐਨਕ ਤੂੰ ਆਪਣੀ ਕਿਵੇਂ ਲੱਭੇਂਗਾ।

ਕੰਧਾਂ ਕੌਲ਼ਿਆਂ ਵਿੱਚ ਵਜਦਾ ਫਿਰਦੈਂ
ਤੂੰ ਸੁੱਖ ਵਾਸਤੇ ਵਸਤਾਂ ਬਣਾਈਆਂ ਜੋ
ਗੋਡਿਆਂ ਵਿੱਚ ਵਜਦੀਆਂ ਤੇਰੇ।

ਤੇਰੀ ਐਨਕ ਕਿੱਥੇ ਗਈ
ਘਰ ਵਿੱਚ ਹੀ ਕਿੱਧਰੇ ਰੱਖ ਬੈਠਾ ਹੋਏਂਗਾ
ਯਾਦ ਕਰ ਸ਼ਾਇਦ ਜਦੋਂ ਤੂੰ,
ਘੁੱਗੀਆਂ ਦੇ ਬੱਚਿਆਂ ਨੂੰ ਮਾਰਦਾ ਸੀ।
ਉਸ ਵਕਤ ਤੇਰੇ ਤੋਂ ਕਿੱਧਰੇ ਰੱਖ ਹੋ ਗਈ।

ਸੁਣਿਆਂ! ਤੂੰ ਸੰਗ ਲਾਹ ਕੇ ਰੱਖ ਦਿੰਦਾ ਸੀ
ਮਨ ਆਈਆਂ ਜਦੋਂ ਕਰਦਾ
ਕੀ ਕਰੇਂਗਾ ਐਨਕ ਬਿਨਾ
ਐਨਕ ਬਿਨਾ ਕੁੱਝ ਨਜ਼ਰ ਨਹੀਂ ਆਉਂਦਾ

ਤੇਰੀ ਐਨਕ ਕਿੱਥੇ ਗਈ
ਐਨਕ ਬਿਨਾ ਐਨਕ ਤੂੰ ਆਪਣੀ ਕਿਵੇਂ ਲੱਭੇਂਗਾ।
ਐਨਕ ਬਿਨਾ ਐਨਕ ਤੂੰ ਆਪਣੀ ਕਿਵੇਂ ਲੱਭੇਂਗਾ।
◆

ਦੁਆ

ਰੱਬ ਤੋਂ ਮੰਗਣਾ ਸੀ ਤਾਂ ਸੱਜਣਾ! ਸ਼ਬਦ ਚਾਰ ਮੰਗ ਲੈਂਦਾ,
ਮੈਨੂੰ ਜੇ ਆਵਾਜ਼ ਮਾਰਦਾ ਤਾਂ ਮੈਂ ਨੱਠਿਆ ਆਉਂਦਾ।
ਸੁਰਤੀ, ਬਿਰਤੀ, ਨੈਣ-ਨਕਸ਼ ਸਭ ਰੱਬ ਦੀਆਂ ਦਿੱਤੀਆਂ ਦਾਤਾਂ,
ਸਾਡਾ ਸਭ ਕੁੱਝ ਅਰਪਣ ਰੱਖ ਲੈ! ਜੋ ਤੇਰੇ ਮਨ ਭਾਉਂਦਾ।

ਲੋਕ ਕਰਨ ਅਰਦਾਸ ਜੋ ਸ਼ੈ ਲੱਭਿਆਂ ਨਾ ਮਿਲਦੀ ਹੋਵੇ,
ਅਸੀਂ ਤੇ ਤਰਸ-ਤਰਸ ਕੇ ਮਰ ਗਏ ਕਦ ਕੋਈ ਗਲ਼ ਲਾਉਂਦਾ।
ਤੇਰੇ ਦਿਲ ਦੀ ਧੜਕਣ ਧਰਤੀ ਦੇ ਦੂਜੇ ਪਾਸੇ ਸੁਣਦੀ,
ਮੇਰਿਆਂ ਗੀਤਾਂ ਦੇ ਵਿੱਚੋਂ ਸੁਣ ਲੈ! ਜੇ ਤੇਰਾ ਮਨ ਚਾਹੁੰਦਾ।

ਪਤਾ ਨਹੀਂ ਕਿੰਨਾ ਚਿਰ ਤੱਕ ਮੈਂ ਗੀਤ ਲਿਖੀ ਜਾਊਗਾ,
ਠੰਡਾ ਹੋ ਜਾਏ ਜਿਸਮ ਜਦੋ ਤਾਂ ਫਿਰ ਕੋਈ ਨਹੀਂ ਗਾਉਂਦਾ।
ਰੱਬ ਤੋਂ ਮੰਗਣਾ ਸੀ ਤਾਂ ਸੱਜਣਾ! ਸ਼ਬਦ ਚਾਰ ਮੰਗ ਲੈਂਦਾ,
ਮੈਨੂੰ ਜੇ ਆਵਾਜ਼ ਮਾਰਦਾ ਤਾਂ ਮੈਂ ਨੱਠਿਆ ਆਉਂਦਾ।

◆

ਮਜ਼ਬੂਰੀ

ਥੱਕ ਜਾਣਾ ਕੋਈ ਜੱਗੋ ਬਾਹਰੀ ਗੱਲ ਨਹੀਂ ਹੈ,
ਬਹੁਤਾ ਚਿਰ ਨਹੀਂ ਪਿੱਛੇ-ਪਿੱਛੇ ਭੱਜਿਆ ਜਾਂਦਾ।

ਕੋਈ ਹੁੰਘਾਰਾ ਹੀ ਨਾ ਮਿਲਦਾ ਹੋਵੇ ਅੱਗਿਓਂ,
ਸਾਰੀ ਉਮਰ ਤੇ ਕੰਧਾਂ ਵਿੱਚ ਨਹੀਂ ਵੱਜਿਆ ਜਾਂਦਾ।

ਦਿਸਣ ਲੱਗ ਪੈਂਦੇ ਨੇ ਜ਼ਖ਼ਮਾਂ ਦੀ ਆਦਤ ਹੈ,
ਮਲ੍ਹਮ-ਪੱਟੀ ਕਰਨ ਬਿਨਾ ਨਹੀਂ ਕੱਜਿਆ ਜਾਂਦਾ।

ਸੁਰਖ਼ੀ, ਬਿੰਦੀ ਲਾਉਣ ਦਾ ਵੀ ਕਾਰਣ ਹੁੰਦਾ ਹੈ,
ਦੇਖਣ ਵਾਲੇ ਬਿਨਾ ਕਦੇ ਨਹੀਂ ਸਜਿਆ ਜਾਂਦਾ।

ਜਿੰਨਾ ਚਿਰ ਜਿਉਂਦੇ ਹਾਂ ਭੁੱਖ ਤਾਂ ਲੱਗਣੀ ਹੀ ਹੈ,
ਸੱਚੀ ਗੱਲ ਹੈ ਖਾਣ ਬਿਨਾ ਨਹੀਂ ਰੱਜਿਆ ਜਾਂਦਾ।

ਹਰ ਕਾਰਜ ਦਾ ਵਿਧੀ-ਵਿਧਾਨ ਜਰੂਰੀ ਹੁੰਦੈ,
ਬਿਨ ਪਾਣੀ ਦੇ ਬੱਦਲਾ ਤੋਂ ਨਹੀਂ ਗੱਜਿਆ ਜਾਂਦਾ।
◆

ਪੂਜਾ

ਫਿਰ ਕੀ ਹੋਇਆ ਜੇ ਤੇਰਾ ਸਾਥ ਨਹੀਂ ਕੋਈ,
ਤੇਰੀ ਸਾਰੀ ਦੁਨੀਆ ਤੇਰੇ ਅੰਦਰ ਹੈ।
ਕਿਸੇ ਦੀ ਪੂਜਾ ਕਰਨ ਦਾ ਮੌਕਾ ਨਹੀਂ ਮਿਲਿਆ,
ਫਿਰ ਕੀ ਹੋਇਆ ਦਿਲ ਵੀ ਤੇਰਾ ਮੰਦਰ ਹੈ।

ਆਪਣਾ ਨਹੀਂ ਕੋਈ ਬਣ ਸਕਿਆ ਚੱਲ! ਉਹ ਜਾਣੇ,
'ਕੱਲਿਆ ਆਖ਼ਰ ਜਾਣਾ, ਚਾਹੇ ਸਿਕੰਦਰ ਹੈ।
ਫੜਨ ਦੀ ਵਿਧ ਜਾਣੇ ਇਹ ਦੁਨੀਆ ਹਰ ਇੱਕ ਨੂੰ,
ਦਰ-ਦਰ ਨੱਚਣਾ ਪੈਣਾ ਜੱਗ ਕਲੰਦਰ ਹੈ।

◆

145

ਨੀਵੇਂ ਰੁੱਖਾਂ ਦੇ ਫ਼ਲ

ਦਰਿਆਵਾਂ ਦਾ ਪਾਣੀ ਭੱਜ-ਭੱਜ ਸਾਗਰ ਵੱਲ ਨੂੰ ਜਾਵੇ,
ਸਾਗਰ 'ਤੇ ਤਾਂ ਧੁੜ ਪਵੇ ਉਹ ਵੀ ਸਾਗਰ ਬਣ ਜਾਵੇ।
ਉੱਚੀਆਂ ਟੀਸੀਆਂ ਉੱਤੇ ਤਾਂ ਕੰਡੇ ਵੀ ਨਹੀਂ ਜੰਮ ਸਕਦੇ,
ਪਾਣੀ ਵਗੇ ਨਿਵਾਣਾਂ ਵੱਲ ਨੂੰ, ਉੱਪਰ ਵੱਲ ਨਾ ਜਾਵੇ।

ਹਵਾ ਦਾ ਰਸਤਾ ਰੋਕ ਸਕਣ ਦੀ ਤਾਕਤ ਰੱਖਦੇ ਪਰਬਤ,
ਪਰ ਬਰਫ਼ ਬਣ ਗਿਆ ਪਾਣੀ ਵੀ ਨਾ ਪਰਬਤ ਵਿੱਚ ਸਮਾਵੇ।
ਨਿਵੇ ਸੋ ਗਉਰਾ ਹੋਵੇ ਸੁੱਨੜਾ! ਸੱਚ ਲਿਖਿਆ ਬਾਣੀ ਵਿੱਚ,
ਨੀਵਿਆਂ ਰੁੱਖਾਂ ਦੇ ਫ਼ਲ ਮਿੱਠੇ ਸਿੰਬਲ ਕੋਈ ਨਾ ਖਾਵੇ।
◆

ਜ਼ੋਰਾਵਰ

ਦੁੱਧ, ਮਲਾਈਆਂ ਤੇਰੀਆਂ ਤਾਂ ਜ਼ੋਰਾਵਰਾਂ ਨੇ ਚੱਟ ਲਈਆਂ,
ਤੇਰੀ ਰਹਿੰਦ-ਖੂੰਹਦ ਵੀ ਮਿਲ ਗਈ ਤਾਂ ਵੀ ਸ਼ਗਨ ਮਨਾਵਾਂਗੇ।
ਸੂਹੇ ਰੰਗ ਮਾਣ ਗਏ ਪੰਛੀ, ਤੂੰ ਹੁੰਦੀ ਸੀ ਜਦੋਂ ਦੁਪਹਿਰਖਿੜੀ।
ਸ਼ਾਮ ਢਲੀ ਫੁੱਲ ਵਿੱਚ ਬਹਿ ਕੇ, ਤੇਰੀ ਬੁੱਕਲ ਵਿੱਚ ਮਰ ਜਾਵਾਂਗੇ।

ਤੇਰੇ ਹਾਸਿਆਂ ਵਿੱਚ ਹੱਸਣ ਲਈ ਇੱਕ-ਦੂਜੇ ਵਿੱਚ ਵੱਜੇ ਲੋਕ,
ਤੈਨੂੰ 'ਕੱਲਿਆ ਬਹਿ ਕੇ ਰੋਂਦੀ ਨੂੰ ਇਕ ਵਾਰ ਜਰੂਰ ਹਸਾਵਾਂਗੇ।
ਪੂਰਣਮਾਸੀ ਦੇ ਚੰਨ ਨੂੰ ਤਾਂ ਚਾਹੁਣ ਵਾਲੇ ਸੀ ਕਈ ਚਕੋਰ,
ਸਾਨੂੰ ਪਲਾਂ-ਛਿਣਾਂ ਲਈ ਦਿਸ ਗਿਓਂ ਤਾਂ ਵੀ ਈਦ ਮਨਾਵਾਂਗੇ।
◆

ਮਾਇਆ ਨਗਰੀ

ਮਾਇਆ ਨਗਰੀ ਦੇ ਵਾਸੀ ਸੱਜਣ ਸਾਡੇ
ਪੈਸੇ ਬਿਨ ਪੱਤਾ ਵੀ ਜਿੱਥੇ ਨਹੀਂ ਹਿੱਲਦਾ।
ਤਨ-ਮਨ ਤਾਂ ਸਾਡਾ ਹਰ ਵੇਲੇ ਹਾਜ਼ਰ ਹੈ,
ਪਰ ਧਨ ਬਿਨ ਤੇਰੇ ਸ਼ਹਿਰ 'ਚ ਕੁੱਝ ਵੀ ਨਹੀਂ ਮਿਲਦਾ।

ਦਿਲ ਨਾਲ ਦਿਲ ਵਟਾਉਣ ਵਾਲੇ ਦਿਨ ਨਹੀਂ ਰਹੇ,
ਸੌਦੇਬਾਜ਼ੀ ਹੋ ਗਿਆ ਹੁਣ ਸੌਦਾ ਦਿਲ ਦਾ।
ਸਾਡਾ ਸਭ ਕੁੱਝ ਅਰਪਣ ਕਰਕੇ ਵੀ ਸੱਜਣਾ!
ਇੰਤਜ਼ਾਮ ਨਾ ਹੋ ਸਕਿਆ ਤੇਰੇ ਬਿਲ ਦਾ।

◆

148

ਪੈਸੇ ਦੀ ਭੁੱਖ

ਜੀਵਨ ਦੇ ਰੁਜਗਾਨ ਵਾਸਤੇ ਧਨ, ਦੌਲਤ ਕਮਾਈਦੀ,
ਸੁੱਖ ਦੀਆਂ ਵਸਤਾਂ ਲੈਣ ਲਈ, ਮਾਇਆ ਦੀ ਬਲੀ ਚੜ੍ਹਾਈਦੀ।
ਮਾਇਆ ਜੀਵਨ ਦੀ ਪਗੜੀ ਨੂੰ ਮਾਇਆ ਲਾਉਣੀ ਪੈਂਦੀ,
ਭੱਜ-ਨੱਠ ਕਰਕੇ ਜੋੜੀ ਪੂੰਜੀ, ਵਸਤਾਂ ਨਾਲ ਵਟਾਈਦੀ।

ਜਿਸ ਲਈ ਪੈਸਾ ਸੁੱਖ ਸਾਧਨ, ਉਹ ਸ਼ੁਕਰ ਕਰੇ ਦਾਤੇ ਦਾ,
ਜੀਵਨ ਨਰਕ ਬਣਾਉਣ ਲਈ ਪੈਸੇ ਦੀ ਭੁੱਖ ਵਧਾਈਦੀ।
ਭੁੱਖ ਤੇ ਦੁੱਖ ਦੀਆਂ ਸਭ ਲੜਾਈਆਂ, ਹਓਮੈਂ ਦੇ ਸਭ ਝਗੜੇ,
ਦੋ ਵੇਲੇ ਰੋਟੀ ਤਾਂ ਸੁੱਨੜਾ! ਹਰ ਹਾਲਤ ਵਿੱਚ ਖਾਈਦੀ।

◆

ਵਾਟ

ਖਾਲੀ ਹੱਥੀਂ ਆਇਆ ਸੀ ਤੂੰ, ਖਾਲੀ ਹੱਥੀਂ ਜਾਏਂਗਾ।
ਪਿੱਛੇ ਰਹਿ ਜਾਣੇ ਨੇ ਬਸ! ਜਿਹੜੇ ਕਰਮ ਕਮਾਏਂਗਾ।

ਜ਼ਿੰਦਗੀ ਵਿੱਚ ਜੋ ਵੀ ਕਰੇਂਗਾ, ਤੇਰਾ ਨਾਮ ਬਣੂੰ,
ਆਪਣੇ ਹੱਥੀਂ ਤੂੰ ਜਿਹੜੇ-ਜਿਹੜੇ ਬੂਟੇ ਲਾਏਂਗਾ।

ਜਿਸ ਤੋਰੇ ਤੁਰੇਂਗਾ ਤੂੰ, ਉਹੀਓ ਹੀ ਪਛਾਣ ਤੇਰੀ,
ਜਿਸ-ਜਿਸ ਰਸਤੇ ਤੂੰ ਜਿਸ ਤਰ੍ਹਾਂ ਜਾਏਂਗਾ।

ਆਰ-ਪਰਿਵਾਰ ਲਈ ਤੂੰ ਕੜ੍ਹੀ ਘੋਲੀ ਜਿਹੜੀ,
ਓਸਦਾ ਹਿਸਾਬ ਧਰਮ ਰਾਜ ਤੋਂ ਕਰਵਾਏਂਗਾ।

ਓਹੋ ਜਿਹੀਆਂ ਲਿਖਤਾਂ ਲਿਖਣ ਤੇਰੇ ਬਾਲ-ਬੱਚੇ,
ਜੇਹੋ-ਜਿਹੋ ਉਹਨਾਂ ਲਈ ਤੂੰ ਪੂਰਨੇ ਪਾਏਂਗਾ।

ਤੇਰੇ ਆਉਣ-ਜਾਣ ਦਾ ਹਿਸਾਬ ਨਹੀਓਂ ਤੇਰੇ ਕੋਲ,
ਹੋਰ ਕਿਸ ਚੀਜ਼ ਦਾ ਹਿਸਾਬ ਤੂੰ ਲਗਾਏਂਗਾ

ਭਾਣੇ ਵਿੱਚ ਰਹੇਂਗਾ ਤਾਂ ਸੌਖੀ ਰਹੂ ਵਾਟ ਤੇਰੀ,
ਸਿਆਣਪਾਂ ਕਰੇਂਗਾ ਤਾਂ ਓਨੇ ਹੀ ਧੱਕੇ ਹੀ ਖਾਏਂਗਾ।
◆

ਜਤੀ-ਸਤੀ

ਘਰ ਪਰਿਵਾਰ ਜਿਨ੍ਹਾਂ ਦੇ ਵਸਦੇ, ਵਧੀਆ ਉਹ ਇਨਸਾਨ,
ਜਤੀ-ਸਤੀ ਦੀ ਜੜ੍ਹ ਨਾ ਕੋਈ ਬੇਸ਼ੱਕ ਉਹ ਵੱਡੇ ਵਿਦਵਾਨ।

ਗੁੱਸੇ ਗਿਲੇ ਤਾਂ ਹਰ ਪਰਿਵਾਰ 'ਚ ਹਰ ਹਾਲਤ ਵਿੱਚ ਹੁੰਦੇ,
ਕ੍ਰੋਧ ਨੂੰ ਕਾਬੂ ਕਰਨ ਲਈ ਕਈ ਤੁਰ ਜਾਂਦੇ ਨੇ ਬੀਆਬਾਨ।

ਆਪਣਿਆਂ ਸੰਗ ਵਸਣ-ਰਸਣ ਦਾ ਵੀ ਲਾਲਚ ਦੁਨੀਆ ਨੂੰ,
ਭੁੱਖ ਤਾਂ ਲੱਗਣੀ ਬੜੀ ਜਰੂਰੀ ਕੁੱਝ ਖਾਧਿਆਂ ਪੈਂਦੀ ਜਾਨ।

ਕਿਸੇ ਚੀਜ਼ ਦਾ ਮੋਹ ਨਹੀਂ ਜਿਸਨੂੰ, ਉਸਨੂੰ ਬੰਦਾ ਕਿੰਝ ਕਹੀਏ,
ਅਸਲੀ ਇਨਸਾਨੀ ਜੀਵਨ ਹੈ ਮੋਹ, ਮਮਤਾ ਅਤੇ ਸੰਤਾਨ।

ਆਪਣਿਆਂ ਸੰਗ ਵਸਣ-ਰਸਣ ਦਾ ਲਾਲਚ ਦੁਨੀਆ ਨੂੰ,
ਭੁੱਖ ਤਾਂ ਲੱਗਣੀ ਬੜੀ ਜਰੂਰੀ, ਕੁੱਝ ਖਾਧਿਆਂ ਪੈਂਦੀ ਜਾਨ।

ਕਿਸੇ ਚੀਜ਼ ਦਾ ਮੋਹ ਨਹੀਂ ਜਿਸਨੂੰ ਉਸਨੂੰ ਬੰਦਾ ਕਿੰਝ ਕਹੀਏ,
ਅਸਲੀ ਇਨਸਾਨੀ ਜੀਵਨ ਹੈ ਮੋਹ-ਮਮਤਾ ਸੰਤਾਨ।

ਸੱਚ ਦਾ ਕੋਈ ਘੁਮੰਡ ਕਰਦਾ ਤਾਂ ਉਸ ਵਿੱਚ ਕੀ ਗ਼ਲਤੀ ਹੈ,
ਇੱਕ ਹੰਕਾਰ ਤੋਂ ਡਰਦਿਆਂ, ਜੀਵਨ ਕਿਉਂ ਕਰੀਏ ਕੁਰਬਾਨ।

ਹਰ ਇੱਕ ਕਰਮ ਕਰਨ ਦੀ ਲੇਕਿਨ ਮਰਿਆਦਾ ਹੁੰਦੀ ਹੈ,
ਬਾਹਰ ਭੱਜਣ ਤੋਂ ਚੰਗਾ ਹੈ ਜੇਕਰ ਹੋ ਜਾਈਏ ਅੰਤਰਧਿਆਨ।

◆

ਲਾਲਚ

ਲਾਲਚ ਬੁਰੀ ਬਲਾ ਇਹ ਗੱਲ ਦੁਨੀਆ ਵਿੱਚ ਮਸ਼ਹੂਰ,
ਪਰ ਜਿਸਦਾ ਵੀ ਦਾਅ ਲੱਗੇ ਹਰ ਕੋਈ ਲਾਲਚ ਕਰੇ ਜਰੂਰ।

ਹਰ ਇੱਕ ਬੰਦਾ ਹਰ ਹਾਲਤ ਵਿੱਚ ਲਾਲਚ ਕਰ ਲੈਂਦਾ ਹੈ,
ਜੋ ਲਾਲਚ ਨਹੀਂ ਕਰਦਾ ਹੋਣੈ ਕਿਸੇ ਗੱਲੋਂ ਮਜਬੂਰ।

ਗੁਰੂ, ਪੀਰ ਹੋਣੈ ਜਿਹੜਾ ਵੀ ਲਾਲਚ ਤੋਂ ਬਚ ਸਕਿਆ,
ਪਰ ਨਿੱਤ ਦੇ ਜੀਵਨ ਨੂੰ ਨਿੰਦਣਾ ਦੁਨੀਆ ਦਾ ਦਸਤੂਰ।

ਬਹੁਤ ਹੀ ਲਾਲਚ ਕੀਤੇ ਹਾਲੇ ਵੀ ਲਲਚਾਉਂਦਾ ਹੈ ਦਿਲ,
ਜੇ ਹਾਲੇ ਜ਼ਿੰਦਾ ਦਿਲ ਹੈ ਇਸ ਵਿੱਚ ਮੇਰਾ ਕੀ ਕਸੂਰ।

◆

ਦੀਪਕ

ਦੀਪਕ ਵਿਚਾਰਾ ਕਈ ਚਿਰਾਂ ਦਾ ਬੁਝ ਗਿਆ ਹੁੰਦਾ,
ਪਰ ਉਮੀਦ ਦਾ ਕੁੱਝ ਤੇਲ ਬਾਕੀ ਹੈ ਅਜੇ।
ਸਾਰੇ ਬੂਹੇ, ਬਾਰੀਆਂ 'ਤੇ ਪਹਿਰਾ ਲੱਗਿਆ ਹੋਇਆ ਹੈ,
ਦੂਰੋਂ ਕੋਈ ਦਿਸ ਰਿਹਾ ਜਿਸ 'ਚੋਂ ਉਹ ਤਾਕੀ ਹੈ ਅਜੇ।

ਗੁਰਦੁਆਰੇ, ਮੰਦਿਰਾਂ ਵਿੱਚ ਬਹੁਤ ਹੋਏ ਹਾਂ ਜਲੀਲ,
ਥੋੜੀ-ਘਣੀ ਜੋ ਸੁਣ ਰਿਹੈ ਮਹਿਖਾਨੇ ਸਾਕੀ ਹੈ ਅਜੇ।
ਦੀਪਕ ਵਿਚਾਰਾ ਕਈ ਚਿਰਾਂ ਦਾ ਬੁਝ ਗਿਆ ਹੁੰਦਾ,
ਪਰ ਉਮੀਦ ਦਾ ਕੁੱਝ ਤੇਲ ਬਾਕੀ ਹੈ ਅਜੇ।

◆

ਭੁੱਖ ਤੇ ਦੁੱਖ

ਗੁਜ਼ਰ ਗਏ ਜੀਵਨ ਪੰਧ ਵਿੱਚੋਂ, ਜੀ ਕਰਦੈ ਕੁੱਝ ਯਾਦ ਕਰਾਂ।
ਹਰ ਮੋੜ 'ਤੇ ਹਾਰਿਆਂ ਹਾਂ ਕੁੱਝ ਬਚਿਆ ਨਹੀਂ ਜੋ ਹੋਰ ਹਰਾਂ।

ਨਕਲੀ ਹਾਸੇ ਹੱਸਣ ਦੀ ਆਦਤ ਹੀ ਬਣ ਗਈ ਹੈ ਹੁਣ ਤਾਂ,
ਵਿੰਨ੍ਹਿਆ ਪਿਆ ਜਿਸਮ ਤੀਰਾਂ ਨਾਲ ਵਜ੍ਹਾ ਨਹੀਂ ਕਿ ਹੋਰ ਜਰਾਂ।

ਕਰਣ, ਕਾਰਣ ਸਭ ਕੁੱਝ ਕਰਤਾ ਹੈ ਮੈਂ ਕਿਉਂ ਖ਼ੁਦ ਨੂੰ ਦੋਸ਼ ਦਿਆਂ,
ਭੁੱਖ ਤੇ ਦੁੱਖ ਵੀ ਕੁਦਰਤ ਦੇ ਰੰਗ ਮੈਂ ਕਿਉਂ ਐਵੇਂ ਫ਼ਿਕਰ ਕਰਾਂ।

ਪਰ ਸੁਣਿਆ! ਇਨਸਾਨੀ ਜੀਵਨ ਰੰਗਾਂ ਦੀ ਨਗਰੀ ਹੁੰਦੈ,
ਕੋਰੇ ਕਾਗਜ਼ ਜੀਵਨ ਦੇ ਮੈਂ ਕਿਸ ਮਹਿਫ਼ਿਲ ਵਿੱਚ ਆਣ ਧਰਾਂ।

◆

ਕੀਮਤ

ਜਿਸਦੀ ਕੀਮਤ ਇੱਕ ਪੈਸਾ ਵੀ ਨਹੀਂ ਪਈ,
ਉਸਨੂੰ ਕੀ ਭਾਅ ਇਸ ਦੁਨੀਆ ਦੇ ਭਾਅ ਦੇ ਨਾਲ।
ਕਿਸੇ ਲਈ ਉਹ ਜਾ ਕੇ ਕੀ ਕਰ ਸਕਦਾ ਹੈ,
ਜਿਸਨੂੰ ਹਮਦਰਦੀ ਨਹੀਂ ਆਪਣੇ ਸਾਹ ਦੇ ਨਾਲ।

ਜਿਸ ਲਈ ਦੋਵੇਂ ਕੰਢੇ ਹੱਡਾਰੋੜੀ ਹਨ,
ਉਹ ਕਿਉਂ ਜਾ ਕੇ ਝੇੜਾ ਕਰੇ ਮਲਾਹ ਦੇ ਨਾਲ।
ਜਿਸਨੂੰ ਮਿਲਣਾ ਅੱਜ ਤੱਕ ਕਿਸੇ ਵੀ ਨਹੀਂ ਚਾਹਿਆ,
ਉਹ ਹਾਰ ਸ਼ਿੰਗਾਰ ਕਰੇ ਦੱਸੋ! ਕਿਸ ਚਾਅ ਦੇ ਨਾਲ।

ਜਿਸਦਾ ਘਰ ਹੋਵੇ ਉਹ ਝੱਖੜਾਂ ਤੋਂ ਬਚਦਾ,
ਧੱਕੇ ਖਾਂਦੇ ਅਸੀਂ ਸਮੇਂ ਦੀ 'ਵਾ ਦੇ ਨਾਲ।
ਜਿਹੜੇ ਜ਼ਖ਼ਮਾਂ ਨੂੰ ਕੋਈ ਸਮਝ ਨਹੀਂ ਸਕਿਆ,
ਠੀਕ ਹੋਣਗੇ ਦੱਸਿਓ! ਕੇਸ ਦਵਾ ਦੇ ਨਾਲ।

◆

ਬੋਲ

ਬੋਲਦਿਆਂ ਬੋਲ ਹੋ ਜਾਏ ਬੋਲ ਤੇ ਕਬੋਲ,
ਬਿਨਾ ਬੋਲੇ ਨਹੀਓਂ ਹੁੰਦਾ ਦੁੱਖ-ਸੁੱਖ ਫੋਲ੍ਹ।
ਦੱਸੀਂ ਮੇਰੇ ਮਾਲਕਾ! ਮੈਂ ਕਿਵੇਂ ਚੁੱਪ ਰਹਾਂ,
ਜਦੋਂ ਭੁੱਖ ਲੱਗਦੀ ਹੈ ਦਿਲ ਜਾਂਦਾ ਡੋਲ।

ਖਾਲੀ ਭਾਂਡੇ ਦਾ ਖੜਾਕ ਭਰੇ ਨਾਲੋਂ ਵੱਧ,
ਮੰਡੀ ਵਿੱਚ ਜਾਂਦਿਆਂ ਹੀ ਖੋਟਾ ਸਿੱਕਾ ਰੱਦ।
ਕਿੰਨਾ ਖੋਟਾ ਹਾਂ ਤੇ ਕਿੰਨਾ ਖ਼ਰਾ ਮੈਂ ਕੀ ਜਾਣਾਂ,
ਆਪਣੀ ਅਕਲ ਲੱਗੇ ਹੱਦ ਨਾਲੋਂ ਵੱਧ।

ਦਿਲ ਦੀ ਭੜਾਸ ਕੱਢੀ ਮੈਂ ਤਾਂ ਗੱਲ ਕਰਕੇ,
ਕਿਸੇ ਨੂੰ ਨਾ ਦੱਸੀਂ, ਰੱਖੀਂ ਦਿਲ ਵਿੱਚ ਜਰ ਕੇ।
ਸੁਣਨ ਵਾਲੇ ਨੇ ਵੀ ਜੇ ਦਿਲ ਹੌਲਾ ਕਰ ਲਿਆ,
ਸਹਿਮੇ ਰਹਿਣਾ ਪੈਣਾ ਗੱਲ ਕੋਲੋਂ ਡਰ-ਡਰ ਕੇ।

ਬੋਲਦਿਆਂ ਬੋਲ ਹੋ ਜਾਏ ਬੋਲ ਤੇ ਕਬੋਲ,
ਬਿਨਾ ਬੋਲੇ ਨਹੀਓਂ ਹੁੰਦਾ ਦੁੱਖ-ਸੁੱਖ ਫੋਲ੍ਹ।
ਦੱਸੀਂ ਮੇਰੇ ਮਾਲਕਾ! ਮੈਂ ਕਿਵੇਂ ਚੁੱਪ ਰਹਾਂ,
ਜਦੋਂ ਭੁੱਖ ਲੱਗਦੀ ਹੈ ਦਿਲ ਜਾਂਦਾ ਡੋਲ।

◆

ਘਾਟਾ-ਵਾਧਾ

ਘਾਟਾ ਖਾ ਖੇਤੀਂ ਵਿੱਚੋਂ ਵਿਦੇਸ਼ ਆਏ ਸੀ,
ਝਾੜੂ ਵੀ ਫੇਰੇ ਅਸੀਂ ਤੇ ਪੋਚੇ ਵੀ ਲਾਏ ਸੀ।
ਸੱਤੇ ਦਿਨ ਖੜੀ ਲੱਤੇ ਕੰਮ ਕਰਕੇ,
ਮੁੜ੍ਹਕੇ ਦੇ ਮੁੱਲ ਪੈਸੇ ਵੀ ਕਮਾਏ ਸੀ।

ਚਿੱਟੇ ਚਾਦਰੇ ਤਾਂ ਇੱਕ ਪਾਸੇ ਰਹਿ ਗਏ,
ਭਾਂਡੇ ਮਾਂਜੇ ਅਸੀਂ ਖਾਣੇ ਵੀ ਬਣਾਏ ਸੀ।
ਪਤਾ ਨਹੀਂ ਕਿਹੜੇ, ਜਿਹੜੇ ਜੱਟ ਸਰਦਾਰ,
ਅਸੀਂ ਵੀ ਸਮਾਜ 'ਚ ਜੱਟਾਂ ਦੇ ਜਾਏ ਸੀ।
◆

ਹੱਡ-ਮਾਸ ਦਾ ਬੰਦਾ

ਹੱਡ-ਮਾਸ ਦੇ ਬੰਦੇ ਨੂੰ ਤਾਂ ਭੁੱਖ ਲੱਗਦੀ ਹੈ,
'ਕੱਲੀਆਂ ਕਵਿਤਾਵਾਂ ਨੂੰ ਕਿਸੇ ਨੇ ਕੀ ਕਰਨਾ।
ਰੰਗ-ਰੰਗੋਲੀ ਗੀਤ, ਗ਼ਜ਼ਲ ਨਾ ਖੇਡ ਸਕਣ,
ਸੁੱਕੀ ਝਨ੍ਹਾਂ 'ਚ ਕੱਚਿਆਂ 'ਤੇ ਕਿਸ ਲਈ ਤਰਨਾ।

ਜੇ ਸਚਮੁੱਚ ਤੇਰੇ ਮੇਰੇ ਰੰਗ ਰਲਦੇ ਹੁੰਦੇ,
ਤਾਂ ਸੱਧਰਾਂ ਦੀਆਂ ਧਾਹਾਂ ਨੂੰ ਨਾ ਪੈਂਦਾ ਜਰਨਾ।
ਜਿੰਨਾ ਚਿਰ ਸਰੀਰ ਨਿੱਘਾ ਹੈ ਝਗੜ ਰਿਹੈ,
ਠੰਡੇ ਜਿਸਮਾਂ ਨੇ ਕੀ ਜਿੱਤਣਾ ਕੀ ਹਰਨਾ।

◆

ਅਮਰੀਕਾ

ਅਮਰੀਕਾ ਵਿੱਚ ਬਾਹਰੋਂ ਆ ਕੇ ਸਭ ਨੇ ਡੇਰਾ ਲਾਇਆ,
ਪਿਓ, ਦਾਦਾ, ਪੜਦਾਦਾ ਕੋਈ ਨਾ ਕੋਈ ਵਿਦੇਸ਼ੋਂ ਆਇਆ।
ਕੈਨੇਡੀ ਪਰਿਵਾਰ ਵੀ ਸਾਰਾ ਆਇਰਲੈਂਡ 'ਚੋਂ ਆਇਆ,
ਕਈ ਪ੍ਰਧਾਨ ਵਲਾਇਤੀ ਜਿਨ੍ਹਾਂ ਆਪਣਾ ਹੁਕਮ ਚਲਾਇਆ।

ਯੌਰਪੀਅਨ, ਓਬਾਮਾ ਨਾਲੇ ਅਫ਼ਰੀਕਣ, ਅਮਰੀਕਣ,
ਇਸ ਅਸਮਾਨੀ ਗੋਲੇ ਨੂੰ ਤਾਂ ਕੋਈ ਵੀ ਬੁੱਝ ਨਹੀਂ ਪਾਇਆ।
ਅਸੀਂ ਵੀ ਤਾਂ ਪੰਜਾਬ ਤੋਂ ਆ ਕੇ ਵਸ ਗਏ ਅਮਰੀਕਾ,
ਕੰਮ-ਕਾਜ ਚਲਾਏ ਆ ਕੇ, ਧਨ-ਦੌਲਤ ਵੀ ਬਹੁਤ ਕਮਾਇਆ।

ਰਿਸ਼ਤੇਦਾਰ ਤੇ ਦੋਸਤ-ਮਿੱਤਰ ਵੀ ਕਈ ਸੱਦ ਬੁਲਾਏ,
ਜੋ ਖ਼ੁਦ ਕਰਦੇ ਸੀ ਉਹਨਾਂ ਕੰਮਾਂ ਵਿੱਚ ਸਭ ਨੂੰ ਪਾਇਆ।
ਚਮਗਿੱਦੜ ਘਰ, ਆਏ ਪ੍ਰਾਹੁਣੇ ਪੁੱਠੇ ਟੰਗ 'ਤੇ ਸਾਰੇ,
ਜੇਸ ਚਰਖੜੀ ਆਪ ਚੜੇ ਸਾਂ ਸਭ ਨੂੰ ਉਸ 'ਤੇ ਚੜ੍ਹਾਇਆ।

ਜਿਸਨੇ ਆਪਣੇ ਆਲੇ-ਦੁਆਲੇ 'ਕੱਠ ਕਰ ਲਏ,
ਉਸਨੂੰ ਫਿਰ ਭੱਜਣ ਲਈ ਵੀ ਕੋਈ ਰਸਤਾ ਨਜ਼ਰ ਨਾ ਆਇਆ।
ਹੱਥੀਂ ਦਿੱਤੀਆਂ ਗੰਢਾਂ ਨੂੰ, ਦੰਦਾਂ ਨਾਲ ਖੋਲ੍ਹ ਰਹੇ ਹਾਂ,
ਹੁਣ ਚੂਪ ਤੂੰ ਸੁੱਨੜਾ! ਰੀਠੇ ਆਪਣੇ ਆਪ ਤੂੰ ਪੰਗਾ ਪਾਇਆ।
◆

ਠੰਡੀਆਂ-ਤੱਤੀਆਂ ਹਵਾਵਾਂ

ਬੰਦਿਆਂ ਦੇ ਵਿੱਚ ਬੰਦਿਆਂ ਵਾਂਗੂੰ ਰਹਿਣਾ ਪੈਣਾ।
ਚੰਗਿਆਂ-ਮੰਦਿਆਂ ਬੋਲਾਂ ਨੂੰ ਵੀ ਸਹਿਣਾ ਪੈਣਾ।

ਬੁੱਲ੍ਹੇ, 'ਨ੍ਹੇਰੀਆਂ, ਠੰਡੀਆਂ-ਤੱਤੀਆਂ ਵਗਣ ਹਵਾਵਾਂ,
'ਨ੍ਹੇਰੇ ਤੇ ਚਾਨਣ ਦਾ ਜ਼ਾਇਕਾ ਲੈਣਾ ਪੈਣਾ।

ਖੁਸ਼ਬੂ ਤੇ ਬਦਬੂ ਦੋਵਾਂ ਵਿੱਚ ਸਭ ਦੀ ਹਿੱਸੇਦਾਰੀ,
ਖੁਸ਼ੀਆਂ ਲੱਭਦਿਆਂ ਗ਼ਮਾਂ ਦੇ ਵਿੱਚ ਵੀ ਵਹਿਣਾ ਪੈਣਾ।

ਜੋ ਹਰਨਾ ਨਾ ਜਾਣੇ ਉਹ ਫਿਰ ਜਿੱਤੇ ਜਾਂ ਨਾ ਜਿੱਤੇ,
ਹੱਸਦੀਆਂ ਅੱਖਾਂ ਨੂੰ ਕਈ ਵਾਰੀ ਰੋਣਾ ਪੈਣਾ।

ਜੀਵਨ ਦੀ ਮਾਲ਼ਾ ਦੇ ਮਣਕੇ ਵੰਨ-ਸੁਵੰਨੇ,
ਸਭ ਨੂੰ ਜੀਵਨ ਡੋਰੀ ਵਿੱਚ ਪ੍ਰੋਣਾ ਪੈਣਾ।

ਜੀਵਨ ਦੀ ਜੇ ਹਸਰਤ ਹੈ ਤਾਂ ਸੁਣ 'ਲਾ ਸੁੱਨੜਾ!
ਕਿਸੇ ਨਾ ਕਿਸੇ ਜੀਅ ਦਾ ਤਾਂ ਤੈਨੂੰ ਹੋਣਾ ਪੈਣਾ।
◆

ਹਾਸ

ਹਾਸੇ ਕਿਸਮਤ ਵਿੱਚ ਹੀ ਨਹੀਂ ਸੀ ਇਸਦਾ ਗ਼ਮ ਨਾ ਕੋਈ,
ਪਰ ਰੋਸ ਰਹੇਗਾ ਇਸ ਗੱਲ ਦਾ ਕਿ ਰੋ ਵੀ ਸਕੇ ਨਾ ਖੁੱਲ੍ਹ ਕੇ।
ਦਿਲ ਦਾ ਮਹਿਰਮ ਕੋਈ ਨਾ ਬਣਿਆ ਵਾਹ ਤਾਂ ਲਾਈ ਪੂਰੀ,
ਮੰਗਿਆਂ ਮੌਤ ਵੀ ਨਹੀਂ ਮਿਲਦੀ ਜੀਣਾ ਪਿਆ ਰੁਲ਼-ਰੁਲ਼ ਕੇ।

ਦੁਨੀਆ ਨਾਲ ਚੱਲਣ ਲਈ ਦੁਨੀਆਦਾਰੀ ਸਿੱਖਣੀ ਪੈਂਦੀ ਹੈ,
ਹਊ ਪਰ੍ਹੇ ਕਰ ਦਿਓ ਕੋਈ ਦਿਲ ਨੂੰ ਲਾ ਨਾ ਬੈਠੇ ਭੁੱਲ ਕੇ।
ਦਰਦ ਸੁਣਾਏ ਜਾਂਦੇ ਜੇ ਕੋਈ ਸੁਣਨ ਵਾਲਾ ਵੀ ਹੋਵੇ ਤਾਂ,
'ਕੱਲਿਆਂ ਬੈਠ ਅੱਖਾਂ ਦਾ ਪਾਣੀ ਕੀ ਕਰ ਲਊ ਡੁੱਲ-ਡੁੱਲ ਕੇ।

◆

ਆਸਮਾਨ

ਆਪਣੇ ਆਲੇ-ਦੁਆਲੇ ਸਿਰਜੇ ਪਿੰਜਰੇ ਵਿੱਚੋਂ ਬਾਹਰ ਆ ਜਾ।
ਆਪਣੇ ਕੰਮ ਤਾਂ ਆ ਨਹੀਂ ਸਕਿਆ ਹੋਰ ਕਿਸੇ ਦੇ ਹੀ ਕੰਮ ਆ ਜਾ।

ਗੀਤ, ਗਜ਼ਲ਼, ਕਵਿਤਾ ਜੋ ਵੀ ਹੈ ਇੱਕ ਦੋ ਆਪਣੇ ਬੰਦ ਸੁਣਾ ਜਾ,
ਆਪਣਾ ਚਿੱਤ ਪਰਚਾ ਨਾ ਸਕਿਆ, ਹੋਰ ਕਿਸੇ ਦਾ ਹੀ ਪਰਚਾ ਜਾ।

ਤੇਰੇ ਫੁੱਲ-ਫ਼ਲ ਟਾਹਣੀਆਂ, ਪੱਤੇ ਤੇਰੇ ਕਿਸੇ ਵੀ ਕੰਮ ਨਾ ਆਏ,
ਇੱਕ ਕੰਮ ਹਾਲੇ ਹੋ ਸਕਦਾ ਹੈ ਹੋਰ ਕਿਸੇ ਲਈ ਬੂਟਾ ਲਾ ਜਾ।

ਆਪਣੇ ਮਨ ਮੰਦਰ ਦੇ ਅੰਦਰ, ਦੀਪ ਕੋਈ ਤੂੰ ਬਾਲ਼ ਨਾ ਸਕਿਆ,
ਆਪਣੇ ਚਾਨਣ ਦੇ ਨਾਲ ਹੀਰਿਆ! ਹੋਰ ਕੋਈ 'ਨ੍ਹੇਰਾ ਰੁਸ਼ਨਾ ਜਾ।

ਭਰੇ ਭਰਾਏ ਤੁਰ ਜਾਣਾ ਹੈ ਇਹ ਤੇਰੀ ਆਪਣੀ ਮਰਜ਼ੀ,
ਦੋ ਚੂਲ਼ੀਆਂ ਅੰਮ੍ਰਿਤ ਜਲ ਦੇ ਕੇ ਹੋਰ ਕਿਸੇ ਦੀ ਪਿਆਸ ਬੁਝਾ ਜਾ।

◆

ਖ਼ਾਲੀ ਹੱਥ

ਮੈਂ ਮੁੱਕਣ 'ਤੇ ਆਈ ਲੱਗਦੀ ਸੁਪਨੇ ਮੁੱਕ ਗਏ ਮੇਰੇ ਹੂ।
ਮਾਸਾ ਚਾਨਣ ਨਜ਼ਰ ਨਾ ਆਵੇ 'ਨ੍ਹੇਰਾ ਚਾਰ ਚੁਫ਼ੇਰੇ ਹੂ।

'ਨੇਰ੍ਹਾ ਚਾਨਣ ਭਾਲਣ ਤੁਰ ਪਿਆ ਰਾਤਾਂ ਘੁੱਪ ਹਨ੍ਹੇਰੇ ਹੂ।
ਜਿੱਥੇ ਸੂਰਜ ਹੀ ਨਹੀਂ ਚੜ੍ਹਦਾ ਕਿੱਦਾਂ ਹੋਣ ਸਵੇਰੇ ਹੂ।

ਦਿਨ ਤੇ ਰਾਤ ਇਕੱਠੇ ਕਰਨਾ ਵਸ ਨਹੀਂ ਤੇਰੇ-ਮੇਰੇ ਹੂ।
ਚੰਦ, ਚਕੋਰ ਕਦੇ ਨਾ ਮਿਲਦੇ ਫਿਰਨ ਚਕੋਰ ਬਥੇਰੇ ਹੂ।

ਹੱਥ ਖ਼ਾਲੀ ਦੇ ਖ਼ਾਲੀ ਕੁੱਝ ਵੀ ਨਹੀਂ ਫ਼ੱਕਰਾਂ ਦੇ ਡੇਰੇ ਹੂ।
ਭੱਜ-ਨੱਠ ਸੁੱਨੜ ਨੇ ਵੀ ਕੀਤੀ ਤਕੜੇ ਕਰਕੇ ਜੇਰੇ ਹੂ।
◆

ਮੰਜ਼ਿਲ ਨਾ ਮਿਲੀ

ਦੋਸਤੀ ਦਾ ਹੱਥ ਮੰਗਦੇ ਰਹੇ ਸਾਰੀ ਉਮਰ ਭਰ,
ਪਰ ਮੰਗਤਿਆਂ ਨੂੰ ਕੌਣ ਪੁੱਛਦਾ ਹੈ ਜ਼ਮੀਂ, ਅਸਮਾਨ ਵਿੱਚ।
'ਮੰਜ਼ਿਲ ਨਾ ਮਿਲੀ' ਤਾਂ ਜੀਵਨ ਦੀ ਸੱਚੀ ਕਥਾ ਹੈ,
ਪਰ ਬਹੁਤ ਲੋਕੀਂ ਸੋਚਦੇ ਝੂਠਾ ਹੈ ਸੁੱਨੜ ਬਿਆਨ ਵਿੱਚ।

ਸਾਰੇ ਏਹੋ ਸੋਚਦੇ ਸੁੱਨੜ ਬੜਾ ਖੁਸ਼ਹਾਲ ਹੈ,
ਮੇਰੀ ਭੁੱਖ, ਪਿਆਸ, ਅਤ੍ਰਿਪਤੀ ਆਈ ਨਾ ਕਿਸੇ ਦੇ ਵੀ ਧਿਆਨ ਵਿੱਚ।
ਪਿਆਸ ਦੇ ਅਹਿਸਾਸ ਕਰਕੇ ਹੀ ਮੈਂ ਸ਼ਾਇਦ ਕਵੀ ਹਾਂ,
'ਕੱਲਾ ਤੁਰਿਆਂ ਚੱਲ ਕੋਈ ਨਹੀਂ ਫ਼ਰਕ ਪੈਂਦਾ ਸ਼ਾਨ ਵਿੱਚ।

◆

ਭੁਲੇਖਾ

ਮੈਂ ਭੁਲੇਖੇ ਵਿੱਚ ਹੀ ਰਹਿ ਜਾਣਾ ਸੀ ਸਾਰੀ ਉਮਰ,
ਸ਼ੁਕਰੀਆ ਸੱਜਣੋ! ਮੇਰੀ ਔਕਾਤ ਤੋਂ ਜਾਣੂ ਕਰਾਇਆ।
ਐਵੇਂ ਗਿਣਦਾ ਰਿਹਾ ਸਾਰੀ ਉਮਰ ਭਰ ਮੈਂ ਆਪਣੇ 'ਕੱਲਾ ਬੈਠ,
ਸੋਚਦਾਂ ਚੰਗਾ ਹੋਇਆ ਤੁਸੀਂ ਭਰਮ ਲਾਹਿਆ।

ਸੁਪਨ ਮੰਦਰ ਵਿੱਚ ਮੈਂ ਰੱਖੇ ਸਾਜ਼ ਵੀ ਤੇ ਗੀਤ ਵੀ,
ਆਪਣੇ ਸੁਰ ਮੰਦਰ 'ਚ ਮੈਂ ਆਪਣਾ ਗੀਤ ਮੈਂ ਖ਼ੁਦ ਨੂੰ ਸੁਣਾਇਆ।
ਇੱਕ ਤਾਂ ਤੇਰੇ ਨਾਲ ਹੈ ਸੁੱਨੜਾ! ਤੂੰ ਇਹ ਤਾਂ ਜਾਣਦੈਂ,
ਜੇ ਤੇਰਾ ਵਿਸ਼ਵਾਸ ਪੂਰਣ ਹੈ ਤਾਂ ਤੂੰ ਸਭ ਕੁੱਝ ਹੀ ਪਾਇਆ।

◆

ਬੇਵਸੀ

ਮਜ਼ਬੂਰੀਆਂ, ਕਮਜ਼ੋਰੀਆਂ ਕੁੱਝ ਇਸ ਤਰ੍ਹਾਂ ਬਣੀਆਂ,
ਕਿ ਚਾਹੁੰਦਿਆਂ ਵੀ ਵਤਨ ਵਾਪਸ ਆ ਨਹੀਂ ਸਕਿਆ।
ਰੋਜ਼ ਰੀਝਾਂ ਜੰਮਦੀਆਂ ਅੱਖਾਂ ਦੇ ਸਾਹਵੇਂ ਮਰਦੀਆਂ,
ਪਰ ਦਰਦ-ਏ-ਦਿਲ 'ਤੇ ਕੋਈ ਮਲ੍ਹਮ ਲਾ ਨਹੀਂ ਸਕਿਆ।

ਰੋਂਦਾ ਰਿਹਾ ਕੁੜ੍ਹਦਾ ਰਿਹਾ ਦਿਲ ਵੀ ਆਪਣੀ ਜਗ੍ਹਾ 'ਤੇ,
ਬੇਵਸੀ ਵਿੱਚ ਦਿਲ ਨੂੰ ਮੈਂ ਭਰਮਾ ਨਹੀਂ ਸਕਿਆ।
ਤਰਸਿਆ ਮੈਂ ਵੀ ਤੇ ਆਪਣੇ ਵੀ ਬਹੁਤ ਤਰਸਾਏ ਹਨ,
ਮੈਂ ਮੁਆਫ਼ੀ ਮੰਗਣ ਦਾ ਵੀ ਮੌਕਾ ਪਾ ਨਹੀਂ ਸਕਿਆ।

ਕਾਰਣ ਹੁੰਦਾ ਹੈ ਜਦੋਂ ਮਿੱਤਰਾਂ ਨੂੰ ਰੁੱਸਣਾ ਪੈ ਜਾਵੇ,
ਸੁੱਨੜ ਚਾਹੁੰਦਿਆਂ ਹੋਇਆਂ, ਕੁੱਝ ਵੀ ਚਾਹ ਨਹੀਂ ਸਕਿਆ।
ਦਰਦ ਸਾਰੇ ਭੁੱਲ-ਭੁਲਾ ਕੇ ਰੰਜਿਸਾਂ ਨੂੰ ਤਿਆਗ਼ ਕੇ,
ਕੁੱਝ ਐਸਾ ਦੇ ਜੋ ਮੈਂ ਉਮਰ ਭਰ ਪਾ ਨਹੀਂ ਸਕਿਆ।

◆

ਮਾਲਕ ਦੀ ਮਲਕੀਅਤ

ਸਿੰਝ ਸੰਵਾਰ ਕੇ ਸੀਆਂ ਲਾ ਕਿਆਰੇ ਪਾਈਏ,
ਨੀਵੇਂ ਖੇਤ ਨਿਆਈਆਂ ਦੇ ਵਿੱਚ ਰੁੱਤ ਵਿਚਾਰ ਕੇ ਬੀਜ ਲਗਾਈਏ।
ਕੱਖ-ਕੰਡਾ, ਨਦੀਨ ਸਭ ਕੱਢੀਏ ਰੂੜੀ ਰੇਹ ਰਲਾਈਏ,
ਲਹਿਰਾ-ਬਹਿਰਾਂ ਲਾਵੇ ਕੁਦਰਤ ਅੰਨ ਅਨਾਜ ਈਕਣ ਉਗਾਈਏ।

ਮਾਲਕ ਦੀ ਮਲਕੀਅਤ ਉੱਤੇ ਕਾਬਜ਼ ਕਦੇ ਨਾ ਹੋਣਾ ਚਾਹੀਏ,
ਰੋਜ਼ੀ ਰੋਟੀ ਦਾਤਾ ਦੇਵੇ ਦੇਣਹਾਰ ਦਾ ਸ਼ੁਕਰ ਮਾਨਈਏ।
ਰਹਿਣ-ਸਹਿਣ ਨੂੰ ਸੁਥਰਾ ਰੱਖੀਏ ਸਹਿਜ ਸੁਭਾਅ ਹੋ ਜਾਈਏ,
ਤਨ-ਮਨ ਦੀ ਪ੍ਰਕਿਰਿਆ ਖਾਤਰ ਜੋ ਮਿਲਿਆ ਸੋ ਖਾਈਏ।
◆

ਇਕੱਲਤਾ

ਪਲ ਵਿੱਚ ਰੁੱਸ ਜਾਂਦੇ ਆਪਣੇ, ਚਿਰ ਲੱਗਦਾ ਫੇਰ ਮਨਾਂਵਦਿਆਂ।
ਉਮਰਾਂ ਬੀਤ ਜਾਣ ਸੱਜਣਾ ਨੂੰ, ਮੁੜ ਕੇ ਫੇਰ ਹਸਾਂਵਦਿਆਂ।

ਉਹ ਕਰਮਾਂ ਵਾਲੇ ਹੁੰਦੇ ਨੇ ਜਿਨ੍ਹਾਂ ਦਾ ਕੋਈ ਆਪਣਾ ਹੈ।
ਸੁੱਨੜ ਨੂੰ ਪੁੱਛ ਕੇ ਦੇਖੋ! ਜੋ ਥੱਕ ਚੱਲਿਆ 'ਕੱਲਿਆਂ ਗਾਂਵਦਿਆਂ।

'ਕੱਲੇ-ਕਾਰੇ ਤੋਂ ਤਾਂ ਚੱਜ ਨਾਲ ਰੱਬ-ਰੱਬ ਵੀ ਨਹੀਂ ਹੋ ਸਕਦਾ,
ਰਲ ਕੇ ਰਾਮ-ਰਾਮ ਕਹੀਏ ਜੋਤੀ ਨਾਲ ਜੋਤ ਮਿਲਾਂਵਦਿਆਂ।
◆

ਮਨੁੱਖ ਦੇ ਨਾਂ

ਸੁੱਖਾਂ ਲਈ ਖੋਜ ਕੀਤੀ ਬੇਸ਼ੁਮਾਰ ਬੰਦਿਆ!
ਦੱਸ ਫੇਰ ਕਾਹਤੋਂ ਹੋਵੇਂ ਤੂੰ ਖ਼ੁਆਰ ਬੰਦਿਆ!

ਵੱਡੇ-ਵੱਡੇ ਕੰਮਾਂ ਨੂੰ ਤੂੰ ਜਾ ਕੇ ਹੱਥ ਪਾ ਲਵੇਂ,
ਮਨ ਕਰੇ ਮਰਜ਼ੀ ਦਾ ਰੱਬ ਵੀ ਬਣਾ ਲਵੇਂ।
ਅਸਮਾਨ ਵਿੱਚ ਕਈ ਚੰਨ-ਤਾਰੇ ਗਾਹ ਲਏ,
ਤੇਜ਼ੀ ਨਾਲ ਜਾਣ ਲਈ ਰਾਕਟ ਬਣਾ ਲਏ।

ਹਰ ਰੋਗ਼ ਲਈ ਤੂੰ ਦਵਾਈਆਂ ਵੀ ਬਣਾਈਆਂ,
ਫੇਰ ਵੀ ਨਿੱਤ ਦਿਨ ਰਹੇਂ ਤੂੰ ਬੀਮਾਰ ਬੰਦਿਆ!

ਸੁੱਖਾਂ ਲਈ ਖੋਜ ਕੀਤੀ ਬੇਸ਼ੁਮਾਰ ਬੰਦਿਆ.......।

ਪਸ਼ੂਆਂ ਦਾ ਸੁਣਿਆ ਦਿਮਾਗ਼ ਨਹੀਓਂ ਹੁੰਦਾ,
ਪੰਛੀਆਂ ਕਿੰਨੇ ਨੇ ਇਹ ਹਿਸਾਬ ਨਹੀਓਂ ਹੁੰਦਾ।
ਸਾਗਰਾਂ ਦੇ ਪਾਣੀ ਤੋਲ ਸਕਿਆ ਨਾ ਕੋਈ,
ਕਿਨ੍ਹੇ ਹਵਾ ਵਿੱਚ ਘੁਲ਼ੀ ਹੋਈ ਦੇਖੀ ਖੁਸ਼ਬੋਈ।

ਗੁਣੀਏ ਦੇ ਨਾਲ ਤੂੰ ਬਣਾਏ ਮਹਿਲ ਬੁੰਗੇ
ਸਿੱਧਾ ਰੱਖਿਆ ਨਾ ਖ਼ੁਦ ਨੂੰ ਬੇਕਾਰ ਬੰਦਿਆ!

ਸੁੱਖਾਂ ਲਈ ਖੋਜ ਕੀਤੀ ਬੇਸ਼ੁਮਾਰ ਬੰਦਿਆ.......।

ਤੂੰ ਇਹ ਧਰਤ, ਪਾਤਾਲ ਸਾਰਾ ਵਸ ਕਰ ਲਿਆ,
ਸਾਗਰਾਂ, ਸਮੁੰਦਰਾਂ ਨੂੰ ਸਾਰਾ ਤਰ ਲਿਆ।
ਖੋਜਾਂ, ਖੋਜੀਆਂ ਤੂੰ ਐਸੀਆਂ ਯਕੀਨ ਨਹੀਂ ਆਉਂਦਾ,
ਕਰਕੇ ਵਿਖਾਇਆ ਸਭ ਕੁੱਝ ਮਨ ਭਾਉਂਦਾ।

ਇਹ ਵੀ ਜਾਣਦੈਂ ਤੂੰ ਖ਼ੁਦ ਹੈਂ ਸਿਰੇ ਦਾ ਸ਼ਿਕਾਰੀ,
ਫਿਰੇਂ ਆਪਣਾ ਹੀ ਕਰਦਾ ਸ਼ਿਕਾਰ ਬੰਦਿਆ!

ਸੁੱਖਾਂ ਲਈ ਖੋਜ ਕੀਤੀ ਬੇਸ਼ੁਮਾਰ ਬੰਦਿਆ.......।
◆

ਕੋੜ

ਆਪਣੀ ਕੋਈ ਚਿੰਤਾ ਹੋਵੇ ਤਾਂ ਅੰਦਰ ਵੜ ਕੇ ਰੋਂਦੇ ਹੋ।
ਦੁਨੀਆ ਦੀ ਚਿੰਤਾ ਖਾਤਰ ਮੈਦਾਨ 'ਚ ਆਣ ਖਲੋਂਦੇ ਹੋ।

ਢਕ-ਢਕ ਕੇ ਰੱਖਦੇ ਹੋ ਆਪਣਾ ਕੋੜ੍ਹਾਪਣ ਦੁਨੀਆ ਕੋਲੋਂ,
ਲੋਕਾਂ ਨੂੰ ਨਿੰਦਣ ਲਈ ਅੱਡੀਆਂ ਚੁੱਕ-ਚੁੱਕ ਰੌਲ਼ਾ ਪਾਉਂਦੇ ਹੋ।

ਆਪਣੇ ਦਿਲ ਦੀ ਲੋਕੀਂ ਮਾਸਾ ਭਾਫ਼ ਨਹੀਂ ਨਿਕਲਣ ਦਿੰਦੇ,
ਦੁਨੀਆ ਨੂੰ ਸਾੜਣ ਲਈ ਜਿੰਨਾ ਲੱਗਦਾ ਲਾਂਬੂ ਲਾਉਂਦੇ ਹੋ।

ਆਪਣੇ ਰੰਗ ਵਿੱਚ ਚੁੱਪ-ਚੁਪੀਤੇ ਤੁਰਦੇ ਜਾਂਦੇ ਸੁੱਨੜ ਨੂੰ,
ਊਜਾਂ ਲਾ ਕੇ ਕਾਹਤੋਂ ਉਸਦਾ ਐਵੇਂ ਮੂੰਹ ਖੁਲਵਾਉਂਦੇ ਹੋ।

◆

ਚਾਹਤ

ਫੁੱਲ ਤਾਂ ਮੁਰਝਾ ਹੀ ਜਾਂਦੇ ਨੇ ਚਾਹਤ ਨਾ ਮੁਰਝਾਵੇ।
ਉਹ ਕਾਹਦੀ ਚਾਹਤ ਹੋਈ ਜੋ ਜਨਮੇਂ ਤੇ ਮਰ ਜਾਵੇ।
ਚਾਤ੍ਰਿਕ ਪਿਆਸਾ ਮਰ ਜਾਊ, ਹੋਰ ਨਾ ਕੁੱਝ ਵੀ ਚਾਹਵੇ।
ਸਵਾਂਤ ਬੂੰਦ ਹੀ ਅੰਮ੍ਰਿਤ ਵੇਲੇ ਉਸਦੀ ਪਿਆਸ ਬੁਝਾਵੇ।

ਪੈਲ਼ਾਂ ਪਾਉਂਦੇ ਮੋਰ, ਘਟਾ ਘਨਘੋਰ ਜੇ ਅੰਬਰੀਂ ਛਾਵੇ।
ਖੁਸ਼ੀ 'ਚ ਅੱਥਰੂ ਵਹਿ ਤੁਰਦੇ, ਮੀਂਹ ਆਵੇ ਜਾਂ ਨਾ ਆਵੇ।
ਕੱਟ-ਵੱਢ ਕਰਕੇ, ਲਾ ਮਸਾਲੇ, ਮੱਛੀ ਨੂੰ ਕੋਈ ਖਾਵੇ।
ਪੇਟ ਦੇ ਅੰਦਰ ਜਾ ਕੇ ਵੀ ਮਛਲੀ ਪਾਣੀ ਹੀ ਚਾਹਵੇ।

ਲਾ ਟਿਕਟਿਕੀ ਚੰਦ ਵੱਲ ਵੇਖੇ, ਮਾਸਾ ਨਜ਼ਰ ਨਾ ਫੇਰੇ।
ਬਿਨ ਚੰਦਰਮਾ ਕੁੱਝ ਨਾ ਭਾਵੇਂ ਉਹ ਚਕੋਰ ਕਹਾਵੇ।
ਸਾਰੀ ਉਮਰ ਪਤਾ ਨਹੀਂ ਲੱਗਿਆ ਆਪਣੀ ਅਤ੍ਰਿਪਤੀ ਦਾ।
ਤਾਹੀਓਂ ਸੁੱਨੜ ਘੁੰਮਣਘੇਰਾਂ ਦੇ ਵਿੱਚ ਗੋਤੇ ਖਾਵੇ।

◆

ਮਨ

ਤੇਰੀਆਂ ਨੈਣਾਂ ਦੇ ਵਿੱਚ ਵੱਸਣ ਨੂੰ ਹੈ ਮਨ ਲੋਚਦਾ।
ਰੋ ਲਿਆ ਹੈ ਬਹੁਤ ਹੁਣ ਹੱਸਣ ਨੂੰ ਹੈ ਮਨ ਲੋਚਦਾ।

ਪਰ ਤੇਰੇ ਮੇਰੇ ਨੈਣ੍ਹ ਤੂੰ ਦੱਸ! ਕਿਸ ਤਰ੍ਹਾਂ ਮਿਲ ਸਕਣਗੇ,
ਚਾਰ੍ਹ ਕਿੱਦਾਂ ਹੋਣਗੇ ਹੰਝੂਆਂ ਨੂੰ ਕਿੱਥੇ ਰੱਖਣਗੇ।

ਥੱਕ ਗਿਆ ਹਾਂ ਬਹੁਤ ਪੈਂਡਾ ਕਰ ਲਿਆ ਬਿਨ ਮੰਜ਼ਿਲੋਂ,
ਤੁਰਨ ਤੋਂ ਆਵਾਜ਼ਾਰ ਨੱਚਣ ਨੂੰ ਹੈ ਮਨ ਲੋਚਦਾ।

ਤੂੰ ਅੰਬਰਾਂ ਵਿੱਚ ਉਡ ਰਿਹੈਂ ਧਰਤੀ 'ਤੇ ਮੇਰਾ ਪਿੰਜਰਾ,
ਕੈਦੀ ਦਾ ਆਸਮਾਨ ਵਿੱਚ ਵੱਸਣ ਨੂੰ ਹੈ ਮਨ ਲੋਚਦਾ।
◆

ਚੰਦ 'ਤੇ ਦਾਗ਼

ਤੂੰ ਜਦੋਂ ਦੀ ਅਮਰੀਕਣ ਬਣ ਗਈ ਕੁੜੀਏ!
ਇਉਂ ਲੱਗਦੈ ਜਿਉਂ ਚੰਦ ਨੂੰ ਲੱਗ ਗਿਆ ਦਾਗ਼ ਕੁੜੇ!
ਤੂੰ ਤਾਂ ਆਪਣੇ ਚਿੱਤੋਂ ਕੁੱਝ ਵੀ ਬਣ ਗਈ ਪਰ,
ਮੈਨੂੰ ਲੱਗਦੈ ਸੜ ਗਏ ਤੇਰੇ ਭਾਗ ਕੁੜੇ!

ਮਸਰਾਂ ਨੂੰ ਤੂੰ ਬੀਨਜ਼ ਕਹਿਣਾ ਸਿੱਖ ਗਈ,
ਭੁੱਲ ਗਈ ਕਿੱਦਾਂ ਤੋੜੇ ਪਾਉਣਾ ਸਾਗ ਕੁੜੇ!
ਥੱਬਾ ਜ਼ੁਲਫ਼ਾਂ ਕੱਟ ਕੇ ਪਟੀਆਂ ਕੀਤੀਆਂ,
ਗੁੱਤ ਪਰਾਂਦੇ ਬਿਲਕੁਲ ਦਿੱਤੇ ਤਿਆਗ ਕੁੜੇ!

ਤੇਰੀ ਚੁੱਪ ਦੇ ਸੌ-ਸੌ ਮਾਅਨੇ ਹੁੰਦੇ ਸੀ,
ਜ਼ਹਿਰ ਉਗਲਦੀ ਹੁਣ ਜਿਉਂ ਡਸ ਗਿਆ ਨਾਗ ਕੁੜੇ!
ਪਿਉ-ਦਾਦੇ ਦੀ ਪੱਗ ਹੁੰਦੀ ਸੀ ਤੂੰ ਕੁੜੀਏ!
ਸਮਝ ਨਹੀਂ ਆਉਂਦਾ ਹੁਣ ਤੇਰਾ ਰਾਗ਼ ਕੁੜੇ!

ਹਰ ਕਾਰਜ ਦੀ ਮਰਿਆਦਾ ਹੁੰਦੀ ਕੋਈ,
ਪਰ ਹੱਦਾਂ-ਬੰਨੇ ਟੱਪਣੇ ਤੇਰਾ ਨਾਜ਼ ਕੁੜੇ!
ਡੁੱਲ੍ਹੇ ਬੇਰਾਂ ਦਾ ਕੁੱਝ ਨਹੀਂ ਘਟਿਆ,
ਮਾਂ, ਦਾਦੀ, ਨਾਨੀ ਨੂੰ ਕਰ 'ਲਾ ਯਾਦ ਕੁੜੇ!

ਇਹ ਨਾ ਸੋਚੀਂ ਤੈਨੂੰ ਕੋਈ ਹਦਾਇਤ ਹੈ,
ਇਹ ਤਾਂ ਬਸ! ਇੱਕ ਸੁੱਨੜ ਦੀ ਫ਼ਰਿਆਦ ਕੁੜੇ।

◆

ਤੇਰਾ ਇੱਕ ਮਖੌਲ਼

ਤੇਰੇ ਇੱਕ ਮਖੌਲ ਨੇ ਸਾਰਾ ਕਰ 'ਤਾ ਸੱਤਿਆਨਾਸ।
ਕਿਸ 'ਤੇ ਕਰਾਂ ਭਰੋਸਾ ਮੇਰਾ ਡੋਲ ਗਿਆ ਵਿਸ਼ਵਾਸ।

ਰੱਬ ਵਰਗਾ ਲੱਗਦਾ ਸੈਂ ਤੇਰੇ ਬੋਲ ਜਿਵੇਂ ਇਲਹਾਮ,
ਬਿਲਕੁਲ ਪਤਾ ਨਹੀਂ ਲੱਗਦਾ ਹੁਣ ਕੌਣ ਦੇਊ ਧਰਵਾਸ।

ਸੁਣਿਆ ਸੀ ਗੰਭੀਰ ਲੋਕ ਟਿੱਚਰਾਂ ਨਹੀਂ ਕਰਿਆ ਕਰਦੇ,
ਤੇਰਾ ਇੱਕ ਭਰੋਸਾ ਸੀ ਉਸ ਤੋਂ ਵੀ ਮੁੱਕ ਗਈ ਆਸ।

ਦਿਲ ਦੇ ਟੁਕੜੇ ਜੋੜ-ਜਾੜ ਕੇ ਦਿਨ ਤਾਂ ਕਟ ਜਾਵਣਗੇ,
ਮੈਂ ਤਾਂ ਬਖ਼ਸ਼ ਦੇਊਂ ਤੈਨੂੰ ਪਰ ਕਿੰਝ ਬਖ਼ਸ਼ੂ ਇਤਿਹਾਸ।

ਧਰਮ ਰਾਜ ਨਾ ਅਰਜਣ ਨਾ ਹੀ ਗੌਤਮ ਬੁੱਧ ਹੈ ਕੋਈ,
ਕਿਸੇ ਕੁਕਰਮ ਬਿਨਾ ਕੋਈ, ਕਿੰਞ ਕੱਟ ਲਊ ਬਣਵਾਸ।

ਹਾੜਾ ਵੇ! ਕੋਈ ਆਵੇ ਜੋ ਜ਼ਖ਼ਮਾਂ 'ਤੇ ਮਲ੍ਹਮ ਲਾਵੇ,
ਬਹੁਤਾ ਚਿਰ ਨਹੀਂ ਕੱਢਦਾ, ਲੱਗਦਾ ਸੁੱਨੜ ਬੜਾ ਉਦਾਸ।
◆

ਰੀਝਾਂ

ਪਤਾ ਨਹੀਂ ਰੀਝਾਂ ਕਦ ਜੰਮੀਆਂ,
ਪਤਾ ਨਹੀਂ ਮਰ ਕਦੋਂ ਗਈਆਂ।
ਪਤਾ ਨਹੀਂ ਕਿਹੜੀ ਜੰਗ ਲੜੀਆਂ,
ਪਤਾ ਨਹੀਂ ਹਰ ਕਦੋਂ ਗਈਆਂ।

ਦਿਲ ਨੇ ਸਬਜ਼ਬਾਗ਼ ਕਦ ਵੇਖੇ,
ਕਦ ਸੱਧਰਾਂ ਨੂੰ ਪਏ ਭੁਲੇਖੇ।
ਕਦ ਰੀਝਾਂ ਨੇ ਦਿਲ ਨੂੰ ਚੁੱਕਿਆ,
ਤੇ ਵਾਪਸ ਧਰ ਕਦੋਂ ਗਈਆਂ।

ਪਤਾ ਨਹੀਂ ਰੀਝਾਂ ਕਦ ਜੰਮੀਆਂ,
ਪਤਾ ਨਹੀਂ ਮਰ ਕਦੋਂ ਗਈਆਂ।

ਮੁੱਕਿਆ ਨਾ ਨੈਣਾਂ ਦਾ ਪਾਣੀ,
ਉਹੀ ਬੰਦਾ, ਉਹੀ ਕਹਾਣੀ।
ਕਦੋਂ ਕਿਸੇ ਕਾਬੂ ਕਰ ਲਈਆਂ,
ਤੇ ਰੀਝਾਂ ਜਰ ਕਦੋਂ ਗਈਆਂ।

ਪਤਾ ਨਹੀਂ ਰੀਝਾਂ ਕਦ ਜੰਮੀਆਂ,
ਪਤਾ ਨਹੀਂ ਮਰ ਕਦੋਂ ਗਈਆਂ।

ਜੀਵਨ ਦੀ ਜੰਗ ਲੜਨੀ ਪੈਣੀ,
ਹਰ ਸੱਟ ਸਿਰ 'ਤੇ ਜਰਨੀ ਪੈਣੀ।
ਕਦ ਹਥਿਆਰ ਰੀਝਾਂ ਨੇ ਚੁੱਕੇ,
ਨਿਕੰਮੀਆਂ ਡਰ ਕਦੋਂ ਗਈਆਂ।
ਪਤਾ ਨਹੀਂ ਰੀਝਾਂ ਕਦ ਜੰਮੀਆਂ,
ਪਤਾ ਨਹੀਂ ਮਰ ਕਦੋਂ ਗਈਆਂ।

'ਕੱਲਿਆਂ ਜੀਵਨ ਕੱਟਣਾ ਔਖਾ,
ਨਾ ਦੇ ਸੁੱਨੜਾ! ਖ਼ੁਦ ਨੂੰ ਧੋਖਾ।

ਹੁਣੇ ਤਾਂ ਡੁਲ੍ਹ ਕੇ ਹਟੀਆਂ ਅੱਖਾਂ,
ਦੁਬਾਰਾ ਭਰ ਕਦੋਂ ਗਈਆਂ।
ਪਤਾ ਨਹੀਂ ਰੀਝਾਂ ਕਦ ਜੰਮੀਆਂ,
ਪਤਾ ਨਹੀਂ ਮਰ ਕਦੋਂ ਗਈਆਂ।

ਦਿਲ ਕਾਂਸ਼ੀ ਤੇ ਦਿਲ ਹੀ ਮੱਕਾ,
ਕਿੰਨਾ ਚਿਰ ਕੋਈ ਕਰ ਲਊ ਧੱਕਾ।
ਨਤਮਸਤਿਕ ਹੋਵਣ ਲਈ,
ਦਿਲ ਦੇ ਦਰ ਕਦੋਂ ਗਈਆਂ।

ਪਤਾ ਨਹੀਂ ਰੀਝਾਂ ਕਦ ਜੰਮੀਆਂ,
ਪਤਾ ਨਹੀਂ ਮਰ ਕਦੋਂ ਗਈਆਂ।

◆

ਆਪਣਾ ਭੇਤ

ਢਕੀ ਰਿੱਝੇ ਕੋਈ ਨਾ ਬੁੱਝ ਸਕੇ,
ਸਦਾ ਕੱਜ ਕੇ ਭਾਜੀ ਬਣਾਈਏ ਜੀ।
ਆਪਣੀ ਮਰਜ਼ੀ ਦਾ ਪਾ ਕੇ ਲਸਣ, ਗੰਡਾ,
ਤੜਕਾ ਲਾ ਕੇ ਮਨ ਪ੍ਰਚਾਈਏ ਜੀ।

ਭਾਵੇਂ ਮਸਰ ਖਾਈਏ ਭਾਵੇਂ ਮੀਟ ਖਾਈਏ,
ਇਸ ਜੱਗ ਤੋਂ ਸਦਾ ਛੁਪਾਈਏ ਜੀ।
ਕੁੱਝ ਗ਼ਲਤ ਹੋ ਜਾਵੇ ਤਾਂ ਭੁਗਤੀਏ ਖ਼ੁਦ,
ਕਿਸੇ ਉੱਪਰ ਊਜ ਨਾ ਲਾਈਏ ਜੀ।

ਸਾਡਾ ਚੰਗਾ-ਮਾੜਾ ਸਾਡਾ ਹੀ ਰਹਿਣਾ,
ਲੋਕਾਂ ਕੋਲੋਂ ਨਾ ਗੱਲਾਂ ਕਰਵਾਈਏ ਜੀ।
ਜਿਹੜਾ ਆਪਣਾ ਨਹੀਂ, ਸਾਨੂੰ ਨਹੀਂ ਮਿਲਣਾ,
ਜਿੰਨਾ ਮਰਜ਼ੀ ਓਸਨੂੰ ਚਾਹੀਏ ਜੀ।

ਕਿਸਮਤ ਵਿੱਚ ਲਿਖਿਆ ਜਿਹੜਾ ਉਹੀ ਸਾਡਾ,
ਪਰਦਾ ਰੱਖ ਕੇ ਉਸਨੂੰ ਖਾਈਏ ਜੀ।
ਜੀਵਨ ਜਾਚ ਸਾਨੂੰ ਸਿੱਖਣੀ ਆਪ ਪੈਣੀ,
ਸੁੱਨੜਾ! ਭੋਂਏ ਆਪਣੀ ਆਪੇ ਵਾਹੀਏ ਜੀ।

◆

ਬੰਦੇ ਦੀ ਕਰਾਮਾਤ

ਟਾਂਵਾ-ਟਾਂਵਾ ਹੈ ਕੋਈ ਜਿਸਨੂੰ ਪੁਰਖ਼ ਕਿਹਾ ਜਾ ਸਕਦੈ,
ਬਾਕੀ ਤੇਰੀ ਦੁਨੀਆ ਬੰਦਿਆ! ਜਾਨਵਰਾਂ ਦੀ ਜਾਤ।
ਝੂਠ ਬੋਲਣਾ, ਘਪਲੇ ਕਰਨਾ, ਧੋਖਾ ਆਪਸ ਵਿੱਚ ਦੇਣਾ,
ਜਾਨਵਰਾਂ ਦਾ ਕੰਮ ਨਹੀਂ ਇਹ ਹੈ ਬੰਦੇ ਦੀ ਕਰਾਮਾਤ।

ਜ਼ਹਿਰ ਪੀਣ ਲਈ ਲਾਲ੍ਹਾਂ ਸੁੱਟੇ ਆਪਣਾ ਸਿਰ ਘੁੰਮਾਵੇ,
ਛੱਡ ਚਰਨਾਮਤ, ਅੰਮ੍ਰਿਤ ਛੱਡ ਕੇ, ਛੱਡ ਕੇ ਆਬੇ ਹਯਾਤ।
ਚੰਗਾ-ਮੰਦਾ ਸਭ ਕੁੱਝ ਜਾਣੇ, ਸਮਝ ਵੀ ਹਰ ਗੱਲ ਦੀ,
ਰੱਬ ਨੇ ਉਤਮ ਸਿਰਜਿਆ ਤੂੰ ਕਰ 'ਤਾ ਸੱਤਿਆਨਾਸ।

◆

ਘਾਟੇ ਵਾਲੇ ਸੌਦੇ

ਚਾਰ-ਚੁਫ਼ੇਰੇ ਅੱਗਾਂ ਲਾ ਕੇ ਪੁੱਛਦੇ ਧੂੰਆਂ ਕਾਹਦਾ ਹੈ।
ਖ਼ੰਜਰ ਨਸ਼ਰ ਹੋਵੇ ਤਾਂ ਗਿਣੀਏ ਇਸ ਵਿੱਚ ਬੰਦੇ ਦਾ ਮਾਦਾ ਹੈ।

ਆਪ ਰੁਆ ਕੇ ਪੁੱਛ ਰਹੇ ਨੇ ਕੀ ਹੋਇਆ, ਕਰ ਲਓ ਜੀ ਗੱਲ,
ਰੋਣ ਨਹੀਂ ਦੇਣਾ, ਕੁੱਟਣਾ ਵੀ, ਦੱਸਿਓ! ਕਿੱਥੋਂ ਦਾ ਕਾਇਦਾ ਹੈ।

ਹਰ ਇੱਕ ਹਭੀ-ਨਭੀ ਨੂੰ ਹੀ ਪਿੰਡੇ 'ਤੇ ਜਰਨਾ ਸਿੱਖ ਲਿਆ,
ਫਿਰ ਵੀ ਸਭ ਦੀ ਖ਼ੈਰ ਮੰਗਾਂਗੇ ਸਾਡਾ ਵੀ ਇਹ ਵਾਅਦਾ ਹੈ।

ਘਾਟੇ ਵਾਲੇ ਸੌਦੇ ਕਰਨੇ ਸਿੱਖ ਲਏ ਜੀਣਾ ਜੋ ਸੀ,
ਤੂੰ ਤੇ ਉਹੀਓ ਗੱਲ ਕਰੇਂਗਾ, ਜਿਸ ਵਿੱਚ ਤੇਰਾ ਫ਼ਾਇਦਾ ਹੈ।
◆

ਮਾਇਆ

ਫੁੱਲ ਵਰਗੀ ਅਮਰੀਕਾ ਆਵੇ, ਮਾਇਆ, ਮਮਤਾ ਵਿੱਚ ਫਸ ਜਾਵੇ।
ਬਿਲਕੁਲ ਅਮਰੀਕਣ ਬਣ ਜਾਵੇ, ਖੁੱਲ੍ਹ ਕੇ ਆਪਣਾ ਮਨ ਪਰਚਾਵੇ।

ਹਰ ਤਰਫੋਂ ਆਜ਼ਾਦ ਹੋ ਜਾਵੇ, ਧੱਜੀਆਂ ਰਿਸ਼ਤਿਆਂ ਦੀਆਂ ਉਡਾਵੇ।
ਦੁੱਖ-ਸੁੱਖ ਵੰਡਣਾ ਵੀ ਭੁੱਲ ਜਾਵੇ, ਧਨ-ਦੌਲਤ ਹਰ ਰੋਜ਼ ਵੰਡਾਵੇ।

ਜਿਸ ਫੁੱਲ ਵਿੱਚੋਂ ਮਹਿਕ ਨਾ ਆਵੇ, ਕੋਮਲਤਾ ਕਿੱਧਰੇ ਨਾ ਥਿਆਵੇ।
ਵਧੀਆ ਰੰਗ ਨਜ਼ਰ ਨਾ ਆਵੇ, ਉਹ ਫਿਰ ਕਾਹਤੋਂ ਫੁੱਲ ਕਹਾਵੇ।

ਜਦ ਇਨਸਾਨ ਰੱਬ ਭੁੱਲ ਜਾਵੇ, ਫਿਰ ਉਹ ਜੋ ਮਰਜ਼ੀ ਅਖਵਾਵੇ।
ਸੁੱਨੜ ਐਵੇਂ ਕਿਉਂ ਘਬਰਾਵੇ, ਮਰੇ ਪਰ੍ਹਾਂ ਖਸਮਾਂ ਨੂੰ ਖਾਵੇ।
◆

ਸੰਸਾਰ

ਜਿਉਂਦਿਆਂ ਕਿਸੇ ਨਾ ਪੁੱਛਿਆ ਹਰ ਤਰਫ਼ੋ ਫਿਟਕਾਰ।
ਮਿੱਟੀ ਹੋ ਗਏ ਜਿਸਮ ਦੇ ਅੰਗ ਧੋਵੇ ਸੰਸਾਰ।

ਜੀਵਨ ਦੀ ਇਸ ਜੰਗ ਦਾ ਸੁੱਨੜ ਕਰੇ ਹਿਸਾਬ,
ਜਿੱਤਿਆ ਕੋਈ ਵੀ ਨਹੀ, ਹਰ ਇੱਕ ਦੀ ਹੋਈ ਹਾਰ।

ਇਸ ਦੁਨੀਆ ਵਿੱਚ ਕਿਸੇ ਦਾ, ਕੌਣ ਵੰਡਾਉਂਦੈ ਭਾਰ,
ਪਰ ਅੱਜ ਮੰਗਣੋਂ ਬਿਨਾ ਹੀ ਦੇਖੋ! ਮਿਲ ਗਏ ਚਾਰ।

ਜਿਉਂਦਿਆਂ ਕਿਸੇ ਨਾ ਪੁੱਛਿਆ ਹਰ ਤਰਫ਼ੋ ਫਿਟਕਾਰ।
ਮਿੱਟੀ ਹੋ ਗਏ ਜਿਸਮ ਦੇ ਅੰਗ ਧੋਵੇ ਸੰਸਾਰ।

◆

ਕਿਸਮਤ

ਕਰਮਾਂ ਵਿੱਚ ਹੀ ਨਹੀਂ ਸਨ ਸ਼ਾਇਦ ਉਹ ਮੌਜਾਂ,
ਤਰਸਦਿਆਂ ਜਿਨ੍ਹਾਂ ਲਈ ਉਮਰ ਗੁਜ਼ਾਰ ਲਈ।
ਕਿਸੇ ਨੂੰ ਜਿੱਤ ਸਕਣਾ, ਬੱਚਿਆਂ ਦੀ ਖੇਡ ਨਹੀਂ,
ਅਸੀਂ ਜਿੱਤਣਾ ਲੋਚਦਿਆਂ ਹੀ ਜ਼ਿੰਦਗੀ ਹਾਰ ਲਈ।

ਨਿੱਘ ਭਾਲਦਿਆਂ, ਸੱਤ ਸਮੁੰਦਰ ਤਰ ਛੱਡੇ,
ਇਸ ਭੱਜ-ਨੱਠ ਵਿੱਚ ਅਸੀਂ ਆਪਣੀ ਗਰਮੀਂ ਠਾਰ ਲਈ।
ਅੱਜ ਤੱਕ ਕਿਸੇ ਨੇ ਸਾਨੂੰ ਫਟਕਣ ਨਹੀਂ ਦਿੱਤਾ,
ਅਸੀਂ ਪਤਾ ਨਹੀਂ ਕਿਉਂ ਉਮਰਾਂ ਹੀ ਫਟਕਾਰ ਲਈ।

ਜੋ ਗੱਲ ਤੇਰੇ ਵਸ ਦੇ ਵਿੱਚ ਨਹੀਂ ਸੀ ਸੁਨੱੜਾ!
ਦੱਸ ਐਸੀ ਗੱਲ ਤੂੰ ਕਾਹਤੋਂ ਦਿਲ ਵਿੱਚ ਧਾਰ ਲਈ।
◆

ਸਿਰ

ਸਾਰੀ ਸਿਰ ਦਰਦੀ ਸਿਰ ਦੀ ਹੈ ਬਾਕੀ ਅੰਗ ਤਾਂ ਫਰਜ਼ ਨਿਭਾਣ।
ਜੇ ਸਿਰ ਧੜ ਤੋਂ ਵੱਖ ਹੋ ਜਾਵੇ ਧੜ ਦੀ ਨਹੀਂ ਰਹਿੰਦੀ ਪਹਿਚਾਣ।

ਆਪਣਾ ਆਪ ਮਿਟਾ ਕੇ ਜਿਹੜੇ, ਅਮਰ ਯੁਗੋ-ਯੁਗ ਹੋ ਸਕਣ,
ਬਹੁਤ ਮੁਕੱਦਰਾਂ ਵਾਲੇ ਪਾਉਂਦੇ ਏਸ ਤਰਾਂ ਦਾ ਇੱਜ਼ਤ ਮਾਣ।

ਜਿੰਨਾਂ ਚਿਰ ਸਿਰ ਮੇਰਾ ਸਚਿਆਰਾ, ਸੱਚ ਕਿੱਦਾਂ ਬਣ ਜਾਊ,
ਆਪਣੇ ਆਪ ਨਾ' ਲੱਗਿਆ ਬੰਦਾ, ਥਾਂ-ਥਾਂ ਬੋਲੇ ਝੂਠ ਤੂਫ਼ਾਨ।

ਗੁਰ ਚਰਨਾਂ ਨਾਲ ਲੱਗਣ ਨੂੰ ਤਾਂ ਹੋਰ ਕਈ ਸਿਰ ਉੱਠ ਪੈਂਦੇ,
ਲੇਕਿਨ ਏਨੀਆਂ ਸੰਗਤਾਂ ਵਿੱਚੋਂ ਸਿਰਫ਼ ਪੰਜ ਹੋਏ ਪਰਵਾਨ।

◆

ਕੋਮਲਤਾ

ਛੋਹਣ ਬਿਨਾ ਫੁੱਲ ਦੀ ਕੋਮਲਤਾ ਕਿਸ ਵਿਧ ਕੋਈ ਪਛਾਣੇ।
ਸੁੰਘਣ ਬਾਝੋਂ ਮਹਿਕ ਫੁੱਲਾਂ ਦੀ ਕੀਕਣ, ਕਿਹੜਾ ਜਾਣੇ।

ਨਜ਼ਰਾਂ ਦੇ ਬਿਨ ਫੁੱਲਾਂ ਦੇ ਰੰਗ ਅੱਜ ਤੱਕ ਕਿਸੇ ਨਾ ਮਾਣੇ।
ਸੱਤ ਸੁਰਾਂ ਸਰਵਣ ਸੁਣ ਸਕਦੇ ਨਜ਼ਮਾਂ, ਗਜ਼ਲਾਂ, ਗਾਣੇ।

ਜੀਭ ਬਿਨਾ ਕੋਈ ਜ਼ਾਇਕੇ ਲੈ ਕੇ ਖਾ ਨਹੀਂ ਸਕਦਾ ਖਾਣੇ।
ਪਰ ਮਨ ਬਾਝੋਂ ਪੰਜੇ ਸ਼ਕਤੀਆਂ ਜਾਵਣ ਭੰਗ ਦੇ ਭਾਣੇ।

ਮਨ ਕੀ ਹੁੰਦਾ ਮੈਂ ਕੀ ਦੱਸਾਂ! ਮਨ ਦੀਆਂ ਮਨ ਹੀ ਜਾਣੇ।
ਮਨ, ਤਨ ਦੇ ਅੰਗ-ਅੰਗ ਵਿੱਚ ਵਸਦਾ ਕਹਿ ਗਏ ਲੋਕ ਸਿਆਣੇ।
◆

ਅੱਗ

ਲੋਹੜੀ 'ਤੇ ਜਦ ਅੱਗ ਬਲੀ ਤਾਂ ਵੱਖੀਆਂ ਥਾਣੀ ਹੱਸਦਾ ਸੈਂ,
ਸਿਵੇ ਦੀ ਅੱਗ ਨੂੰ ਦੇਖ ਕੇ ਕਾਹਤੋਂ ਰੋਣ-ਧੋਣ ਤੂੰ ਲਾਇਆ?
ਪੁੱਤ-ਪੋਤੇ ਜੰਮੇ ਤਾਂ ਖੁਸ਼ੀਆਂ ਕਰਦਾ ਨਹੀਂ ਸੀ ਥੱਕਦਾ,
ਮਲਕਲ ਮੌਤ ਨੇ 'ਵਾਜ਼ ਮਾਰੀ ਤਾਂ ਚਿਹਰਾ ਕਿਉਂ ਕੁਮਲਾਇਆ?

ਸਾਨ੍ਹ ਵਾਂਗ ਬੁੜ੍ਹਕਣ ਦੀ ਤੇਰੀ ਆਦਤ ਨੂੰ ਕੀ ਹੋਇਆ,
ਪਿਛਲੀ ਉਮਰੇ ਬਣਨਾ ਪੈ ਗਿਆ ਤੈਨੂੰ ਗਊ ਦਾ ਜਾਇਆ।
ਮੋਹ-ਮਾਇਆ ਵਿੱਚ ਉਮਰ ਬੀਤ ਗਈ ਮੇਰਾ-ਮੇਰਾ ਕਰਦੇ,
ਤੇਰਾ ਆਪਣਾ ਸਾਹ ਵੀ ਮਿੱਤਰਾ! ਤੇਰਾ ਨਾ ਬਣ ਪਾਇਆ।
◆

ਪਰਵਾਜ਼

ਸੂਰਜ ਫੜਦੇ-ਫੜਦੇ ਹੋ ਗਏ ਸਾਰੇ ਠੰਡੇ ਸੀਤ।
ਕੋਸ਼ਿਸ਼ ਫਿਰ ਵੀ ਕਰਦੇ ਰਹਿੰਦੇ ਸਭ ਦੁਸ਼ਮਣ ਸਭ ਮੀਤ।

ਆਪਣੇ ਬਾਹੂ-ਬਲ ਤੇ ਹਰ ਕੋਈ ਕਰਦਾ ਹੈ ਅਭਿਮਾਨ,
ਖੋਟੇ ਨੇ ਖੋਟੀ ਗੱਲ ਕਰਨੀ ਖੋਟੀ ਸਭ ਦੀ ਨੀਤ।

ਆਪਣੇ ਆਪ ਨੂੰ ਧੋਖ਼ਾ ਦੇਣਾ ਸਭ ਤੋਂ ਸੌਖਾ ਕੰਮ ਹੈ,
ਝੂਠਾ ਤਾਜ, ਮੁਕਟ ਤੇ ਝੂਠੀ ਜੱਗ ਦੇ ਨਾਲ ਪ੍ਰੀਤ।

ਚੰਦ ਮਾਮੇ ਨੂੰ ਫੜਨਾ ਚਾਹਵੇ ਹਰ ਬਾਲਕ ਅਣਜਾਣ,
ਜਾਣਬੁੱਝ ਕੇ ਖ਼ੁਦ ਨੂੰ ਛਲਣਾ, ਇਹ ਕੈਸੀ ਹੈ ਰੀਤ।

◆

ਤਰਜ਼

ਜੀਵਨ ਦੇ ਗੀਤਾਂ ਦੀ ਤਰਜ਼ ਬਣਾਉਣ ਲਈ,
ਹੱਥ ਵਿੱਚ ਤਸਬੀ ਲੈ ਕੇ ਦਰ-ਦਰ ਮੰਗਦੇ ਹਾਂ।
ਦਿਲ ਹੀ ਜਾਣੇ ਦਿਲ ਵਿੱਚ ਕੀ ਕੀ ਬੀਤ ਰਿਹਾ,
ਖੋਲ੍ਹ ਕੇ ਗੱਲ ਕਰਨੋਂ ਵੀ ਥੋੜ੍ਹਾ ਸੰਗਦੇ ਹਾਂ।

◆

ਮੋਏ ਅਰਮਾਨ

ਮੋਏ ਅਰਮਾਨਾਂ ਨੂੰ ਚੁੱਕ ਲੈ ਚੱਲਿਆ ਹਾਂ ਦਫ਼ਨਾਉਣ ਲਈ।
ਨਹੀਂ! ਨਹੀਂ!! ਹੁਣ ਨਹੀਂ ਕਹਿਣਾ ਤੈਨੂੰ ਮੇਰਾ ਭਾਰ ਵੰਡਾਉਣ ਲਈ।

ਵੈਲਨਟਾਈਨ ਰੋਡ ਉੱਤੇ ਸ਼ਮਸ਼ਾਨ ਘਾਟ ਵਿੱਚ ਚੱਲਿਆ ਹਾਂ,
ਅੱਜ ਤਾਂ ਮੈਂ ਬਿਲਕੁਲ ਨਹੀਂ ਕਹਿਣਾ ਤੈਨੂੰ ਉੱਥੇ ਆਉਣ ਲਈ।

ਜੋ ਹੋਣਾ ਸੀ, ਹੋ ਗਿਆ, ਹੁਣ ਰੋਣ-ਧੋਣ ਦਾ ਕੀ ਫ਼ਾਇਦਾ,
ਦੋਸ਼ ਦੇਣ ਨੂੰ ਦਿਲ ਨਹੀਂ ਕਰਦਾ ਐਵੇਂ ਗੱਲ ਵਧਾਉਣ ਲਈ।

ਜੱਗ ਮੇਲਾ ਹੈ ਜਿਉਂਦਿਆਂ ਦਾ, ਉੱਡਦੇ ਨੂੰ ਮਿਲਦਾ ਉੱਡਦਾ,
ਮੋਇਆਂ ਦੀ ਮੰਡੀ ਵਿੱਚ ਕਿਹੜਾ ਜਾਊ ਬੋਲੀ ਲਾਉਣ ਲਈ।
◆

ਜੀਵਨ ਜੋਤ

ਗੀਤ ਲਿਖਾਂ ਕਿ ਗਜ਼ਲ ਲਿਖਾਂ ਮੈਂ ਬਦਲਦੀਆਂ ਤਸਵੀਰਾਂ ਦੀ,
ਮਨ-ਮੰਦਰ ਵਿੱਚ ਤਾਂ ਇੱਕ ਹੈ, ਇੱਕ ਰੀਝ ਬਚੀ ਦਿਲਗੀਰਾਂ ਦੀ।

ਜੀ ਕਰਦਾ ਹੈ ਅੱਜ ਹੀ ਉੱਡ ਕੇ ਆ ਜਾਵਾਂ ਤੇ ਵਸਲ ਕਰਾਂ,
ਤੂੰ ਦੱਸ ਸੱਜਣ! ਮੈਂ ਕਿਵੇਂ ਲਿਖਾਂ, ਕੁੰਡਲੀ ਬੁਝੀਆਂ ਤਕਦੀਰਾਂ ਦੀ।

ਮੈਂ ਸ਼ਾਇਦ ਆਪਣੀ ਹੀ ਅੱਗ ਵਿੱਚ ਆਪੇ ਸੜ ਜਾਣੈ ਇੱਕ ਦਿਨ,
ਭਾਗਾਂ ਵਿੱਚ ਜੇਕਰ ਨਾ ਹੋਈ ਮਿਹਰ ਮੇਰੇ ਪੰਜੇ ਹੀ ਪੀਰਾਂ ਦੀ।

ਸ਼ਿਵ ਸ਼ਕਤੀ ਲੂਹ ਦੇਂਦੀ ਜੱਗ ਨੂੰ, ਪਾਰਬਤੀ ਜੇ ਨਾ ਹੁੰਦੀ,
ਬਹੁਤ ਉਮੀਦਾਂ ਤਸਬੀ ਤੋਂ ਜੋ ਜੀਵਨ ਜੋਤ ਫ਼ਕੀਰਾਂ ਦੀ।
◆

ਖ਼ਾਲਸ ਇਨਸਾਨ

ਕਦੇ ਨਾ ਗਲ਼ ਵਿੱਚ ਜੰਜੂ ਤੱਕਿਆ ਇਸ ਲਈ ਮੈਂ ਨਹੀਂ ਹਿੰਦੂ,
ਨਾ ਹੀ ਮੇਰੀ ਸੁੰਨਤ ਹੋਈ ਇਸ ਲਈ ਮੈਂ ਨਹੀਂ ਮੁਸਲਮਾਨ।

ਰੱਬ ਨੇ ਜੋ ਕੁੱਝ ਦਿੱਤਾ ਉਸਦਾ ਲੱਖ-ਲੱਖ ਸ਼ੁਕਰ ਮਨਾਵਾਂ,
ਬੰਦਿਆਂ ਵਰਗਾ ਬੰਦਾ ਹਾਂ ਮੈਂ ਇੱਕ ਖ਼ਾਲਸ ਇਨਸਾਨ।
◆

ਪੱਤਝੜ

ਪੱਤਝੜ ਦੇ ਵਿੱਚ ਦਿਸਣੋ ਹਟ ਗਿਆ, ਪੱਤਝੜ ਚਾਰ-ਚੁਫ਼ੇਰੇ ਹੂ।
ਪੱਤਾ-ਪੱਤਾ ਕਿਰਦਾ ਦਿਸਦਾ, ਕੁੱਝ ਨਾ ਵੱਸ ਵਿੱਚ ਮੇਰੇ ਹੂ।

ਸੁਣਿਆਂ ਕਈ ਰੁੱਤਾਂ ਦੁਨੀਆ ਵਿੱਚ, ਪੱਤਝੜ ਹਿੱਸੇ ਤੇਰੇ ਹੂ।
ਅੰਬਾਂ ਦੀ ਰੁੱਤ ਵਿੱਚ ਤਾਂ ਸੁਣਦੀ, ਕੋਇਲ ਕੂਕ ਬਨੇਰੇ ਹੂ।

ਆਪੋ-ਆਪਣੇ ਹਿੱਸੇ ਮਿੱਤਰਾ! ਰਾਤਾਂ ਅਤੇ ਸਵੇਰੇ ਹੂ।
ਰੱਬ ਦੇ ਰੰਗ ਵਿੱਚ ਰਹਿਣਾ ਪੈਣਾ ਕਰਕੇ ਤਕੜੇ ਜੇਰੇ ਹੂ।

ਅੰਦਰੋਂ ਜੋਤ ਜਗੇ ਜੇ ਕੋਈ, ਹੋਵਣ ਦੂਰ ਹਨ੍ਹੇਰੇ ਹੂ।
ਸ਼ਹੁ ਦੀ ਬੁੱਕਲ ਮਿਲ ਜਾਵੇ ਤਾਂ, ਜਾਗਣ ਭਾਗ ਬਥੇਰੇ ਹੂ।
◆

ਰਮਜ਼

ਰੌਲ਼ਾ ਰੱਪਾ ਜਿੰਨਾ ਮਰਜ਼ੀ ਪਾਉਂਦਾ ਫਿਰੇ ਸੰਸਾਰ।
ਗੱਲ ਤਜ਼ਰਬੇ ਦੀ ਜੇ ਕਰੂ, ਤਾਂ ਕਰੂ ਤਜ਼ਰਬੇਕਾਰ।

ਮਦਦ ਕਰਨ ਨੂੰ ਵੈਸੇ ਤਾਂ ਦਿਲ ਸਭ ਦਾ ਹੈ ਕਰਦਾ,
ਲੇਕਿਨ ਇਸਤੋਂ ਪਹਿਲਾਂ ਚੁੱਕਣਾ ਪੈਣਾ ਆਪਣਾ ਭਾਰ।

ਕਰਤ ਵਿੱਦਿਆ ਹੈ ਇਹ ਜੀਵਨ, ਜੋ ਛਾਣੇ ਉਹ ਜਾਣੇ,
ਭੀੜ ਪਈ ਤੋਂ ਕੰਮ ਨਾ ਆਵੇ ਸੋ ਸ਼ਸਤਰ ਬੇਕਾਰ।

ਦਿਲ ਦੀ ਸੁਣੇ, ਸੁਣਾਵੇ ਜਿਹੜਾ ਓਹੀਓ ਦਿਲ ਦਾ ਜਾਨੀ,
ਰਮਜ਼ ਪਛਾਣ ਨਹੀਂ ਜੋ ਸਕਦਾ, ਉਹ ਕਾਹਦਾ ਦਿਲਦਾਰ।

ਸਾਥੀ, ਸਾਥ ਦਵੇ ਤਾਂ ਦੇਸ਼-ਵਿਦੇਸ਼ੀਂ ਉੱਡਦੇ ਫਿਰੀਏ,
ਬਿਨਾ ਕਿਸੇ ਕੰਪਾਸ ਤੋਂ ਪਹੁੰਚ ਜਾਏ ਕੂੰਜਾਂ ਦੀ ਡਾਰ।

ਕਲਮ ਤੇਰੇ ਹੱਥ ਹੈ ਕੋਈ ਕਰ ਦਿਖਾ ਆਪਣਾ ਕਮਾਲ,
ਆਸਮਾਂ 'ਤੇ ਤੂੰ ਵੀ ਦਿਸ, ਚੰਨ-ਤਾਰਿਆਂ ਦੇ ਨਾਲ-ਨਾਲ।

ਸੂਰਜ ਨੂੰ ਸਿਫ਼ਾਰਿਸ਼ ਦੀ ਭਲਾ! ਕਿੰਨੀ ਕੁ ਹਸਰਤ ਹੈ,
ਸੂਰਜ ਬਣ ਕੇ ਚੜ੍ਹੇਂਗਾ ਤਾਂ ਰੌਸ਼ਨੀ ਆਊਗੀ ਨਾਲ।

ਇਹ ਸੱਚ ਹੈ ਕਿ ਹਰ ਕੋਈ ਇੱਕ ਇਨਕਲਾਬੀ ਨਹੀ ਹੈ,
ਪਰ ਦਿਲ ਅੰਦਰਲੇ ਖ਼ੂਨ ਦਾ, ਹੁੰਦਾ ਹੈ ਰੰਗ ਲਾਲ।

ਭੁੱਖ ਦੀ ਤੇ ਦੁੱਖ ਦੀ ਪੀੜਾ ਵੀ ਜਰਨੀ ਹੈ ਔਖੀ,
ਪਰ ਹਸਰਤਾਂ ਦਾ ਦਰਦ ਵੀ ਹੈ, ਆਪ ਵਿੱਚ ਆਪਣੀ ਮਿਸਾਲ।

ਮੇਰੀ ਸਿਫ਼ਾਰਸ਼ ਨਾ ਕਰੀਂ ਬਸ! ਏਨਾ ਕੁ ਰਹਿਮ ਕਰ,
ਸੱਚ ਵੀ ਹੈ ਬੋਲਣਾ ਮੈਂ ਦਿਲ ਦਾ ਵੀ ਰੱਖਣਾ ਖ਼ਿਆਲ।
◆

ਸਹੀ ਰਸਤਾ

ਅੱਕ ਫ਼ਲ ਤੇ ਸੋਹਣੇ ਤੁੰਮੇ ਨੂੰ ਭੁੱਲ ਕੇ ਜੀਭ ਨਾ ਲਾਈਏ।
ਉਹ ਛਕੀਏ ਜੋ ਹਰ ਕੋਈ ਖਾਵੇ ਪਚਦਾ-ਪਚਦਾ ਖਾਈਏ।

ਚੂਹੇ ਵਾਂਗੂੰ ਦਿਨੇ-ਰਾਤ ਦੀ ਕੁਚਰ-ਕੁਚਰ ਨਹੀਂ ਚੰਗੀ,
ਜਿਸਦਾ ਕੋਈ ਲਾਭ ਨਹੀਂ ਐਸੀ ਕਿਉਂ ਕਿਰਤ ਕਮਾਈਏ।

ਦੁਨੀਆ ਦੇ ਇਸ ਚੌਰਾਹੇ 'ਚੋਂ ਸਹੀ ਰਸਤਾ ਚੁਣ ਲਈਏ,
ਜਿਸਦਾ ਥਹੁ ਨਹੀਂ ਕਿੱਧਰ ਜਾਂਦਾ, ਉਸ ਰਸਤੇ ਨਾ ਜਾਈਏ।

ਮਨ ਭਾਉਂਦਾ ਵੀ ਕਰੀਏ ਲੇਕਿਨ ਇਹ ਵੀ ਕਦੇ ਨਾ ਭੁੱਲੀਏ,
ਦੁਨੀਆ ਦੇ ਵਿੱਚ ਰਹਿਣਾ ਪੈਣਾ, ਦੁਨੀਆ ਨੂੰ ਵੀ ਭਾਈਏ।

◆

ਯਾਰ

ਫਿਰ ਕੱਚਾ ਕੀ ਤੇ ਪੱਕਾ ਕੀ ਜੇ ਸੁੱਕੀ ਹੋਈ ਝਨ੍ਹਾਂ ਹੋਵੇ,।
ਫਿਰ ਏਧਰ ਕੀ ਤੇ ਓਧਰ ਕੀ ਜੇ ਯਾਰ ਹੀ ਦਿਸਦਾ ਨਾ ਹੋਵੇ।

ਕਵਿਤਾ ਕਈ ਕੁਝ ਕਹਿ ਸਕਦੀ ਹੈ, ਹਾਂ! ਕਲਮ 'ਚ ਤਾਕਤ ਹੁੰਦੀ ਹੈ,
ਪਰ ਦਰਦ ਜੋ ਸਾਰੀ ਉਮਰਾਂ ਦਾ ਲਫ਼ਜ਼ਾਂ ਵਿੱਚ ਕਿਵੇਂ ਬਿਆਂ ਹੋਵੇ।

ਮੈਂ ਸ਼ਮ੍ਹਾ ਤੋਂ ਬਲਿਹਾਰੇ ਜਾਵਾਂ ਜਿਸਦੀ ਗ਼ਲਤੀ ਨਹੀਂ ਮਾਸਾ ਵੀ,
ਬਸ! ਪਰਵਾਨਾ ਹੀ ਦੋਸ਼ੀ ਹੈ ਜੋ ਉੱਡ ਕੇ ਆਪ ਫਨ੍ਹਾਂ ਹੋਵੇ।

ਮੇਰਾ ਸਜ਼ਦਾ ਮਨਜ਼ੂਰ ਕਰੀਂ ਚਿਹਰੇ ਪੜ੍ਹ ਕੇ ਦੇਖ ਲਵੀਂ,
ਉੱਥੇ ਤਾਂ ਚੁੱਪ ਚੰਗੇਰੀ ਹੈ ਜਿੱਥੇ ਬੋਲਣਾ ਸਖ਼ਤ ਮਨ੍ਹਾ ਹੋਵੇ।
◆

ਰੱਬ ਦਾ ਸਿਰਨਾਵਾਂ

ਵੇਦ, ਕੇਤਾਬਾਂ ਦੇ ਵਿੱਚ ਲਿਖੀਆਂ ਲੱਖ ਪਤੇ ਦੀਆਂ ਬਾਤਾਂ।
ਪੁਰਾਣ, ਕੁਰਾਨ ਬੜੇ ਸਚਿਆਰੇ ਸੌ-ਸੌ ਦੇਣ ਸੁਗਾਤਾਂ।

ਸੱਚ 'ਤੇ ਕਬਜ਼ਾ ਕਰਕੇ ਲੋਕੀਂ ਤਾਕਤਵਰ ਅਖਵਾਉਂਦੇ,
ਮਾਣਸ ਦੇਹੀ ਇੱਕੋ ਜਿਹੀ, ਨਾ ਜਿਣਸਾਂ ਨਾ ਜਾਤਾਂ।

ਸੱਚ ਤੇ ਕਾਬਜ਼ ਲੋਕੀਂ ਸੱਚ ਦੀ ਸਾਰ ਨਾ ਜਾਨਣ ਦੇਂਦੇ,
'ਨ੍ਹੇਰੇ ਦੇ ਵਿੱਚੇ-ਵਿੱਚ ਰੱਖਦੇ, ਪਾਰ ਨਾ ਜਾਵਣ ਦੇਂਦੇ।

ਰੱਬ ਦਾ ਸਿਰਨਾਵਾਂ ਨਾ ਦੱਸਦੇ ਬੜੇ ਪ੍ਰੋਹਤ ਪੱਕੇ,
ਮੰਦਿਰਾਂ 'ਚੋਂ ਬਾਹਰ ਨਾ ਨਿਕਲੇ, ਖੁਦ ਭਗਵਾਨ ਵੀ ਜੱਕੇ।

ਕਾਦਰ ਦੀ ਕੁਦਰਤ ਵੀ ਕਾਦਰ, ਤਾਂ ਫਿਰ ਕਾਹਦਾ ਰੌਲ਼ਾ,
ਰਾਮ, ਰਹੀਮ ਤਾਂ ਸਰਬਵਿਆਪੀ ਨਾ ਕਾਂਸ਼ੀ ਨਾ ਮੱਕੇ।
◆

ਬਚਪਨ

ਕਿਵੇਂ ਭਲਾ ਭੁੱਲ ਜਾਊਂ ਸੱਜਣਾ! ਆਪਣੇ ਪਿੰਡ ਦੀ ਉਹ ਮਿੱਟੀ,
ਜਿਸ ਮਿੱਟੀ ਵਿੱਚ ਲਿਟਲਿਟੀਆਂ ਕਰਦੇ ਹੁੰਦੇ ਸੀ ਯਾਰ ਕਦੇ।
ਉਲਟਬਾਜ਼ੀਆਂ ਲਾਉਂਦੇ ਸਾਂ ਤੇ ਛੱਪੜ ਵਿੱਚ ਨਹਾਉਂਦੇ ਸਾਂ,
ਕਿਵੇਂ ਭੁੱਲਣਗੀਆਂ ਕੱਚੀਆਂ ਅੰਬੀਆਂ ਤੇ ਗੋਲ੍ਹਾਂ ਦਾ ਪਿਆਰ ਕਦੇ।

ਚੱਡੀ ਪਾ ਕੇ ਅੱਡੀ ਟੱਪਾ ਰੋਜ਼ ਖੇਡਿਆ ਰੱਜ-ਰੱਜ ਕੇ,
ਬੇਫ਼ਿਕਰੀ ਦੀ ਏਹੋ ਜਿਹੀ ਲੱਭਣੀ ਨਹੀਂ ਬਹਾਰ ਕਦੇ।
ਪੈਸਾ-ਧੇਲਾ, ਇੱਜ਼ਤ ਮਾਣ ਬੜਾ ਪਾਇਆ ਦੁਨੀਆ ਵਿੱਚੋਂ,
ਬਚਪਨ ਦੇ ਦਿਲਜਾਨੀਆਂ ਵਰਗਾ ਲੱਭਣਾ ਨਹੀਂ ਦਿਲਦਾਰ ਕਦੇ।

◆

ਬਚਪਨ

ਕਿਵੇਂ ਭਲਾ ਭੁੱਲ ਜਾਊਂ ਸੱਜਣਾ! ਆਪਣੇ ਪਿੰਡ ਦੀ ਉਹ ਮਿੱਟੀ,
ਜਿਸ ਮਿੱਟੀ ਵਿੱਚ ਲਿਟਲਿਟੀਆਂ ਕਰਦੇ ਹੁੰਦੇ ਸੀ ਯਾਰ ਕਦੇ।
ਉਲਟਬਾਜ਼ੀਆਂ ਲਾਉਂਦੇ ਸਾਂ ਤੇ ਛੱਪੜ ਵਿੱਚ ਨਹਾਉਂਦੇ ਸਾਂ,
ਕਿਵੇਂ ਭੁੱਲਣਗੀਆਂ ਕੱਚੀਆਂ ਅੰਬੀਆਂ ਤੇ ਗੋਲ੍ਹਾਂ ਦਾ ਪਿਆਰ ਕਦੇ।

ਚੱਡੀ ਪਾ ਕੇ ਅੱਡੀ ਟੱਪਾ ਰੋਜ਼ ਖੇਡਿਆ ਰੱਜ-ਰੱਜ ਕੇ,
ਬੇਫ਼ਿਕਰੀ ਦੀ ਏਹੋ ਜਿਹੀ ਲੱਭਣੀ ਨਹੀਂ ਬਹਾਰ ਕਦੇ।
ਪੈਸਾ-ਧੇਲਾ, ਇੱਜ਼ਤ ਮਾਣ ਬੜਾ ਪਾਇਆ ਦੁਨੀਆ ਵਿੱਚੋਂ,
ਬਚਪਨ ਦੇ ਦਿਲਜਾਨੀਆਂ ਵਰਗਾ ਲੱਭਣਾ ਨਹੀਂ ਦਿਲਦਾਰ ਕਦੇ।
◆

ਵਧਾਈਆਂ

ਨਵੇਂ ਸਾਲ ਦੀ ਬਹੁਤ ਵਧਾਈ ਸੱਜਣਾਂ, ਮਿੱਤਰਾਂ, ਯਾਰਾਂ ਨੂੰ।
ਕਵੀਆਂ ਨੂੰ ਵਿਦਵਾਨਾ ਨੂੰ ਕਲਾਕਾਰਾਂ, ਫ਼ਨਕਾਰਾਂ ਨੂੰ।

ਦੇਸ਼-ਵਿਦੇਸ਼ਾਂ ਦੇ ਵਿੱਚ ਵਸਦੇ, ਪੰਜਾਬੀ ਪਰਿਵਾਰਾਂ ਨੂੰ।
ਵਤਨ ਮੇਰੇ ਦੇ ਵਾਸੀ ਸਾਰੇ ਗੱਭਰੂਆਂ, ਮੁਟਿਆਰਾਂ ਨੂੰ।

ਗੁਰਦੁਆਰਿਆਂ, ਮੰਦਿਰਾਂ ਤੇ ਮਸਜਿਦਾਂ ਦੇ ਪਹਿਰੇਦਾਰਾਂ ਨੂੰ।
ਸਰਬ ਸਾਂਝਿਆਂ ਧਰਮਾਂ ਨੂੰ ਤੇ ਧਰਮ ਦੇ ਠੇਕੇਦਾਰਾਂ ਨੂੰ।

ਬਾਲ, ਬਜ਼ੁਰਗਾਂ, ਚੋਬਰਾਂ ਤੇ ਹੁਸਨ ਜਵਾਨ ਬਹਾਰਾਂ ਨੂੰ।
ਅੱਲ੍ਹੜ ਕੱਚੀਆਂ ਕੰਜਕਾਂ ਨੂੰ ਤੇ ਹੁਸਨ ਦੀਆਂ ਸਰਕਾਰਾਂ ਨੂੰ।

ਨਵੇਂ ਸਾਲ ਦੀ ਬਹੁਤ ਵਧਾਈ ਸੱਜਣਾਂ, ਮਿੱਤਰਾਂ, ਯਾਰਾਂ ਨੂੰ।
ਕਵੀਆਂ ਨੂੰ ਵਿਦਵਾਨਾ ਨੂੰ ਕਲਾਕਾਰਾਂ, ਫ਼ਨਕਾਰਾਂ ਨੂੰ।

◆

ਇਮਾਨ

ਸੱਚਮੁਚ ਮੇਰਾ ਦਿਲ ਕਰਦਾ ਹੈ ਧਰਮ, ਇਮਾਨ ਨਿਭਾਵਾਂ।
ਆਪਣਾ ਹੱਕ ਅਪਣਾਵਾਂ ਤੇ ਮਾਸਾ ਵੀ ਹੋਰ ਨਾ ਚਾਹਵਾਂ।

ਸ਼ੁਕਰ ਕਰਾਂ, ਧੰਨਵਾਦੀ ਹੋਵਾਂ, ਹੁਕਮ ਰਜਾਈ ਚੱਲਾਂ,
ਰੱਬ ਦੀਆਂ ਦਿੱਤੀਆਂ ਦਾਤਾਂ ਲਈ ਵਾਰੇ-ਵਾਰੇ ਜਾਵਾਂ।

ਸਭ ਕੁੱਝ ਤਾਂ ਮਿਲਿਆ ਹੈ ਮੈਨੂੰ ਜੋ ਮੰਗਿਆ ਵੀ ਨਹੀਂ ਸੀ,
ਹਉਮੈ, ਵੈਰ ਤਿਆਗ ਦਿਆਂ ਤੇ ਬਸ! ਸਤਿਨਾਮ ਧਿਆਵਾਂ।

ਲੇਕਿਨ ਸਾਧ ਤਾਂ ਕੰਬਲੀ ਛੱਡੇ ਪਰ ਕੰਬਲੀ ਨਹੀਂ ਛੱਡਦੀ
ਮੇਰਾ ਰਿੱਛ ਨਹੀਂ ਛੱਡਦਾ ਮੈਨੂੰ ਤਾਹੀਓਂ ਗੋਤੇ ਖਾਵਾਂ।

◆

ਨੀਂਦ

ਸੁੱਤਿਆਂ-ਸੁੱਤਿਆਂ ਸੁਪਨੇ ਦੇ ਵਿੱਚ ਬਹੁਤ ਬੁਰੜਾਉਂਦੇ ਲੋਕ।
ਪਤਾ ਨਹੀਂ ਲੱਗਦਾ ਲੇਕਿਨ ਕੁੱਝ ਕਹਿਣਾ ਚਾਹੁੰਦੇ ਲੋਕ।

ਕੁੱਝ ਸੁੱਤੇ ਕੁੱਝ ਘੇਸਲੇ ਹੋਏ ਘੀਂ-ਘੀਂ, ਘੂੰ-ਘੂੰ ਕਰਨ ਸਦਾ,
ਰਹੋ ਜਾਗਦੇ ਦੁਨੀਆਂ ਵਾਲਿਓ! ਹੋਕਾ ਲਾਉਂਦੇ ਲੋਕ।

ਪਤਾ ਨਹੀਂ ਕੀ ਲਿਖਦੇ-ਪੜ੍ਹਦੇ ਕਰਨ ਕਾਲੀਆਂ ਕੰਧਾਂ,
ਪੜ੍ਹ ਨਾ ਸਕਦੇ ਪਰ ਲੋਕਾਂ ਲਈ ਪੂਰਨੇ ਪਾਉਂਦੇ ਲੋਕ।

ਘਰ-ਘਰ ਸੁਣਨ ਘਰ੍ਹਾੜੇ, ਲੋਕੀਂ ਸੁੱਤੇ ਲੰਮੀਆਂ ਤਾਣ,
ਸੁੱਤੇ-ਸੁੱਤੇ ਹੀ ਲੋਕਾਂ ਨੂੰ ਫਿਰਨ ਜਗਾਉਂਦੇ ਲੋਕ।
◆

ਅਹਿਸਾਸ

ਮੇਰੇ ਵਿੱਚ ਵੀ ਮਹਿਕ ਹੈ ਕੋਈ ਮੈਨੂੰ ਅਹਿਸਾਸ ਨਹੀਂ ਸੀ।
ਮਹਿਕ ਮਾਣੇਗਾ ਕੋਈ ਮੇਰੇ 'ਚੋਂ ਮੈਨੂੰ ਆਸ ਨਹੀ ਸੀ।

ਮੇਰਿਆਂ ਮੈਨੂੰ ਉਮਰ ਭਰ ਅਰਥਹੀਣਾ ਹੀ ਕਿਹਾ,
ਮੇਰੀ ਵੀ ਕੋਈ ਸਾਰਥਿਕਤਾ ਹੋਏਗੀ ਵਿਸ਼ਵਾਸ਼ ਨਹੀਂ ਸੀ।

ਸੂਰਜ ਵਾਂਗੂੰ ਚੜ੍ਹਦਾ ਤੇ ਡੁੱਬਦਾ ਰਿਹਾ ਸਾਰੀ ਉਮਰ,
ਅੱਗ ਦੇ ਗੋਲੇ ਨੂੰ ਸੱਚੀਂ ਅੰਮ੍ਰਿਤ ਦੀ ਵੀ ਪਿਆਸ ਨਹੀਂ ਸੀ।

ਰੀਝਾਂ ਨਾ ਪੁੱਗਣ ਤੇ ਲੋਕੀਂ ਸ਼ਿਕਵਾ ਕਰਦੇ ਸੁਣੇ ਨੇ,
ਮੈਂ ਸ਼ਿਕਵਾ ਕੀ ਕਰਦਾ ਜਦ ਤੱਕ ਰੀਝ ਹੀ ਕੋਈ ਖ਼ਾਸ ਨਹੀਂ ਸੀ।
◆

ਦੁਖਦੀ ਰਗ਼

ਜਨਮ ਮਰਨ 'ਕੱਲਿਆਂ ਦਾ ਹੁੰਦਾ 'ਕੱਲਾਪਣ ਹੀ ਤੇਰਾ ਹੈ।
ਰਿਸ਼ਤੇ, ਨਾਤੇ, ਸਾਂਝ-ਭਿਆਲੀ ਨਾ ਤੇਰਾ ਨਾ ਮੇਰਾ ਹੈ।

ਰਿਸ਼ਤੇ ਦਾ ਕੋਈ ਨਿੱਘ ਹੋਵੇ ਤਾਂ ਦਿਨ ਸੌਖੇ ਲੰਘ ਜਾਂਦੇ ਨੇ,
ਕਈ ਰਿਸ਼ਤੇ ਚਾਨਣ ਬਣਦੇ, ਕਈ ਬਿਲਕੁਲ ਘੁੱਪ ਹਨ੍ਹੇਰਾ ਹੈ।

ਓਪਰਿਆਂ ਨੇ ਕਦੇ ਕਿਸੇ ਦੀ ਦੁਖਦੀ ਰਗ਼ ਨੂੰ ਨਹੀਂ ਫੜਿਆ,
ਤੈਨੂੰ ਤੰਗ ਕਰਨ ਲਈ ਤੇਰਾ ਕੁੜਮਾਚਾਰ ਬਥੇਰਾ ਹੈ।

ਮੱਖਣ ਲਾਉਣ ਵਾਲੇ ਹੀ ਤੇਰੇ ਕਈ ਮਖੌਟੇ ਲਈ ਫਿਰਦੇ,
ਚੱਕਰਵਿਊ ਰਿਸ਼ਤੇ-ਨਾਤੇ ਤੇ ਸਾਡਾ ਚਾਰ-ਚੁਫ਼ੇਰਾ ਹੈ।

◆

ਅਖੌਤੀ ਸਾਹਿਤਕਾਰ

ਸੁਣ ਸਕਣੇ ਦੀ ਸ਼ਕਤੀ ਨਾ ਸੀ ਰੌਲਾ ਬਹੁਤ ਮੈਂ ਪਾਇਆ।
ਸੋਚਣ ਵਾਲਾ ਖ਼ਾਨਾ ਖਾਲੀ ਸਾਹਿਤਕਾਰ ਅਖਵਾਇਆ।

ਮਹਿਸੂਸ ਤੱਕ ਨਾ ਕੀਤਾ ਐਵੇਂ ਤੜਫ਼ਿਆ ਤੇ ਤੜਫ਼ਾਇਆ।
ਕੋਸ਼ਿਸ਼ ਕਰਨ ਤੋਂ ਪਹਿਲਾਂ ਹੀ ਬਸ! ਐਵੇਂ ਹੌਸਲਾ ਢਾਹਿਆ।

ਮਰ-ਮਰ ਕੇ ਹੀ ਜੀਵੇ, ਚੱਜ ਨਾਲ ਜੀਣਾ ਵੀ ਨਾ ਆਇਆ।
ਕਿਸੇ ਨੂੰ ਦੱਸ ਕੀ ਆਖਾਂ! ਹੱਥੀਂ ਝੁੱਗਾ ਚੌੜ ਕਰਾਇਆ।

ਮਾਇਆ ਦੇ ਮੋਹ ਨੇ ਹੈ ਮੈਨੂੰ ਬਿਨਾ ਦੰਦਾਂ ਤੋਂ ਖਾਇਆ।
ਚੱਕਰ ਵਿੱਚ ਪੈ ਕੇ ਤਾਹੀਓਂ ਤਾਂ ਘਣਚੱਕਰ ਅਖਵਾਇਆ।
◆

ਸ਼ੀਸ਼ਾ

ਸ਼ੀਸ਼ਾ ਤਾਂ ਸੱਚੋ-ਸੱਚ ਬੋਲੇ ਅਸਲੀ ਰੂਪ ਦਿਖਾਵੇ।
ਜੇ ਤੂੰ ਰੋਵੇਂ ਸ਼ੀਸ਼ੇ ਅੱਗੇ ਸ਼ੀਸ਼ਾ ਕਿੰਝ ਮੁਸਕਾਵੇ।

ਦੋ ਕੱਪ ਕੌਫ਼ੀ ਦੇਖ ਕੇ ਜੇ ਤੇਰਾ ਦਿਲ ਇੱਕ ਕੱਪ ਚਾਹਵੇ।
ਚਾਹਤ ਤਾਂ ਸੁਪਨਾ ਹੈ, ਸ਼ੀਸ਼ਾ ਸੁਪਨਾ ਕਿੰਝ ਬਣ ਜਾਵੇ।

ਤੈਨੂੰ ਤਾਂ ਤੂੰ ਹੀ ਮਿਲ ਸਕਦੈਂ ਤੂੰ ਹੈਂ ਸ਼ੀਸ਼ੇ ਸਾਹਵੇਂ।
ਦੂਰ-ਦੁਰਾਡੇ ਬੈਠੇ ਮਿੱਤਰ ਸ਼ੀਸ਼ਾ ਕਿੰਝ ਮਿਲਾਵੇ।

ਸ਼ੀਸ਼ੇ ਸਾਹਵੇਂ ਤਾਂ ਤੂੰ ਬਸ! ਆਪਣੇ ਅੰਗ ਹੀ ਚੁੰਮ ਸਕਦੈਂ
ਤੇਰੀ ਬੁੱਕਲ ਵਿੱਚ ਤੂੰ 'ਕੱਲਾ ਦੋ ਕਿੱਦਾਂ ਬਣ ਜਾਵੇ।
◆

ਕਰੁੱਤੀ ਵੇਲ

ਕਿੱਥੋਂ-ਕਿੱਥੋਂ ਚੋਗਾ ਚੁਗਣਾ ਸਭ ਕੁਦਰਤ ਦੇ ਖੇਲ।
ਸਾਡੇ ਵੇਹੜੇ ਵਿੱਚ ਉੱਗੀ ਹੈ ਇੱਕ ਕਰੁੱਤੀ ਵੇਲ।

ਚਾਅ ਨਾ ਹੋਵੇ ਤਾਂ ਜੀਵਨ ਦੀ ਲਾਸ਼ ਨਹੀਂ ਚੁੱਕ ਹੁੰਦੀ,
ਸਹਿਜ ਅਵਸਥਾ ਤਾਂ ਬਣਦੀ ਜੇ ਹੋਣ ਸੰਜੋਗੀਂ ਮੇਲ।

ਜੋ ਵਗਦਾ ਨਹੀਂ ਉਸਨੂੰ ਤਾਂ ਦਰਿਆ ਨਹੀਂ ਕਹਿੰਦੇ ਲੋਕੀਂ,
ਸਾਗਰ ਵਿੱਚ ਓਹ ਹੀ ਰਲਦੇ ਜੋ ਰਸਤੇ ਜਾਂਦੇ ਪੇਲ।

ਅੱਖਾਂ ਵਿੱਚ ਸਵਾਲ ਕਿਉਂ ਹੈ ਕਿਸਮਤ 'ਤੇ ਕੀ ਰੋਸਾ,
ਰੀਝ ਹੋਏ ਤਾਂ ਕਈ ਲੋਕੀਂ ਕੱਚਿਆਂ ਨੂੰ ਦਿੰਦੇ ਠੇਲ੍ਹ।

ਕਿੱਡਾ ਕੁ ਹੈ ਧਰਤ ਅਤੇ ਆਕਾਸ਼ ਭਲਾ ਦੱਸੀ ਖਾਂ!
ਥੰਧਿਆਈ ਦਿਸਦੀ ਦੂਰੋਂ ਜੇ ਤਿਲਾਂ 'ਚ ਹੋਵੇ ਤੇਲ।

◆

ਰਿਸ਼ਤਾ

ਰਿਸ਼ਤਾ ਤਾਂ ਰਿਸ਼ਤਾ ਹੁੰਦਾ ਹੈ ਰਾਤ ਹੋਵੇ ਜਾਂ ਸਿਖ਼ਰ ਦੁਪਹਿਰ।
ਲੇਕਿਨ ‘ਕੱਲਿਆਂ ਝੱਲ ਨਹੀਂ ਹੁੰਦਾ ‘ਕੱਲ ਮ ‘ਕੱਲੇ ਦਿਲ ‘ਤੇ ਕਹਿਰ।

ਜੀਵਨ ਦੇ ਵਿੱਚ ਸੱਚਮੁੱਚ ਕੋਈ ਆਪਣਾ ਹੋਵੇ ਤਾਂ ਜੀਅ ਹੁੰਦਾ,
ਦਿਲ ਨਹੀ ਲੱਗਦਾ, ਬਹੁਤ ਵੱਡਾ ਹੈ ਭਾਵੇਂ ਓਪਰਿਆਂ ਦਾ ਸ਼ਹਿਰ।

ਪਿਆਰ ਭੁੱਖ ਜੇ ਨਹੀਂ ਮਿਟਦੀ, ਜੇਕਰ ਰਿਸ਼ਤਾ ਹੀ ਨਹੀਂ ਕੋਈ,
ਨਿਰੀ ਕੁੜੱਤਣ ਬਣਿਆਂ ਰਹਿੰਦਾ ਜੀਵਨ ਲੱਗਦਾ ਹੈ ਜਿਉਂ ਜ਼ਹਿਰ।

ਅੱਖ਼ਰ ਏਧਰੋਂ-ਓਧਰ ਹੋ ਜਾਏ ਸਾਰੇ ਅਰਥ ਬਦਲ ਜਾਂਦੇ,
‘ਕੱਲੇ ਅੱਖ਼ਰ ਦੀ ਨਾ ਬਣਦੀ, ਸੁਰ ਨਾ ਤਾਲ ਤੇ ਨਾ ਹੀ ਬਹਿਰ।

◆

ਚੱਕਰਵਿਊ

ਆਪਣਾ ਹੀ ਵੈਰੀ ਹੈ ਬੰਦਾ, ਇਹ ਜੱਗ ਹੁੰਦੜੀ ਆਈ।
ਕਦੇ ਕਿਸੇ ਨੇ ਆਪਣੇ ਆਪ 'ਤੇ ਪਰ ਨਹੀਂ ਤੋਹਮਤ ਲਾਈ।

ਭਾਵੁਕਤਾ ਵਿੱਚ ਵਹਿ ਕੇ ਤੂੰ ਇਹ ਆਪਣੀ ਗੱਲ ਸੁਣਾਈ।
ਆਮ ਤੌਰ 'ਤੇ ਲੇਕਿਨ ਰੱਖਦੇ ਲੋਕੀਂ ਗੱਲ ਲੁਕਾਈ।

ਹਰ ਬੰਦੇ ਦੀ ਹਰ ਇੱਕ ਬਿਪਤਾ ਹੱਥੀਂ ਅਸਾਂ ਬਣਾਈ।
ਚੱਕਰਵਿਊ ਵਿੱਚ ਪੈ ਜਾਣਾ ਹੈ ਕਿੱਥੋਂ ਦੀ ਚਤੁਰਾਈ।

ਆਪਾਂ ਨੂੰ ਜੋ ਖ਼ਾਸ ਨੇ ਆਪਣੇ, ਉਹੋ ਹੀ ਦੁੱਖ ਦੇਂਦੇ।
ਦਰਦ ਤਾਂ ਨਿੱਜੀ ਸ਼ੈ ਹੈ ਆਪਣੀ, ਬਿਲਕੁਲ ਨਹੀਂ ਪਰਾਈ।

'ਮੈਂ' ਮੈਨੂੰ ਕੀ-ਕੀ ਦਿੱਤਾ ਹੈ ਇਹ ਤੇ ਮੈਂ ਹੀ ਜਾਣਾਂ,
ਦੱਦਾ ਦੋਸ਼ ਨਾ ਹੋਰ ਕਿਸੇ ਦਾ ਸੁੱਨੜ ਦਵੇ ਦੁਹਾਈ।
◆

ਆਪਣੇ ਅੰਦਰ ਝਾਤ

ਚਿੰਤਾ ਬਹੁਤ ਰਹੀ ਤੈਨੂੰ ਕਿ ਰੁੱਸ ਨਾ ਜਾਵੇ ਕੋਈ,
ਅਚਨਚੇਤ ਹੀ ਹੋ ਗਿਆ ਲੇਕਿਨ ਖ਼ੁਦ ਨੂੰ ਕਦੇ ਮਨਾਇਆ ਨਾ।
ਫ਼ਿਕਰਮੰਦ ਹੋ ਕੇ ਤੂੰ ਭੱਜਿਆ ਫਿਰਿਆ ਚਾਰ-ਚਫ਼ੇਰੇ,
ਬੜੇ ਬਣਾਏ ਆਪਣੇ ਲੇਕਿਨ ਖ਼ੁਦ ਨੂੰ ਤੂੰ ਅਪਣਾਇਆ ਨਾ।

ਦਰ-ਦਰ ਜਾ ਕੇ ਧੂਫ਼-ਬੱਤੀਆਂ, ਦੀਵੇ ਬੜੇ ਜਗਾਏ,
ਆਪਣੇ ਅੰਦਰ ਦੇ ਮੰਦਿਰ ਵਿੱਚ ਦੀਵਾ ਕਦੇ ਜਗਾਇਆ ਨਾ।
ਦੁਨੀਆਵੀਂ ਰਾਹਾਂ ਵੱਲੇ ਤਾਂ ਵਲ਼ ਭੰਨ ਕੇ ਵੀ ਜਾਵੇਂ,
ਤੈਨੂੰ ਤੇਰੇ ਵੱਲ ਤੁਰਨ ਦਾ ਕਦੇ ਵੀ ਚੇਤਾ ਆਇਆ ਨਾ।

ਤੇਰੇ ਦਿਲ ਨੂੰ ਤੋੜਨ ਵਾਲੇ ਸਾਰੇ ਤੇਰੇ ਆਪਣੇ,
ਲੋਕਾਂ ਕੋਲੋਂ ਮੰਗਦੈਂ ਆਪਣੇ ਦਿਲ ਨੂੰ ਦਿਲ ਨਾ' ਲਾਇਆ ਨਾ।
◆

ਸੂਰਜ ਸਿਖ਼ਰ ਦੁਪਹਿਰ

ਬਹੁਤ ਲੋਕ ਨੇ ਤੇਰੇ-ਮੇਰੇ ਚਾਰ-ਚੁਫ਼ੇਰੇ।
ਸੁਪਨੇ ਗੁੰਦ ਦਿਖਾਉਣ ਵਾਲੇ ਵੀ ਮਿਲਣ ਬਥੇਰੇ।

ਸੂਰਜ ਸਿਖ਼ਰ ਦੁਪਹਿਰ ਤੀਕ ਹੀ ਦੁੱਖ ਦੇਂਦਾ ਹੈ,
ਸ਼ਾਮ ਪਈ ਤੋਂ ਲਾਗੇ-ਸ਼ਾਗੇ ਦਿਸਣ ਹਨ੍ਹੇਰੇ।

ਜੀਵਨ ਸਾਡੇ ਦੀ ਜਦ ਰਾਤ ਪੈ ਗਈ ਸੱਜਣਾ ਵੇ!
ਸਾਨੂੰ ਕੀ ਫਿਰ ਹੋਣ ਭਾਵੇਂ ਨਾ ਹੋਣ ਸਵੇਰੇ।

ਕੰਧਾਂ ਸੱਖਣੀਆਂ ਤੇ ਛੱਤ ਕਮਜ਼ੋਰ ਹੋ ਗਈ,
ਕੌਣ ਲਿੱਪੂ ਹੁਣ ਜਿਸਦੇ ਢਹਿੰਦੇ ਜਾਣ ਬਨ੍ਹੇਰੇ।

ਆਸ ਦੀ ਧੂਣੀ ਧੁਖ਼ਦੀ ਧੂੰਆਂ ਆਪਣੀਂ ਅੱਖੀਂ,
ਫਾਕੇ ਕੱਟਣੇ ਪੈਂਦੇ ਨੇ ਫ਼ੱਕਰਾਂ ਦੇ ਡੇਰੇ।

ਸਾਰੀ ਉਮਰ ਜਰ ਲਿਆ ਥੋੜ੍ਹਾ ਹੋਰ ਸਹੀ,
ਛੱਡ ਹੁਣ ਸੁੱਨੜਾ! ਮਾਸਾ ਹੋਰ ਨਿਭਾ 'ਲਾ ਜੇਰੇ।
◆

ਬੀਜ ਤੋਂ ਬਿਰਖ਼ ਤਕ

ਰੀਝ ਜਨਮੇ ਨਾ ਤਾਂ ਫਿਰ ਉਹ ਰੀਝ ਕਿੰਝ ਕਹਿਲਾਏਗੀ।
ਬੀਜ ਨਾ ਪੁੰਗਰੇ ਤਾਂ ਫਿਰ ਉਹ ਬਿਰਖ਼ ਕਿੰਝ ਬਣ ਪਾਏਗੀ।

ਭਾਫ਼ ਬਣ ਕੇ ਜੇ ਸਮੁੰਦਰ ਆਸਮਾਂ ਵੱਲ ਨਾ ਉੜੇ,
ਕਿਵੇਂ ਬੱਦਲ ਬਣਨਗੇ ਕਾਲੀ ਘਟਾ ਨਾ ਛਾਏਗੀ।

ਬਾਲ, ਗੱਭਰੂ ਹੋਏਗਾ ਤਾਂ ਰੀਝ ਵੀ ਬਦਲੂ ਜਰੂਰ,
ਜੇ ਨਹੀਂ ਖਡੌਣੇ ਬਦਲਦੇ ਤਾਂ ਬਾਲੜੀ ਰਹਿ ਜਾਏਗੀ।

ਨਦੀ ਦਾ ਵਹਿਣਾ ਨਦੀ ਦੀ ਇੱਕੋ-ਇੱਕ ਪਹਿਚਾਣ ਹੈ,
ਵਹਿਣ ਰੁਕ ਜਾਵੇ ਤਾਂ ਕਿੰਝ ਸਾਗਰ 'ਚ ਡੁਬਕੀ ਲਾਏਗੀ।

ਇੱਕ ਵੀ ਜੇ ਇੱਕ ਰਹੇ ਤਾਂ ਇੱਕੋ-ਇੱਕ ਰਹਿ ਜਾਏਗਾ।
ਦੋ ਨਹੀਂ ਬਣਦੇ ਤਾਂ ਫਿਰ ਦੁਨੀਆ ਵੀ ਨਾ ਬਣ ਪਾਏਗੀ।
◆

ਰੰਗਾਂ ਬਿਨ ਹੋਲੀ ਨਹੀਂ

ਰੁਕਣਾ ਨਾ ਰੁਕਣਾ ਤਾਂ ਤੇਰੀ ਮਰਜ਼ੀ ਹੈ,
ਰੰਗ ਲੱਗ ਜਾਣ ਜੇ ਇਕ ਵਾਰੀ ਤੂੰ ਆ ਜਾਵੇਂ।
ਰੰਗਾਂ ਬਿਨ ਹੋਲੀ ਨਹੀਂ ਖੇਡੀ ਜਾ ਸਕਦੀ,
ਹਾਜ਼ਰ ਹੋ ਕੇ ਸਾਡੀ ਖੇਡ ਬਣਾ ਜਾਵੇਂ।

ਖ਼ੈਰ ਸੱਲਾ! ਜੇ ਲਫ਼ਜ਼ ਕੋਈ ਵੀ ਨਾ ਉਚਰੇਂ,
ਅੱਖਾਂ-ਅੱਖਾਂ ਵਿੱਚ ਸਭ ਕੁੱਝ ਸਮਝਾ ਜਾਵੇਂ।
ਫਿਰ ਕੀ ਹੋਇਆ ਉਮਰ ਬੀਤ ਚੱਲੀ ਹੈ ਤਾਂ,
ਅਗਲੇ ਜਨਮ ਮਿਲਣ ਦਾ ਲਾਰਾ ਲਾ ਜਾਵੇਂ।

◆

ਸੱਤਿਆਨਾਸ

ਰਿਸਤੇ ਐਨੇ ਸਸਤੇ ਹੋ ਗਏ, ਆਉਂਦਾ ਨਹੀਂ ਵਿਸ਼ਵਾਸ,
ਡਾਇਵੋਰਸ ਹੁਣ ਏਦਾਂ ਮੰਗਦੇ, ਜਿਉਂ ਪਾਣੀ ਦਾ ਗਿਲਾਸ।

ਭੁੜਕ ਡੰਡਿਓਂ ਪਾਰ ਹੋਣ ਦੀ ਆਦਤ ਪੈਂਦੀ ਜਾਂਦੀ ਹੁਣ,
ਛੱਡ-ਛੁਡਾਈਏ ਹੋ ਜਾਂਦੇ, ਕੋਈ ਗੱਲ ਨਹੀਂ ਹੁੰਦੀ ਖ਼ਾਸ।

ਘਰ-ਘਰ ਵਿੱਚ ਘਮਸਾਣ ਯੁੱਧ ਹੈ, ਹੁਣ ਪਤਾ ਨਹੀਂ ਲੱਗਦਾ,
ਖੁਸ਼ੀ ਉਡਾਰੀ ਮਾਰ ਗਈ ਹੁਣ ਲੱਗਦੇ ਸਭ ਨਿਰਾਸ਼।

ਯੌਰਪ ਤੇ ਅਮਰੀਕਾ ਵਿਚ ਆਏ ਬਹੁਤ ਪੰਜਾਬੀ,
ਪੱਛਮੀ ਤੌਰ ਤਰੀਕੇ ਸਿੱਖਦਿਆਂ, ਕਰ ਲਿਆ ਸੱਤਿਆਨਾਸ।

◆

ਹੁੰਘਾਰਾ

ਥੱਕ ਜਾਣਾ ਕੋਈ ਜੱਗੋਂ ਬਾਹਰੀ ਗੱਲ ਨਹੀਂ ਹੈ,
ਬਹੁਤਾ ਚਿਰ ਨਹੀਂ ਐਵੇਂ ਪਿੱਛੇ-ਪਿੱਛੇ ਭੱਜਿਆ ਜਾਂਦਾ।

ਕੋਈ ਹੁੰਘਾਰਾ ਜੇ ਨਾ ਮਿਲਦਾ ਹੋਵੇ ਅੱਗਿਓਂ,
ਸਾਰੀ ਉਮਰ ਤਾਂ ਕੰਧਾਂ ਵਿਚ ਨਹੀਂ ਵੱਜਿਆ ਜਾਂਦਾ।

ਦਿਸਣ ਲੱਗ ਪੈਂਦੇ ਨੇ ਜ਼ਖ਼ਮਾਂ ਦੀ ਆਦਤ ਹੈ,
ਮਲ੍ਹਮ-ਪੱਟੀ ਕਰਨ ਬਿਨਾ ਨਹੀਂ ਕੱਜਿਆ ਜਾਂਦਾ।

ਸੁਰਖ਼ੀ, ਬਿੰਦੀ ਲਾਉਣ ਦਾ ਵੀ ਕਾਰਨ ਹੁੰਦਾ ਹੈ,
ਦੇਖਣ ਵਾਲੇ ਬਿਨਾ ਕਦੇ ਨਹੀਂ ਸਜਿਆ ਜਾਂਦਾ।

ਹਰ ਕਾਰਜ ਦਾ ਵਿਧੀ ਵਿਧਾਨ ਜਰੂਰੀ ਹੁੰਦਾ,
ਬਿਨ ਪਾਣੀ ਦੇ ਬੱਦਲਾਂ ਤੋਂ ਨਹੀਂ ਗੱਜਿਆ ਜਾਂਦਾ।

◆

ਅਰਦਾਸ

ਸੱਚੇ ਮਨੋਂ ਕਰੀ ਅਰਦਾਸ, ਵਿਰਥੀ ਕਦੇ ਨਾ ਜਾਵੇ,
ਮੰਗ ਸਹੀ ਹੋਵੇ ਜਿਸ ਜਨ ਦੀ, ਮੂੰਹ ਮੰਗਿਆ ਫ਼ਲ ਪਾਵੇ।

ਜੇ ਕੋਈ ਨੰਨ੍ਹਾ ਬੱਚਾ ਅਪਣੇ ਪਿਤਾ ਦਾ ਪਿਸਟਲ ਮੰਗੇ,
ਕੋਈ ਸਿਆਣਾ ਬਾਪ ਨਾ ਬੱਚੇ ਨੂੰ ਹਥਿਆਰ ਫੜਾਵੇ।

ਤੁੜਕਾ ਤਰਕਾਰੀ ਮੰਗੇ ਪਰ ਹੋਵੇ ਬਹੁਤ ਬੀਮਾਰ,
ਮਾਂ ਵੀ ਨਾਂਹ ਕਰ ਦੇਵੇ ਬੱਚੇ ਨੂੰ ਨਾ ਜ਼ਹਿਰ ਖਵਾਵੇ।

ਦਾਤਾਂ ਮੰਗਣ ਦਾ ਹੱਕ ਸਭ ਦਾ, ਦੇਣਹਾਰ ਦਾਤਾਰ,
ਸੁੱਨੜਾ! ਤੂੰ ਅਰਦਾਸ ਕਰੀਂ ਸਾਨੂੰ ਮੰਗਣਾ ਆ ਜਾਵੇ।
◆

ਪੱਕੀ ਆੜੀ

ਨਵਾਂ ਨੌ ਦਿਨ, ਪੁਰਾਣਾ ਸੌ ਦਿਨ ਆ ਜਾਓ!
ਪੱਕਿਆਂ ਨਾਲ ਪੱਕੀ ਆੜੀ ਪਾਈਏ ਦੋਸਤੋ!
ਪੱਤ ਕਾੜ੍ਹ ਕੇ ਜੀ ਘਰ ਦੇ ਕਮਾਦ ਦੀ,
ਫਿਰ ਗੁੜ ਭਾਵੇਂ ਸ਼ੱਕਰ ਬਣਾਈਏ ਦੋਸਤੋ!

ਐਵੇਂ ਕੱਚੀਆ ਕਰੂੰਬਲਾ ਨਾ ਤੋੜੀਏ
ਜਿਹੜੀ ਨਿਭੇ ਨਾਲ ਉਹੀਓ ਦਾਲ ਖਾਈਏ ਦੋਸਤੋ!
ਬਾਕੀ ਦੁਨੀਆ ਨੂੰ ਦੇਖੀ ਜਾਊ
ਬਾਅਦ ਵਿੱਚ ਪਹਿਲਾ ਮਨੀਰਾਮ ਅਪਣਾ ਬਣਾਈਏ ਦੋਸਤੋ!

ਐਵੇਂ ਗੱਲਾਂ-ਗੱਲਾਂ ਵਿੱਚ ਗੱਲ ਵੱਧ ਜਾਊ,
ਸਿਆਣੇ ਬਣ ਗੱਲ ਨੂੰ ਮੁਕਾਈਏ ਦੋਸਤੋ!
ਜਿਵੇਂ ਸੁੱਨੜ ਹੈ ਬਚ ਗਿਆ ਮੋੜ ਤੋਂ
ਬਾਕੀ ਹਾਣੀਆ ਨੂੰ ਵੀ ਏਦਾਂ ਬਚਾਈਏ ਦੋਸਤੋ!

◆

ਸਦਾ ਬਹਾਰ

ਏਸ ਉਮਰ ਵਿਚ ਸੁਣਿਆ ਦੀਵੇ ਬੁਝਦੇ-ਬੁਝਦੇ ਬੁਝ ਜਾਂਦੇ,
ਪਰ ਚਾਲੀ ਸਾਲ ਪਹਿਲਾ ਸੀ ਜਿੱਦਾਂ ਤੁਸੀ ਓਵੇਂ ਹੀ ਜਗਦੇ ਹੋ।
ਵਿਆਹ ਸ਼ਾਦੀਆਂ, ਪਾਰਟੀਆਂ ਵਿੱਚ ਤੱਕਦੇ ਲੋਕੀਂ ਲੁਕ-ਲੁਕ ਕੇ,
ਤਿਆਰ-ਵਿਆਰ ਹੁੰਦੇ ਹੋ ਜਦ ਕੁੜੀਆ ਵਾਗੂੰ ਫੱਬਦੇ ਹੋ।

ਕਿੱਦਾਂ ਏਨੇ ਸਾਲ ਬੀਤ ਗਏ ਪਤਾ ਨਹੀਂ ਲੱਗਿਆ ਇੱਕ ਦਮ,
ਉਮਰ ਬੀਤ ਗਈ ਪਤਾ ਹੈ ਫਿਰ ਵੀ ਸੱਠੇ-ਪੱਠੇ ਲੱਗਦੇ ਹੋ।
ਬਰਸਾਤਾਂ ਵਿੱਚ ਜਿੱਦਾਂ ਸਾਰੇ ਨਦੀਆ, ਨਾਲੇ ਖੁਸ਼ ਹੋਵਣ,
ਤੁਸੀਂ ਅੱਜ ਵੀ ਝਨ੍ਹਾਂ ਦੇ ਪਾਣੀ ਵਾਂਗੂੰ ਭਰੇ-ਭਰਾਏ ਵਗਦੇ ਹੋ।

◆

ਸੋਚ

ਬਦ-ਦੁਆਵਾਂ ਦਿੱਤਿਆਂ ਨਹੀਂ ਬਦਲਦੇ ਹੁੰਦੇ ਨਸੀਬ।
ਸਿਰਫ਼ ਦਿਲ ਖੁਸ਼ ਕਰਨ ਲਈ ਹੁੰਦਾ ਹੈ ਹਰ ਆਸ਼ੀਰਵਾਦ।

ਮੁਸਕਰਾਉਣਾ ਹੈ ਜਾ ਰੋਣਾ ਹੈ ਇਹ ਸਾਡੀ ਸੋਚ ਹੈ,
ਹਰ ਕੋਈ ਲੈਂਦਾ ਹੈ ਹਸਤ ਰੇਖਾਵਾਂ ਬਦਲ ਜਾਵਣ ਦਾ ਖ਼ਾਬ।

ਜੋ-ਜੋ ਸਾਡਾ ਹੈ ਉਹ ਮਿਲ ਹੀ ਜਾਏਗਾ ਹਰ ਹਾਲ ਵਿਚ,
ਰੁੱਖਾ-ਮਿੱਸਾ ਜੋ ਵੀ ਮਿਲਿਆ, ਉਸਨੂੰ ਕਹੀਏ ਲਾਜਵਾਬ।

ਰੀਝਾਂ ਨੂੰ ਪੂਰਾ ਕਰਨ ਦੀ ਲਗਨ ਤਾਂ ਹੈ ਜ਼ਿੰਦਗੀ,
ਪਰ ਸਾਧਾਂ ਦੇ ਬਚਨਾਂ ਦੇ ਨਾ' ਨਹੀਂ ਬਦਲਦੇ ਦੁਨੀਆ ਦੇ ਭਾਗ।

◆

ਰੁੱਤ

ਸੜਦੀ ਰੁੱਤ ਅਸਾੜ ਦੀ, ਲੋਆਂ ਕਰਨ ਨਿਰਾਸ਼।
ਤਪਸ ਤਪਾਇਆ ਧਰਤ ਨੂੰ, ਡੋਲ ਚੱਲੇ ਵਿਸ਼ਵਾਸ।

ਠੱਕਾ ਵਗਿਆ ਪੁਰੇ ਦਾ, ਫ਼ਲ-ਫੁੱਲ ਸੱਤਿਆਨਾਸ,
ਬਹੁੜ ਸਿਰਾਂ ਦਿਆਂ ਸਾਈਆਂ! ਜਗਤ ਕਰੇ ਅਰਦਾਸ।

ਕਿਣਮਿਣ ਹੋਈ ਅੰਬਰੋਂ, ਸਾਹ ਵਿੱਚ ਆਈ ਸਾਸ,
ਸਾਵਣ ਸੀਤਲ 'ਵਾ ਵਗੀ ਮਿਲਿਆ ਕੁੱਝ ਧਰਵਾਸ।

ਮੋਰ, ਬੰਬੀਹੇ ਬੋਲਦੇ, ਬਦਲ ਗਏ ਅਹਿਸਾਸ,
ਜਲ-ਥਲ ਚਾਰ ਚੁਫ਼ੇਰਿਓਂ ਸਵਰਗ ਪੁਰੀ ਵਿੱਚ ਵਾਸ।

ਖੁੱਡੀਂ ਪਾਣੀ ਵੜ ਗਿਆ ਜੋ ਸੱਪ, ਸਪੋਲੀਆ ਵਾਸ,
ਕੀੜਾ ਨਾ ਕੋਈ ਡੱਸ ਲਵੇ, ਨਾ ਤੋੜ ਖਾ ਲਵੇ ਮਾਸ।

ਹਰ ਇੱਕ ਰੁੱਤ ਹਰ ਇਕ ਜੀਅ ਨੂੰ ਕਦੇ ਨਾ ਆਵੇ ਰਾਸ,
ਹੁੱਟ, ਗਰਮੀ ਤੋਂ ਵੀ ਬੁਰਾ, ਬੁਰੀ ਭਾਦੋਂ ਦੀ ਭੜਾਸ।
◆

ਪੰਜਾਬੀ ਮੁੰਡੇ ਅਮਰੀਕਾ ਵਿੱਚ

ਅਮਰੀਕਾ ਪੰਜਾਬੀ ਮੁੰਡੇ ਆਉਂਦੇ ਕਰਨ ਵਿਓਪਾਰ।
ਭੌਂਏ-ਭਾਂਡੇ ਗਹਿਣੇ ਧਰ ਕੇ, ਪੈਸੇ ਮੰਗ ਓਧਾਰ।

ਏਜੰਟਾਂ ਦੇ ਹੱਥੋਂ ਪਹਿਲਾਂ ਹੁੰਦੇ ਖੱਜਲ-ਖੁਆਰ,
ਕਿਸਮਤ ਵਾਲਾ ਕੋਈ-ਕੋਈ ਲੰਘ ਜਾਂਦਾ ਹੈ ਪਾਰ।

ਭਾਂਡੇ ਮਾਂਜ ਕੇ, ਲਾ ਕੇ ਝਾੜੂ ਪੈਸੇ ਬਣਦੇ ਚਾਰ,
ਖਾ-ਪੀ ਜਾਂਦੀਆਂ ਮੇਮਾਂ ਕਰਕੇ ਝੂਠਾ-ਮੂਠਾ ਪਿਆਰ।

ਗੋਰੀਆਂ ਨਾਲ ਖਿਚਾਉਂਦੇ ਫੋਟੋ ਹੋ ਕੇ ਤਿਅਰ-ਵਿਆਰ,
ਸੁੱਨੜ ਕਿੰਝ ਕਹੇ ਇਹਨਾਂ ਨੂੰ ਖਰਲਾਂ ਦੇ ਸਰਦਾਰ।

ਗੁੱਸਾ ਨਾ ਕਰਿਓ ਮੁੰਡਿਓਂ ਜੇ ਹੋ ਮੇਰੇ ਯਾਰ,
ਤੀਹ ਵਰ੍ਹੇ ਪਹਿਲਾਂ ਮੈਂ ਵੀ ਸੀ ਛਾਣੀ ਇਹੀਓ ਛਾਰ।
◆

ਸੱਚੋ-ਸੱਚ

ਸਾਫ਼-ਸਾਫ਼ ਕਹਿ ਦਿਆਂ ਤਾਂ ਕਹਿੰਦੇ ਤੇਰਾ ਦਿਲ ਨਹੀਂ ਸਾਫ਼।
ਦਿਲ ਦੀ ਦਿਲ ਵਿੱਚ ਦੱਬੀ ਰੱਖਣਾ ਕਿੱਥੋਂ ਦਾ ਇਨਸਾਫ਼।

ਚਾਰ-ਚੁਫ਼ੇਰੇ ਜਲ-ਥਲ ਹੈ ਤਾਂ ਮੈ ਕਿਉਂ ਰਹਾਂ ਤਿਹਾਇਆ,
ਚਾਰ ਕੁ ਚੂਲ਼ੀਆ ਮੈ ਵੀ ਭਰ ਲਵਾਂ, ਮੈਨੂੰ ਕਰਿਓ ਮੁਆਫ਼।

ਜੇ ਦਿਲ ਖੋਲ੍ਹ ਕੇ ਦੱਸਣ ਕਰਕੇ ਹੀ ਹਾਂ ਮੈਂ ਅਪਰਾਧੀ,
ਜੋ ਕਹਿੰਦਾ ਹੈ ਕਹੇ ਜ਼ਮਾਨਾ ਮੈਂ ਕਰਨਾ ਇਹ ਪਾਪ।

ਅੰਦਰੇ-ਅੰਦਰ ਰਿੱਝ ਦੇ ਰਹਿ ਕੇ ਕਿੰਨਾ ਚਿਰ ਕੱਢਾਂਗੇ,
ਕੁੱਝ ਨਹੀਂ ਹੁੰਦਾ ਡਰ ਨਾ ਸੁੱਨੜਾ! ਕੱਢ ਲੈ ਦਿਲ ਦੀ ਭਾਫ਼।
◆

ਮਨ ਦੀ ਮੈਲ਼

ਸਾਬਣ ਲਾ ਲਾ ਧੋ ਸਕਦੀ ਸਾਡੇ ਤਨ ਦੀ ਮੈਲ਼।
ਕੀ ਉਪਰਾਲਾ ਕਰੀਏ ਜੋ ਧੋ ਹੋਵੇ ਮਨ ਦੀ ਮੈਲ਼।

ਤਨ ਦੀ ਬਦਬੂ ਦੂਰ ਕਰਨ ਲਈ ਸੌ ਵਿਧਿਆ ਨੇ ਯਾਰੋ!
ਕਿੱਦਾਂ ਦੂਰ ਹੋਵੇ ਬਦਬੂ ਜੋ ਮਨ ਦੇ ਗੈਲ-ਗੈਲ।

ਤਨ-ਮਨ ਸਾਫ਼ ਕਰਨ ਲੋਚੇ ਤਾਂ ਢਹਿ ਪੈ ਗੁਰ ਦੇ ਚਰਨੀਂ,
ਮਨ ਨੂੰ ਅਰਪਣ ਕਰਦੇ ਸੁੱਨੜਾ! ਬੜਾ ਤਰੀਕਾ ਸੈਲ ।

ਸਦੀਆਂ ਤੋਂ ਅਣਗਣਿਤ ਲੋਕਾਂ ਦਾ ਪਾਰ ਉਤਾਰਾ ਹੋਇਆ,
ਸ਼ਬਦ ਸੰਗ ਲੱਗ ਕੇ ਹੀ ਮੇਟੀ ਜੀਵਨ ਵਿੱਚ ਬਦਫ਼ੈਲ।

ਨਾ ਮੁੱਕੇ ਨਾ ਮੈਲ਼ੀ ਹੋਵੇ ਸਤਿਗੁਰਾਂ ਦੀ ਬਾਣੀ,
ਚਰਨ-ਸ਼ਰਨ ਸਤਿਗੁਰ ਦੀ ਜਾ ਕੇ ਮਿਟ ਜਾਂਦੇ ਸਭ ਵੈਲ।

◆

ਅੰਤਰਮੁਖ

ਬਹੁਤ ਜਿੱਤਾਂ ਜਿੱਤੀਆਂ ਸਾਰੀ ਉਮਰ,
ਪਰ ਹੁਣ ਕਿਸੇ ਤੋਂ ਹਰਨ ਨੂੰ ਜੀਅ ਕਰ ਰਿਹੈ।
ਹੁਕਮਰਾਨੀ ਕਰਦਿਆਂ ਥੱਕ ਹੋ ਗਿਆ,
ਹੁਣ ਹੁਕਮ ਕੋਈ ਜਰਨ ਨੂੰ ਜੀਅ ਕਰ ਰਿਹੈ।

ਤਰਨ ਦਾ ਵਲ਼ ਦੱਸਿਆ ਮੈਂ ਉਮਰ ਭਰ,
ਹੁਣ ਖ਼ੁਦ ਜ਼ਰਾ ਕੁ ਤਰਨ ਨੂੰ ਜੀਅ ਕਰ ਰਿਹੈ।
ਕਿਸੇ ਦੇ ਮੋਢੇ ਦਾ ਲੈ ਕੇ ਆਸਰਾ,
ਹੁਣ ਦਿਲ ਨੂੰ ਹੌਲਾ ਕਰਨ ਨੂੰ ਜੀਅ ਕਰ ਰਿਹੈ।

ਹੁਣ ਤਾਂ ਬਸ! ਮਾਸਾ ਕੁ ਸੁੱਖ ਦੇ ਵਾਸਤੇ,
ਸੱਜਣਾ ਦਾ ਪਾਣੀ ਭਰਨ ਨੂੰ ਜੀਅ ਕਰ ਰਿਹੈ।
ਰੰਗ-ਰੰਗੀਲੀ ਦੁਨੀਆ ਨੂੰ ਰੰਗਿਆਂ ਬਹੁਤ,
ਹੁਣ ਆਪਣੇ ਰੰਗ ਭਰਨ ਨੂੰ ਜੀਅ ਕਰ ਰਿਹੈ।
◆

ਤਿੱਤਲੀ

ਰੱਬ ਵਰਗੀ ਇੱਕ ਤਿੱਤਲੀ ਮੇਰੇ ਮੋਢੇ 'ਤੇ ਆ ਬੈਠ ਗਈ,
ਬਹੁਤ ਪਤੇ ਦੀਆਂ ਗੱਲਾਂ ਦੱਸੇ ਰਹਿੰਦੀ ਹਰਦਮ ਮੁਸਕਾਉਂਦੀ।
ਆਪਣਿਆਂ ਦੀ ਆਪੋ-ਧਾਪੀ ਨੇ ਜੋ ਦਿਲ 'ਤੇ ਫੱਟ ਲਾਏ,
ਲੱਗਦਾ ਤਿੱਤਲੀ ਜਾਣੇ ਸਭ ਕੁੱਝ ਉਹ ਤਾਂ ਹੀ ਦਰਦ ਵੰਡਾਉਦੀ ।

ਸ਼ਾਇਦ ਵਕਤ ਨੇ ਰਾਹ ਦੱਸਣ ਲਈ ਮੇਰੀ ਮੰਜ਼ਿਲ ਭੇਜੀ ਹੈ,
ਮੁਸ਼ਕਿਲ ਹੈ ਤੁਰਨਾ ਜੇ ਕੋਈ ਮੰਜ਼ਿਲ ਨਜਰ ਨਹੀਂ ਆਉਂਦੀ।
ਇਉ ਲੱਗੇ ਕਿਸਮਤ ਨੂੰ ਪੜ੍ਹਨਾ ਤੇ ਘੜਨਾ ਵੀ ਜਾਣੇ ਉਹ,
ਜ਼ਖ਼ਮਾਂ ਉੱਤੇ ਮਲ੍ਹਮ ਲਾਵੇ ਰਹਿੰਦੀ ਹਰਦਮ ਸਮਝਾਉਂਦੀ।

◆

ਸ਼ਹਾਦਤ ਤੇ ਸਰਪਾਂਜਲੀ

ਸ਼ਹਾਦਤ

ਜਿੱਥੋਂ ਆਇਆ ਨਾ ਅਜੀਤ ਓਥੇ ਚੱਲਿਆ ਜੁਝਾਰ।
ਹੱਥੀਂ ਬਾਦਸ਼ਾਹ ਨੇ ਘੱਲੇ ਲਾ ਕੇ ਹਾਰ ਤੇ ਸ਼ਿੰਗਾਰ।

ਦੂਜੇ ਲਾਲ ਨੂੰ ਬੁਲਾ ਕੇ, ਸਿਰ 'ਤੇ ਕਲਗੀ ਸਜਾ ਕੇ
ਕਿਵੇਂ ਜਿੱਤਦੇ ਨੇ ਯੋਧੇ, ਸਾਰੀ ਗੱਲ ਸਮਝਾ ਕੇ
ਹੱਥੀਂ ਤੋਰਿਆ ਪਿਤਾ ਨੇ, ਪੁੱਤ ਸੀਨੇ ਨਾਲ ਲਾ ਕੇ
ਕੀਤੀ ਆਖ਼ਰੀ ਸਲਾਮ, ਦਿਲ ਤਕੜਾ ਬਣਾ ਕੇ
ਹੋਇਆ ਹੁਕਮ ਪਿਤਾ ਦਾ, ਖਿੱਚ ਲਈ ਤਲਵਾਰ।

ਜਿੱਥੋਂ ਆਇਆ ਨਾ ਅਜੀਤ ਓਥੇ ਚੱਲਿਆ ਜੁਝਾਰ....।

ਉਹ ਮਾਸੂਮ ਜਿਹੀ ਜਿੰਦ ਖ਼ੌਰੇ ਕਿੱਥੇ-ਕਿੱਥੇ ਲੜੀ
ਖ਼ੌਰੇ ਕਿੱਡੇ-ਕਿੱਡੇ ਜ਼ਾਲਮਾਂ ਦੇ ਸਾਹਮਣੇ ਜਾ ਖੜੀ
ਜੇ ਮੈਂ ਸੋਚਦਾਂ ਤਾਂ ਸੋਚ ਨੂੰ ਡਰਾਉਂਦੀ ਹੈ ਉਹ ਘੜੀ
ਜੇ ਕਿਆਸ ਵੀ ਮੈਂ ਕਰਾਂ ਤਾਂ ਵੀ ਹੁੰਦੀ ਲੂਈਂ ਖੜੀ।
ਕਾਹਦੀ ਕੀਮਤ ਚੁਕਾਈ, ਕਾਹਦਾ ਲਾਹਿਆ ਤੂੰ ਉਧਾਰ।

ਜਿੱਥੋਂ ਆਇਆ ਨਾ ਅਜੀਤ ਓਥੇ ਚੱਲਿਆ ਜੁਝਾਰ.....।

ਕਦੇ ਰਾਜੇ ਦੇ ਜਵਾਨ ਪੁੱਤ ਨੂੰ ਜੇ ਮੌਤ ਆਈ
ਹਾ-ਹਾ ਕਾਰ ਮੱਚ ਜਾਂਦੀ, ਰੋਂਦੀ ਫਿਰਦੀ ਲੋਕਾਈ
ਐਸੇ ਵੇਲੇ ਪਾਂਡੋ, ਕੌਰਵਾਂ ਵੀ ਰੋਕ 'ਤੀ ਲੜਾਈ
ਵੱਡੇ-ਵੱਡੇ ਦੁਰਯੋਧਨਾਂ ਦੀ ਅੱਖ ਭਰ ਆਈ
ਕਿੱਡੇ-ਕਿੱਡੇ ਉਸਤਾਦ ਸਾਰੇ ਬੈਠੇ ਨੀਵੀਂ ਪਾਈ।

ਸਾਰੀ ਦੁਨੀਆ ਦੇ ਬਾਦਸ਼ਾਹ ਦਾ ਪੁੱਤ ਸੀ ਜੁਝਾਰ।
ਕਿਸੇ ਕੱਪੜਾ ਨਾ ਪਾਇਆ ਨਾ ਹੀ ਕੀਤਾ ਸਸਕਾਰ।

ਜਿੱਥੋਂ ਆਇਆ ਨਾ ਅਜੀਤ ਓਥੇ ਚੱਲਿਆ ਜੁਝਾਰ....।

◆

ਜਜ਼ਬਾ

ਦਿਲ ਕਰਦਾ ਹੈ ਫ਼ਤਿਹ ਸਿੰਘ ਨੂੰ ਬਾਬਾ ਆਖ ਬੁਲਾਵਾਂ ਮੈਂ।
ਜ਼ੋਰਾਵਰ ਦੀ ਜ਼ੁਅਰਤ ਅੱਗੇ, ਨਿਓਂ-ਨਿਓਂ ਸੀਸ ਝੁਕਾਵਾਂ ਮੈਂ।

ਮੌਤ ਕੁੜੀ ਨਾਲ ਲਾਵਾਂ ਲੈ ਕੇ, ਸਿੰਘ ਅਜੀਤ ਕਹਾਵਾਂ ਮੈਂ।
ਜਾਂ ਫਿਰ ਉਸ 'ਤੇ ਚਾਦਰ ਪਾ, ਜੁਝਾਰ ਸਿੰਘ ਬਣ ਜਾਵਾਂ ਮੈਂ।

ਦੋ ਸਾਲਾਂ ਦਾ ਅੰਮ੍ਰਿਤਧਾਰੀ ਬਣ ਕੇ ਫਤਿਹ ਗਜਾਵਾਂ ਮੈਂ।
ਸੱਤ ਸਾਲਾ ਸ਼ਹੀਦ ਕਹਾਵਾਂ ਧਰਮ ਹੇਤ ਮਰ ਜਾਵਾਂ ਮੈਂ।

ਬਾਲ ਅਵਸਥਾ ਦੇ ਵਿੱਚ ਹੀ ਕੋਈ ਨਵੇਂ ਪੂਰਨੇ ਪਾਵਾਂ ਮੈਂ।
ਵੱਖਰੇ ਪਿਓ ਦਾ ਪੁੱਤਰ ਹਾਂ, ਵੱਖਰਾ ਇਤਿਹਾਸ ਰਚਾਵਾਂ ਮੈਂ।

ਲਾੜੀ ਮੌਤ ਬਣੇ ਮੇਰੀ ਤਾਂ ਚਾਵਾਂ ਨਾਲ ਵਿਆਹਵਾਂ ਮੈਂ।
ਚੌਂਹ ਵੀਰਾਂ ਦੀ ਜੰਜ ਚੜ੍ਹੀ ਦੱਸ! ਕਿਉਂ ਨਾ ਘੋੜੀ ਗਾਵਾਂ ਮੈਂ।

ਦਿਲ ਕਰਦਾ ਹੈ ਫਤਿਹ ਸਿੰਘ ਨੂੰ ਬਾਬਾ ਆਖ ਬੁਲਾਵਾਂ ਮੈਂ।
ਜ਼ੋਰਾਵਰ ਦੀ ਜ਼ੁਅਰਤ ਅੱਗੇ ਨਿਓਂ-ਨਿਓਂ ਸੀਸ ਝੁਕਾਵਾਂ ਮੈਂ।

◆

ਗੁਰੂ ਦਰਬਾਰ

ਉਹ ਸਿਖਾਵੇ ਤਰਨਾ, ਜੋ ਤਰਕੀਬ ਜਾਣੇ ਤਰਨ ਦੀ।
ਮਰ ਕੇ ਜ਼ਿੰਦਾਬਾਦ ਜੇ ਹੋਵੇ, ਕਿੰਨਾ ਚੰਗਾ ਮਰਨ ਵੀ।

ਕੌਣ ਪਛਾਣੇ ਓਸਨੂੰ, ਜੋ ਕਰਤਾ ਵੀ ਹੈ ਕਰਮ ਵੀ।
ਕੌਣ ਹਰਾਵੇ ਓਸਨੂੰ, ਜਿਸ 'ਚ ਫ਼ਰਜ਼ ਵੀ ਹੈ ਧਰਮ ਵੀ।

ਕਸ਼ਮੀਰੀ ਪੰਡਤਾਂ ਵਾਂਗੂੰ, ਕਈ ਦੁਖਿਆਰੇ ਆਏ ਸੀ।
ਸੁਣ ਸਕਦਾ ਸੀ ਜਿਹੜਾ ਉਸਨੂੰ ਜਾ ਕੇ ਹਾਲ ਸੁਣਾਏ ਸੀ।

ਐਵੇਂ ਤਾਂ ਨਹੀਂ ਸਾਰੇ ਚੱਲ ਕੇ, ਗੁਰੂ ਦਰਬਾਰੇ ਆਏ ਸੀ।
ਦਰਦੀ ਦੇ ਦਰਬਾਰ ਵਿੱਚ ਜਾ ਕੇ, ਸਭ ਨੇ ਡੇਰੇ ਲਾਏ ਸੀ।

ਦਿੱਲੀ ਜਾ ਕੇ ਗੱਲ ਕਰੀਏ ਕਿ ਧਰਮ ਦਾ ਆਦਰ ਚਾਹੀਦਾ।
ਗੱਲ ਕਰਨ ਲਈ ਲੇਕਿਨ ਕੋਈ, ਹਿੰਦ ਦੀ ਚਾਦਰ ਚਾਹੀਦਾ।

ਲੱਖਾਂ ਜੰਜੂਆਂ ਦੀ ਪੱਤ ਰੱਖਣ ਦੇ ਲਈ ਕਾਦਰ ਚਾਹੀਦਾ।
ਧਰਮ ਦੀ ਖਾਤਰ ਮਿਟਣ ਲਈ ਤਾਂ ਤੇਗ਼ ਬਹਾਦਰ ਚਾਹੀਦਾ।

ਤੱਤੀਆਂ ਤਵੀਆਂ ਉੱਪਰ ਬਹਿ ਕੇ ਸਿਦਕ ਨਿਭਾਏ ਜਾਂਦੇ ਨੇ।
ਚਰਖੜੀਆਂ 'ਤੇ ਚੜ੍ਹ ਕੇ ਹੀ ਤਾਂ ਨਾਮ ਕਮਾਏ ਜਾਂਦੇ ਨੇ।

ਬੰਦ-ਬੰਦ ਕਟਵਾ ਕੇ ਹੀ ਤਾਂ ਬੰਦ ਬਣਾਏ ਜਾਂਦੇ ਨੇ।
ਆਪਣੇ ਸਿਰ ਕਟਵਾ ਕੇ ਹੀ ਤਾਂ ਧਰਮ ਬਚਾਏ ਜਾਂਦੇ ਨੇ।

'ਨ੍ਹੇਰੀਆਂ ਰਾਤਾਂ ਦੇ ਵਿੱਚ ਲੱਖਾਂ ਮੀਲਾਂ ਤੋਂ ਚਮਕਣ ਤਾਰੇ।
ਸਾਖ਼ਸ਼ਾਤ ਹਰ ਹਰ ਜਿਹੜਾ, ਹਾਰੀ-ਸਾਰੀ ਤੋਂ ਕੀ ਹਾਰੇ।

ਜੀਣ ਮਰਨ ਤੋਂ ਰਹਿਤ ਨੇ ਜਿਹੜੇ, ਮੌਤ ਉਨ੍ਹਾਂ ਨੂੰ ਕੀ ਮਾਰੇ।
ਜਿਸ ਦਾ ਨਾਮ ਧਿਆਉਣ ਨਾਲ, ਵਾਰੇ ਹੋ ਜਾਂਦੇ ਨੇ ਨਿਆਰੇ।

◆

ਤੱਤੀ ਤਵੀ

ਤੇਰੇ ਵਾਂਗੂ ਤੱਤੀ ਤਵੀ ਦੇ ਉੱਤੇ ਬਹਿ ਕੇ,
ਸਾਡੇ ਕੋਲੋਂ ਗੀਤ ਇਲਾਹੀ ਗਾ ਨਾ ਹੁੰਦੇ।
ਧਰਮ ਦੀ ਖਾਤਰ ਜੋ-ਜੋ ਤੂੰ ਕਰਕੇ ਦੱਸਿਆ ਹੈ,
ਸਾਥੋਂ ਤੇਰੇ ਪੂਰਨੇ ਦੋਹਰਾ ਨਾ ਹੁੰਦੇ।

ਜਿੰਨੀ ਵੱਡੀ ਕੀਮਤ ਸਤਿਗੁਰ ਤੂੰ ਤਾਰੀ ਹੈ,
ਐਡੇ ਵੱਡੇ ਮੁੱਲ ਸਾਡੇ ਤੋਂ ਪਾ ਨਾ ਹੁੰਦੇ।
ਜਿਨ੍ਹਾਂ ਰਾਹਾਂ 'ਤੇ ਤੂੰ ਖ਼ੁਦ ਤੁਰ ਕੇ ਦੱਸਿਆ ਹੈ,
ਸਾਡੇ ਤੋਂ ਉਹ ਲੰਮੇਂ ਰਾਹ ਮੁਕਾ ਨਾ ਹੁੰਦੇ।

ਤੇਰੇ ਵਾਂਗੂ ਤੱਤੀ ਤਵੀ ਦੇ ਉੱਤੇ ਬਹਿ ਕੇ,
ਸਾਡੇ ਕੋਲੋਂ ਗੀਤ ਇਲਾਹੀ ਗਾ ਨਾ ਹੁੰਦੇ।

ਤੇਰੇ ਸਿਦਕ ਤੋਂ ਸਦਕੇ ਤਾਂ ਨਿੱਤ ਜਾਂਦੇ ਹਾਂ,
ਪਰ ਸਾਡੇ ਤੋਂ ਖ਼ੁਦ ਉਹ ਸਿਦਕ ਨਿਭਾ ਨਾ ਹੁੰਦੇ।
ਤੇਰੀ ਗੱਲ ਕਰਕੇ ਵੱਡੇ ਧਰਮੀਂ ਬਣਦੇ ਹਾਂ,
ਧਰਮੀ ਕਾਰਜ ਆਪਣੇ ਤੋਂ ਕਰਵਾ ਨਾ ਹੁੰਦੇ।

ਤੇਰੇ ਵਾਂਗੂ ਤੱਤੀ ਤਵੀ ਦੇ ਉੱਤੇ ਬਹਿ ਕੇ,
ਸਾਡੇ ਕੋਲੋਂ ਗੀਤ ਇਲਾਹੀ ਗਾ ਨਾ ਹੁੰਦੇ।

ਇੱਕ-ਦੂਜੇ ਨੂੰ ਅੱਗੇ ਹੋ-ਹੋ ਦੱਸਦੇ ਹਾਂ,
ਢੰਗ ਤਰੀਕੇ ਆਪਣੇ 'ਤੇ ਅਜ਼ਮਾ ਨਾ ਹੁੰਦੇ।
ਤੂੰ ਤੇ ਤੱਤੀ ਰੇਤ ਸੀਸ 'ਤੇ ਝੱਲ ਲਈ,
ਪਰ ਸਾਡੀ ਦੇਹੀ ਤੋਂ ਦਰਦ ਹੰਢਾ ਨਾ ਹੁੰਦੇ।

ਤੇਰੇ ਵਾਂਗੂ ਤੱਤੀ ਤਵੀ ਦੇ ਉੱਤੇ ਬਹਿ ਕੇ,
ਸਾਡੇ ਕੋਲੋਂ ਗੀਤ ਇਲਾਹੀ ਗਾ ਨਾ ਹੁੰਦੇ।
◆

ਪੰਥ ਮਹਾਂਰਾਜ

ਝੂਲਦੇ ਨਿਸ਼ਾਨ ਜੱਗ ਵਿੱਚ ਪੰਥ ਮਹਾਂਰਾਜ ਦੇ।
ਪ੍ਰਤੱਖ ਵੱਖਰੇ ਦਿਸ ਰਹੇ ਨੇ ਰੰਗ ਸਾਡੇ ਨਾਜ਼ ਦੇ।

ਖ਼ਾਲਸੇ ਦੀ ਜਗਤ ਵਿੱਚ ਇੱਕ ਵੱਖਰੀ ਹੀ ਸ਼ਾਨ ਹੈ।
ਖ਼ਾਲਸਾ ਸੰਸਾਰ ਵਿੱਚ ਖ਼ੁਦ ਆਪਣੀ ਪਹਿਚਾਣ ਹੈ।

ਧਰਮ ਕੀ ਹੈ, ਕਰਮ ਹੈ ਤੇ ਕਰਮ ਹੀ ਤਾਂ ਧਰਮ ਹੈ।
ਕਰਮ ਸਾਡਾ ਧਰਮ ਹੈ ਤੇ ਧਰਮ ਸਾਡਾ ਕਰਮ ਹੈ।

ਸੂਖ਼ਮਤਾ ਦਾ ਸਿਖ਼ਰ ਹੈ, ਸਿੱਖ ਧਰਮ ਸਭ ਜੱਗ ਜਾਣਦਾ।
ਅਸਥੂਲ ਤੋਂ ਸਥੂਲ ਸਿੱਖ ਦੇ ਕਰਮ ਸਭ ਜੱਗ ਜਾਣਦਾ।

ਅੱਜ ਲੋੜ ਹੈ ਹਰ ਸਿੱਖ ਨੂੰ ਝੰਡੇ ਦੇ ਥੱਲੇ ਜੁੜਨ ਦੀ।
ਹਰ ਸਿੱਖ ਨੂੰ ਅੱਜ ਲੋੜ ਹੈ ਸਿੱਖੀ ਦੇ ਵੱਲ ਮੁੜਨ ਦੀ।

ਦੁਨੀਆ ਭਰ ਵਿੱਚ ਹਰ ਜਗ੍ਹਾ ਹੀ ਸਿੱਖ ਅੱਜ ਪੁਰਜ਼ੋਰ ਹਨ।
ਪਰ 'ਕੱਲੇ-'ਕੱਲੇ ਖ਼ਾਲਸਾ ਜੀ! ਸ਼ੇਰ ਵੀ ਕਮਜ਼ੋਰ ਹਨ।

ਸਾਡੇ ਧਰਮ ਦੇ ਆਗੂਓ! ਇੱਕ ਸਫ਼ ਵਿਛਾਇਓ ਆਣ ਕੇ।
ਆਪਣਿਆਂ ਦੇ ਨਾਲ ਬੈਠੋ ਆਪਣਿਆਂ ਨੂੰ ਸਿਆਣ ਕੇ।

'ਕੱਲੇ-'ਕੱਲੇ ਸਿੱਖ ਦੇ ਵਿੱਚ ਸਿੱਖੀ ਦਾ ਸਤਿਕਾਰ ਹੈ।
ਸਾਰਿਆਂ ਸਿੱਖਾਂ ਦਾ ਨਾਨਕ ਨਾਮ ਦੇ ਨਾਲ ਪਿਆਰ ਹੈ।

ਮੇਰੇ ਧਰਮ ਦੇ ਆਗੂਓ! ਆਵਾਜ਼ ਤਾਂ ਮਾਰੋ ਜ਼ਰਾ!
ਬੰਦ-ਬੰਦ ਕਟਾ ਦਿਓ ਤੇ ਭਾਵੇਂ ਚਰਖੜੀ ਚਾੜ੍ਹੋ ਜ਼ਰਾ!

ਤਨ, ਮਨ, ਧਨ ਸਭ ਸੌਂਪਣਾ, ਧੰਨ ਭਾਗ ਹੈ ਹਰ ਸਿੱਖ ਦਾ।
ਹਾਜ਼ਰ ਹੈ ਸਭ ਕੁੱਝ ਸਿੱਖ ਦਾ ਇਹ ਨਾਜ਼ ਹੈ ਹਰ ਸਿੱਖ ਦਾ।

ਝੂਲਦੇ ਨਿਸ਼ਾਨ ਜੱਗ ਵਿੱਚ ਪੰਥ ਮਹਾਂਰਾਜ ਦੇ।
ਪ੍ਰਤੱਖ ਵੱਖਰੇ ਦਿਸ ਰਹੇ ਨੇ ਰੰਗ ਸਾਡੇ ਨਾਜ਼ ਦੇ।

♦

ਵਿਸ਼ਵਾਸ

ਸਾਨੂੰ ਆਪਣੇ ਆਪ 'ਤੇ ਵਿਸ਼ਵਾਸ ਨਹੀਂ ਹੈ
ਪੂਰਣ ਸੱਚ ਬੋਲਾਂਗੇ ਪੂਰਣ ਆਸ ਨਹੀਂ ਹੈ
ਝੂਠ ਨਾਲ ਲੜਨ ਜੋਗਾ ਵੀ ਸਾਹਸ ਨਹੀਂ ਹੈ
ਦਿਲ ਦੀ ਪੀੜ ਦਾ ਦਾਰੂ ਸਾਡੇ ਪਾਸ ਨਹੀਂ ਹੈ।

ਹਾਂ! ਤੇਰਾ ਉਹ ਇਕਰਾਰ ਸਾਡੇ ਨਾਲ ਹੈ
ਹਾਂ! ਤੇਰਾ ਉਹ ਪਿਆਰ ਸਾਡੇ ਨਾਲ ਹੈ
ਹਾਂ! ਤੇਰਾ ਸਤਿਕਾਰ ਸਾਡੇ ਨਾਲ ਹੈ
ਹਾਂ! ਤੇਰਾ ਉਹ ਯਾਰ ਸਾਡੇ ਨਾਲ ਹੈ।

ਹਾਲੇ ਵੀ ਤੇਰੇ ਖ਼ਾਲਸੇ ਵਿੱਚ ਜਾਨ ਹੈ
ਖ਼ਾਲਸਾ ਹਾਲੇ ਵੀ ਤੇਰੀ ਸ਼ਾਨ ਹੈ
ਖ਼ਾਲਸਾ ਖ਼ਾਲਸ ਤੈਨੂੰ ਪਰਣਾਮ ਹੈ
ਖ਼ਾਲਸਾ ਖ਼ਾਲਸ ਤੇਰੀ ਪਹਿਚਾਣ ਹੈ।

ਤੇਰੀ ਕੁਰਬਾਨੀ ਦੀ ਗੱਲ ਚੱਲਦੀ ਰਹੇਗੀ
ਹਰ ਮੌਸਮ ਵਿੱਚ ਫੁੱਲਦੀ-ਫਲਦੀ ਰਹੇਗੀ
ਜੋਤ ਜੋ ਤੇਰੀ ਹੈ ਇਹ ਬਲਦੀ ਰਹੇਗੀ
ਚਾਨਣ ਦਾ ਇਹ ਅਹਿਸਾਸ ਘੱਲਦੀ ਰਹੇਗੀ।

ਖ਼ਾਲਸਾ ਤੇਰਾ ਕਦੇ ਥੱਕਿਆ ਨਹੀਂ
ਖ਼ਾਲਸਾ ਤੇਰਾ ਕਦੇ ਅੱਕਿਆ ਨਹੀਂ
ਤੈਨੂੰ ਤਾਂ ਆਪਣਾ ਰੱਬ ਕਹਿ ਸਕਿਆ ਨਹੀਂ
ਪਰ ਹੋਰ ਕੋਈ ਨਾਮ ਵੀ ਜਚਿਆ ਨਹੀਂ।

ਭੇਦ ਨਹੀਂ ਦੱਸਿਆ ਤੂੰ ਆਪਣਾ ਖੋਲ੍ਹ ਕੇ
ਪੰਜ ਹੀ ਕਿਓਂ ਚੁਣੇ ਸਨ ਤੂੰ ਤੋਲ ਕੇ
ਕੀ ਪਿਲਾਇਆ ਸੀ ਤੂੰ ਉਸ ਦਿਨ ਘੋਲ ਕੇ
ਕੀ ਸਿਖਾਇਆ ਸੀ ਜੈਕਾਰੇ ਬੋਲ ਕੇ।

ਕੁੱਝ ਯਾਦ ਹੈ ਕੁੱਝ ਯਾਦ ਕਰਨਾ ਲੋਚਦੇ

ਕੁੱਝ ਸੀਸ ਤੇਰੀ ਭੇਂਟ ਚੜ੍ਹਨਾ ਲੋਚਦੇ
ਤੇਰੇ ਦਿਖਾਏ ਰਾਹ ਤੇ ਖੜਨਾ ਲੋਚਦੇ
ਜੀਵਨ ਆਪਣਾ ਸਫ਼ਲ ਕਰਨਾ ਸੋਚਦੇ।

ਲੇਕਿਨ ਪਾਸ ਹੁੰਦੇ ਵੀ ਰਸਤਾ ਪਰ ਪਾਸ ਨਹੀਂ ਹੈ।

ਸਾਨੂੰ ਆਪਣੇ ਆਪ ਤੇ ਵਿਸ਼ਵਾਸ ਨਹੀਂ ਹੈ
ਪੂਰਣ ਸੱਚ ਬੋਲਾਂਗੇ ਪੂਰਣ ਆਸ ਨਹੀਂ ਹੈ।

◆

ਵਿਸਾਖੀ

ਖ਼ਾਲਸੇ ਦਾ ਜਨਮ ਦਿਨ ਵਧਾਈਆਂ! ਖੰਡੇਧਾਰ ਨੂੰ।
ਖ਼ਾਲਸੇ ਦਾ ਜਨਮ ਦਿਨ ਵਧਾਈਆਂ! ਸਭ ਪਰਿਵਾਰ ਨੂੰ।
ਖ਼ਾਲਸੇ ਦਾ ਜਨਮ ਦਿਨ ਵਧਾਈਆਂ! ਖ਼ਾਲਸ ਨਾਮ ਨੂੰ।
ਖ਼ਾਲਸੇ ਦਾ ਜਨਮ ਦਿਨ ਵਧਾਈਆਂ! ਸਭ ਸੰਸਾਰ ਨੂੰ।

ਵੈਸਾਖ ਵਿੱਚ ਰੁੱਤ ਬਦਲਦੀ, ਵੈਸਾਖ ਤਾਂ ਵੈਸਾਖ ਹੈ।
ਅੱਤ ਗਰਮੀ ਅੱਤ ਸਰਦੀ ਦੇ ਵਿਚਾਲੇ ਸਾਕ ਹੈ।
ਖ਼ਾਲਸਾ ਵੈਸਾਖ ਵਿੱਚ ਇੱਕ ਸਾਖ਼ ਵਾਗੂੰ ਜਨਮਿਆ।
ਨਵੀਂ ਸਾਖ਼ਾ, ਰੁੱਖ ਦੀ ਟੀਸੀ 'ਤੇ ਜਿਸ ਦਾ ਵਾਸ ਹੈ।

ਹਰ ਜੀਵ ਦਾ ਕੋਈ ਜਨਮ ਹੈ, ਮੱਧ ਹੈ, ਕੋਈ ਅੰਤ ਹੈ।
ਜੀਵਾਂ ਦੀ ਗਿਣਤੀ ਵੀ ਬੜੀ ਆਪਾਰ ਤੇ ਬੇਅੰਤ ਹੈ।
ਪਰ ਖ਼ਾਲਸੇ ਦੀ ਖ਼ਾਸੀਅਤ ਇੱਕ ਖ਼ਾਸ ਹੈ ਸੁਣਿਓਂ ਜ਼ਰਾ!
ਖ਼ਾਲਸੇ ਦਾ ਜਨਮ ਹੈ, ਨਾ ਮੱਧ ਹੈ, ਨਾ ਅੰਤ ਹੈ।

ਖ਼ਾਲਸਾ ਖ਼ਾਲਸ ਰਹੇ ਤਾਂ ਖ਼ਾਸ ਤੇਰੀ ਫ਼ੌਜ ਹੈ।
ਖ਼ਾਸ ਤੇਰਾ ਰੂਪ ਹੈ ਤੇ ਖ਼ਾਸ ਤੇਰੀ ਮੌਜ ਹੈ।
ਕਰ ਕਮਲ ਤੇਰੇ ਜਿਨ੍ਹਾਂ, ਇਸ ਖ਼ਾਲਸੇ ਸਾਜਿਆ।
ਸਾਜ ਕੇ ਖ਼ੁਦ ਸਜ ਗਿਆ ਇਹ ਕਿਸ ਤਰ੍ਹਾਂ ਦਾ ਚੋਜ ਹੈ।

ਖ਼ਾਲਸਾ ਤੈਨੂੰ ਕਿਉਂ ਆਪਣੀਂ ਸ਼ਾਨ ਤੋਂ ਵੱਧ ਜਾਪਿਆ।
ਖ਼ਾਲਸਾ ਤੈਨੂੰ ਕਿਉਂ ਆਪਣੀ ਜਾਨ ਤੋਂ ਵੱਧ ਜਾਪਿਆ।
ਤੈਨੂੰ ਪਤਾ ਸੀ ਪ੍ਰਾਣ ਤਾਂ ਇੱਕ ਦਿਨ ਨਿਕਲ ਜਾਣੇ ਜ਼ਰੂਰ।
ਖ਼ਾਲਸਾ ਤਾਂ ਹੀ ਤਾਂ ਤੈਨੂੰ ਪ੍ਰਾਣ ਤੋਂ ਵੱਧ ਜਾਪਿਆ।

ਖ਼ਾਲਸਾ ਜੇ ਅਮਰ ਹੈਂ ਤਾਂ ਤੂੰ ਵੀ ਇਸਦਾ ਅੰਗ ਹੈਂ
ਵਿਸ਼ਵਾਸ ਹੈ ਪੂਰਾ ਕਿ ਤੂੰ ਵੀ ਸਦਾ ਹੀ ਅੰਗ-ਸੰਗ ਹੈਂ
ਰਹਿੰਦੀ ਦੁਨੀਆ ਖ਼ਾਲਸੇ ਦੀ ਖ਼ਾਸ ਗਿਣਤੀ ਕਰੇਗੀ
ਤੂੰ ਵੀ ਇਸਦਾ ਅੰਗ ਹੈਂ ਜੂਨਾਂ ਤੋਂ ਤੂੰ ਵੀ ਭੰਗ ਹੈਂ।

ਖ਼ਾਲਸੇ ਦਾ ਜਨਮ ਦਿਨ ਵਧਾਈਆਂ!..........।

◆

ਸੱਚ ਦਾ ਸੇਕ

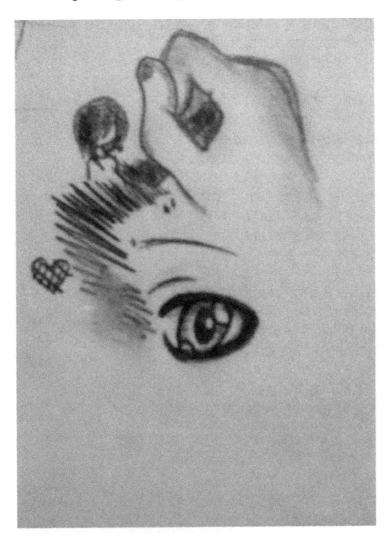

ਪਿੰਜਰਾ

ਆਪਣੇ ਅਸਮਾਨ ਵਿੱਚ ਉੱਡਣ ਨੂੰ ਮੇਰਾ ਦਿਲ ਕਰੇ,
ਸੋਨੇ ਦੇ ਪਿੰਜਰੇ ਦਾ ਮੈਂ ਲਾਲਚ ਕਰਾਂ ਤਾਂ ਦੱਸ! ਕਿਉਂ ਕਰਾਂ?
ਕਿਸੇ ਦੀ ਮੁਹਤਾਜਗੀ ਕਰਨੀ ਮੇਰੇ ਲਈ ਮੌਤ ਹੈ,
ਮੌਤ ਤੋਂ ਪਹਿਲਾਂ ਮਰਾਂ ਤਾਂ ਦੱਸ ਭਲਾ! ਮੈਂ ਕਿਉਂ ਮਰਾਂ?

ਹਰ ਕਿਸੇ ਦੇ ਵਾਂਗਰਾਂ ਮੇਰਾ ਵੀ ਇੱਕ ਸੰਸਾਰ ਹੈ,
ਮੁਕਟ ਤੇਰੇ ਦਾ ਵਜ਼ਨ ਸਿਰ 'ਤੇ ਧਰਾਂ ਤਾਂ ਕਿਉਂ ਧਰਾਂ।
ਆਪਣੀ ਆਵਾਜ਼ ਮੇਰੀ, ਬੋਲ ਮੇਰੇ ਆਪਣੇ,
ਰਟਿਆਂ-ਰਟਾਇਆਂ ਭਾਸ਼ਣਾਂ ਦਾ ਓਪਰਾਪਣ ਕਿਉਂ ਜਰਾਂ?

ਆਪਣੇ ਪੈਰਾਂ 'ਤੇ ਚੱਲਣ ਦਾ ਮਜ਼ਾ ਹੀ ਹੋਰ ਹੈ,
ਉੱਡਣਖਟੋਲੇ ਦੇਖ ਕੇ ਪਰਵਾਜ਼ ਦੱਸੋ! ਕਿਉਂ ਭਰਾਂ?
ਧੌਣ ਉੱਚੀ ਕਰਕੇ ਤੁਰਨਾ ਹੀ ਤਾਂ ਇੱਕੋ ਸ਼ੌਕ ਹੈ,
ਕਿਸੇ ਦੇ ਅਹਿਸਾਨ ਬਦਲੇ ਅੱਖ ਨੀਵੀਂ ਕਿਉਂ ਕਰਾਂ?

ਖਿੜ-ਖੜਾ ਕੇ ਹੱਸਣਾ ਮੇਰਾ ਹੀ ਮੇਰੀ ਜਿੱਤ ਹੈ,
ਰੋਣ ਪੱਲੇ ਪਾ ਕੇ ਮੈਂ ਜਿੱਤਿਆ-ਜਤਾਇਆ ਕਿਉਂ ਹਰਾਂ?
ਰਹਿਣ ਦੇ ਮੈਨੂੰ, ਜਿਵੇਂ ਵੀ ਹਾਂ, ਉਵੇਂ ਹੀ ਰਹਿਣ ਦੇ,
ਉਮਰ ਭਰ ਲਈ ਫਸਣ ਦੇ ਹਾਲਾਤ ਪੈਦਾ ਕਿਉਂ ਕਰਾਂ?

ਆਪਣੇ ਅਸਮਾਨ ਵਿੱਚ ਉੱਡਣ ਨੂੰ ਮੇਰਾ ਦਿਲ ਕਰੇ,
ਸੋਨੇ ਦੇ ਪਿੰਜਰੇ ਦਾ ਮੈਂ ਲਾਲਚ ਕਰਾਂ ਤਾਂ ਦੱਸ! ਕਿਉਂ ਕਰਾਂ?
◆

ਡੁੱਬਦਾ ਬੇੜਾ

ਡੁੱਬਦੇ ਜਾਂਦੇ ਬੇੜੇ ਨੂੰ ਕੋਈ ਡੁੱਬ ਜਾਣ ਤੋਂ ਆਣ ਬਚਾਵੇ।
ਮੱਖਣ ਸ਼ਾਹ ਲਬਾਣੇ ਲਈ ਕੋਈ ਤੇਗ ਬਹਾਦਰ ਬਣ ਕੇ ਆਵੇ।

ਬੜਾ ਪੁਰਾਣਾ ਬੇੜਾ ਹੈ ਇਹ, ਯਾਦ ਨਹੀਂ ਕਿਸ ਦਿਨ ਬਣਿਆ ਸੀ।
ਪਤਾ ਨਹੀਂ ਪਰਗਟ ਹੋਇਆ ਸੀ, ਜਾਂ ਦੈਵੀ ਸ਼ਕਤੀ ਜਣਿਆ ਸੀ।
ਏਨੀ ਦੁਨੀਆ ਚੁੱਕ ਲੈਂਦਾ ਸੀ, ਅੱਜ ਕਿਉਂ ਐਵੇਂ ਡੁੱਬਦਾ ਜਾਵੇ।

ਡੁੱਬਦੇ ਜਾਂਦੇ ਬੇੜੇ ਨੂੰ ਕੋਈ ਡੁੱਬ ਜਾਣ ਤੋਂ ਆਣ ਬਚਾਵੇ.......।

ਮਹਾਂਯੋਧਿਆਂ ਦਾ ਇਹ ਰੱਥ ਸੀ, ਦੇਵੀ ਦੇਵਤਿਆਂ ਦੀ ਸੱਥ ਸੀ।
ਪੀਰ, ਫ਼ਕੀਰਾਂ ਦਾ ਇਹ ਘਰ ਸੀ, ਜਤੀਆਂ-ਸਤੀਆਂ ਦਾ ਜਤ-ਸਤ ਸੀ।
ਜਤ-ਸਤ ਡੋਲ ਜਾਣ ਤੋਂ ਪਹਿਲਾਂ, ਸਿਰਲੱਥ ਕੋਈ ਸੂਰਮਾ ਆਵੇ।

ਡੁੱਬਦੇ ਜਾਂਦੇ ਬੇੜੇ ਨੂੰ ਕੋਈ ਡੁੱਬ ਜਾਣ ਤੋਂ ਆਣ ਬਚਾਵੇ.......।

ਦੇਸ਼,ਵਿਦੇਸ਼ਾਂ ਦੇ ਵਿੱਚ ਲੋਕੀਂ ਥਾਂ-ਥਾਂ ਇਸਦੀਆਂ ਸਿਫ਼ਤਾਂ ਕਰਦੇ।
ਦਰਿਆਂ ਦੀ, ਦਰਿਆਵਾਂ ਦੀ, ਜੇ ਗੱਲ ਚੱਲੇ ਤਾਂ ਹਾਮੀ ਭਰਦੇ।
ਡੁੱਬਦੇ ਜਾਂਦੇ ਦੀ ਵੀ ਦੇਖੋ! ਹੁਣ ਤੱਕ ਤਾਬ ਨਾ ਝੱਲੀ ਜਾਵੇ।

ਡੁੱਬਦੇ ਜਾਂਦੇ ਬੇੜੇ ਨੂੰ ਕੋਈ ਡੁੱਬ ਜਾਣ ਤੋਂ ਆਣ ਬਚਾਵੇ.......।

ਦੁਨੀਆ ਵਿੱਚ ਕਾਫ਼ੀ ਨੇ ਹਾਲੇ ਇਸਦੀਆਂ ਖ਼ੈਰਾਂ ਮੰਗਣ ਵਾਲੇ।
ਜਾਣਦਿਆਂ ਕਿ ਡੁੱਬਦਾ ਜਾਂਦਾ, ਹਟੇ ਨਹੀਂ ਪਰ ਰੰਗਣ ਵਾਲੇ।
ਅਜੇ ਸਰੋਪੇ ਮਿਲਦੇ ਏਥੇ, ਜਿਹੜਾ ਚੱਜ ਦੀ ਗੱਲ ਸੁਣਾਵੇ।

ਡੁੱਬਦੇ ਜਾਂਦੇ ਬੇੜੇ ਨੂੰ ਕੋਈ ਡੁੱਬ ਜਾਣ ਤੋਂ ਆਣ ਬਚਾਵੇ.......।

ਹਾਲੇ ਸ਼ਾਇਦ ਬਚ ਸਕਦਾ ਹੈ, ਆਪਣਾ ਇਹ ਅਨਮੋਲ ਖ਼ਜ਼ਾਨਾ।
ਧਾਕ ਰਹੀ ਦੁਨੀਆ ਵਿੱਚ ਇਸਦੀ, ਇਸ ਤੋਂ ਵਾਕਿਫ਼ ਕੁੱਲ ਜ਼ਮਾਨਾ।
ਚੌਂਕ ਚਾਂਦਨੀ ਦੇ ਵਿੱਚ ਜਾ ਕੇ, ਫਿਰ ਕੋਈ ਆਪਣੀ ਬਲੀ ਚੜ੍ਹਾਵੇ।

ਡੁੱਬਦੇ ਜਾਦੇ ਬੇੜੇ ਨੂੰ ਕੋਈ ਡੁੱਬ ਜਾਣ ਤੋਂ ਆਣ ਬਚਾਵੇ.......।

◆

ਢਿੱਡ ਦੀ ਭੁੱਖ

ਜਿਸਮ ਮੇਰੇ ਨੂੰ ਭੁੱਖ ਲੱਗੀ ਪਰ ਗੱਲਾਂ ਕਰਾਂ ਰੂਹਾਨੀ।
ਢਿੱਡ ਦੀ ਭੁੱਖ ਪਰ ਕਿੰਝ ਲਕੋਵਾਂ, ਬੋਲੇ ਚੜ੍ਹ ਅਸਮਾਨੀ।

ਧਿਆਨ ਲਗਾ ਕੇ ਸੁਣਦੇ ਲੋਕੀਂ, ਜਦ ਮੈਂ ਗੱਲਾਂ ਕਰਦਾਂ,
ਪਾਕ ਪਵਿੱਤਰ ਦੁਨੀਆ ਦੀ ਜਦ-ਜਦ ਵੀ ਹਾਮੀ ਭਰਦਾਂ।
ਆਪਣੇ ਅੰਦਰ ਝਾਤੀ ਜਦ ਵੀ ਮਾਰੀ ਤਾਂ ਕੀ ਦਿਸਿਆ,
ਬੇਮਾਅਨੀ ਗੱਲਬਾਤ ਹੈ ਸਾਰੀ, ਮੇਰੀ ਗ਼ਲਤ ਬਿਆਨੀ।

ਢਿੱਡ ਮੇਰੇ ਨੂੰ ਭੁੱਖ ਲੱਗੀ ਪਰ......।

ਭਾਵੁਕ ਹੋ ਜਾਂਦੇ ਕਈ ਲੋਕੀਂ ਮੇਰੀਆਂ ਗੱਲਾਂ ਸੁਣ ਕੇ,
ਮੇਰੀਆਂ ਤੰਦਾਂ ਵਿੱਚ ਉਲਝ ਕੇ ਵੱਖ-ਵੱਖ ਸੁਪਨੇ ਬੁਣ ਕੇ।
ਮੇਰੀ ਅਤ੍ਰਿਪਤੀ ਦੀ ਬਿਲਕੁੱਲ ਸਾਰ ਨਾ ਜਾਣੇ ਕੋਈ,
ਗੋਡੇ-ਗੋਡੇ ਪਿਆਸ ਮੇਰੀ ਦੀ ਲੱਭਦੀ ਨਹੀਂ ਨਿਸ਼ਾਨੀ।

ਢਿੱਡ ਮੇਰੇ ਨੂੰ ਭੁੱਖ ਲੱਗੀ ਪਰ......।

ਮਿੱਠੀਆਂ-ਮਿੱਠੀਆਂ ਗੱਲਾਂ ਕਰਕੇ, ਜਿੱਤ ਲੈਂਦਾਂ ਹਾਂ ਸਭ ਨੂੰ,
ਵਾਰ ਕਰਨ ਦਾ ਢੰਗ ਦੇਖੋ! ਹਥਿਆਰ ਬਣਾਵਾਂ ਰੱਬ ਨੂੰ।
ਮੋਮੋਠਗਣੀਆਂ ਗੱਲਾਂ ਵਿਚ, ਫਸ ਜਾਂਦੇ ਕਈ ਲੋਕੀਂ,
ਕਰ ਇਤਬਾਰ ਮਲੰਗ ਉੱਤੇ, ਐਵੇਂ ਕਰਵਾਉਂਦੇ ਹਾਨੀ।

ਢਿੱਡ ਮੇਰੇ ਨੂੰ ਭੁੱਖ ਲੱਗੀ ਪਰ......।

ਹੋਰ ਕਿਸੇ 'ਤੇ ਵਾਰ ਕਰਨ ਦਾ ਮੇਰਾ ਹੱਕ ਨਾ ਕੋਈ,
ਮੇਰੀ ਭੁੱਖ ਮੇਟਣ ਖਾਤਰ ਇਤਬਾਰ ਕਰੇ ਕਿਉਂ ਕੋਈ।
ਬੇਇਤਬਾਰੇ, ਬੇਅਕਲੇ ਮੁਆਫ਼ ਕਰੀਂ ਐ ਦੋਸਤ!
ਬੰਦ ਕਰੀਂ ਨਾ ਬੂਹਾ ਕਿਤੇ ਭਟਕਾਂ ਦੋਹੀਂ ਜਹਾਨੀ।

ਢਿੱਡ ਮੇਰੇ ਨੂੰ ਭੁੱਖ ਲੱਗੀ ਪਰ......।

◆

ਡੋਲ ਨਾ ਜਾਵੀਂ

ਡੋਲ ਨਾ ਜਾਵੀਂ ਤੇ ਬੱਤੀਆਂ ਬੁਝਣ ਨਾ ਦੇਵੀਂ।
ਤਕੜਾ ਹੋ ਤੇ ਝੰਡਾ ਆਪਣਾ ਝੁਕਣ ਨਾ ਦੇਵੀਂ।

ਸੱਚ ਹੈ ਕਿ ਤੂਫ਼ਾਨਾਂ ਦੇ ਇਰਾਦੇ ਠੀਕ ਨਹੀਂ ਹੁੰਦੇ
ਪਰ ਸੱਚ ਦੇ ਸਮੁੰਦਰ 'ਨ੍ਹੇਰਿਆਂ ਤੋਂ ਡੀਕ ਨਹੀ ਹੁੰਦੇ
ਕੋਈ ਨਹੀਂ ਚਾਰ ਪਲ ਜਰ ਲੈ ਕਾਲੇ ਹਨ੍ਹੇਰੇ ਨੂੰ
ਪਰ ਡੋਲਣ ਨਾ ਦੇਵੀਂ ਚਾਨਣ ਦੇ ਆਪਣੇ ਚੁਫ਼ੇਰੇ ਨੂੰ
ਤੂੰ ਦੇਖੀਂ! ਆਪਣੀ ਮੌਤੇ ਹੈ ਮਰ ਜਾਣਾ ਹਨ੍ਹੇਰੇ ਨੇ
ਕਿਸੇ ਦੇ ਰੋਕਿਆਂ ਰੁਕਣਾ ਨਹੀਂ ਸੱਜਰੇ ਸਵੇਰੇ ਨੇ।

ਬਸ! ਇਮਾਨਦਾਰੀ ਦਾ ਤੂੰ ਸੂਰਜ ਛੁਪਣ ਨਾ ਦੇਵੀਂ।
ਡੋਲ ਨਾ ਜਾਵੀਂ ਤੇ ਬੱਤੀਆਂ ਬੁਝਣ ਨਾ ਦੇਵੀਂ........।

ਚਾਨਣ ਬਿਨਾ ਤਾਂ 'ਨ੍ਹੇਰਿਆਂ ਦਾ ਵੀ ਨਹੀਂ ਸਰਨਾ
ਕਾਤਲ ਇਕੱਲਾ ਹੈ ਤਾਂ ਉਸਨੇ ਕਤਲ ਕੀ ਕਰਨਾ
ਬੁਝੀ ਅੱਗ ਬਾਲਣ ਲਈ ਫਿਰ ਤੂੰ ਫੂਕ ਮਾਰੇਂਗਾ
ਅੱਖਾਂ 'ਚ ਧੂੰਆਂ ਪਊ ਤੇ ਆਪਣੇ ਅੰਗ ਠਾਰੇਂਗਾ।

ਚੰਗਾ ਰਹੇਂਗਾ ਕਾਫ਼ਲਾ ਬਸ! ਰੁਕਣ ਨਾ ਦੇਵੀਂ।
ਡੋਲ ਨਾ ਜਾਵੀਂ ਤੇ ਬੱਤੀਆਂ ਬੁਝਣ ਨਾ ਦੇਵੀਂ........।

'ਨ੍ਹੇਰਾ ਜੇ ਨਾ ਹੁੰਦਾ ਤਾਂ ਚਾਨਣ ਦਾ ਕੀ ਮੁੱਲ ਪੈਂਦਾ
ਚਾਨਣ ਬਿਨਾ 'ਨ੍ਹੇਰੇ ਨੂੰ ਕਾਹਤੋਂ ਬੁਰਾ-ਭਲਾ ਕੋਈ ਕਹਿੰਦਾ
ਜੇ ਕੋਈ ਵਾਰ ਨਾ ਕਰਦਾ ਤਾਂ ਦਰਦ ਕੋਈ ਕੀ ਸਹਿੰਦਾ
ਡਰਾਉਂਦਾ ਹੀ ਨਾ ਕੋਈ ਤਾਂ, ਨਾ ਕਰਨਾ ਜਾਪਤਾ ਪੈਂਦਾ
ਪੱਧਰੀ ਧਰਤ ਹੁੰਦੀ ਜੇ ਤਾਂ ਪਾਣੀ ਕਿਸ ਤਰਫ਼ ਵਹਿੰਦਾ।

ਉੱਚੇ-ਨੀਂਵਿਆਂ 'ਤੇ ਤੁਰ, ਕਦਮ ਨੂੰ ਰੁਕਣ ਨਾ ਦੇਵੀਂ।
ਡੋਲ ਨਾ ਜਾਵੀਂ ਤੇ ਬੱਤੀਆਂ ਬੁਝਣ ਨਾ ਦੇਵੀਂ........।
◆

ਲੋਹਾ

ਲੋਹਾ ਲੈਣ ਲੱਗਾ ਜਦ ਲੋਹਾ, ਲੋਹੇ ਨੂੰ ਹੱਥ ਪਾਉਂਦਾ।
ਲੋਹਾ ਘਣ, ਲੋਹੇ ਦੀ ਸ਼ੈਣੀ, ਅਹਿਰਣ ਵੀ ਬਣ ਜਾਂਦਾ।

ਸਾਡੀਆਂ ਵਾਸ਼ਾਂ, ਸਾਡੀ ਰੱਤ ਹੈ, ਆਪਣੇ ਹੱਥੋਂ ਆਪਣਾ ਵੱਤ ਹੈ।
ਗਰਮ-ਗਰਮ ਲੋਹੇ ਨੂੰ ਲੋਹਾ, ਸਹਿਜੇ ਹੀ ਝਟਕਾਉਂਦਾ।

ਆਪੇ ਪੁਤਲੀ ਬਣਕੇ ਨੱਚੇ, ਆਪੇ ਭਾਂਬੜ, ਆਪੇ ਮੱਚੇ।
ਆਪ ਨਚਾਵੇ, ਆਪੇ ਨੱਚੇ, ਆਪਣੇ ਆਪ 'ਤੇ ਆਪੇ ਹੱਸੇ।

ਆਪੇ ਗਾਵੇ, ਆਪੇ ਨੱਚੇ, ਆਪੇ ਤਾਰ ਹਿਲਾਉਂਦਾ।

ਮਿਰਗ ਤ੍ਰਿਸ਼ਨਾਂ ਦੀ ਕਸਤੂਰੀ, ਆਪਣੀ ਮਹਿਕ ਨੂੰ ਜਾਵੇ ਝੂਰੀ।
ਖ਼ੁਦ ਭਾਲਣ ਦੀ ਮਜਬੂਰੀ, ਆਪਣੇ ਆਪ ਤੋਂ ਕਾਹਦੀ ਦੂਰੀ।

ਆਪੇ ਕਰਣ, ਆਪੇ ਹੀ ਕਾਰਣ, ਆਪੇ ਦੌੜ ਲਗਾਉਂਦਾ।

ਲੜ-ਲੜ ਕੇ ਨਾ ਸਾਰੇ ਮਰੀਏ, ਆਪਣਾ ਕਤਲ ਆਪ ਨਾ ਕਰੀਏ।
ਖ਼ੁਦ ਨਾਲ ਖ਼ੁਦ ਸਮਝਾਉਤਾ ਕਰੀਏ, ਆਪਣੀ ਗੱਲ ਆਪੇ ਹੀ ਜਰੀਏ।

ਸਮਝਦਾਰ ਤਾਂ ਉਹ ਹੀ ਹੈ ਜੋ ਆਪਣਾ ਆਪ ਬਚਾਉਂਦਾ।
◆

ਵਾਅਦਾ

ਪਿੱਤਰਾਂ ਵਰਗੇ ਮਿੱਤਰਾਂ ਦਾ ਇੱਕ ਵਾਅਦਾ ਪੂਰਾ ਕਰਨਾ ਹੈ।
ਬਹੁਤੀ ਔੜ ਲੱਗਣ ਤੋਂ ਪਹਿਲਾਂ ਬੱਦਲ ਬਣ ਕੇ ਵਰ੍ਹਨਾ ਹੈ।

ਬੇਨਤੀ, ਫ਼ਰਿਆਦ ਤੱਕ ਸੀਮਤ ਨਹੀਂ ਕਲਮਾਂ ਦੀ ਜੰਗ,
ਉੱਡਦਿਆਂ ਬਾਜਾਂ ਮਗਰ ਉਡਣ ਦੀ ਲਾਹੁਣੀ ਹੈ ਸੰਗ।
ਜ਼ਾਲਮ ਨੂੰ ਜ਼ਾਲਮ ਕਹਿਣ ਦੀ ਜੁਅਰਤ ਜਦ ਤਕ ਕਲਮ ਦੀ,
ਜ਼ਾਲਮ ਦਿਆਂ ਜ਼ੁਲਮਾਂ ਦਾ ਪਰਦਾਫਾਸ਼ ਕਰਨਾ ਹੈ।

ਪਿੱਤਰਾਂ ਵਰਗੇ ਮਿੱਤਰਾਂ ਦਾ ਇੱਕ ਵਾਅਦਾ ਪੂਰਾ ਕਰਨਾ ਹੈ....।

ਪੰਜ ਤੱਤ ਬਿਖ਼ਰੇ ਨੇ ਤੇਰੇ ਤੂੰ ਕਦੇ ਮੁੱਕਿਆ ਨਹੀਂ,
ਤੇਰੀ ਕਲਮ ਦੀਆਂ ਰਗਾਂ ਵਿੱਚੋਂ ਖ਼ੂਨ ਵੀ ਸੁੱਕਿਆ ਨਹੀਂ।
ਗਰਮ ਹੈ ਹਾਲੇ, ਅਜੇ ਵੀ ਖ਼ੂਨ ਦਾ ਰੰਗ ਲਾਲ ਹੈ,
ਬਹੁਤ ਕਲਮਾਂ ਨੇ ਅਜੇ ਤਾਂ ਕਾਰਜ ਸ਼ੁਰੂ ਕਰਨਾ ਹੈ।

ਪਿੱਤਰਾਂ ਵਰਗੇ ਮਿੱਤਰਾਂ ਦਾ ਇੱਕ ਵਾਅਦਾ ਪੂਰਾ ਕਰਨਾ ਹੈ....।

ਮਿੱਤਰ ਨੂੰ ਪਿੱਤਰ ਕਹਿਣ ਦਾ ਜੇ ਦਿਲ ਕਰੇ ਤਾਂ ਕਹਾਂਗੇ,
ਸਹਿਣਾ ਸਿਖਾਇਆ ਤੂੰ, ਵਕਤ ਆਇਆ ਅਸੀਂ ਵੀ ਸਹਾਂਗੇ।
ਤਰਨ ਦਾ ਵੱਲ਼ ਦੱਸ ਕੇ ਤੂੰ ਸਦਾ ਦੇ ਲਈ ਤੁਰ ਗਿਉਂ,
ਯਾਰ ਹਾਂ ਤੇਰੇ ਅਸੀਂ ਵੀ ਤੇਰੇ ਵਾਂਗੂੰ ਤਰਨਾ ਹੈ।

ਪਿੱਤਰਾਂ ਵਰਗੇ ਮਿੱਤਰਾਂ ਦਾ ਇੱਕ ਵਾਅਦਾ ਪੂਰਾ ਕਰਨਾ ਹੈ....।

◆

ਤਿੱਤਲੀਆਂ ਦਾ ਕਤਲ

ਤਿੱਤਲੀਆਂ ਮਾਰਨ ਦੇ ਤੇਰੇ ਸ਼ੌਕ ਵਿੱਚ
ਕਿੰਨਾ ਕੁ ਜ਼ਿਆਦਾ ਸਹਿਜ ਹੈ
ਕਿੰਨਾ ਕੁ ਜ਼ਿਆਦਾ ਸੁਹਜ ਹੈ।

ਤੂੰ ਫਖ਼ਰ ਕਰਦਾ ਏਂ ਕਿ ਤੂੰ ਹਥਿਆਰ ਨਹੀਂ ਚੁੱਕਦਾ
ਨਰਮ ਦਿਲ ਹੈਂ ਤਾਂ ਹੀ ਤੂੰ ਡਾਂਗ ਨਹੀਂ ਵਾਹੁੰਦਾ
ਤੂੰ ਮਾਣ ਕਰਦਾ ਹੈਂ ਕਦੇ ਗੋਲ਼ੀ ਨਹੀਂ ਦਾਗ਼ੀ
ਮਾਰਦੈਂ ਡੀਂਗਾਂ ਕਿ ਤੂੰ ਤਲਵਾਰ ਨਹੀਂ ਵਰਤੀ
ਬਲਿਹਾਰ ਜਾਵਾਂ ਤੇਰੀਆਂ ਨਾਜ਼ੁਕ ਦਲੀਲਾਂ
ਤਿੱਤਲੀਆਂ ਦੇ ਕਤਲ ਤੂੰ ਛੁਪ ਕੇ ਨਹੀਂ ਕਰਦਾ
ਫੁੱਲ, ਕਲੀਆਂ ਦੇਖਦੇ ਹੁੰਦੇ
ਜਦੋਂ ਤੂੰ ਪੋਟਿਆਂ ਨਾਲ ਮਸਲਦਾਂ ਤਿੱਤਲੀ।

ਤੇਰੇ ਲਈ ਕਾਫ਼ੀ ਹੈ ਕਿ ਤੂੰ ਮਾਰ ਸਕਦੈਂ ਕਿਸੇ ਨੂੰ
ਤਕੜੇ ਨੂੰ ਹੱਥ ਪਾਉਣ ਤੋਂ ਜਕਦਾ ਹੈਂ ਤੂੰ
ਸ਼ੌਕ ਪੂਰਾ ਕਰਨ ਲਈ ਤਿੱਤਲੀ ਹੀ ਕਾਫ਼ੀ ਹੈ
ਆਪੇ ਹੀ ਦੱਸੀਂ ਤੂੰ ਭਲਾ! ਮੈਂ ਕੀ ਕਰਾਂ ਤੇਰਾ
ਤਗ਼ਮਾ ਦਿਆਂ ਕਿਹੜਾਂ?
ਜਾਂ ਕੋਈ ਮਾਣ ਪੱਤਰ ਦੇ ਦਿਆਂ
ਗਿੰਨੀ ਬੁੱਕ 'ਚ ਤੇਰਾ ਨਾਂ ਲਿਖਾ
ਕਮਾਲ ਦੀ ਗੱਲ ਹੈ ਇਹ ਤੇਰਾ ਸ਼ੌਕ।

ਬੇਮਿਸਾਲ ਹਸਤੀ ਹੈਂ ਤੂੰ
ਤਿੱਤਲੀ ਵਰਗਾ ਸ਼ੌਕ ਹੈ ਤੇਰਾ
ਤੂੰ ਤਿੱਤਲੀ ਹੀ ਹੁੰਦਾ ਤਾਂ ਖ਼ਰਾ ਸੀ।

ਤੇਰੀ ਔਕਾਤ ਦਾ ਜੇ ਪਤਾ ਹੁੰਦਾ ਤਾਂ
ਸ਼ਾਇਦ ਤਿੱਤਲੀ ਵੀ ਕੁੱਝ ਕਰਦੀ
ਸ਼ਾਇਦ ਤਿੱਤਲੀ ਵੀ ਕੁੱਝ ਕਰਦੀ।

◆

ਤਰਸ ਦੀ ਪਾਤਰ ਨਹੀਂ

ਮੈਂ ਹੁਣ ਤੇਰੇ ਤਰਸ ਦੀ ਪਾਤਰ ਨਹੀਂ
ਸਿਰਫ਼ ਮੈਂ ਹੁਣ ਤੇਰੇ ਹੀ ਖਾਤਰ ਨਹੀਂ।

ਮੈਂ ਕੋਈ ਅੰਨ ਦੀ ਬੁਰਕੀ ਨਹੀਂ ਮਿੱਤਰਾ!
ਜਿਸਨੂੰ ਜਿਵੇਂ ਤੇਰਾ ਮਨ ਕਰੇ ਤੂੰ ਨਿਗਲ ਜਾਵੇਂ।
ਤਾਰਿਆਂ 'ਤੇ ਅੱਜ ਲੋਕੀਂ ਪਹੁੰਚ ਗਏ ਸੱਜਣਾ!
ਮੈਂ ਤਾਂ ਅੱਜ ਤੱਕ ਖ਼ੁਦੀ ਦੀ ਹੀ ਖੋਜ ਕੀਤੀ ਹੈ।

ਮੇਰਾ ਸਫ਼ਰ ਇੱਕ ਤਰਸ ਤੋਂ ਤੁਰਦਾ ਜਰੂਰ
ਪਰ ਬਹੁਤ ਕੁੱਝ ਹੈ ਤਾਰਿਆਂ ਤੋਂ ਬਹੁਤ ਦੂਰ।

ਤੇਰੀ ਕਸਮ! ਮੈਂ ਤੇਰੇ ਤੋਂ ਆਕੀ ਨਹੀਂ ਹਾਂ
ਪਰ ਸਭ ਕੁੱਝ ਤੇਰਾ ਜਰਨ ਨੂੰ ਵੀ ਜੀਅ ਨਹੀਂ ਕਰਦਾ।

ਸਮਾਂ ਆਪਣੀ ਤੋਰ ਤੁਰਦਾ ਜਾਏਗਾ
ਕਦੇ ਤਾਂ ਤੈਨੂੰ ਖ਼ਿਆਲ ਆਏਗਾ।

ਉਹ ਰੁੱਖ ਜਿਸ ਦੀਆਂ ਜੜ੍ਹਾਂ ਮੇਰੇ ਗਰਭ ਦੀ ਬੋਟੀ
ਉਸਦੇ ਪੱਤਿਆਂ 'ਤੇ ਹੱਥ ਧਰ ਕੇ ਸੱਚ ਕਹਿੰਦੀ ਹਾਂ
ਜੇ ਅੱਜ ਜੁਲਮ ਨੂੰ ਜੁਲਮ ਕਹਿਣ ਦੀ ਜ਼ੁਰਅਤ ਕੀਤੀ ਹੈ
ਤੇਰੀ ਹੀ ਮਿਹਰਬਾਨੀ ਹੈ।

ਮੇਰੇ ਇਤਿਹਾਸ 'ਤੇ ਜੋ ਤਰਸ ਦੀ ਤਸਵੀਰ ਦਿਸਦੀ ਹੈ
ਇਹ ਤੇਰੀ ਹੀ ਨਿਸ਼ਾਨੀ ਹੈ

ਹੋਰ ਮੈਂ ਹੁਣ ਕੀ ਕਹਾਂ
ਮੇਰੀ ਚੁੱਪ 'ਚੋਂ ਕੁੱਝ ਭਾਲਣ ਦੀ ਆਦਤ ਬਣਾ
ਗੁੰਗੀ ਨਹੀਂ ਹਾਂ ਚੁੱਪ ਹਾਂ।

ਲੇਕਿਨ ਤੇਰੇ ਤਰਸ ਦੀ ਪਾਤਰ ਨਹੀਂ
ਸਿਰਫ਼ ਮੈਂ ਹੁਣ ਤੇਰੇ ਹੀ ਖਾਤਰ ਨਹੀਂ।

◆

ਤਾਰੋ

ਨੀ ਤਾਰੋ! ਤਰ ਜਾਏਂਗੀ।
ਜੇ ਸਿੱਟੇ ਚੁਗ ਲਿਆਏਂਗੀ।

ਖ਼ਾਲੀ ਖੇਤਾਂ ਦੇ ਵਿੱਚ ਜਾਵੀਂ
ਖੜੀ ਕਣਕ ਵਿੱਚ ਪੈਰ੍ਹ ਨਾ ਪਾਵੀਂ
ਅੱਜ ਸਵੇਰੇ ਸੂਰਜ ਦੀ ਟਿੱਕੀ ਨਿਕਲੇਗੀ
ਤੇਰਾ ਪੈਂਡਾ ਸੂਰਜ ਨਾਲੋਂ ਘੱਟ ਨਾ ਹੋਵੇ।

ਜੇ ਕੁੱਝ ਫਾਰਮ ਵਾਲੇ ਆਖਣ
ਸਰਦਾਰਾਂ ਦੇ ਮੁੰਡੇ ਜੇ ਮੁੜ-ਮੁੜ ਕੇ ਝਾਕਣ
ਦੜ ਵੱਟ ਰੱਖੀਂ
ਗੋਟ੍ਹੇ ਦੀ ਅੱਗ ਵਾਂਗਰ
ਵਿੱਚੋ-ਵਿੱਚ ਭੱਖੀਂ।

ਸ਼ਾਮ ਤੀਕਰਾਂ ਰੋਟੀ ਜੋਗਾ ਹੋ ਜਾਵੇਗਾ।

'ਨ੍ਹੇਰਾ ਹੋਣ ਤੋਂ ਪਹਿਲਾਂ-ਪਹਿਲਾਂ
ਸਿੱਟੇ ਚੁਗ ਕੇ ਘਰ ਜਾਵੀਂ
ਗਾਂ ਦੇ ਕਿੱਲੇ ਲਾਗੇ ਆਪਣੀ
ਉਸੇ ਪੁਰਾਣੀ ਮੰਜੀ ਦੇ ਵਿੱਚ ਅਸਤ ਹੋ ਜਾਵੀਂ।
ਫੇਰ ਸਵੇਰੇ ਸਿੱਟੇ ਲੱਭਣ ਜਾਵੀਂ
ਫੇਰ ਸਵੇਰੇ ਸਿੱਟੇ ਲੱਭਣ ਜਾਵੀਂ।
◆

ਧੀਆਂ-ਭੈਣਾਂ

ਪੁੱਤ ਜੰਮਣ ਦੀ ਆਸ਼ਾ ਦੇ ਵਿੱਚ, ਨੱਤੀਆਂ ਫਿਰਨ ਘੜਾਈ,
ਧੀ ਧਿਆਣੀ ਜੰਮੀ, ਜੰਮਦਿਆਂ ਸਾਰ ਮੁਸੀਬਤ ਆਈ।

ਕੁੜਮਾਚਾਰੀ ਸਾਰੀ ਘਰ-ਘਰ ਬੈਠ ਉਡੀਕਣ ਭਾਜੀ,
ਧੀ ਜੰਮਣ 'ਤੇ ਮਾਂ ਨੂੰ ਦਿੱਤੀ ਕਿਸੇ ਨਾ ਆਣ ਵਧਾਈ।

ਘਿਉ ਲੈ ਕੇ ਨਾ ਆਇਆ ਕੋਈ, ਨਾ ਹੀ ਬਣੀ ਪੰਜੀਰੀ,
ਨਾਂਅ ਰੱਖਣ ਨੂੰ ਵਾਕ ਨਾ ਪੜ੍ਹਿਆ, ਨਾ ਕਿਸੇ ਗੁੜ੍ਹਤੀ ਲਾਈ।

ਨਾ ਡੱਟ ਖੁੱਲ੍ਹੇ ਨਾ ਮਧ ਵਰਤੀ, ਨਾ ਹੀ ਤੇਰ੍ਹਵਾਂ ਮੰਨਿਆਂ,
ਨਾ ਹੀ ਆਏ ਮਰਾਸੀ, ਨਾ ਖੁਸਰੇ ਚੜਗਿੱਲੀ ਪਾਈ।

ਨਾ ਕੋਈ ਸੂਟ ਨਾ ਗਾਨੀਂ ਮੰਗੀ, ਭੋਰਾ ਜਿੱਦ ਨਾ ਕੀਤੀ,
ਰੱਬ ਦਾ ਭਾਣਾ ਕਹਿ ਕੇ ਹੀ ਚੁੱਪ ਕਰਕੇ ਮੁੜ ਗਈ ਦਾਈ।

ਨਾ ਕੋਈ ਲਾਗ ਨਾ ਲਾਗੀ ਰੜਕੇ, ਪੁੰਨ ਦਾਨ ਨਾ ਹੋਇਆ,
ਨਾ ਕੋਈ ਮੁੱਲਾਂ, ਨਾ ਕੋਈ ਪੰਡਤ, ਨਾ ਕੋਈ ਰੁੱਸਿਆ ਭਾਈ।

ਇੱਕ ਪੁਰਾਣੇ ਜੈਂਪਰ ਵਿੱਚੋਂ ਝੱਗੇ ਦੋ ਬਣਵਾਏ,
ਮਾਂ ਨੇ ਆਪਣੀ ਧੀ ਦੇ ਗਲ਼ ਵਿੱਚ ਬਦਲ-ਬਦਲ ਕੇ ਪਾਏ।

ਗੋਹਾ ਕੂੜਾ ਕਰਦੀ ਮਾਂ ਦੇ ਲਾਗੇ ਰਿੜਦੀ ਫਿਰਦੀ,
ਚੁੱਲ੍ਹੇ ਚੌਂਕਿਆਂ ਨੂੰ ਤੱਕੇ ਜੋ ਮਾਂ ਨੇ ਆਪ ਬਣਾਏ।

ਨਾ ਕੋਈ ਨਵਾਂ ਭੰਗੂੜਾ ਮਿਲਿਆ, ਨਾ ਕੋਈ ਖ਼ਾਸ ਖਿਡੌਣਾ,
ਰੱਬ ਜਾਣੇ! ਰੱਬ ਦੇ ਰੰਗਾਂ ਨੂੰ, ਲਿਖਿਆ ਕੌਣ ਮਿਟਾਏ।

ਵੇਖਦਿਆਂ ਹੀ ਵੱਡੀ ਹੋ ਗਈ, ਵੀਰਾ ਚੁੱਕੀ ਫਿਰਦੀ,
ਘਰ ਦੇ ਕੰਮ-ਕਾਜ ਵਿੱਚ ਆਪਣੀ ਮਾਂ ਦਾ ਹੱਥ ਵਟਾਏ।

ਵੀਰ ਦੀਆਂ ਚੰਗੀਆਂ-ਮੰਦੀਆਂ ਤੇ, ਫਿਰਦੀ ਪਰਦੇ ਪਾਉਂਦੀ,
ਗ਼ਲਤੀ ਕਰੇ ਭਰਾ ਭਾਵੇਂ, ਪਰ ਭੈਣ ਹੀ ਝਿੜਕਾਂ ਖਾਏ।

ਧੀ ਭੈਣ ਦਾ ਪਾਤਰ ਚਿਤਰਣ ਕਰਦਿਆਂ ਸੁੱਨੜ ਰੋਇਆ,
ਜਿਸਦੇ ਸਿਰ 'ਤੇ ਬੀਤੀ, ਉਸਦੀ ਪੀੜਾ ਕੌਣ ਵੰਡਾਏ।
◆

ਖ਼ੁਦਕੁਸ਼ੀ
(ਪਾਲ ਕੌਰ ਦੀ ਨਜ਼ਮ 'ਮਾਂ ਦੁਖੀ ਸੀ' ਪੜ੍ਹਨ ਤੋਂ ਬਾਅਦ)

ਪੈਸੇ ਵਾਲਾ ਪਰਦੇਸੀ ਮਰ ਗਿਆ, ਮੇਰੇ ਰੂਪ-ਰੰਗ ਨੂੰ ਵੇਖ ਕੇ,
ਪਰ ਅੱਗ ਦਾ ਪਤਾ ਤਾਂ ਲੱਗੇਗਾ, ਅੱਗ ਨੂੰ ਆਪ ਹੀ ਸੇਕ ਕੇ।

ਪੈਸੇ ਦੀ ਚਮਕ ਨੇ ਚੁੰਧਿਆਈਆਂ, ਅੱਖਾਂ ਮੇਰੇ ਮਾਂ-ਬਾਪ ਦੀਆਂ,
ਚੱਲ ਪਈਆਂ ਫੇਰ ਲੱਖ ਸਕੀਮਾਂ, ਇਸ ਚੰਦਰੀ ਦੇ ਸਾਕ ਦੀਆਂ।

ਸੁਪਨ ਮਹਿਲ ਬਣਾਏ, ਸਬਜ਼ਬਾਗ ਦਿਖਾਏ, ਕਈ ਡੀਂਗਾਂ ਮਾਰੀਆਂ,
ਜਦ ਮੇਰੇ ਨੈਣ-ਨਕਸ਼ ਤੇ ਮੇਰੀਆਂ ਜ਼ੁਲਫਾਂ, ਉਸਨੂੰ ਲੱਗੀਆਂ ਪਿਆਰੀਆਂ।

ਸੁਣਿਆ ਸੀ ਬਹੁਤ ਕੁੱਝ ਪਰ ਅਣਸੁਣਿਆ ਕਰਕੇ ਮੈਨੂੰ ਤੁਰਨਾ ਪਿਆ,
ਕਿਸਮਤ 'ਚ ਲਿਖੇ ਸੀ ਜਿਹੜੇ, ਉਨ੍ਹਾਂ ਮੋੜਾਂ 'ਤੇ ਮਰਜ਼ੀ ਨਾਲ ਮੁੜਨਾ ਪਿਆ।

ਮੇਰੀ ਸਹਿਮਤੀ ਨਾਲ ਮੈਂ ਸੰਪੰਤੀ ਬਣ ਗਈ ਕਿਸੇ ਅਣਜਾਣ ਸਾਥੀ ਦੀ,
ਮੈਂ ਸਾਂਝੀਵਾਲ ਹਾਂ ਖੁਦ, ਮੇਰੇ ਜੀਵਨ 'ਚ ਲੱਗੀ ਹਰ ਇੱਕ ਚਵਾਤੀ ਦੀ।

ਪੰਜ ਭਾਈ ਬਰਾਬਰ ਵੰਡਦੇ ਜਿਸਨੂੰ ਸੰਪੰਤੀ ਹੀ ਸੀ ਇਨਸਾਨ ਤਾਂ ਨਾ ਸੀ,
ਜੋ ਜੂਏ ਹਾਰੀ ਜਾ ਸਕੇ ਪੂੰਜੀ ਹੀ ਹੋਵੇਗੀ, ਅਰਧਾਂਜਲੀ ਈਮਾਨ ਤਾਂ ਨਾ ਸੀ।

ਸਰੂਪਨਖ਼ਾ ਬਣਨ, ਨੱਕ ਵਡਵਾਉਣ ਨੂੰ ਮੈਂ ਮਨਜ਼ੂਰ ਕਰਦੀ ਤਾਂ ਕਿਵੇਂ ਕਰਦੀ,
ਰਾਵਣ ਦੀ ਭੈਣ, ਸੁੰਦਰ ਰੂਪ ਲਛਮਣ ਤੋਂ ਹਰਦੀ ਤਾਂ ਦੱਸੋ! ਮੈਂ ਕਿਉਂ ਹਰਦੀ।

ਅਗਨੀ ਪ੍ਰੀਖਿਆ ਤੋਂ ਤਾਂ ਸੀਤਾ ਵਰਗੀ ਸਵਿੱਤਰੀ ਵੀ ਨਾ ਬਚ ਸਕੀ ਸਖੀਓ!
ਪ੍ਰੀਖਿਆ ਲੈਣ ਵਾਲੇ ਮਰਦ ਦਾ ਨਾਂ ਤੁਸੀਂ ਮਰਿਯਾਦਾ ਪਰਸ਼ੋਤਮ ਹੀ ਰੱਖਿਓ।

ਰਾਵਣ ਡੱਕ ਕੇ ਰੱਖਿਓ ਸੱਜਣੋ, ਕਿਤੇ ਆ ਕੇ ਧਨੁਸ਼ ਤੋੜ ਨਾ ਦੇਵੇ,
ਰਾਮ ਦੇ ਹੁੰਦਿਆਂ ਜ਼ਰਾ ਸੋਚੋ! ਰਾਵਣ ਕਹਾਣੀ ਇਕ ਦਮ ਮੋੜ ਨਾ ਦੇਵੇ।

ਮਾਣਸ ਜਨਮ ਮਿਲਿਆ ਮੈਨੂੰ ਸਿਮਰਤੀ ਤਾਂ ਮੰਨਣਾ ਪਵੇਗਾ ਮੈਂ ਜਾਣਦੀ ਹਾਂ,
ਛਾਂ ਹੈ ਜਾਂ ਧੁੱਪ ਹੈ ਜੀਵਨ ਮੇਰਾ ਸਖੀਓ! ਹਰ ਹਾਲ 'ਚ ਇਸਨੂੰ ਮਾਣਦੀ ਹਾਂ।

ਬਗ਼ਾਵਤ ਕਰਾਂ ਤਾਂ ਵੀ ਮਰਾਂ, ਮਰਜ਼ੀ ਨਾਲ ਖ਼ੁਦਕੁਸ਼ੀ ਕਰਾਂ ਤਾਂ ਵੀ ਮਰਾਂ,
ਅਜੇ ਤੱਕ ਤਾਂ ਸਮਝ ਨਹੀਂ ਆਈ ਕਿ ਕਿਹੜੇ ਖੂਹ ਦੇ ਵਿੱਚ ਮੈਂ ਡੁੱਬ ਮਰਾਂ।

◆

ਤਾਰੋ

ਨੀ ਤਾਰੋ! ਤਰ ਜਾਏਂਗੀ।
ਜੇ ਸਿੱਟੇ ਚੁਗ ਲਿਆਏਂਗੀ।

ਖ਼ਾਲੀ ਖੇਤਾਂ ਦੇ ਵਿੱਚ ਜਾਵੀਂ
ਖੜੀ ਕਣਕ ਵਿੱਚ ਪੈਰ ਨਾ ਪਾਵੀਂ
ਅੱਜ ਸਵੇਰੇ ਸੂਰਜ ਦੀ ਟਿੱਕੀ ਨਿਕਲੇਗੀ
ਤੇਰਾ ਪੈਂਡਾ ਸੂਰਜ ਨਾਲੋਂ ਘੱਟ ਨਾ ਹੋਵੇ।

ਜੇ ਕੁੱਝ ਫਾਰਮ ਵਾਲੇ ਆਖਣ
ਸਰਦਾਰਾਂ ਦੇ ਮੁੰਡੇ ਜੇ ਮੁੜ-ਮੁੜ ਕੇ ਝਾਕਣ
ਦੜ ਵੱਟ ਰੱਖੀਂ
ਗੋਟ੍ਹੇ ਦੀ ਅੱਗ ਵਾਂਗਰ
ਵਿੱਚੋ-ਵਿੱਚ ਭੱਖੀਂ।

ਸ਼ਾਮ ਤੀਕਰਾਂ ਰੋਟੀ ਜੋਗਾ ਹੋ ਜਾਵੇਗਾ।

'ਨ੍ਹੇਰਾ ਹੋਣ ਤੋਂ ਪਹਿਲਾਂ-ਪਹਿਲਾਂ
ਸਿੱਟੇ ਚੁਗ ਕੇ ਘਰ ਜਾਵੀਂ
ਗਾਂ ਦੇ ਕਿੱਲੇ ਲਾਗੇ ਆਪਣੀ
ਉਸੇ ਪੁਰਾਣੀ ਮੰਜੀ ਦੇ ਵਿੱਚ ਅਸਤ ਹੋ ਜਾਵੀਂ।
ਫੇਰ ਸਵੇਰੇ ਸਿੱਟੇ ਲੱਭਣ ਜਾਵੀਂ
ਫੇਰ ਸਵੇਰੇ ਸਿੱਟੇ ਲੱਭਣ ਜਾਵੀਂ।
◆

ਸਖੀਏ

ਉੱਠ ਜਾਗ ਨੀ ਸਖੀਏ! ਘਰਾੜੇ ਮਾਰ ਨਾ।
ਆਪਣੀ ਰਚਾਈ ਖੇਲ੍ਹ ਵਿੱਚ ਤੂੰ ਹਾਰ ਨਾ।

ਸਿਰਜਣਹਾਰ ਅਪਾਰ ਦਾ ਇਤਬਾਰ ਹੈਂ ਤੂੰ,
ਸੂਖਸ਼ਮ ਕਰਤਾਰ ਦਾ ਦੀਦਾਰ ਹੈਂ ਤੂੰ।

ਦੁਨੀਆ ਰਚਣ ਵਾਲੀ ਹੀ ਕਿਉਂ ਮਜ਼ਬੂਰ ਹੈ,
ਤੂੰ ਕਿਉਂ ਕਹੇਂ ਸਾਗਰ ਤੋਂ ਪਾਣੀ ਦੂਰ ਹੈ।

ਜੀਣਾ ਹੈ ਜੇ ਤਾਂ ਜੀਣ ਦਾ ਐਲਾਨ ਕਰ,
ਜੇ ਦਰਦ ਹੈ ਕੋਈ ਤਾਂ ਉਸਨੂੰ ਬਿਆਨ ਕਰ।

ਆਪਣੇ ਹੱਥੀਂ ਨਾ ਆਪਣਾ ਕਤਲ ਕਰ,
ਗਰਭ ਤੇਰਾ ਹੈ ਤਾਂ ਉਸਦੀ ਪੀੜ ਜਰ।

ਬੀਜੀਆਂ ਫਸਲਾਂ ਜੇਕਰ ਨਾ ਜੰਮੀਆਂ,
ਟੁੱਟਣੀਆਂ ਨਾ ਫਿਰ ਜੰਜ਼ੀਰਾਂ ਲੰਮੀਆਂ।

ਤਰਸ ਦੀ ਪਾਤਰ ਤੂੰ ਬਣ ਕੇ ਕੀ ਕਰੇਂਗੀ,
ਕਿੰਨਾ ਕੁ ਚਿਰ ਤੱਕ ਆਪਣੀ ਤੂੰ ਚੁੱਪ ਜਰੇਂਗੀ।

ਦੁਰਗਾ ਵਾਂਗੂੰ ਸ਼ੇਰ 'ਤੇ ਅਸਵਾਰ ਹੋ,
ਕੱਲ੍ਹ ਦੇ ਸੂਰਜ ਤੋਂ ਪਹਿਲਾਂ ਤਿਆਰ ਹੋ।

ਉੱਠ ਜਾਗ ਨੀ ਸਖੀਏ! ਘਰਾੜੇ ਮਾਰ ਨਾ।
ਆਪ ਰਚਾਈ ਖੇਲ੍ਹ ਵਿੱਚ ਤੂੰ ਹਾਰ ਨਾ।
•

ਕਸਮ

ਅਰਾਵਲੀ ਪਹਾੜ ਦੇ ਚਰਨਾਂ 'ਚ
ਬਿਨ ਕੱਫ਼ਨੋਂ ਤੇਲ ਪਾ ਕੇ ਸਾੜੀਆਂ
ਕਈ ਹਜ਼ਾਰ ਸਿੱਖਾਂ ਦੀਆਂ ਲਾਸ਼ਾਂ ਦੀ ਕਸਮ।

ਦਿੱਲੀ ਦੇ ਦਰਬਾਰੀਆਂ ਦੇ ਹੁਕਮ ਨਾਲ
ਕੂੜੇ ਵਾਲੇ ਟਰੱਕਾਂ ਵਿੱਚ
ਕੂੜੇ ਨਾਲੋਂ ਵੱਡੇ ਲਾਸ਼ਾਂ ਦੇ ਢੇਰਾਂ ਦੀ ਕਸਮ।

ਸਰਕਾਰਾਂ ਬਦਲੀਆਂ ਪਰ ਦਿੱਲੀ ਦਾ ਦਿਲ ਨਹੀਂ ਬਦਲਿਆ
ਸੱਚੇ-ਸੁੱਚੇ ਸਿੱਖਾਂ ਦੀ ਮਾਸੂਮੀਅਤ ਦੀ ਕਸਮ।

ਅਸੀਂ ਅੱਜ ਵੀ ਦਿੱਲੀ ਨੂੰ ਮੁਆਫ਼ ਕਰ ਦਿੰਦੇ
ਪਰ ਅਜੇ ਤੱਕ ਕਿਸੇ ਨੇ
ਜੁਲਮ ਨੂੰ ਜੁਲਮ ਨਹੀਂ ਮੰਨਿਆ, ਗ਼ਲਤੀ ਨਹੀਂ ਮੰਨੀ।

ਜੂੰ ਨਹੀਂ ਸਰਕੀ ਉਨੱਤੀ ਸਾਲ ਕਾਨੂੰਨ ਦੇ ਸਿਰ 'ਤੇ
ਅੰਨ੍ਹੀ ਨਹੀਂ, ਮਚਲੀ ਹੈ ਸਰਕਾਰ
ਅੱਜ ਵੀ ਵੋਟਾਂ ਲਈ ਬਣਦੇ ਸਿੱਖਾਂ ਦੇ ਯਾਰ।

ਚੰਦੂ ਤੇ ਗੰਗੂ ਨੂੰ ਭੁੱਲ ਗਿਆ
ਜੰਜੂ ਚਾਂਦਨੀ ਚੌਕ ਵਿੱਚ ਰਾਜ ਕਰਦੇ ਨੇ
ਕਾਸ਼! ਇਹਨਾਂ ਨੂੰ ਮਰ ਜਾਣ ਦਿੰਦੇ ਤੇਗ਼ ਬਹਾਦਰ।
◆

ਆਓ! ਇਤਿਹਾਸ ਲਿਖੀਏ

ਆਓ! ਇਤਿਹਾਸ ਲਿਖੀਏ
ਬਦਲ ਦਈਏ ਝੂਠੀਆਂ, ਮਨਘੜਤ ਮਿੱਥੀਆਂ
ਘਸੀਆਂ, ਪੁਰਾਣੀਆਂ, ਪਾਟੀਆਂ ਪ੍ਰੰਪਰਾਵਾਂ।

ਗ਼ਲਤ ਨੂੰ ਜੋ ਗ਼ਲਤ ਨਹੀਂ ਕਹਿੰਦਾ
ਜੋ ਉਹ ਗਲਤ ਹੈ।
ਭੇਡਚਾਲੇ ਕਰੀ ਜਾਵੇ ਜਿਹੜਾ ਝੂਠ ਦੀ
ਝੂਠੀ ਤਾਰੀਫ਼।

ਪਾਪ ਤੇ ਪੁੰਨ ਵਿੱਚ ਫ਼ਰਕ ਲੱਭਣਾ ਲਾਜ਼ਮੀ ਹੁੰਦੈ
ਆਓ! ਲੱਭੀਏ ਨਵੇਂ ਰਾਹ
ਖਹਿੜੇ ਤੇ ਕਰੀਏ ਸੱਚ ਦੀ ਖੁਰਾ-ਖੋਜ।

ਮਿਥਿਹਾਸ ਨੂੰ ਇਤਿਹਾਸ ਮੰਨ ਕੇ
ਡਾਂਗ ਵਰਗਾ ਡਰ ਭਲਾ ਕਾਹਤੋਂ
ਕਿਉਂ ਜੂੜ ਕੇ ਰੱਖੀਏ
ਇਹ ਆਪਣਾ ਵਰਤਮਾਨ।

ਆਓ! ਬੰਨੀਏ ਬਿੱਲੀ ਦੇ ਗਲ ਟੱਲੀ
ਕਿੰਨੇ ਚਿਰ ਤਕ ਜੀ ਸਕਾਂਗੇ
ਚੂਹਿਆਂ ਵਾਂਗ, ਖੁੱਡਾਂ 'ਚ ਕੁਚਰ-ਕੁਚਰ ਕਰਦਿਆਂ।

ਬੁਜ਼ਦਿਲ ਹੈ ਉਹ ਜੋ ਆਪਣਾ ਹੱਕ ਨਹੀਂ ਮੰਗਦਾ
ਕੁਦਰਤੀ ਆਕਾਸ਼ ਵਿੱਚ ਸਾਹ ਲੈਣ ਦਾ ਹੱਕ ਹੈ
ਸਭ ਦਾ ਬਰਾਬਰ।

ਕਿੰਨਾ ਚਿਰ ਚੁੱਪ ਰਹੋਗੇ
ਬੱਚਿਆਂ ਦੇ ਟੋਟੇ ਗਲ੍ਹਾਂ ਵਿੱਚ ਗਲ੍ਹਾਂ ਵਿੱਚ ਪਾ ਕੇ
ਪਤਾ ਕਰੀਏ
ਕਿੰਨੇ ਬੱਚੇ ਕਿਸਨੇ ਤੇ ਕਿਸ ਵਾਜ੍ਹਾ ਮਾਰੇ।

ਬੱਚਿਆਂ ਦੀ ਮੌਤ 'ਤੇ ਜੇ ਰੋਣਾ ਜ਼ੁਲਮ ਹੈ
ਤਾਂ ਜ਼ੁਲਮ ਹੀ ਸਹੀ
ਆਓ! ਉੱਚੇ ਕਰੀਏ ਕੀਰਨੇ
ਰਲ ਕੇ ਸਾਰੇ ਚੱਲੀਏ ਨੜੋਏ।

ਅੱਜ ਦੀ ਤਾਰੀਖ਼ ਕੱਲ ਨੂੰ ਇਤਿਹਾਸ ਹੋਵੇਗੀ
ਬੱਚਿਆਂ ਦੀ ਸ਼ਹਾਦਤ ਭੰਗ ਦੇ ਭਾੜੇ ਜਾਣ ਦੇਵਾਂਗੇ ਤਾਂ
ਦੋਸ਼ੀ ਕੌਣ ਹੋਵੇਗਾ।

ਆਪਸੀ ਮਤਬੇਦ ਛੱਡ ਕੇ
ਇੱਕਮੁੱਠ ਹੋ ਕੇ ਬਚਾਏ ਜਾ ਸਕਣਗੇ 'ਪਰਿਵਾਰ ਵਿਛੋੜੇ'
ਤੇ ਲਿਖੇ ਜਾਣਗੇ ਨਵੇਂ ਇਤਿਹਾਸ।

ਆਓ! ਇਤਿਹਾਸ ਲਿਖੀਏ
ਨਾ ਲਿਖਾਂਗੇ ਤਾਂ ਮਿਟ ਜਾਵਾਂਗੇ।
ਮਰ ਮੁੱਕ ਗਏ ਸਾਰੇ ਤਾਂ ਫਿਰ
ਇਤਿਹਾਸ ਕੀ ਮਿਥੀਹਾਸ ਕੀ।

◆

ਕਿਸਾਨ ਦਾ ਦੁਖਾਂਤ

ਭਾਰਤ ਦਿਆ ਕਿਸਾਨਾ! ਹੁਣ ਤੂੰ ਜਾਗ ਭਾਵੇਂ ਨਾ ਜਾਗ।
ਜ਼ਹਿਰ ਚੜ੍ਹੀ ਹੈ ਤੇਰੇ ਲੂੰ-ਲੂੰ, ਲੜਿਆ ਜ਼ਹਿਰੀ ਨਾਗ।

ਸਰਘੀ ਵੇਲੇ ਉੱਠਦਾ ਸੈਂ ਪਰ ਭੌਂਏ-ਭਾਂਡਾ ਸਭ ਤੇਰਾ ਸੀ।
ਸਭ ਕੁੱਝ ਤੇਰੀ ਮਲਕੀਅਤ ਸੀ ਤੇਰਾ ਆਪਣਾ ਚਾਰ ਚੁਫ਼ੇਰਾ ਸੀ।

ਆਪਣੇ ਹੱਥੀਂ ਆਪ ਬਣਾਇਆ ਤੇਰਾ ਆਪਣਾ ਡੇਰਾ ਸੀ।
ਤੂੰ ਸਭ ਕੁੱਝ ਪੈਦਾ ਕਰਦਾ ਸੈਂ ਤੇ ਘਰ-ਘਰ ਵਿੱਚ ਲਵੇਰਾ ਸੀ।

ਚਾਰ ਸਿਆੜ ਜੋ ਤੇਰੇ ਸੀ ਤੂੰ ਆਪੇ ਉਸਨੂੰ ਵਹੁੰਦਾ ਸੈਂ।
ਲੱਕੜ ਦਾ ਮੁੰਨਾ ਸੀ ਭਾਵੇਂ ਜਿਸ ਨਾਲ ਤੂੰ ਜੋਤੇ ਲਾਉਂਦਾ ਸੈਂ।

ਬੇਪਰਵਾਹ, ਬੇਗਰਜ਼ ਸੀ ਤੂੰ, ਦੁਨੀਆ ਦੀ ਭੁੱਖ ਮਿਟਾਉਂਦਾ ਸੈਂ।
ਸਾਰੀਆਂ ਜਿਣਸਾਂ ਤੂੰ ਆਪਣੇ ਹੀ ਖੇਤਾ ਵਿੱਚ ਉਗਾਉਂਦਾ ਸੈਂ।

ਸਾਰਾ ਦਿਨ ਮਿਹਨਤ ਕਰਕੇ ਵੀ ਤੂੰ ਢੋਲੇ ਦੀਆਂ ਲਾਉਂਦਾ ਸੈਂ।
ਆਪਣੀ ਨਿੱਕੀ ਜਿਹੀ ਦੁਨੀਆ ਦਾ ਰਾਜਾ ਆਪ ਕਹਾਉਂਦਾ ਸੈਂ।

ਆਪਣੀ ਨੀਂਦੇ ਸੌਂਦਾ ਸੈਂ ਆਪੇ ਪਰਿਵਾਰ ਜਗਾਉਂਦਾ ਸੈਂ।
ਮਿੱਟੀ ਨਾਲ ਮਿੱਟੀ ਹੋ ਕੇ ਵੀ ਤੂੰ ਉਹ ਕਰਦਾ ਜੋ ਚਾਹੁੰਦਾ ਸੈਂ।

ਉੱਤਮ ਖੇਤੀ ਕਰਨ ਵਾਲਿਆ ਅੱਜ ਤੂੰ ਬਹੁਤ ਨਖਿੱਧ ਹੋਇਆ।
ਕੀ ਕਾਰਣ ਹੋਇਆ ਤੂੰ ਏਨੇ ਕਰਜ਼ੇ ਥੱਲੇ ਮਿੱਧ ਹੋਇਆ।

ਰਾਜਾ ਬਣੇ ਭਿਖਾਰੀ ਤਾਂ ਦੱਸਿਓ! ਇਸ ਤੋਂ ਕੀ ਸਿੱਧ ਹੋਇਆ।
ਕਿਰਸਾਨੀ ਖ਼ਤਮ ਕਰਨ ਲਈ ਇਹ ਢਾਂਚਾ ਕਿਉਂ ਬਜਿੱਦ ਹੋਇਆ।

ਭਾਰਤ ਵਿੱਚ ਕਿਸਾਨੀ ਮੁੱਕ ਗਈ ਤਾਂ ਸਭ ਕੁੱਝ ਹੀ ਮੁੱਕ ਜਾਊ।
ਰੀੜ੍ਹ ਦੀ ਹੱਡੀ ਟੁੱਟ ਗਈ ਤਾਂ ਕੰਮ ਕਾਜ ਸਭ ਰੁੱਕ ਜਾਊ।

ਆਪ ਮੋਏ ਜੱਗ ਪਰਲੋ ਹੁਣ ਜੋ ਹੋਣਾ ਹੈ ਹੋ ਕੇ ਰਹਿਣਾ।
ਹਵਾ ਹੋਈ ਜ਼ਹਿਰੀਲੀ ਤਾਂ ਫਿਰ ਕਿਸੇ ਵੀ ਜਿਉਂਦੇ ਨਹੀਂ ਰਹਿਣਾ।

ਸਦਾ ਲਈ ਕਿਰਸਾਨੀ ਸੌਂ ਗਈ ਤਾਂ ਸਦਮਾ ਕਿਸਨੇ ਸਹਿਣਾ।
ਭਾਰਤ ਮਾਂ ਦੀ ਮਿੱਟੀ ਨੂੰ ਕਹਿੰਦੇ ਸੀ ਦੁਨੀਆ ਦਾ ਗਹਿਣਾ।

ਸੁੱਨੜਾ! ਤੂੰ ਵੀ ਚੁੱਪ ਕਰ ਇਹ ਤੂੰ ਛੇੜਿਆ ਕਿਹੜਾ ਰਾਗ਼।
ਆਪੋ-ਆਪਣੀ ਕਿਸਮਤ ਸਭ ਦੀ ਆਪੋ-ਆਪਣੇ ਭਾਗ।

ਭਾਰਤ ਦਿਆ ਕਿਸਾਨਾ! ਹੁਣ ਤੂੰ ਜਾਗ ਭਾਵੇਂ ਨਾ ਜਾਗ।
ਜ਼ਹਿਰ ਚੜ੍ਹੀ ਹੈ ਤੇਰੇ ਲੂੰ-ਲੂੰ, ਲੜਿਆ ਜ਼ਹਿਰੀ ਨਾਗ।
◆

ਬਜਰੀ ਚੋਰ

ਸਾਲਾ ਸਾਹਿਬ ਹੈ ਰਾਧਾ ਸੁਆਮੀ ਬਹੁਤ ਅਮੀਰ ਹੈ,
ਜਿਹੜਾ ਮੰਦਿਰ ਉਹਨਾਂ ਦੀ ਧੀ, ਉਸਦੀ ਜਨਾਨੀ।
ਕੋਈ ਵੈਲ ਨਹੀਂ ਹੈ ਉਸਨੂੰ, ਅੱਧੀਆ ਸਵੇਰੇ, ਬੋਤਲ ਸ਼ਾਮੀਂ,
ਭੁੱਕੀ ਅਤੇ ਅਫ਼ੀਮ ਵੇਚਣ ਵਿੱਚ ਦੱਸੋ! ਕਾਹਦੀ ਹਾਨੀ।

ਰੇਤਾ ਬਜਰੀ ਵੇਚ ਰਿਹਾ ਹੈ ਕਿਸੇ ਦੇ ਘਰ ਡਾਕਾ ਨਹੀਂ ਲਾਉਂਦਾ,
ਪਿਉ-ਦਾਦੇ ਦੇ ਨਾਮ ਦੀ ਉਹ ਕਰੇ ਨਿਲਾਮੀ।
ਉਸਦੀ ਭੈਣ ਤੇ ਜੀਜਾ ਦੇਖੋ! ਕਿੱਡੇ ਰੁਤਬੇ 'ਤੇ ਨੇ,
ਘੱਗਰੀ ਦਾ ਹੈ ਸਾਕ ਜਿਨ੍ਹਾਂ ਦਾ, ਢੱਕ ਲੈਦੇਂ ਸਭ ਗਲਤ ਬਿਆਨੀ।
◆

ਸੁਕਰਾਤ ਗਾਇਬ ਹੈ

ਪਿਆਲੇ ਜ਼ਹਿਰ ਦੇ ਹਰ ਕਚਿਹਰੀ ਵਿੱਚ ਬਹੁਤ ਮਿਲਦੇ,
ਜ਼ਹਿਰ ਨੂੰ ਪੀਣ ਵਾਲਾ ਇੱਕੋਂ-ਇੱਕ ਸੁਕਰਾਤ ਗਾਇਬ ਹੈ।
ਰੱਬ ਬਣ-ਬਣ ਬਹਿਣ ਵਾਲੇ ਬਹੁਤ ਭੱਜੇ ਹੀ ਫਿਰਨ,
ਪਰ ਰੱਬ ਵਰਗੀ ਉਹਨਾਂ ਵਿੱਚੋਂ ਔਕਾਤ ਗਾਇਬ ਹੈ।

ਮਹਾਂਭਾਰਤ ਤੋਂ ਵੀ ਵੱਡੀ ਜੰਗ ਦੁਨੀਆ ਲੜ ਰਹੀ,
ਪਰ ਕ੍ਰਿਸ਼ਨ ਤੇ ਅਰਜੁਨ ਦੇ ਵਿੱਚ ਗੱਲਬਾਤ ਗਾਇਬ ਹੈ।
ਅੱਜ ਰਾਮ ਵੀ ਧਰਤੀ 'ਤੇ ਆਵੇ ਮਰਿਆਦਾ ਨਾ ਪੁੱਗ ਸਕੂ,
ਦੁਸ਼ਹਿਰਿਆਂ ਵਿੱਚ ਸੀਤਾ ਲਈ ਇਤਿਆਤ ਗਾਇਬ ਹੈ।

ਦੀਵੇ ਦੀਵਾਲੀ ਦੇ ਜਗਾਵੋ! ਜਿੰਨੇ ਮਰਜ਼ੀ ਹਰ ਵਾਰੀ,
ਪਰ ਸੱਚਮੁੱਚ ਦੀਆਂ ਖੁਸ਼ੀਆਂ ਵਾਲੀ ਰਾਤ ਗਾਇਬ ਹੈ।
ਪਿਆਲੇ ਜ਼ਹਿਰ ਦੇ ਹਰ ਕਚਿਹਰੀ ਵਿੱਚ ਬਹੁਤ ਮਿਲਦੇ,
ਜ਼ਹਿਰ ਨੂੰ ਪੀਣ ਵਾਲਾ ਇੱਕੋਂ-ਇੱਕ ਸੁਕਰਾਤ ਗਾਇਬ ਹੈ।

◆

ਸਾਹਸ

ਵੈਸੇ ਤੇਰੀ ਮੁਸ਼ਕਿਲ ਕੋਈ ਖ਼ਾਸ ਨਹੀਂ ਹੈ,
ਤੈਨੂੰ ਆਪਣੀ ਸ਼ਕਤੀ ਦਾ ਅਹਿਸਾਸ ਨਹੀਂ ਹੈ।
ਧਰਮ ਦਾ ਬੁਰਕਾ ਤੇਰੇ ਮੂੰਹ 'ਤੇ ਤੂੰ ਪਾਇਆ ਹੈ,
ਬੁਰਕੇ 'ਚੋਂ ਨਿਕਲਣ ਦਾ ਤੇਰਾ ਸਾਹਸ ਨਹੀਂ ਹੈ।

ਰਾਮ, ਕ੍ਰਿਸ਼ਨ, ਜੀਸਸ ਤੇ ਸੁਕਰਾਤ, ਮੁਹੰਮਦ,
ਸਭ ਨੂੰ ਪੁੱਤਰ ਕਹਿਣ ਦੀ ਤੈਨੂੰ ਆਸ ਨਹੀਂ ਹੈ।
ਰਾਜੇ ਮਹਾਰਾਜਿਆਂ ਨੂੰ ਜੋ ਜੰਮ ਸਕਦੀ ਹੈ,
ਕਿਹੜਾ ਕਹਿੰਦਾ ਉਸਦੀ ਕੋਈ ਖ਼ੁਆਹਸ਼ ਨਹੀਂ ਹੈ।

ਧਰਮ ਰਾਜ ਦੇ ਸਨਮੁੱਖ ਹੋ ਕੇ ਕਹਿ ਸਕਦੀ ਹੈ,
ਆਰੀਆ ਪੁੱਤਰ ਤੇਰੀ ਪਤਨੀ ਤਾਸ਼ ਨਹੀਂ ਹੈ।
ਅਗਨ ਪ੍ਰੀਖਿਆ ਦੇਣ ਤੋਂ ਪਹਿਲਾਂ ਪੁੱਛ ਸਕਦੀ ਹੈ,
ਰਾਮ ਅਯੁੱਧਿਆ ਹੈ ਇਹ ਹੁਣ ਬਣਵਾਸ ਨਹੀਂ ਹੈ।

ਅੱਲਾ ਤਾਲਾ ਦੇ ਭੇਜੇ ਹਜ਼ਰਤ ਨੂੰ ਕਹਿ ਦੇ,
ਇਹ ਔਰਤ ਨਾਲ ਵਿਤਕਰਾ ਹੈ ਇਤਿਹਾਸ ਨਹੀਂ ਹੈ।
ਆਪਣੇ ਇਰਦ-ਗਿਰਦ ਇਹ ਜਾਲ ਤੂੰ ਖ਼ੁਦ ਬੁਣਿਆ ਹੈ,
ਤੇਰੇ ਖੰਭ ਹਨ, ਖੰਭਾਂ ਵਿੱਚ ਪਰਵਾਜ਼ ਨਹੀਂ ਹੈ।

◆

ਮੋਏ ਲੋਕਾਂ ਬਾਰੇ

ਸਾਡੇ ਸ਼ਹਿਰ ਨਾ ਆ ਬੈਠੀਂ ਪਛਤਾਏਂਗਾ,
ਰਹਿੰਦੀਆਂ-ਖੂੰਹਦੀਆਂ ਰੀਝਾਂ ਵੀ ਮਰਵਾਏਂਗਾ।
ਗ਼ਮ ਖਾ ਕੇ ਹਟਕੋਰੇ ਲੈ ਕੇ ਜੀਂਦੇ ਸਭ,
ਮੋਇਆਂ ਦੀ ਮੰਡੀ ਦੇ ਵਿੱਚ ਰਲ਼ ਜਾਏਂਗਾ।

ਆਪੋ-ਆਪਣੀਆਂ ਲਾਸ਼ਾਂ ਚੁੱਕੀ ਫਿਰਦੇ ਸਭ,
ਤੁਰਦੀਆਂ-ਫਿਰਦੀਆਂ ਲਾਸ਼ਾਂ ਵਿੱਚ ਰਲ਼ ਜਾਏਂਗਾ।
ਚੰਗਾ ਭਲਾ! ਹਾਲੇ ਤੂੰ ਕਵਿਤਾ ਲਿਖਦਾ ਹੈਂ,
ਸੁੱਨੜ ਵਾਂਗੂੰ ਹਰਫ਼ਾਂ ਤੋਂ ਵੀ ਜਾਏਂਗਾ।

◆

ਵੱਡੇ ਲੋਕ

ਅਫ਼ਸਰਸ਼ਾਹੀ ਅਤੇ ਸਿਆਸਤ ਰਲ-ਮਿਲ ਖੁਸ਼ੀ ਮਨਾਉਂਦੇ ਨੇ,
ਆਜ਼ਾਦੀ ਦੇ ਝੰਡੇ ਜਦ ਲਹਿਰਾਉਣ ਦੇ ਮੌਕੇ ਆਉਂਦੇ ਨੇ।
ਦੇਸ਼ ਦੀਆਂ ਸਰਹੱਦਾਂ 'ਤੇ ਜਦ ਕਦੇ ਵੀ ਭਾਰੀ ਬਣਦੀ ਹੈ,
ਮਜ਼ਦੂਰਾਂ, ਕਿਰਸਾਨਾਂ ਦੇ ਬੱਚਿਆਂ ਦੀ ਬਲੀ ਚੜ੍ਹਾਉਂਦੇ ਨੇ।

ਅਫ਼ਸਰਸ਼ਾਹੀ ਅਤੇ ਸਿਆਸਤ ਕੁੱਤੀ ਚੋਰਾਂ ਨਾਲ ਰਲੀ,
ਪਰ ਅੱਖੀਂ ਘੱਟਾ ਪਾਉਣ ਲਈ ਇਹ ਆਪਸ ਵਿੱਚ ਟਕਰਾਉਂਦੇ ਨੇ।
ਅਫ਼ਸਰ ਸਭ ਸਿਆਸੀ ਨੇ ਚੋਰਾਂ ਨੂੰ ਮੋਰ ਪੈਣ ਇੱਥੇ,
ਕਰੋੜਪਤੀ ਨੇ ਇਹ ਸਾਰੇ ਪਰ ਛੋਟੀ ਜਾਤ ਕਹਾਉਂਦੇ ਨੇ।

ਕੁੱਝ ਚੋਣਵੇਂ ਲੋਕ ਹੀ ਅਫ਼ਸਰ ਨੇ ਤੇ ਉਹੀ ਸਿਆਸੀ ਨੇ,
ਜਾਤ-ਪਾਤ ਦਾ ਰੌਲ਼ਾ ਪਾ ਜਨਤਾ ਨੂੰ ਰੋਜ਼ ਲੜਾਉਂਦੇ ਨੇ।
ਅੱਜ ਤੱਕ ਕਿਸੇ ਗਰੀਬ ਦਾ ਬੱਚਾ ਕਦੇ ਵੀ ਅਫ਼ਸਰ ਨਹੀਂ ਬਣਿਆ,
ਵੱਡੀ ਬੁਰਕੀ ਜੋ ਪਾਵੇ ਉਸਨੂੰ ਹੀ ਸਾਹਿਬ ਬਣਾਉਂਦੇ ਨੇ।

ਪੈਸੇ 'ਕੱਠੇ ਕਰਨ ਲਈ ਹੀ ਚਿੱਟ ਕੱਪੜੀਏ ਬਣਦੇ ਨੇ,
ਪਰ ਭੋਲੀ ਜਨਤਾ ਇਹ ਸਮਝੇ ਕਿ ਰੱਬ ਦਾ ਨਾਮ ਧਿਆਉਂਦੇ ਨੇ।
ਤੇਰੇ ਤੋਂ ਕੁੱਝ ਨਹੀਂ ਬਣਨਾ ਤੂੰ ਸੁੱਨੜਾ! ਜਾਹ ਜਿੱਥੋਂ ਆਇਆਂ,
ਤੂੰ ਦੇਖ! ਇਹ ਦੁਨੀਆ ਮਾਰ ਮੁਕਾ ਕੇ ਕਿੱਥੇ ਕੁਰਸੀ ਡਾਹੁੰਦੇ ਨੇ।

◆

ਕੁੜੀਆਂ ਚਿੜੀਆਂ

ਕੁੜੀਆਂ ਨੂੰ ਚਿੜੀਆਂ ਤੂੰ ਆਖਦੀ ਸੈਂ ਮਾਏ!
ਇੰਝ ਲੱਗਦਾ ਸੀ ਠੀਕ ਬੋਲਦੀ ਏਂ।
ਅਤਿ ਕਮਜ਼ੋਰ ਜੀਦ੍ਹਾ ਚੱਲਦਾ ਨਾ ਜ਼ੋਰ,
ਚਿੜੀਆਂ ਆਖ ਕੇ ਤੂੰ ਠੀਕ ਤੋਲਦੀ ਏਂ।

ਰੁੱਤ ਸੀ ਬਹਾਰ ਸਾਰੇ ਫੁੱਲਾਂ 'ਤੇ ਨਿਖ਼ਾਰ,
ਨਿੰਮ੍ਹੀ-ਨਿੰਮ੍ਹੀ ਇੱਕ ਦਿਨ ਪਈ ਜਦ ਫੁਹਾਰ।
ਚਿੜੀਆਂ ਨੇ ਪਾਈ ਚਿੜਗਿੱਲੀ ਖੁੱਲੇ ਅੰਬਰੀਂ,
ਉੱਡੀਆਂ ਫਿਰਨ ਮਾਏ, ਬੰਨ-ਬੰਨ ਡਾਰ।

ਸੁੱਕ ਜਾਂਦੀ ਜਾਨ ਦੇਖ ਧੀ ਨੂੰ ਜਵਾਨ,
ਧੀਏ! ਮਾਂ ਨੂੰ ਦੁੱਖ ਦੱਸਦੀ ਕਿਉਂ ਡੋਲਦੀ ਏਂ।

ਕੁੜੀਆਂ ਨੂੰ ਚਿੜੀਆਂ ਤੂੰ ਆਖਦੀ ਸੈਂ ਮਾਏ,
ਇੰਝ ਲੱਗਦਾ ਸੀ ਠੀਕ ਬੋਲਦੀ ਏਂ।

ਚਿੜੀਆ ਆਜ਼ਾਦ ਵਿੱਚ ਨੀਲੇ ਅਸਮਾਨ,
ਦੱਸ ਮਾਏ ਮੇਰੀਏ! ਕੀ ਝੂਠ ਹੈ ਬਿਆਨ।
ਧੀ ਦੇ ਪਰ ਫੁੱਟਣ ਤੋਂ ਪਹਿਲਾਂ ਕੱਟ ਦੇਣ,
ਪਿੰਜਰੇ ਪਾ ਕੇ ਸਾਰੇ ਰੱਖਣ ਧਿਆਨ।

ਚਿੜੀਆਂ ਦੇ ਚੰਬੇ ਨਾਲ ਤੁਲਨਾ ਨਾ ਕਰ,
ਕਾਹਨੂੰ ਦਿਲ ਦਾ ਨਾਸੂਰ ਫੋਲ੍ਹਦੀ ਏਂ।
ਕੁੜੀਆਂ ਨੂੰ ਚਿੜੀਆਂ ਤੂੰ ਆਖਦੀ ਸੈਂ ਮਾਏ,
ਇੰਝ ਲੱਗਦਾ ਸੀ ਠੀਕ ਬੋਲਦੀ ਏਂ।

ਸੱਚ ਕਹਾਂ ਮਾਏ ਬਿਨਾ ਵਜ੍ਹਾ ਨਹੀਂ ਰੋਈ,
ਤੈਨੂੰ ਭੁੱਲ ਗਈ ਜਿਹੜੀ ਤੇਰੇ ਨਾਲ ਹੋਈ।
ਝਾੜੂ ਪੋਚਾ ਕਰਦੀ ਤੂੰ ਮਾਏ ਬੁੱਢੀ ਹੋਈ,
ਤੇਰੀ ਰਾਜਧਾਨੀ ਬਸ! ਚੁੱਲ੍ਹਾ ਤੇ ਰਸੋਈ।

ਕੈਦਣੇ! ਤੂੰ ਕੈਦ ਕਰ ਰੱਖੀ ਧੀ ਆਪਣੀ,
ਰੁਲ਼ੀ ਤੂੰ ਵੀ ਮੈਨੂੰ ਵੀ ਤੂੰ ਰੋਲ਼ਦੀ ਏਂ

ਕੁੜੀਆਂ ਨੂੰ ਚਿੜੀਆਂ ਤੂੰ ਆਖਦੀ ਸੈਂ ਮਾਏ,
ਇੰਝ ਲੱਗਦਾ ਸੀ ਠੀਕ ਬੋਲਦੀ ਏਂ।

◆

ਉੱਤਮ ਜਾਤ

ਦੁਨੀਆ ਰਚਣ ਲਈ ਰੱਬ ਨੇ ਔਰਤ ਜਾਤ ਬਣਾਈ।
ਇਨਸਾਨੀਅਤ ਦੀ ਜਨਮਦਾਤੀ, ਉੱਤਮ ਪਦਵੀ ਪਾਈ।

ਪਰ ਔਰਤ ਨੂੰ ਕਿਉਂ ਜ਼ਿੱਲਤ ਦੀ ਜੂਨ ਹੰਢਾਉਣੀ ਪੈਂਦੀ ਹੈ।
ਖੂਬਸੂਰਤੀ ਦੀ ਇਸ ਮੂਰਤ ਨੂੰ ਕਿਉਂ ਸ਼ਕਲ ਛੁਪਾਉਣੀ ਪੈਂਦੀ ਹੈ।

ਹਰ ਔਰਤ ਖੁਸ਼ ਹੁੰਦੀ ਉਸਦਾ ਮਰਦ ਮਰਜ਼ੀਆਂ ਕਰਦਾ।
ਔਰਤ ਨੂੰ ਰਵਾਉਣ ਬਿਨਾ ਬੰਦੇ ਦਾ ਕਿਉਂ ਨਹੀਂ ਸਰਦਾ।

ਪੁੱਤ ਚੋਰਾਂ ਵਿੱਚ ਖੇਡੇ ਪਰ ਧੀ ਕਿਉਂ ਲੁਕਾਉਣੀ ਪੈਂਦੀ ਹੈ।
ਪੁੱਤ ਜੜ੍ਹ ਲਾਵੇ ਕੁੱਲ ਦੀ ਪਰ ਧੀ ਕਿਉਂ ਪਰਨਾਉਣੀ ਪੈਂਦੀ ਹੈ।
◆

ਸੰਘਰਸ਼

ਬਿਖੜਿਆਂ ਰਾਹਾਂ 'ਚ ਜ਼ਾਹਿਰ ਹੈ ਕਿ ਰੋੜੇ ਹੋਣਗੇ,
ਪਰ ਜੇ ਸਫ਼ਰ ਕਰਨਾ ਹੈ ਤਾਂ ਪੱਥਰ ਹਟਾਉਣੇ ਪੈਣਗੇ।
ਆਪਣੇ ਜੀਵਨ ਨੂੰ ਜੇ ਚਾਹੁੰਦੇ ਹੋ ਰੱਜ ਕੇ ਜੀਵਣਾ,
ਤਾਂ ਆਪਣੀ ਮਰਜ਼ੀ ਦੇ ਕਈ ਰਸਤੇ ਬਣਾਉਣੇ ਪੈਣਗੇ।

ਜ਼ਖ਼ਮ ਦੇਣਾ ਹਰ ਕਿਸੇ ਨੂੰ ਕੰਡਿਆਂ ਦਾ ਕੰਮ ਹੈ,
ਜੇ ਮਹਿਕ ਲੈਣੀ ਹੈ ਤਾਂ ਫਿਰ ਫੁੱਲ ਵੀ ਲਗਾਉਣੇ ਪੈਣਗੇ।
ਜ਼ਾਬਰਾਂ ਨੂੰ ਜਰਨ ਦੀ ਆਦਤ ਬਣਾਉਣੀ ਠੀਕ ਨਹੀਂ,
ਖ਼ੁਦ ਵੀ ਉੱਠਣਾ ਹੈ ਤੇ ਸਾਥੀ ਵੀ ਉਠਾਉਣੇ ਪੈਣਗੇ।
◆

ਝੂਠੀ ਕਸਮ

ਸੱਚ ਨੂੰ ਸੱਚ ਕਹਿਣੋਂ ਕਿਉਂ ਭਲਾ! ਕਤਰਾ ਰਹੀ ਦੁਨੀਆ।
ਸਰਾਸਰ ਝੂਠ ਦੀ ਝੂਠੀ ਕਸਮ ਕਿਉਂ ਖਾ ਰਹੀ ਦੁਨੀਆ।

ਮਿੱਟੀ ਦੇ ਪੁਤਲੇ ਦਾ ਪਤਾ ਸਭ ਨੂੰ ਕਿ ਛਿਣਭੰਗਰਾ,
ਪਰ ਨਿੱਕੀ ਜਿਹੀ ਜਿੰਦ ਨੂੰ ਬਹੁਤ ਵਡਿਆ ਰਹੀ ਦੁਨੀਆ।

ਜਿਸਦਾ ਵੀ ਦਾਅ ਲੱਗੇ ਉਹ ਗੱਡੀਆਂ ਝੂਟਦਾ ਫਿਰਦਾ,
ਕਈਆਂ ਨੂੰ ਮਿੱਧ-ਮਿੱਧ ਕੇ ਵੀ ਭੱਜੀ ਜਾ ਰਹੀ ਦੁਨੀਆ।

ਹੱਕ ਦੀ ਕਮਾਈ ਕੀ ਹੈ ਚੋਰੀ ਕੀ ਸਭ ਕੁੱਝ ਜਾਣਦੇ-ਬੁੱਝਦੇ,
ਜਿੱਧਰ ਵੀ ਹੱਥ ਪੈਂਦਾ ਹੈ ਜੱਫ਼ੇ ਪਾ ਰਹੀ ਦੁਨੀਆ।

ਪਤਾ ਹੈ ਹਰ ਕਿਸੇ ਸ਼ਕਤੀ ਨੇ ਇੱਕ ਦਿਨ ਖ਼ਤਮ ਹੋ ਜਾਣਾ,
ਪਰ ਫਿਰ ਵੀ ਐਟਮ ਸ਼ਕਤੀਆਂ ਬਣਾ ਰਹੀ ਦੁਨੀਆ।
◆

ਕਿਰਤੀ ਕਿਰਸਾਨ

ਬਹੁਤ ਖ਼ਿਤਾਬ ਹੋਰ ਵੀ ਨੇ, ਪਰ ਮੈਂ ਕਿਰਤੀ ਕਿਰਸਾਨ।
ਹੋਰ ਵੀ ਕਈ ਨਾਮ ਮੇਰੇ ਕਿਰਤੀ ਅਸਲੀ ਪਹਿਚਾਣ।

ਪਿਓ-ਦਾਦੇ ਦੇ ਖੇਤ ਸੀ ਭਾਵੇਂ ਪਰ ਮੈਂ ਤਾਂ ਵਾਹਕ ਸਾਂ,
ਮੇਰਾ ਤਾਂ ਕੁੱਝ ਵੀ ਨਹੀ, ਕਾਹਤੋਂ ਬੋਲਾਂ ਝੂਠ-ਤੂਫ਼ਾਨ।

ਮਿੱਟੀ ਦੇ ਵਿੱਚ ਮਿੱਟੀ ਹੋ ਕੇ ਮੈਂ ਪੂਰੀ ਵਾਹ ਲਾਈ,
ਪਰ ਜੱਟ ਦੇ ਪੱਲੇ ਕੁੱਝ ਨਹੀਂ ਪੈਂਦਾ, ਮੇਰਾ ਇਹੋ ਬਿਆਨ।

ਪੋਹ-ਮਾਘ ਦੀਆਂ ਰਾਤਾਂ ਨੂੰ ਮੈਂ ਨਹਿਰ ਦੀ ਵਾਰੀ ਲਾਉਂਦਾ,
ਨੀਲੇ ਹੱਥ-ਪੈਰ ਵੀ ਹੋਏ, ਪਾਲ਼ਾ ਪੈਂਦਾ ਖਾਣ।

ਜੇਠ-ਹਾੜ ਨੂੰ ਸਿਰ 'ਤੇ ਝੱਲਿਆ, ਪੂਰੀ ਖੋਰੀ ਖੋਤੀ ਦੇ ਲੈ ਕੇ,
ਪਰ ਬਚਦਾ ਕੁੱਝ ਵੀ ਨਹੀਂ, ਸਭ ਕਿਰਤੀ ਨੂੰ ਖਾਣ।

◆

ਲੋਕਪਾਲ

ਸਾਡੇ ਅੱਖੀਂ ਘੱਟਾ ਪਾਉਂਦੇ, ਕਹਿੰਦੇ ਬਣ ਜਾਊ ਲੋਕਪਾਲ।
ਪੰਜ ਸੌ ਚਾਲੀ ਕਾਲਿਆਂ ਕਾਵਾਂ, ਕਾਵਾਂਰੌਲੀ ਇੱਕੋ ਤਾਲ।

ਜਿਹੜੇ ਹੱਕ ਵਿੱਚ ਬੋਲ ਰਹੇ ਨੇ ਉਹ ਵੀ ਸਾਰੇ ਬੜੇ ਕਮਾਲ।
ਚੋਰਾਂ ਟੋਲੀ, ਇੱਕੋ ਬੋਲੀ ਸਭ ਇਸਦੇ ਨੇ ਭਾਈਵਾਲ।

ਹੇਰਾ-ਫੇਰੀ ਰੁਕ ਜਾਵੇਗੀ, ਪੈਦਾ ਨਹੀਂ ਹੁੰਦਾ ਸੁਆਲ।
ਵੋਟਾਂ ਪਕੜਣ ਖਾਤਰ ਬੁਣਦੇ ਸਾਰੇ ਇਹ ਸਿਆਸੀ ਜਾਲ।

ਕੁਰਸੀ ਖਾਤਰ ਹੀ ਨੇ ਚੱਲਦੇ ਸਾਰੇ ਆਪੋ-ਆਪਣੀ ਚਾਲ।
ਲੋਕ ਸ਼ਕਤੀਆਂ ‘ਕੱਠੀਆਂ ਹੋ ਕੇ, ਖੜੀਏ ਇੱਕ-ਦੂਜੇ ਦੇ ਨਾਲ।
◆

ਲੀਡਰ

ਹਰ ਕੋਈ ਚਾਲੂ ਸਿਆਸੀ ਲੀਡਰ ਬਾਜ਼ੀ ਮਾਰ ਗਿਆ।
ਦੋ ਘੁੱਟ ਦਾਰੂ ਬਦਲੇ ਸੁੱਨੜਾ! ਵੋਟਰ ਹਾਰ ਗਿਆ।

ਆਮ ਜੱਟ ਨੂੰ ਕੰਮ ਕਰਕੇ ਵੀ ਪੈਸੇ ਨਹੀਂ ਬਣਦੇ,
ਕੋਈ ਨਾ ਲੀਡਰ ਜਿਹੜਾ ਕਰੋੜਾਂ ਨਹੀਂ ਨਿਘਾਰ ਗਿਆ।

ਡੋਬਾ, ਸੋਕਾ, ਕੈਂਸਰ, ਗੰਦਾ ਪਾਣੀ ਵੋਟਰ ਲਈ,
ਹਰ ਲੀਡਰ ਦੀ ਗੋਗੜ ਦਾ ਪਰ ਵਧਦਾ ਭਾਰ ਗਿਆ।

ਨਿੱਕੀਆਂ ਮੱਛੀਆਂ ਨਿਗਲ ਜਾਣ ਦੀ ਆਦਤ ਹੈ ਜਿਸਦੀ,
ਪੂੰਗ ਖਤਮ ਹੋ ਜਾਂਦਾ ਜਿੱਥੋਂ ਲੰਘ ਸੰਸਾਰ ਗਿਆ।
◆

ਕੁਰਸੀ

ਦੇਖੋ! ਸਾਡੇ ਚੌਧਰੀ ਲਾਉਂਦੇ ਕਿੰਨਾ ਤਾਣ।
ਕੁਰਸੀ ਖਾਤਰ ਕੌਮ ਨੂੰ ਕਰ ਦਿੰਦੇ ਕੁਰਬਾਨ।

ਠੇਕੇਦਾਰਾਂ ਕੌਮ ਦੀ ਕਰਤੀ ਧਰਤ ਨਿਲਾਮ।
ਗੱਪੀ-ਗੱਪਾਂ ਮਾਰਦੇ ਬੋਲਣ ਝੂਠ-ਤੂਫ਼ਾਨ।

ਪੰਜਾਬੀ ਹੁਣ ਪੰਜਾਬ ਦੀ ਲੱਗਦੀ ਨਹੀਂ ਜ਼ੁਬਾਨ।
ਭਾਸ਼ਾ ਦਾ ਵੀ ਦੇਖ ਲਓ! ਕਰ ਦਿੱਤਾ ਕਲਿਆਣ।

ਆਪੇ ਬਣ-ਬਣ ਬੈਠਦੇ ਸਾਰੀ ਕੌਮ ਦਾ ਮਾਣ।
ਗਿਰਵੀ ਰੱਖ ਕੇ ਕੌਮ ਨੂੰ ਕਰ ਲਈ ਉੱਚੀ ਸ਼ਾਨ।

ਪਾਣੀ ਸੀ ਪੰਜਾਬ ਦੀ ਇੱਕ ਵੱਖਰੀ ਪਹਿਚਾਣ।
ਮਰ ਚੱਲਿਆ ਹੈ ਮਾਲਵਾ ਜ਼ਹਿਰ ਪੀਣ ਅਣਜਾਣ।

ਬੱਚੇ ਕਰਕੇ ਡਿਗਰੀਆਂ ਰੋਣ ਅਤੇ ਕੁਰਲਾਣ।
ਬਾਪੂ ਵੀ ਜਾਂਦਾ ਰਿਹਾ ਹੁਣ ਰੋਟੀ ਕਿੱਥੋਂ ਖਾਣ।

◆

ਖ਼ੂਨ-ਖ਼ਰਾਬਾ

ਖ਼ੂਨ-ਖ਼ਰਾਬਾ ਤਾਂ ਹੀ ਹੁੰਦਾ, ਸਕਤਾ, ਸਕਤੇ ਨੂੰ ਜੇ ਮਾਰੇ।
ਗਊ ਗਰੀਬ ਦਾ ਖ਼ੂਨ ਡੋਲ੍ਹ ਕੇ ਕਿਸ ਭੜੂਏ ਨੂੰ ਆਣ ਨਜ਼ਾਰੇ।

ਜੋ ਝੁਕ ਸਕਣ ਦੀ ਹਿੰਮਤ ਰੱਖੇ ਅਸਲ ਵਜ਼ਨ ਉਸਦਾ ਹੁੰਦਾ ਹੈ,
ਵਜ਼ਨਦਾਰ ਓਹੀਓ ਹੁੰਦਾ ਹੈ ਜੋ ਮਰਜ਼ੀ ਨਾ' ਹੌਲੇ ਤੋਂ ਹਾਰੇ।

ਸਾਡੀ ਕੌਮ ਦੇ ਝੋਟ-ਸੰਡੇ ਬਹੁਤ ਹੀ ਤਾਕਤਵਰ ਸੀ ਲੇਕਿਨ,
ਆਪਸ ਵਿਚ ਭਿੜ-ਭਿੜ ਕੇ ਖ਼ੁਦ ਹੀ ਸਿੰਘ ਤੁੜਾ ਲਏ ਸਾਰੇ।

ਆਪਣੇ ਕਿਸੇ ਨੂੰ ਤਕੜਾ ਮੰਨਣਾ ਅਸੀਂ ਕਦੇ ਸਿੱਖਣਾ ਨਹੀਂ ਚਾਹਿਆ,
ਮੁੱਢ ਕਦੀਮੋਂ ਪੰਗੇਬਾਜ਼ੀ ਕਰਦੇ ਆਏ ਹੌਲੇ, ਭਾਰੇ।

ਬਚ ਕੇ ਗੱਲ ਕਰੀਂ ਤੂੰ ਸੁੱਨੜਾ! ਸਦ ਕੇ ਜਾਹ ਤੇ ਜਾਹ ਬਲਿਹਾਰੇ।
◆

ਭਾਰਤ ਦੀਆਂ ਸਰਕਾਰਾਂ

ਹਾਂ! ਗਰੀਬੀ ਦੂਰ ਕਰਨਗੀਆਂ, ਭਾਰਤ ਦੀਆਂ ਸਰਕਾਰਾਂ।
ਆਮ ਆਦਮੀ ਮਰ-ਮਰ ਜਿਉਂਦਾ, ਲੀਡਰ ਲੁੱਟਣ ਬਹਾਰਾਂ।

ਰਾਮ ਮੰਦਿਰ ਜਾਂ ਮਸਜਿਦ ਨੇ, ਭੁੱਖਿਆਂ ਦਾ ਢਿੱਡ ਨਹੀਂ ਭਰਨਾ।
ਨੇਤਾ ਚਿੰਜੜੀ ਛੇੜਨ, ਭੁੱਖਿਆਂ ਆਪਸ ਵਿੱਚ ਲੜ-ਲੜ ਕੇ ਮਰਨਾ।

ਜੇਕਰ ਅੱਗ ਸਰਕਾਰ ਲਗਾਵੇ, ਉਸਨੂੰ ਦੱਸਿਓ! ਕੌਣ ਬੁਝਾਵੇ।
ਦੋਸ਼ੀ ਸਭ ਸਰਕਾਰੀ ਅਫ਼ਸਰ, ਕੌਣ ਉਹਨਾ 'ਤੇ ਦੋਸ਼ ਲਗਾਵੇ।

◆

ਸਿਆਸਤਦਾਨ

ਸਤਿਆਨਾਸ ਜ਼ਮਾਨਾ ਕਰ 'ਤਾ ਅੱਜ ਸਿਆਸਤਦਾਨਾਂ ਨੇ
ਇਨਸਾਨੀਅਤ ਦੀਆਂ ਧੱਜੀਆਂ ਕਰਤੀਆਂ ਹੱਥੀਂ ਖ਼ੁਦ ਇਨਸਾਨਾਂ ਨੇ।

ਫੋੜੇ ਉੱਤੇ ਫਿਣਸੀ ਹੋਈ, ਦਰਦ ਪਤਾ ਨਹੀਂ ਵੱਧ ਕਿਸ ਦਾ,
ਸੁਨੜਾ! ਛੱਡ ਸਿਆਸਤ ਤੈਨੂੰ, ਢਾਹ ਲੈਣਾ ਭਲਵਾਨਾਂ ਨੇ ।

ਇੱਕ ਦੂਜੇ ਦੀ ਮਿੱਟੀ ਪੁੱਟਦੇ, ਅੱਖੀਂ ਘੱਟਾ ਜਨਤਾ ਦੇ,
ਕਿਰਤੀਆਂ ਕੋਲੋਂ ਖੋਹ ਕੇ ਖਾਣੀ, 'ਕੱਠਿਆ ਬੈਠ ਸ਼ੈਤਾਨਾਂ ਨੇ ।

ਗਊ-ਗਰੀਬ ਨੂੰ ਦੁਨੀਆ ਵਿਚ ਕਦੇ ਨਹੀਂ ਕੋਈ ਗਿਣਦਾ,
ਸਾਨ੍ਹਾਂ ਦੇ ਇਸ ਭੇੜ 'ਚ ਜਿੱਤਣਾ, ਹਰਨਾ ਸਭ ਹੈਵਾਨਾਂ ਨੇ।

ਦੇਸ਼ ਕੌਮ ਦੀ ਖਾਤਰ ਕਦੇ ਕੋਈ ਲੀਡਰ ਨਹੀਂ ਮਰਦਾ
ਅਫ਼ਸਰ ਰੁਤਬੇ ਪਾਉਂਦੇ, ਜਾਨਾਂ ਦਿੱਤੀਆਂ ਸਭ ਜਵਾਨਾਂ ਨੇ।

ਭੁੱਖੇ ਬੈਠੇ ਆਮ ਆਦਮੀ ਨੂੰ, ਨਹੀਂ ਕਿਸੇ ਵੀ ਪੁੱਛਣਾ,
ਰਾਜਿਆਂ ਖਾਣਾ ਲੱਪ-ਗੜੱਪੀ, ਰਹਿੰਦ-ਖੂੰਹਦ ਦਰਬਾਨਾਂ ਨੇ।
◆

ਭਾਰਤ ਦੀ ਧੀ

ਭਾਰਤ ਦੀ ਧੀ ਬਣਨ ਵਾਸਤੇ ਜੂਨ ਗਵਾਉਣੀ ਪੈਂਦੀ ਹੈ।
ਮਾਸਾਹਾਰੀ ਜਨਵਰਾਂ ਦੀ ਭੁੱਖ ਮਿਟਾਉਣੀ ਪੈਂਦੀ ਹੈ।

ਬਸ! ਕਰੋ ਹੁਣ ਕਿਸੇ ਨੂੰ ਸੀਤਾ ਮਾਤਾ ਨਾ ਕਹਿਣਾ,
ਪਾਪਾਂ ਦੀ ਨਗਰੀ ਵਿੱਚ ਇਹ ਕਿਉਂ ਰੀਤ ਨਿਭਾਉਣੀ ਪੈਂਦੀ ਹੈ।

ਵਤਨ ਦੀਆਂ ਡੀਗਾਂ ਮਾਰਨ ਵਾਲੇ ਦੱਸਿਓ! ਅੱਜ ਕਿੱਥੇ ਨੇ,
ਲਾਹਨਤ ਹੈ ਸਰਕਾਰ 'ਤੇ ਜਿਸਨੂੰ ਦੁੰਬ ਛੁਪਾਉਣੀ ਪੈਂਦੀ ਹੈ।

ਸ਼ਰਮਿੰਦਗੀ ਕਰਕੇ ਕੀ ਲੈਣਾ, ਬੁੱਚੜਾਂ ਨੂੰ ਨਾ ਦਰਦ ਕੋਈ,
ਮਾਵਾਂ, ਭੈਣਾਂ, ਧੀਆਂ ਸਭ ਨੂੰ ਪੱਤ ਲੁਟਾਉਣੀ ਪੈਂਦੀ ਹੈ।

ਮਰਦਾਂ ਵਾਲੇ ਹੱਕ ਔਰਤ ਨੂੰ ਦੇਣ ਦੀਆਂ ਕਸਮਾਂ ਖਾ ਕੇ,
ਕੁੱਖ ਤੋਂ ਲੈ ਕੇ ਅੰਤਕਾਲ ਤੱਕ ਈਨ ਮਨਾਉਣੀ ਪੈਂਦੀ ਹੈ।

ਔਰਤ ਦੀ ਸਿਰਜੀ ਦੁਨੀਆ ਵਿੱਚ ਔਰਤ ਨੂੰ ਹੀ ਕਿਸ ਗੱਲੋਂ,
ਨਮੋਸ਼ੀ, ਸ਼ਰਮਿੰਦਗੀ, ਜ਼ਿੱਲਤ ਰੋਜ਼ ਹੰਢਾਉਣੀ ਪੈਂਦੀ ਹੈ।

ਉੱਠ ਦੁਰਗਾ, ਚੰਡੀ ਬਣ ਅੱਜ ਤੋਂ ਝਾਂਸੀ ਦੀ ਰਾਣੀ ਬਣ 'ਜਾ,
ਹੱਕ ਪ੍ਰਾਪਤ ਕਰਨ ਲਈ ਤਲਵਾਰ ਉਠਾਉਣੀ ਪੈਂਦੀ ਹੈ ।

◆

ਮਾਰਟਨ ਲੂਥਰ ਕਿੰਗ ਦਾ ਸੁਪਨਾ

ਮਾਰਟਨ ਲੂਥਰ ਕਿੰਗ ਨੂੰ ਸੀ ਸੁਪਨਾ ਆਇਆ।
'ਕਾਲੀ ਕੌਮ' ਆਜ਼ਾਦ ਹੋਈ, ਹੱਕ ਸਭ ਨੇ ਪਾਇਆ।

ਰੱਬ ਦੇ ਦੇਖੋ! ਰੰਗ ਕਿ ਦਿਨ ਚੜ੍ਹ ਆਇਆ,
ਕਾਲੇ ਨੂੰ ਅਮਰੀਕਾ ਦਾ ਪ੍ਰਧਾਨ ਬਣਾਇਆ।

ਹਿੰਮਤ ਕਰੀਏ ਤਾਂ ਰੱਬ ਵੀ ਹੋ ਜਾਏ ਸਹਾਇਆ,
ਅੱਖਾ ਮੀਟਣ ਨਾਲ ਕਦੇ ਕੋਈ ਬਚ ਨਾ ਪਾਇਆ।

ਲਗਭਗ ਸਾਰੀਆਂ ਕੌਮਾਂ ਭਾਰਤ ਦਾ ਸਰਮਾਇਆ,
ਮੁੱਠੀ ਭਰ ਲੋਕਾ ਸਭ ਨੂੰ ਹੈ ਗੁਲਾਮ ਬਣਾਇਆ।

ਆਜ਼ਾਦ ਹੋਣ ਦਾ ਸੁਪਨਾ ਲੱਗਦੈ, ਹੱਕ ਪਰਾਇਆ,
ਅਸੀ ਭੁੱਕੀ, 'ਫ਼ੀਮ ਤੇ ਬੋਤਲ ਖਾਤਰ ਵੋਟ ਬਣਾਇਆ।

ਆਪੇ ਫਾਥੜਿਆ ਨੂੰ ਕਦੇ ਨਾ ਕਿਸੇ ਛੁਡਾਇਆ,
ਵਿਕਦੇ ਰਹਾਂਗੇ ਜਿੰਨਾ ਚਿਰ ਤਕ ਵਿਕਣਾ ਚਾਹਿਆ।

◆

ਮਾਂ ਦੀ ਮਮਤਾ
ਮਾਂ ਬੋਲੀ

ਮਾਂ ਦੀ ਮਹਿਕ

ਮਾਂ ਜਿਹੜਾ ਵੀ ਰੂਪ ਬਣਾਵੇ,
ਮਾਂ ਦੀ ਮਹਿਕ ਪਛਾਣੀ ਜਾਵੇ।

ਜੇ ਮੇਰੀ ਮਾਂ ਬੁਰਕਾ ਪਾਵੇ,
ਤਾਂ ਵੀ ਸੁੱਨੜ ਸੀਸ ਝੁਕਾਵੇ।
ਜਿੱਧਰੋਂ ਦੀ ਵੀ ਮਾਂ ਲੰਘ ਜਾਵੇ,
ਚਰਨ ਧੂੜ ਮਸਤਕ 'ਤੇ ਲਾਵੇ।

ਜਿੰਨਾ ਮਰਜ਼ੀ ਛੁਪਣਾ ਚਾਹਵੇ,
ਮਾਂ ਦੀ ਮਮਤਾ ਢਕੀ ਨਾ ਜਾਵੇ।

ਜੇ ਮੇਰੀ ਮਾਂ ਸਾੜੀ ਲਾਵੇ,
ਬਿੰਦੀ ਅਤੇ ਸੰਧੂਰ ਸਜਾਵੇ।
ਕੁਰਾਨ ਦੀਆਂ ਆਇਤਾਂ ਨਾ ਗਾਵੇ,
ਗੀਤਾ ਦਾ ਉਪਦੇਸ਼ ਸੁਣਾਵੇ।

ਤਾਂ ਵੀ ਸੁੱਨੜ ਸਦਕੇ ਜਾਵੇ,
ਬਲ-ਬਲ ਤੇ ਬਲਿਹਾਰੇ ਜਾਵੇ।

ਘੱਗਰਾ ਜਾਂ ਫਿਰ ਸੂਟ ਸਵਾਂਵੇ,
ਜੇ ਧੌੜੀ ਦੀ ਜੁੱਤੀ ਪਾਵੇ।
ਗੁੰਦੇ ਵਾਲ ਪਰਾਂਦਾ ਲਾਵੇ,
ਸਿਰ ਚੁੰਨੀ ਨਾਲ ਕੱਜਣਾ ਚਾਹਵੇ।

ਤੜਕੇ ਉੱਠ ਗੁਰਬਾਣੀ ਗਾਵੇ।
ਸੁੱਨੜ ਚਰਨਾਂ 'ਤੇ ਢਹਿ ਜਾਵੇ।
ਚੁੰਮੇ ਚਰਨ ਤੇ ਰੂਹ ਤ੍ਰਿਪਤਾਵੇ।
ਮਾਂ ਪੰਜਾਬੀ ਦੇ ਗੁਣ ਗਾਵੇ।

ਮਾਂ ਜਿਹੜਾ ਵੀ ਰੂਪ ਬਣਾਵੇ,
ਮਾਂ ਦੀ ਮਹਿਕ ਪਹਿਚਾਣੀ ਜਾਵੇ।

◆

ਅੰਮੀ

ਮਾਂ ਤਾਂ ਬਸ! ਇੱਕ ਮਾਂ ਹੁੰਦੀ ਹੈ, ਮਾਂ ਤਾਂ ਰੱਬ ਦੇ ਥਾਂ ਹੁੰਦੀ ਹੈ।
ਨਾ-ਨਾ, ਨਾ ਤੂੰ ਏਦਾਂ ਨਾ ਕਰ ਮੇਰੀ ਹੋਂਦ ਫਨ੍ਹਾਂ ਹੁੰਦੀ ਹੈ।

ਧਰਤੀ ਹੀ ਬਣਨਾ ਹੈ ਧੀ ਨੇ, ਧਰਤ ਬਿਨਾ ਨਹੀਂ ਉੱਗਣਾ ਬੀਅ ਨੇ,
ਧਰਤੀ 'ਤੇ ਤੁਰਨਾ ਹਰ ਜੀਅ ਨੇ, ਧਰਤੀ 'ਤੇ ਉਗਿਆਂ ਰੁੱਖਾਂ ਦੀ,
ਜੱਗ ਵਿੱਚ ਠੰਢੜੀ ਛਾਂ ਹੁੰਦੀ ਹੈ।

ਮਾਂ ਤਾਂ ਬਸ! ਇੱਕ ਮਾਂ ਹੁੰਦੀ ਹੈ........।

ਨਾ ਕਰ ਨਾ ਅਨਿਆਂ ਨਾ ਕਰ ਤੂੰ, ਖੇਲ੍ਹਣ ਤੋਂ ਪਹਿਲਾਂ ਨਾ ਹਰ ਤੂੰ,
ਦਰਦ ਹੈ ਤੈਨੂੰ ਤਾਂ ਵੀ ਜਰ ਤੂੰ, ਮਾਂ ਤੇ ਧੀ ਦੀ ਦਰਦ ਕਹਾਣੀ,
ਕੁੱਖਾਂ ਵਿੱਚ ਬਿਆਂ ਹੁੰਦੀ ਹੈ।

ਮਾਂ ਤਾਂ ਬਸ! ਇੱਕ ਮਾਂ ਹੁੰਦੀ ਹੈ........।

ਇੱਕ ਦਮ ਸੱਚੋ-ਸੱਚ ਸੁਣਾਵਾਂ, ਬਾਤ ਨਾ ਕੋਈ ਬਤੋਲੀ ਪਾਵਾਂ,
ਨਾ ਹੀ ਰੱਬ 'ਤੇ ਊਜਾਂ ਲਾਵਾਂ, ਬਾਪ ਮੇਰਾ 'ਕੱਲਾ ਨਹੀਂ ਦੋਸ਼ੀ,
ਤੇਰੀ ਹਾਂ ਵਿੱਚ ਹਾਂ ਹੁੰਦੀ ਹੈ।

ਮਾਂ ਤਾਂ ਬਸ! ਇੱਕ ਮਾਂ ਹੁੰਦੀ ਹੈ........।

ਬਾਪ ਦੀ ਗ਼ਲਤੀ ਤੂੰ ਵੀ ਦੋਸ਼ੀ, ਮੰਨਿਆ ਸੋਚ ਬਾਪ ਦੀ ਹੋਛੀ,
ਪਰ ਦੱਸ! ਤੂੰ ਕਿਉਂ ਫਿਰੇਂ ਨਿਮੋਸ਼ੀ, ਮਾਤ-ਪਿਤਾ ਦੋਹਾਂ ਦੀ ਅੰਮੀਏ!
ਆਪੋ-ਆਪਣੀ ਥਾਂ ਹੁੰਦੀ ਹੈ।

ਮਾਂ ਤਾਂ ਬਸ! ਇੱਕ ਮਾਂ ਹੁੰਦੀ ਹੈ........।

◆

ਮੇਰੀ ਮਾਂ

ਸ਼ਾਇਦ ਤੂੰ ਇਹ ਠੀਕ ਕਿਹਾ ਹੈ, ਮੇਮ ਸਾਹਿਬ ਤਾਂ ਬੜੇ ਸਿਆਣੇ।
ਅੰਗਰੇਜ਼ਾਂ ਦੀ ਧੀ, ਪੋਤਰੀ, ਅੰਗਰੇਜ਼ੀ ਵਿੱਚ ਗਾਉਂਦੀ ਗਾਣੇ।

ਦੁਨੀਆ ਕਿੱਥੇ ਪਹੁੰਚ ਗਈ ਹੈ, ਹਰ ਮੰਜ਼ਿਲ, ਹਰ ਰਾਹ ਪਛਾਣੇ,
ਐਟਮ ਬੰਬ ਤੇ ਰਾਕਟ ਦੀ ਗੱਲ, ਉਸਦੇ ਘਰ ਵਿੱਚ ਕਰਨ ਨਿਆਣੇ।

ਬੰਦਿਆਂ ਵਰਗੀ ਹੀ ਲੱਗਦੀ ਹੈ, ਬੰਦਿਆਂ ਵਰਗੇ ਕੱਪੜੇ ਪਾਵੇ,
ਨਿੱਕੇ-ਨਿੱਕੇ ਵਾਲ ਓਸਦੇ, ਬੋਦਾ ਬੰਦਿਆਂ ਵਾਂਗ ਬਣਾਵੇ।

ਮੋਟਰ ਸਾਈਕਲ ਤੇ ਕਾਰਾਂ ਵੀ ਐਨਕ ਲਾ ਕੇ ਆਪ ਚਲਾਵੇ,
ਧਾਰ ਨਹੀਂ ਭਾਵੇਂ ਕੱਢ ਸਕਦੀ, ਚਸਕੇ ਨਾਲ ਮਲਾਈ ਖਾਵੇ।

ਜੂਡੋ ਅਤੇ ਕਰਾਟੇ ਖੇਡੇ ਕਿਸਦੀ ਹਿੰਮਤ ਨੇੜੇ ਆਵੇ,
ਜਿਸਨੂੰ ਜਾਨ ਨਹੀਂ ਚਾਹੀਦੀ, ਉਹੀਓ ਤਾਂ ਉਸਨੂੰ ਹੱਥ ਪਾਵੇ।

ਵਰਜਿਸ਼ ਨਿੱਤ ਨੇਮ ਨਾਲ ਕਰਦੀ, ਡੌਲੇ ਬੰਦਿਆਂ ਵਾਂਗ ਦਿਖਾਵੇ।
ਸਭ ਕੁਝ ਹੀ ਉਹ ਖਾਂਦੀ ਪੀਂਦੀ, ਜੋ ਵੀ ਉਸਦੇ ਮਨ ਨੂੰ ਭਾਵੇ।

ਦੇਖੋ! ਕਿੱਥੋਂ ਤੱਕ ਪਹੁੰਚ ਗਈ, ਰੱਬ ਦੀਆਂ ਗੱਲਾਂ ਰੱਬ ਹੀ ਜਾਣੇ।
ਸ਼ਾਇਦ ਤੂੰ ਇਹ ਠੀਕ ਕਿਹਾ ਹੈ, ਮੇਮ ਸਾਹਬ ਤਾਂ ਬਹੁਤ ਸਿਆਣੇ।
ਮੇਰੀ ਮਾਂ ਤਾਂ ਕਮਲੀ-ਰਮਲੀ, ਪੜ੍ਹਨਾ-ਲਿਖਣਾ ਵੀ ਨਾ ਜਾਣੇ।
ਸਾਰਾ ਪਿੰਡਾ ਢੱਕ ਲੈਂਦੀ ਹੈ ਕਿੰਦਾਂ ਦੀ ਹੈ ਕੋਈ ਨਾ ਜਾਣੇ।

ਦੁੱਧ ਰਿੜਕਦੀ, ਰੋਟੀ ਥੱਪਦੀ, ਚਰਖਾ ਕੱਤਦੀ ਗਾਵੇ ਗਾਣੇ।
ਫੈਸ਼ਨ ਵੀ ਨਹੀਂ ਕਰਨਾ ਆਉਂਦਾ, ਕਾਰ ਚਲਾਉਣੀ ਉਹ ਕੀ ਜਾਣੇ।

ਘਰ ਤੱਕ ਹੀ ਸੀਮਤ ਰੀਝਾਂ, ਘਰ ਵਾਲਾ ਹੀ ਉਸਦੀ ਜਾਨ।
ਆਪਣੇ ਬੱਚਿਆਂ ਵਿੱਚੋਂ ਦਿਸਦਾ, ਉਸਨੂੰ ਆਪਣਾ ਪਿੰਡ-ਪਰਾਣ।

ਵਿਹੜੇ ਦੇ ਵਿੱਚੇ ਵਿੱਚ ਹੀ ਹੈ ਉਸਦਾ ਸਾਰਾ ਦੀਨ ਇਮਾਨ।
ਦੁਨੀਆ ਕਿੱਥੋਂ ਤੱਕ ਪਹੁੰਚ ਗਈ, ਇਸ ਪਾਸੇ ਨਾ ਉਸਦਾ ਧਿਆਨ।

ਮੇਮ ਵਾਂਗਰਾਂ ਤਾਂ ਮੇਰੀ ਮਾਂ, ਬਿਲਕੁੱਲ ਕੁਝ ਨਾ ਕਰਨਾ ਜਾਣੇ।
ਲੇਕਿਨ ਮੇਰੀ ਮਾਂ ਹੈ ਮਿੱਤਰਾ, ਮਾਂ ਦਾ ਰੁਤਬਾ ਮਾਂ ਹੀ ਮਾਣੇ।

ਸ਼ਾਇਦ ਤੂੰ ਇਹ ਠੀਕ ਕਿਹਾ ਹੈ, ਮੇਮ ਸਾਹਿਬ ਤਾਂ ਬੜੇ ਸਿਆਣੇ।
ਅੰਗਰੇਜ਼ਾਂ ਦੀ ਧੀ, ਪੋਤਰੀ, ਅੰਗਰੇਜ਼ੀ ਵਿੱਚ ਗਾਉਂਦੀ ਗਾਣੇ।

◆

ਮਾਂ ਪੰਜਾਬੀ

ਮਾਂ ਪੰਜਾਬੀ ਰੋਂਦੀ ਰਹਿ ਗਈ, ਪੁੱਤਰਾਂ ਨੂੰ ਕੋਈ ਤਰਸ ਨਾ ਆਇਆ।

ਮਾਂ ਦੇ ਸਾਹਵੇਂ ਦਾਦੀ ਨੂੰ, ਦਾਦੀ ਸਾਹਵੇਂ ਪੜ੍ਹਦਾਦੀ ਨੂੰ,
ਪੜ੍ਹਦਾਦੀ ਦੀ ਦਾਦੀ ਨੂੰ, ਸਾਡੇ ਆਪਣਿਆਂ ਨੇ ਬੜਾ ਰਵਾਇਆ।

ਮਾਂ ਪੰਜਾਬੀ ਰੋਂਦੀ ਰਹਿ ਗਈ, ਪੁੱਤਰਾਂ ਨੂੰ ਕੋਈ ਤਰਸ ਨਾ ਆਇਆ।

ਦਾਦੀ ਵੀ, ਪੜ੍ਹਦਾਦੀ ਵੀ, ਅੰਦਰੋ-ਅੰਦਰ ਮਰਦੀਆਂ ਰਹੀਆਂ।
ਬੜੇ ਤਸੀਹੇ ਝੱਲੇ, ਆਪਣਿਆਂ ਦਾ ਸਭ ਕੁੱਝ ਜਰਦੀਆਂ ਰਹੀਆਂ।
ਹਰ ਗਰਮੀਂ ਵਿੱਚ ਸੜਦੀਆਂ ਰਹੀਆਂ, ਹਰ ਸਰਦੀ ਵਿੱਚ ਠਰ੍ਹਦੀਆਂ ਰਹੀਆਂ।
ਬੁੱਕ-ਬੁੱਕ ਹੰਝੂ ਰੋਂਦੀ ਮਾਂ ਨੂੰ, ਕਿਸੇ ਨਾ ਜਾ ਕੇ ਚੁੱਪ ਕਰਾਇਆ।

ਮਾਂ ਪੰਜਾਬੀ ਰੋਂਦੀ ਰਹਿ ਗਈ, ਪੁੱਤਰਾਂ ਨੂੰ ਕੋਈ ਤਰਸ ਨਾ ਆਇਆ।

ਦਾਦੀ ਵੀ, ਪੜ੍ਹਦਾਦੀ ਵੀ, ਕਿਸੇ ਸਕੂਲੇ ਜਾ ਨਾ ਸਕੀਆਂ।
ਪੁੱਤਰਾਂ ਦੀ ਰੋਟੀ ਦੇ ਖਾਤਰ, ਚੱਕੀ ਪੀਂਹਦੀਆਂ ਕਦੇ ਨਾ ਥੱਕੀਆਂ।
ਪੁੱਤ ਪਾਲਣ ਦਾ ਸ਼ੌਕ ਬੜਾ ਸੀ, ਭੱਜ-ਨੱਠ ਕਰਦੀਆਂ ਕਦੇ ਨਾ ਅੱਕੀਆਂ।
ਪੁੱਤ ਰਾਜਾ ਵੀ ਬਣਿਆ, ਪੁੱਤਰ ਨੇ ਦੇਖੋ! ਕੀ ਧਰਮ ਕਮਾਇਆ।
ਲੋਰੀਆਂ ਪੰਜਾਬੀ ਦੇ ਵਿੱਚ ਲਈਆਂ, ਫਾਰਸੀ ਦੇ ਵਿੱਚ ਹੁਕਮ ਚਲਾਇਆ।

ਮਾਂ ਪੰਜਾਬੀ ਰੋਂਦੀ ਰਹਿ ਗਈ, ਪੁੱਤਰਾਂ ਨੂੰ ਕੋਈ ਤਰਸ ਨਾ ਆਇਆ।

ਸਰਕਾਰੇ-ਦਰਬਾਰੇ ਸਾਡੀ ਬੁੱਢੀ ਮਾਂ ਨੂੰ ਕੋਈ ਨਾ ਜਾਣੇ।
ਰਾਜਿਆਂ, ਮਹਾਂਰਾਜਿਆਂ ਦੀ ਮਾਂ, ਗਲੀ-ਗਲੀ ਦੀ ਮਿੱਟੀ ਛਾਣੇ।
ਰਾਜੇ ਪੁੱਤ ਜਗੀਰਾਂ ਵੰਡਣ, ਮਾਂ ਦਿਨ ਕੱਟੇ ਭੁੱਖੇ-ਭਾਣੇ।
ਰਾਣੀ ਉਸਨੇ ਕੀ ਬਣਨਾ ਸੀ, ਮਾਂ ਦਾ ਦਰਜਾ ਵੀ ਨਾ ਪਾਇਆ।

ਮਾਂ ਪੰਜਾਬੀ ਰੋਂਦੀ ਰਹਿ ਗਈ, ਪੁੱਤਰਾਂ ਨੂੰ ਕੋਈ ਤਰਸ ਨਾ ਆਇਆ।

ਕਿਸ-ਕਿਸ ਦੀ ਹੈ ਮਾਂ ਪੰਜਾਬੀ, ਥੋੜਾ ਜਿਹਾ ਹਿਸਾਬ ਲਗਾਈਏ।
ਬਾਤ-ਬਤੋਲੀਆਂ ਦਾਦੀ ਪਾਵੇ, ਇੱਕ ਬੁਝਾਰਤ ਤਾਂ ਸੁਲਝਾਈਏ।

ਏਨੇ ਵੇਦ, ਗ੍ਰੰਥਾਂ ਦੀ ਮਾਂ, ਕੁੱਝ ਇੱਕ ਨੂੰ ਤਾਂ ਕੋਲ ਬਿਠਾਈਏ।
ਵੇਦ, ਰਮਾਇਣ, ਗੀਤਾ ਨੂੰ, ਪੰਜਾਬੀ ਮਾਂ ਦੀ ਯਾਦ ਕਰਾਈਏ।
ਪੰਜਾਬੀ ਵਿੱਚ ਜਨਮ ਧਾਰ ਕੇ, ਸੰਸਕ੍ਰਿਤ ਨੂੰ ਜਾ ਅਪਣਾਇਆ।

ਮਾਂ ਪੰਜਾਬੀ ਰੋਂਦੀ ਰਹਿ ਗਈ, ਪੁੱਤਰਾਂ ਨੂੰ ਕੋਈ ਤਰਸ ਨਾ ਆਇਆ।

◆

ਬੋਲੀਂ ਬੀਬੀ ਅੰਮ੍ਰਿਤਾ

ਬੋਲੀਂ ਬੀਬੀ ਅੰਮ੍ਰਿਤਾ! ਜਿਥੇ ਵੀ ਹੈਂ ਉੱਥੋਂ ਬੋਲੀਂ।
ਬੀਤ ਗਏ ਇਤਹਾਸ ਦੇ, ਇੱਕ ਵਾਰੀ ਫਿਰ ਵਰਕੇ ਫੋਲੀਂ।

ਵਾਰਿਸ ਸ਼ਾਹ ਦੇ ਵਾਰਸਾਂ ਦੀ ਦਰਦ ਭਰੀ ਇੱਕ ਕਥਾ ਸੁਣਾਵੀਂ।
ਕਿਵੇਂ ਸੁਨੇਹਾ ਘੱਲਣਾ ਸੁੱਨੜ ਨੂੰ ਵੀ ਤੂੰ ਸਮਝਾਵੀਂ।

ਹਿੰਦੀ, ਸਿੰਧੀ ਬੀਬੀਆਂ ਮਾਂ ਨੂੰ ਮਿਲਣ ਕਦੇ ਨਾ ਆਈਆਂ।
ਗੁਜਰਾਤੀ, ਬੰਗਾਲੀ ਭੈਣਾਂ ਤੇਰੇ ਹੁੰਦਿਆ ਸੀ ਪਰਣਾਈਆਂ।

ਬਿਰਧ ਅਵਸਥਾ ਮਾਂ ਪੰਜਾਬੀ ਪਤਾ ਨਹੀਂ ਕਿੰਨਾ ਚਿਰ ਜੀਵੇ।
ਕਿੰਨਾ ਚਿਰ ਤੱਕ ਹੌਕੇ ਖਾਵੇ, ਕਿੰਨਾ ਚਿਰ ਤੱਕ ਹੰਝੂ ਪੀਵੇ।

ਵੱਡੀ ਕੁੜੀ ਹਿੰਦੀ ਨੂੰ ਆਖੀਂ ਮਾਂ ਕਹਿੰਦੀ ਰਮਾਇਣ ਲਿਆਵੇ।
ਮਝਲੀ ਧੀ ਸਿੰਧੀ ਨੂੰ ਆਖੀਂ ਗੀਤਾ ਦਾ ਉਪਦੇਸ਼ ਸੁਣਾਵੇ।

ਗਾਲਿਬ ਤੇ ਇਕਬਾਲ ਨੂੰ ਦੱਸੀਂ, ਮਾਂ ਦਾ ਰੋਣ ਨਾ ਥੰਮਿਆ ਜਾਵੇ।
ਬੁੱਲ੍ਹੇ ਤੇ ਹਾਸ਼ਮ ਨੂੰ ਆਖੀਂ, ਯਾਦ ਉਨ੍ਹਾਂ ਦੀ ਬੜੀ ਸਤਾਵੇ।

ਗੁਰ ਭਗਤਾਂ ਦੀ ਸਿਫ਼ਤ ਕਰਨ ਲਈ ਪੂਰਬ ਤੋਂ ਟੈਗੋਰ ਵੀ ਆਵੇ।
ਪੰਜਾਬ, ਸਿੰਧ, ਗੁਜਰਾਤ ਨੂੰ 'ਕੱਠਿਆਂ ਕਰਕੇ ਮਾਂ ਦੇ ਕੋਲ ਬਿਠਾਵੇ।

ਇੱਕ ਖ਼ਤ ਹੋਰ ਲਿਖੀਂ ਨੀ ਭੈਣੇ! ਜਿਸ ਵਿੱਚ ਮਾਂ ਦਾ ਦੁਖੜਾ ਫੋਲ੍ਹੀਂ।
ਬੋਲੀਂ ਬੀਬੀ ਅੰਮ੍ਰਿਤਾ! ਜਿਥੇ ਵੀ ਹੈਂ ਉੱਥੋਂ ਬੋਲੀਂ।
◆

ਮਾਂ ਦਾ ਧਰਮ

ਰਾਮ ਤੁਰੇ ਬਨਵਾਸ ਨੂੰ ਸੀਤਾ ਮਾਤਾ ਸਾਥ ਨਿਭਾਇਆ,
ਰੱਬ ਦੀ ਸੇਵਾ ਕਰਦਿਆਂ ਰੱਬ ਤੋਂ ਵਧ ਕੇ ਧਰਮ ਕਮਾਇਆ।
ਤੇਗ਼ ਬਹਾਦਰ ਤਪ ਕਰਨ, ਮਾਤਾ ਗੁਜਰੀ ਬਣ ਗਈ ਸਾਇਆ,
ਪਰਮਪੁਰਖ਼ ਦੀ ਸੇਵਾ ਕਰ, ਗੋਬਿੰਦ ਗੋਦੀ ਵਿੱਚ ਖਿਡਾਇਆ।

ਧਰਤੀ ਧਰਮ ਬਚਾਉਣ ਲਈ, ਇਮਤਿਹਾਨ ਦੇਵੇ ਹਰ ਰਾਇਆ,
ਸੱਚ ਨਾ ਸੜਦਾ ਕਦੇ ਵੀ, ਸੀਸ ਵਾਰ ਕੇ ਧਰਮ ਬਚਾਇਆ।
ਮਾਂ ਗੁਜਰੀ ਦੇ ਲਾਲ ਨੇ ਸਿੱਖ ਨੂੰ, ਪੇਂਦ ਚਾੜ੍ਹ ਕੇ ਸ਼ੇਰ ਬਣਾਇਆ,
ਐਸੀ ਤਾਕਤ ਬਖ਼ਸ਼ 'ਤੀ ਸਵਾ ਲੱਖ ਨਾ' ਇੱਕ ਲੜਾਇਆ।

ਗੰਗੂ 'ਤੇ ਵਿਸ਼ਵਾਸ ਕਰ ਇਮਤਿਹਾਨ ਗੁਜਰੀ ਦਾ ਆਇਆ,
ਦਾਦੀ ਸਾਹਵੇਂ ਪੋਤਿਆਂ ਨੂੰ ਜਿਉਂਦਿਆਂ ਕੰਧਾਂ ਵਿੱਚ ਚਿਣਾਇਆ।
ਮਾਂ ਧਰਤੀ 'ਚੋਂ ਜਨਮਿਆਂ, ਸਭ ਕੁੱਝ ਧਰਤੀ ਵਿੱਚ ਸਮਾਇਆ,
ਨਾਨਕ ਲਿਖ ਗਏ ਆਪ ਖ਼ੁਦ, ਧਰਤੀ ਉੱਤੇ ਕਲਯੁਗ ਆਇਆ।
◆

ਮਾਂ ਦੀ ਯਾਦ

ਹਾਂ! ਮੇਰੀ ਇੱਕ ਮਾਂ ਹੁੰਦੀ ਸੀ, ਧਰਤੀ ਵਰਗੀ ਭਾਸ਼ਾ ਵਰਗੀ,
ਜਿਹੜੀ ਮਰਜ਼ੀ ਗੱਲ ਛੇੜੀਏ, ਹਰ ਗੱਲ ਵਿੱਚ ਬਿਆਂ ਹੁੰਦੀ ਸੀ।
ਪੰਜਾਬੀ ਮੁਟਿਆਰਾਂ, ਗੱਭਰੂ, ਹੀਰਾਂ-ਰਾਂਝੇ, ਸਹਿਬਾਂ-ਮਿਰਜ਼ੇ,
ਜਦੋਂ ਕਿਤੇ ਵੀ ਗੱਲ ਚੱਲਦੀ ਤਾਂ ਸਾਡੀ ਵੱਖਰੀ ਥਾਂ ਹੁੰਦੀ ਸੀ।

ਮਾਂ ਮੋਈ ਪਰਿਵਾਰ ਵਿਛੜ ਗਿਆ, ਭੈਣਾਂ-ਭਾਈ ਬਣੇ ਵਲਾਇਤੀ,
ਤੂਤ, ਟਾਹਲੀਆਂ ਨਾ ਹੀ ਦਿਸਦੀ, ਬੋਹੜਾਂ ਦੀ ਜੋ ਛਾਂ ਹੁੰਦੀ ਸੀ।
ਮੇਰੀ ਮਾਂ ਦੇ ਪੁੱਤ-ਪੋਤਰੇ, ਇੱਕ ਦੂਜੇ ਦੇ ਜਾਨ ਦੇ ਦੁਸ਼ਮਣ,
ਸੁਣਿਆਂ! ਸਭ ਭੈਣਾਂ-ਭਾਈਆਂ ਦੀ ਇੱਕ ਦੂਜੇ ਵਿੱਚ ਜਾਂ ਹੁੰਦੀ ਸੀ।
◆

ਮਾਂ ਬੋਲੀ

ਆਪਣੀ ਮਾਂ ਬੋਲੀ ਜੋ ਭੁੱਲ ਗਏ,
ਹੋਰ ਭਲਾ! ਕੀ ਯਾਦ ਕਰਨਗੇ।
ਮਾਂ-ਪਿਓ ਵਰਗੇ ਜੋ ਨਹੀਂ ਲੱਗਦੇ,
ਗ਼ੈਰਾਂ ਨਾ' ਕੀ ਗੱਲ ਕਰਨਗੇ।

ਆਪਣਾ ਸੱਭਿਆਚਾਰ ਜੋ ਹਰ ਗਏ,
ਰੁਲ ਜਾਵਣਗੇ ਰੋਜ਼ ਹਰਨਗੇ।
ਹੋਰ ਭਲਾ! ਕੋਈ ਕਿਉਂ ਅਪਣਾਊ,
ਓਪਰਿਆਂ ਨੂੰ ਕੌਣ ਜਰਨਗੇ।

ਜਿਹੜੀ ਆਪਣਾ ਪੇਕਾ ਭੁੱਲ ਗਈ,
ਸਹੁਰੇ ਕੀ ਇਤਬਾਰ ਕਰਨਗੇ?
ਪੱਥਰ ਚੱਟਣਾ ਕੀ ਮਛਲੀ ਨੇ,
ਮੂੰਹ ਦੀ ਖਾ ਕੇ ਫੇਰ ਮੁੜਨਗੇ।
◆

ਪੰਜਾਬੀ ਜ਼ੁਬਾਨ

ਜੀਵ-ਜੰਤੂ ਪਸ਼ੂ-ਪੰਛੀ ਹੋਣਗੇ ਭਾਸ਼ਾ ਬਿਨਾ,
ਪਰ ਕਿਸੇ ਕੀਮਤ ਬਣ ਨਹੀਂ ਸਕਦਾ ਭਾਸ਼ਾ ਬਿਨ ਇਨਸਾਨ।
ਨਾ ਕੋਈ ਧਰਮ ਨਾ ਸਾਇੰਸ ਹੁੰਦੀ ਜੇ ਭਾਸ਼ਾ ਨਾ ਹੁੰਦੀ,
ਸੰਭਵ ਹੀ ਨਹੀਂ ਭਾਸ਼ਾ ਬਾਝੋਂ ਗਿਆਨ ਅਤੇ ਵਿਗਿਆਨ।

ਦੁੱਖ-ਸੁੱਖ ਦੀ ਕੋਈ ਸਾਂਝ ਨਾ ਹੁੰਦੀ ਜੇ ਬੋਲੀ ਨਾ ਹੁੰਦੀ,
ਦਿਲ ਦੇ ਦਰਦ ਕਿਵੇਂ ਕੋਈ ਦੱਸਦਾ, ਕਿੱਦਾਂ ਕਰਦਾ ਬਿਆਨ।
ਭਾਸ਼ਾ ਨੇ ਪੰਜਾਬ ਦੀ ਧਰਤੀ ਉੱਤੇ ਜਨਮ ਲਿਆ ਸੀ,
ਕੋਈ ਵੀ ਦੁਨੀਆ ਦਾ ਬੰਦਾ ਇਸਤੋਂ ਨਹੀਂ ਅਣਜਾਣ।

ਪੰਜਾਬੀ ਭਾਸ਼ਾ ਦੇ ਅੱਖ਼ਰ, ਦੁਨੀਆ ਮੱਲਦੀ ਫਿਰਦੀ,
ਕਹਿੰਦੇ ਪੰਜਾਬੀ ਨੇ ਮਰ ਜਾਣਾ, ਸੁੱਨਣ ਬੜਾ ਹੈਰਾਨ।
ਵਾਰਿਸ ਸ਼ਾਹ ਦੀ ਹੀਰ ਕੋਈ, ਕਿਸ ਭਾਸ਼ਾ ਵਿਚ ਗਾਊਗਾ,
ਕਾਦਰਯਾਰ, ਬੁੱਲਾ ਤੇ ਹਾਸਮ ਪੰਜਾਬੀ ਦੀ ਸ਼ਾਨ।

ਫ਼ਰੀਦ, ਕਬੀਰ ਤੇ ਰਵੀਦਾਸ ਵਰਗੇ ਭਗਤਾਂ ਦੀ ਬਾਣੀ,
ਕਿਸ ਭਾਸ਼ਾ ਵਿੱਚ ਬਾਣੀ ਪੜ੍ਹੀਏ ਹੋ ਕੇ ਅੰਤਰਧਿਆਨ।
ਪਾਤਰ ਨੂੰ ਸਮਝਾਵੋ! ਐਵੇਂ ਬਹੁਤਾ ਫ਼ਿਕਰ ਕਰੇ ਨਾ,
ਸੱਤਰਾਂ ਦੇਸ਼ਾਂ ਵਿੱਚ ਪੰਜਾਬੀ ਬੋਲਣ ਆਪਣੀ ਜ਼ੁਬਾਨ।

◆

ਮਾਂ ਮਛੋਹਰ ਨਹੀਂ ਮੈਂ

ਮਾਂ ਮਛੋਹਰ ਨਹੀਂ ਹਾਂ ਮੈਨੂੰ ਮੇਰੇ ਰੱਬ 'ਤੇ ਰੋਸ ਨਹੀਂ ਕੋਈ।
ਮਾਂ ਦੀ ਮਹਿਕ ਮੇਰੇ 'ਚੋਂ ਆਵੇ ਵਿਛੜਨ ਦਾ ਅਫ਼ਸੋਸ ਨਹੀਂ ਕੋਈ।
ਜਿਸ ਗਰਭੋਂ ਪੈਦਾ ਹੋਇਆਂ ਮੈਂ ਜਿਸਮ ਰੂਪ ਪ੍ਰਲੋਕ 'ਚ ਹੋਣੈ,
ਪੰਜੇ ਤੱਤ ਉਸਦੇ ਮੇਰੇ ਵਿੱਚ ਸਭ ਬੋਲਣ ਖ਼ਾਮੋਸ਼ ਨਹੀਂ ਕੋਈ।

ਮੇਰੀ ਦੂਜੀ ਮਾਂ ਧਰਤੀ ਮਾਂ ਜਿਸ ਧਰਤੀ 'ਤੇ ਪੈਦਾ ਹੋਇਆ,
ਧਰਤੀ ਦੇ ਦੂਜੇ ਪਾਸੇ ਵੀ ਧਰਤੀ ਮਾਂ ਦੇ ਗੁਣ ਗਾਉਂਦਾ ਹਾਂ।
ਦੂਰੋਂ ਦੇਖ ਕੇ ਸਭ ਦੱਸ ਦਿੰਦੇ ਕਿਸ ਧਰਤੀ ਦਾ ਜਾਇਆ ਹਾਂ,
ਆਪਣੀ ਇਹ ਪਹਿਚਾਣ ਬਣਾਈ ਰੱਖਣਾ ਹੀ ਮੈਂ ਚਾਹੁੰਦਾ ਹਾਂ।

ਮਾਂ ਬੋਲੀ ਤੀਜੀ ਮਾਂ ਮੇਰੀ ਮੈਂ ਪੰਜਾਬੀ ਦਾ ਲੇਖਕ ਹਾਂ,
ਆਪਣੀ ਮਾਂ ਦੇ ਸੋਹਲੇ ਗਾਉਂਦਾ ਰਾਤ ਦਿਨੇ ਮੈਂ ਕਦੇ ਨਾ ਥੱਕਦਾ।
ਲੱਖਾਂ ਲੋਕੀਂ ਵਾਕਿਫ਼ ਨੇ ਮੇਰੇ ਊੜੇ ਤੇ ਜੂੜੇ ਤੋਂ,
ਗ਼ਜ਼ਲ, ਗੀਤ, ਪੰਜਾਬੀ ਕਿੱਸੇ ਲਿਖਦਾ-ਪੜ੍ਹਦਾ ਕਦੇ ਨਾ ਅੱਕਦਾ।

ਇਸ ਵਾਰੀ ਪੰਜਾਬ ਵਿੱਚ ਮੈਨੂੰ ਬਹੁਤ ਹੀ ਮਾਂ ਮਛੋਹਰ ਮਿਲੇ ਨੇ,
ਰਿਸ਼ਤੇ ਤਾਂ ਹਨ ਕਰਤਵਿੱਦਿਆ ਏਥੇ ਸਭ ਕੰਮਚੋਰ ਮਿਲੇ ਨੇ।

ਸਭ ਕੁੱਝ ਹੁੰਦਿਆਂ-ਸੁੰਦਿਆਂ ਤਿੰਨੇ ਮਾਵਾਂ ਬਾਂਝ ਲੱਗਦੀਆਂ,
ਤਿੰਨੇ ਹੀ ਮਾਵਾਂ ਦੀਆਂ ਏਥੇ ਘਰਾਂ ਦੇ ਵਿੱਚ ਚਿਖ਼ਾਵਾਂ ਮਘਦੀਆਂ।
ਝੱਖੜ ਵਿੱਚ ਜੀਕਣ ਕਿਸੇ ਪਾਸੇ ਵੀ ਕੁੱਝ ਨਹੀਂ ਦਿਸਦਾ,
ਜਾਂ ਹੜ੍ਹ ਹੈ ਜਾਂ ਸੋਕਾ ਸੁੱਨੜਾ! ਨਹਿਰਾਂ, ਨਦੀਆਂ ਨਹੀਂ ਵਗਦੀਆਂ।

ਦੂਰ ਦੇਸ਼ ਵਿੱਚ ਰਹਿੰਦਿਆਂ ਤਿੰਨਾਂ ਮਾਵਾਂ ਦਾ ਅਹਿਸਾਸ ਹੈ,
ਕੁੱਝ ਕੋਲ ਨਹੀਂ ਮੇਰੇ ਪਰ ਲੱਗਦਾ ਸਭ ਕੁੱਝ ਪਾਸ ਹੈ।

ਮਾਂ ਮਛੋਹਰ ਨਹੀਂ ਹਾਂ ਮੈਨੂੰ ਮੇਰੇ ਰੱਬ 'ਤੇ ਰੋਸ ਨਹੀਂ ਕੋਈ।
ਮਾਂ ਦੀ ਮਹਿਕ ਮੇਰੇ 'ਚੋਂ ਆਵੇ ਵਿਛੜਨ ਦਾ ਅਫ਼ਸੋਸ ਨਹੀਂ ਕੋਈ।
◆

ਭਾਸ਼ਾ

ਭਾਸ਼ਾ ਵਿੱਚ ਇਨਸਾਨ ਬੋਲਦਾ ਹਰ ਭਾਸ਼ਾ ਇਨਸਾਨੀ।
ਕੂਕਣ ਤੇ ਕੁਰਲਾਉਣ ਦੀ ਆਦਤ ਪਸ਼ੂਆਂ ਦੀ ਨਿਸ਼ਾਨੀ।

ਹਰ ਭਾਸ਼ਾ ਸਭ ਦੀ ਸਾਂਝੀ ਹੈ ਕਿਸੇ 'ਕੱਲੇ-ਕਾਰੇ ਦੀ ਨਹੀਂ,
ਭਾਸ਼ਾ ਨੂੰ ਨਫ਼ਰਤ ਕਰਨੀ ਹੈ, ਇੱਕ ਆਦਤ ਹੈਵਾਨੀ।

ਪੰਜਾਬੀ ਨੂੰ ਨਫ਼ਰਤ ਕਰਕੇ ਮਾਰ ਨਹੀਂ ਕੋਈ ਸਕਦਾ,
ਜਿਸ ਮਾਂ ਦਾ ਦੁੱਧ ਚੁੰਘਿਆ ਉਸਨੂੰ ਕਿਹੜਾ ਕਹੂ ਬਿਗਾਨੀ।

ਦਿੱਲੀ ਤੋਂ ਕੰਧਾਰ ਤੀਕਰਾਂ ਪੰਜਾਬੀ ਨੇ ਸਾਰੇ,
ਪੁੱਤ ਧੀਆਂ ਜਦ ਮਾਂ ਨਾ ਕਹਿੰਦੇ ਹੁੰਦੀ ਬਹੁਤ ਹੈਰਾਨੀ।

ਦੁਨੀਆ ਦੀ ਪਹਿਲੀ ਭਾਸ਼ਾ ਹੈ ਸੰਸਕ੍ਰਿਤ ਪੰਜਾਬਣ,
ਚੁੱਪ ਕਰ ਸੁੱਨੜਾ! ਮਾਂ ਭੁੱਲੀ ਜਦ ਕਿਉਂ ਨਾ ਭੁੱਲਦੀ ਨਾਨੀ।
◆

ਮਾਂ-ਪੁੱਤ ਵਾਲਾ ਸਾਕ

ਇੱਕੋ ਮਾਂ ਦੇ ਜਾਏ ਪੁੱਤਰਾਂ ਵਿੱਚ ਰਿਸ਼ਤਾ ਨਾਪਾਕ ਕਿਉਂ ਹੈ,
ਆਪਣੀ ਮਾਂ ਦੇ ਦੋਹਾਂ ਚਰਨਾਂ 'ਤੇ ਸਿਰ ਧਰਨਾ ਪਾਪ ਕਿਉਂ ਹੈ।
ਦੋ ਭਾਈਆਂ ਵਿਹੜਾ ਵੰਡਿਆ ਪਰ ਮਾਂ ਕਿਸ ਤਰ੍ਹਾਂ ਵੰਡਣਗੇ,
ਮਾਂ ਮਾਰਨ 'ਤੇ ਤੁਲੇ ਨੇ ਜੇ ਤਾਂ ਮਾਂ-ਪੁੱਤ ਵਾਲਾ ਸਾਕ ਕਿਉਂ ਹੈ।

◆

287

ਪਿਤਰ

ਪਿਤਰ ਨਾ ਹੁੰਦੇ ਅਸੀਂ ਨਾ ਹੁੰਦੇ ਮਾਤ-ਪਿਤਾ ਰੱਬ ਦੇ ਅਵਤਾਰ।
ਜਿਉਂਦੇ ਪਿਤਰਾਂ ਨੂੰ ਜੋ ਵਿਸਰਨ ਉਹਨਾਂ ਦਾ ਜਿਉਣਾ ਦੁਰਕਾਰ।

ਮਾਂ ਤਾਂ ਕਦੇ ਨਹੀਂ ਮੋਇਆ ਕਰਦੀ, ਪੰਜੇ ਤੱਤ ਸਾਡੇ ਵਿੱਚ ਜਿਉਂਦੇ,
ਮਾਤਾ ਬਿਨਾ ਤਾਂ ਕੁੱਝ ਨਾ ਹੁੰਦਾ, ਨਾ ਇਹ ਦੁਨੀਆ ਨਾ ਸੰਸਾਰ।
◆

ਦੇਸ਼ ਪਿਆਰ ਦੀ ਕਵਿਤਾ

ਪੰਜ ਦੁਆਬ

ਪੰਡਤ ਮੰਦਰਾਂ ਵਿੱਚ ਬੁੱਤ ਪੂਜਣ, ਮੁੱਲਾਂ ਮੱਕੇ ਕਰਨ ਹਜ਼ਾਬ।
ਸੁੱਨੜ ਦਾ ਕੀ ਕਰੀਏ, ਜਿਸਦੀ ਪੂਜਾ ਉਸਦੇ ਪੰਜ ਦੁਆਬ।

ਚੰਦ, ਤਾਰਿਆਂ 'ਤੇ ਹੈ ਕੀ-ਕੀ, ਦੁਨੀਆ ਲੱਭਦੀ ਫਿਰਦੀ ਹੈ,
ਸੁੱਨੜ ਖੋਜ ਕਰੇ ਕੰਢਿਆਂ 'ਤੇ ਸਤਲੁਜ, ਰਾਵੀ, ਸਿੰਧ, ਝਨਾਬ।

ਚੀਨੀ, ਅਫ਼ਰੀਕੀ ਤੇ ਰੋਮਨ, ਬਹੁਤ ਪੁਰਾਤਨ ਗਿਣਦੇ ਲੋਕ,
ਸੁੱਨੜ ਆਖੇ ਮਾਨਵਤਾ ਦਾ, ਮੁੱਢ-ਕਦੀਮ ਤਾਂ ਹੈ ਪੰਜਾਬ।

ਗੀਤਾ ਅਤੇ ਰਮਾਇਣ ਵੀ ਤਾਂ ਜਾਈਆਂ ਨੇ ਪੰਜਾਬ ਦੀਆਂ,
ਸੰਸਕ੍ਰਿਤ ਵੀ ਜੰਮੀ ਏਥੇ, ਸੁੱਨੜ ਦਾ ਤਾਂ ਇਹੀ ਹਿਸਾਬ।

ਅੱਲਾ-ਅੱਲਾ ਕਰੀਂ ਫ਼ਰੀਦਾ! ਫੇਰ ਕਿਤੇ ਵੀ ਆਵੇਂ ਜੇ,
ਪਾਕ ਪਵਿੱਤਰ ਪੰਜਾਬੀ ਵਿੱਚ, ਵਾਰਿਸ ਸ਼ਾਹ ਦਾ ਨਹੀਂ ਜਵਾਬ।

ਝੂਠ ਤੂਫ਼ਾਨ ਬੋਲ ਕੇ ਲੋਕੀਂ, ਨਕਲੀ ਧਰਮ ਬਣਾ ਲੈਂਦੇ,
ਨਾਨਕ ਦੀ ਬਾਣੀ 'ਤੇ ਸੁੱਨੜਾ! ਦੱਸੀਂ ਕਿੱਥੇ ਦਿਸਦਾ ਦਾਗ਼।

ਕਾਦਰ ਦੀ ਕੁਦਰਤ ਹੈ ਉਪਜੀ, ਇਸ ਓਪਜਾਊ ਧਰਤੀ 'ਤੇ,
ਉੱਚੇ ਪਰਬਤ, ਡੂੰਘੇ ਪਾਣੀ, ਮਾਰੂਥਲ ਨਾ ਹੋਣ ਅਬਾਦ।

ਜਾਣ ਬੁੱਝ ਕੇ ਮਚਲੇ ਹੋਏ, ਸਭ ਕੁੱਝ ਜਾਣੇ ਇਹ ਦੁਨੀਆ,
ਬਹਿ ਜਾ ਤੂੰ ਚੁੱਪ ਕਰਕੇ ਸੁੱਨੜਾ! ਚਾਤਰ ਲੋਕੀਂ ਬੜੇ ਖਰਾਬ।

ਪਾੜ-ਚੀਰ ਕੇ ਲੀਰਾਂ ਕੀਤਾ, ਕੋਹਿਆ ਬੜਾ ਕਸਾਈਆਂ ਨੇ,
ਮਹਿਕ ਅਜੇ ਵੀ ਓਦਾਂ ਹੀ ਹੈ, ਮੌਲਾ! ਖਿੜਿਆ ਰਹੇ ਗੁਲਾਬ।

◆

ਵਤਨ ਵਾਪਸੀ

ਨੀ ਹੁਣ ਵਤਨ ਵਾਪਸੀ ਸਾਡੀ, ਵਾਪਸ ਘਰ ਨੂੰ ਜਾਵਾਂਗੇ।
ਉੱਥੇ ਕਾਲੀ ਵੇਈਂ 'ਤੇ ਆ ਜਾਈਂ, ਤੈਨੂੰ ਸ਼ੈਰ ਕਰਾਵਾਂਗੇ।
ਘੁੱਟ ਕੇ ਮਰ ਚੱਲੇ ਪਰਦੇਸੀ, ਖੁੱਲ੍ਹੀ ਹਵਾ 'ਚ ਜਾਵਾਂਗੇ।
ਆਪਣੇ ਸ਼ਹਿਰ ਇਲਾਕੇ ਜਾ ਕੇ, ਹੁਣ ਢੋਲੇ ਦੀਆਂ ਲਾਵਾਂਗੇ।

ਨੀ ਤੂੰ ਪੁੱਛ ਕੇ ਕਾਂਜਲੀ ਆਵੀਂ, ਤੈਨੂੰ ਝੀਲ ਵਿਖਾਵਾਂਗੇ।
ਨੀ ਹੁਣ ਵਤਨ ਵਾਪਸੀ ਸਾਡੀ............।

ਸ਼ਾਲਾਮਾਰ ਬਾਗ਼ ਵਿੱਚ ਜਾ ਕੇ, ਵੱਖਰੀ ਚੀਜ਼ ਵਿਖਾਵਾਂਗੇ।
ਹਿੰਦੂ, ਮੁਸਲਮ, ਸਿੱਖ, ਇਸਾਈ, 'ਕੱਠਿਆਂ ਨੂੰ ਮਿਲਵਾਵਾਂਗੇ।
ਠਾਣੇ 'ਲਾਗੇ ਪੰਜ ਮੰਦਰੀ ਵਿੱਚ, ਤੈਨੂੰ ਲੈ ਕੇ ਜਾਵਾਂਗੇ।
ਸੁੰਨੀ ਹੈ ਪਰ ਦੂਰੋਂ ਦਿਸਦੀ, ਇੱਕ ਮਸੀਤ ਦਿਖਾਵਾਂਗੇ।

ਬਾਬੇ ਨਾਨਕ ਦੀ ਨਗਰੀ ਦੇ ਦਰਸ਼ਨ ਵੀ ਕਰਵਾਵਾਂਗੇ।
ਨੀ ਹੁਣ ਵਤਨ ਵਾਪਸੀ ਸਾਡੀ............

ਜੋ-ਜੋ ਕਸ਼ਟ ਵਿਦੇਸ਼ੀ ਕੱਟੇ, ਸਭ ਨੂੰ ਭੁੱਲਣਾ ਚਾਹਵਾਂਗੇ।
ਪੈਸੇ ਪਿੱਛੇ ਜੂਨ ਗਵਾ ਲਈ, ਆਪਣਾ ਦਰਦ ਸੁਣਾਵਾਂਗੇ।
ਆਪਣੀ ਮਾਂ ਪੰਜਾਬੀ ਦੇ ਚਰਨਾਂ 'ਤੇ ਸੀਸ ਟਿਕਾਵਾਂਗੇ।
ਪੁੱਤਰਾਂ ਦਾ ਜੋ ਮਾਂ ਲਈ ਬਣਦਾ, ਆਪਣਾ ਫ਼ਰਜ਼ ਨਿਭਾਵਾਂਗੇ।
ਮੇਰੀ ਮਾਂ ਦੀ ਮਮਤਾ ਦੇਖੀਂ, ਤੈਨੂੰ ਮਾਂ ਮਿਲਵਾਵਾਂਗੇ।

ਨੀ ਹੁਣ ਵਤਨ ਵਾਪਸੀ ਸਾਡੀ, ਵਾਪਸ ਘਰ ਜਾਵਾਂਗੇ।
ਉੱਥੇ ਕਾਲੀ ਵੇਈਂ 'ਤੇ ਆਵੀਂ, ਤੈਨੂੰ ਸ਼ੈਰ ਕਰਾਵਾਂਗੇ।
◆

ਮੇਰਾ ਦੇਸ਼

ਬਸ! ਕਰ ਹੁਣ ਹੋਰ ਨਾ ਬਰਬਾਦ ਕਰ ਇਸ ਦੇਸ਼ ਨੂੰ,
ਤੂੰ ਕੌਣ ਹੈਂ, ਪਹਿਚਾਣ ਨਹੀਂ ਹੋਇਆ ਛਲੇਡੇ ਭੇਸ ਨੂੰ।

ਸੋਲ੍ਹਾਂ ਜਿਲ੍ਹੇ ਸਾਡੇ ਤੋਂ ਖੋਹ ਕੇ, ਦੂਰ ਕਰ ਦਿੱਤੇ ਕਿਉਂ,
ਰਲ-ਮਿਲ ਰਹਿਣ ਦੇ ਚਾਅ ਸਭ, ਚਕਨਾਚੂਰ ਕਰ ਦਿੱਤੇ ਕਿਉਂ।

ਸਾਡੇ ਜਨਮ ਅਸਥਾਨ ਅੱਜ ਪਰਦੇਸ ਹੋ ਗਏ, ਤਾਂ ਕੀ ਹੈ,
ਕਹਿਣ ਦੇ ਲੋਕਾਂ ਨੂੰ, ਇਹ ਦੋ ਦੇਸ਼ ਹੋ ਗਏ, ਤਾਂ ਕੀ ਹੈ।

ਗੁਰੂ ਗ੍ਰੰਥ ਨੂੰ ਖੋਲ੍ਹ, ਸਾਡੇ ਵਾਂਗ ਤੂੰ ਪੜ੍ਹ ਕੇ ਤਾਂ ਦੇਖ,
ਅੱਲਾ! ਅੱਲਾ!! ਆਖਦਾ ਵਿੱਚ ਬੈਠ ਬਾਬਾ ਫ਼ਰੀਦ ਸ਼ੇਖ਼।

ਸੱਤਾ ਤੇ ਬਲਵੰਤ, ਮਰਦਾਨਾ ਵੀ ਬੈਠਾ ਗੁਰੂ ਨਾਲ,
ਬੁੱਧੂ ਦੀ ਸੰਤਾਨ ਨੂੰ ਪੁੱਛਿਓ! ਉਹਨਾਂ ਦਾ ਕੀ ਖ਼ਿਆਲ।

ਮੇਰਿਆਂ ਨੂੰ ਮਿਲਣ ਦੀ ਕੋਸ਼ਿਸ਼, ਮੈਂ ਦੱਸ! ਕਿਉਂ ਨਾ ਕਰਾਂ,
ਦੂਸਰੇ ਕੰਢੇ ਤੇ ਵਸਦਾ ਦਿਲ, ਝਨ੍ਹਾਂ ਕਿਉਂ ਨਾ ਤਰਾਂ।

ਸੱਸੀ, ਸੋਹਣੀਂ, ਹੀਰ, ਸਹਿਬਾਂ, ਕਿਸ ਤਰਾਂ ਵੰਡੇਂਗਾ ਤੂੰ,
ਮਿਰਜ਼ਾ ਗਾਉਂਦੇ ਸੁੱਨੜ ਨੂੰ, ਦੱਸ ਕਿਸ ਤਰਾਂ ਭੰਡੇਂਗਾ ਤੂੰ।

ਗੁਰੂਆਂ ਤੇ ਪੀਰਾਂ ਦੀ ਧਰਤੀ ਨੂੰ ਤੂੰ ਵੀ ਆਬਾਦ ਕਰ,
ਵੇਦ, ਗੀਤਾ ਇਸੇ ਧਰਤੀ 'ਤੇ ਲਿਖੇ ਗਏ, ਯਾਦ ਕਰ।

ਬਸ! ਕਰ ਹੁਣ ਹੋਰ ਨਾ ਬਰਬਾਦ ਕਰ ਇਸ ਦੇਸ਼ ਨੂੰ,
ਤੂੰ ਕੌਣ ਹੈਂ, ਪਹਿਚਾਣ ਨਹੀਂ ਹੋਇਆ ਛਲੇਡੇ ਭੇਸ ਨੂੰ।

◆

ਸੱਤ ਸਮੁੰਦਰ ਤਰ ਕੇ

ਸੱਤ ਸਮੁੰਦਰ ਤਰ ਕੇ, ਹਰ ਕੇ ਵਾਪਸ ਘਰ ਆਇਆ ਹਾਂ।

ਦੇਸ਼-ਵਿਦੇਸ਼ਾ ਦੇ ਵਿੱਚ ਜਾ ਕੇ, ਅਮਰੀਕਾ ਵਿੱਚ ਪੈਰ੍ਹ ਜਮਾ ਕੇ।
ਧਰਤ, ਆਕਾਸ਼ ਬੜੇ ਹੀ ਗਾਹ ਕੇ, ਪ੍ਰਦੇਸਾਂ ਦੀ ਮੋਹਰ ਲਵਾ ਕੇ।
ਸ਼ਹਿਰ ਮੇਰੇ ਦੀ ਮਿੱਟੀ ਵਿਚਲੀ, ਮਹਿਕ ਨੂੰ ਭਾਲਣ ਆਇਆ ਹਾਂ।

ਸੱਤ ਸਮੁੰਦਰ ਤਰ ਕੇ, ਹਰ ਕੇ ਵਾਪਸ ਘਰ ਆਇਆ ਹਾਂ।

ਚੋਗਾ ਚੁਗਣ ਵਿਦੇਸ਼ੀਂ ਆਇਆ, ਵਤਨੋਂ ਦੂਰ ਆਲ੍ਹਣਾ ਪਾਇਆ।
ਹਰ ਮੌਸਮ ਵਿੱਚ ਢਲਣਾ ਚਾਹਿਆ, ਰਹੁ-ਰੀਤਾਂ ਨੂੰ ਵੀ ਅਪਣਾਇਆ।
ਥੱਕ ਹਾਰ ਕੇ ਮੁੜ ਆਇਆ ਹਾਂ, ਮੈਂ ਜਿੱਥੋਂ ਦਾ ਜਾਇਆ ਹਾਂ।

ਸੱਤ ਸਮੁੰਦਰ ਤਰ ਕੇ, ਹਰ ਕੇ ਵਾਪਸ ਘਰ ਆਇਆ ਹਾਂ।

ਮੇਰਾ ਸ਼ਹਿਰ, ਸ਼ਹਿਰ ਦੀਆਂ ਗਲੀਆਂ, ਮੇਰੇ ਜੁੱਸੇ ਦੇ ਵਿੱਚ ਰਲੀਆਂ।
ਜਿੱਥੇ ਮੇਰੀਆਂ ਰੀਝਾਂ ਪਲੀਆਂ, ਚਰਨਾਮਤ ਨੂੰ ਤਰਸਣ ਤਲੀਆਂ।
ਸ਼ਹਿਰ ਮੇਰੇ ਦੇ ਸੁਖ ਸਾਗਰ ਦਾ, ਬੂੰਦ-ਬੂੰਦ ਤ੍ਰਿਹਾਇਆ ਹਾਂ।

ਸੱਤ ਸਮੁੰਦਰ ਤਰ ਕੇ, ਹਰ ਕੇ ਵਾਪਸ ਘਰ ਆਇਆ ਹਾਂ।

ਮੇਰੇ ਵਤਨ ਦਿਓ ਮੇਰੇ ਯਾਰੋ! ਮੇਰੇ ਸ਼ਹਿਰ ਦੀਓ ਮੁਟਿਆਰੋ!
ਆਪਣਾ ਸੱਭਿਆਚਾਰ ਨਾ ਹਾਰੋ, ਘਰ ਆਏ ਦੀ ਨਜ਼ਰ ਉਤਾਰੋ।
ਸਾਬਤ, ਸੂਰਤ ਸੁੱਨੜ ਨੂੰ ਮੈਂ, ਘਰ ਨੂੰ ਮੋੜ ਲਿਆਇਆ ਹਾਂ।

ਸੱਤ ਸਮੁੰਦਰ ਤਰ ਕੇ, ਹਰ ਕੇ ਵਾਪਸ ਘਰ ਆਇਆ ਹਾਂ।
◆

ਗੱਲ ਕਰੀਏ ਦੇਸ਼ ਪੰਜਾਬ ਦੀ

ਗੱਲ ਸਤਲੁਜ, ਰਾਵੀ, ਬਿਆਸ ਦੀ, ਗੱਲ ਜਿਹਲਮ ਅਤੇ ਝਨਾਬ ਦੀ।
ਰਲ ਮਿਲ ਬਹਿ ਕੇ ਗੱਲ ਕਰੀਏ, ਪਿੱਤਰਾਂ ਦੇ ਦੇਸ਼ ਪੰਜਾਬ ਦੀ।

ਵਿਰਸੇ ਅਤੇ ਵਿਹਾਰ 'ਚ ਬਹਿ ਕੇ, ਮਰਿਯਾਦਾ ਦੇ ਵਿੱਚ ਵਿੱਚ ਰਹਿ ਕੇ।
ਆਪਣੀ ਗੱਲ ਤਾਂ ਕਰ ਸਕਦੇ ਹਾਂ, ਆਪਣੇ-ਆਪਣੇ ਹੌਕੇ ਲੈ ਕੇ।

ਇੰਝ ਤਾਂ ਆਪਣਾ ਕੁੱਝ ਨਹੀਂ ਬਣਨਾ, 'ਕੱਲੇ-'ਕੱਲੇ ਰੋਂਦੇ ਰਹਿ ਕੇ।
ਕਿੰਨੇ ਚਿਰ ਤੱਕ ਤੁਰੇ ਫਿਰਾਂਗੇ, ਏਸ ਤਰਾਂ ਹੀ ਸਭ ਕੁੱਝ ਸਹਿ ਕੇ।
ਮਿਲ ਬੈਠ ਕੇ ਗੱਲ ਕਰੀਏ, ਸਾਡੀ ਧੁੰਦਲੀ ਪੈਂਦੀ ਤਾਬ ਦੀ।

ਗੱਲ ਸਤਲੁਜ, ਰਾਵੀ, ਬਿਆਸ ਦੀ, ਗੱਲ ਜਿਹਲਮ ਅਤੇ ਝਨਾਬ ਦੀ....।

ਪੰਜੇ ਪਾਣੀ ਫਿਰ ਵੀ ਰਲਦੇ, ਸਾਨੂੰ ਇੱਕ ਸੁਨੇਹਾ ਘੱਲਦੇ।
ਦੱਸਿਓ ਕਿਸ ਦਰਿਆ ਦਾ ਪਾਣੀ, ਜਦ ਪਾਣੀ, ਪਾਣੀ ਨਾਲ ਰਲਦੇ।
ਵੰਡੀਆਂ ਪਾ ਕੇ ਤਾਰਾਂ ਲਾ ਕੇ, ਮਾਂ ਨੂੰ ਵੰਡ ਕੇ ਕਿਸਨੂੰ ਛਲ਼ਦੇ।
ਇੱਕੋ ਮਾਂ ਦੀ ਛਾਤੀ ਚੁੰਘਦੇ, ਦੋ ਪੁੱਤਰ ਵੱਖੋ-ਵੱਖ ਪਲਦੇ।
ਆਓ! ਰਲ ਮਿਲ ਗੱਲਾਂ ਕਰੀਏ, ਦਰਿਆਵਾਂ ਦੇ ਆਬ ਦੀ।

ਗੱਲ ਸਤਲੁਜ ਰਾਵੀ ਬਿਆਸ ਦੀ, ਗੱਲ ਜਿਹਲਮ ਅਤੇ ਝਨਾਬ ਦੀ....।

ਵਾਘਿਓਂ ਪਾਰ ਮਿਲਣ ਨੂੰ ਜਾਈਏ, ਜਾ ਕੇ ਆਪਣਾ ਦਰਦ ਸੁਣਾਈਏ।
ਆਪਣਿਆਂ ਨੂੰ ਗਲ ਨਾਲ ਲਾਈਏ, ਇੱਕ ਦੂਜੇ ਦੀ ਪੀੜ ਵੰਡਾਈਏ।
ਰੁੱਸੇ ਹਾਂ ਤਾਂ ਵੀ ਮੰਨ ਜਾਈਏ, ਜੇ ਭੁੱਲੇ ਹਾਂ ਤਾਂ ਪਛਤਾਈਏ।
ਗੱਲ ਕਰਨ ਲਈ ਸਫ਼ ਵਿਛਾਈਏ, ਕੁੱਝ ਸੁਣੀਏਂ ਤੇ ਕੁੱਝ ਸਮਝਾਈਏ।
ਨਾਨਕ ਤੇ ਮਰਦਾਨੇ ਦੀ ਗੱਲ, ਗੱਲ ਬਾਣੀ ਅਤੇ ਰਬਾਬ ਦੀ।

ਗੱਲ ਸਤਲੁਜ ਰਾਵੀ ਬਿਆਸ ਦੀ, ਗੱਲ ਜਿਹਲਮ ਅਤੇ ਝਨਾਬ ਦੀ.....।

ਕੀ ਗ਼ਲਤੀ ਆਪਣੇ ਤੋਂ ਹੋਈ, ਦੋਹੀਂ ਪਾਸੀਂ ਜਾਂਦੇ ਰੋਈ।
ਸਾਡੀ ਤਾਂ ਕੋਈ ਗ਼ਲਤੀ ਹੈ ਨ੍ਹੀਂ, ਗ਼ਲਤੀ ਤਾਂ ਹਾਕਮ ਤੋਂ ਹੋਈ।
ਆਪਣੇ ਪੁੱਤਰਾਂ ਕੋਲੋਂ ਮਾਂ ਨੇ, ਦੱਸੋ ਕਿਹੜੀ ਚੀਜ਼ ਲਕੋਈ।

ਖ਼ੂਨ ਦੇ ਰਿਸ਼ਤੇ ਸਾਡੇ ਫਿਰ ਵੀ, ਕੌਣ ਇਨ੍ਹਾਂ ਨੂੰ ਜਾਂਦਾ ਧੋਈ।
ਇੱਕ ਮਾਲਾ ਦੇ ਮਣਕੇ ਕਾਹਤੋਂ ਦੋ ਤੰਦਾਂ ਵਿੱਚ ਜਾਣ ਪਰੋਈ।
ਪੰਜਾਂ ਫੁੱਲਾਂ ਦੀ ਗੱਲ ਇੱਕੋ, ਜੇ ਡਾਲ਼ੀ ਇੱਕ ਗੁਲਾਬ ਦੀ।

ਗੱਲ ਸਤਲੁਜ, ਰਾਵੀ, ਬਿਆਸ ਦੀ, ਗੱਲ ਜਿਹਲਮ ਅਤੇ ਝਨਾਬ ਦੀ....।

ਨਾ ਤੂੰ ਮੇਰਾ ਦੋਸ਼ੀ ਵੀਰਾ! ਨਾ ਮੈਂ ਤੇਰਾ ਦੋਸ਼ੀ।
ਸੱਤ ਇਕਵੰਜਾ ਤੇਰੀ ਮੇਰੀ, ਬੜੀ ਸਿਆਸਤ ਹੋਛੀ।
ਏਨਾ ਕਤਲੇਆਮ ਕਰਵਾ ਕੇ, ਬਿਲਕੁਲ ਨਹੀਂ ਨਮੋਸ਼ੀ।
ਸਾਡੇ ਸਿਰ ਵਡਵਾ ਕੇ ਕਰਦੇ ਫਿਰਦੇ ਤਾਜਫਿਰੋਸ਼ੀ।
ਕੀ ਕੀ ਗੱਲਾਂ ਕਰੀਏ, ਇਹ ਮੁੱਕਣੀ ਨਹੀਂ ਵਹੀ ਹਿਸਾਬ ਦੀ।

ਗੱਲ ਸਤਲੁਜ, ਰਾਵੀ, ਬਿਆਸ ਦੀ, ਗੱਲ ਜਿਹਲਮ ਅਤੇ ਝਨਾਬ ਦੀ....।

◆

ਦਰਿਆਵਾਂ ਦਾ ਪਾਣੀ

ਘੱਗਰੇ, ਬੁੰਦੇ ਗਏ ਗਵਾਚੇ, ਬਾਕੀ ਵੀ ਸਭ ਮੁੱਕ ਜਾਵੇਗਾ।
ਦਰਿਆਵਾਂ ਦਾ ਪਾਣੀ ਸਾਰਾ, ਸੁੱਕਦੇ-ਸੁੱਕਦੇ ਸੁੱਕ ਜਾਵੇਗਾ।

ਪੰਜ ਪਾਣੀਆਂ ਦੀ ਧਰਤੀ ਦਾ ਵੰਡ ਵੰਡਾਈਆਂ ਹੋਇਆ।
ਕੋਹ-ਕੋਹ ਤੋਂ ਕਈ ਵਾਰ ਕਸਾਈਆਂ, ਇਸ ਧਰਤੀ ਨੂੰ ਕੋਹਿਆ।
ਮਾਰ ਦੁਹੱਥੜੇ ਜੰਨਤ ਰੋਈ, ਧਰਤੀ, ਅੰਬਰ ਰੋਇਆ।
ਮੁਖੜਾ ਗਿਆ ਵਲੂੰਧਰਿਆ, ਹੁਣ ਬੇਪਛਾਣ ਹੈ ਹੋਇਆ।
ਸੁੱਕ ਗਿਆ ਪੰਜਾਬੀ ਪਾਣੀ, ਸਭ ਹਰਿਆਵਲ ਸੁੱਕੀ,
ਰੁਕ-ਰੁਕ ਕੇ ਜਨ-ਜੀਵਨ ਚਲਦਾ ਰੁਕਦਾ-ਰੁਕਦਾ ਰੁਕ ਜਾਵੇਗਾ।

ਦਰਿਆਵਾਂ ਦਾ ਪਾਣੀ ਸਾਰਾ ਸੁੱਕਦਾ ਸੁੱਕਦਾ ਸੁੱਕ ਜਾਵੇਗਾ.....।

ਤੂੰਬੀ ਅਤੇ ਅਲਗੋਜ਼ੇ ਸੁਣਿਆਂ ਨੂੰ ਇੱਕ ਮੁੱਦਤ ਹੋਈ।
ਕਚਨਾਰਾਂ ਦੇ ਫੁੱਲ ਨਾ ਦਿਸਦੇ, ਕਿੱਧਰ ਗਈ ਖੁਸ਼ਬੋਈ।
ਦੁਪਹਿਰਖਿੜੀ ਪੰਜਾਬ ਦੀ ਧਰਤੀ, ਲੱਗਦੀ ਰੋਈ-ਰੋਈ।
ਇਸ ਜ਼ਰਖੇਜ਼ ਜਿਮੀਂ ਦੀ, ਏਸ ਤਰ੍ਹਾਂ ਕਿਉਂ ਹਾਲਤ ਹੋਈ।

ਦਗ਼ ਦਗ਼ ਕਰਦਾ ਸੂਰਜ ਲੱਗਦਾ ਛੁਪਦਾ-ਛੁਪਦਾ ਛੁਪ ਜਾਵੇਗਾ।

ਦਰਿਆਵਾਂ ਦਾ ਪਾਣੀ ਸਾਰਾ ਸੁੱਕਦਾ ਸੁੱਕਦਾ ਸੁੱਕਦਾ ਸੁੱਕ ਜਾਵੇਗਾ....।

ਸਭ ਨੇ ਠੰਡੇ ਹੋ ਜਾਣਾ ਜੇ ਸੂਰਜ ਠੰਡਾ ਹੋਇਆ ਤਾਂ।
ਜਨ-ਜੀਵਨ ਸਭ ਮੁੱਕ ਜਾਣਾ, ਜੇ ਪਾਣੀ ਮੁੱਕ ਖਲੋਇਆ ਤਾਂ।
ਧਰਤੀ ਗਰਭਵਤੀ ਨਹੀਂ ਹੋਣੀ, ਪਾਣੀ ਪਿਤਾ ਨਾ ਹੋਇਆ ਤਾਂ।
ਪੁੰਨ-ਪਾਪ ਸਭ ਕੁੱਝ ਮਰ ਜਾਣਾ, ਪਵਨ ਗੁਰੂ ਜੇ ਮੋਇਆ ਤਾਂ।
ਮਾਤ ਪਿਤਾ ਬਾਰੇ ਨਾ ਸੋਚਣ, ਪੁੱਤ ਕੁਪੁੱਤ ਕਹਾਉਂਦੇ ਉਹ।
ਦੇਖਣ ਵਾਲਾ ਕੁੱਝ ਨ੍ਹੀਂ ਰਹਿਣਾ ਮਿੱਟੀ ਵਿੱਚ ਸਭ ਲੁਕ ਜਾਵੇਗਾ।

ਦਰਿਆਵਾਂ ਦਾ ਪਾਣੀ ਸਾਰਾ ਸੁੱਕਦੇ ਸੁੱਕਦੇ ਸੁੱਕ ਜਾਵੇਗਾ....।

◆

ਪਰਦੇਸੀ

ਪਰਦੇਸਾਂ ਵਿੱਚ ਵਿਚਰਦਾ
ਮੈਂ ਬਹੁਤ ਫਿਰਿਆਂ ਦੋਸਤਾਂ!
ਪਰਦੇਸਾਂ ਵਿੱਚ ਪਰਦੇਸੀ ਹੀ ਆਖਿਆ ਸਭ ਨੇ
ਪਰ ਤੂੰ ਪਰਦੇਸੀ ਨਾ ਕਹੇਂ ਤਾਂ ਮਿਹਰਬਾਨੀ।

ਮੇਰੀ ਜੇਬ ਵਿੱਚ ਪਾਸਪੋਰਟ ਦੇਖਿਆ ਜੋ ਤੂੰ
ਮੈਂ ਮੰਨਦਾ ਹਾਂ ਵਿਦੇਸ਼ੀ ਹੈ
ਜੇਬ ਦੇ ਪਿੱਛੇ ਧੜਕਦੇ ਦਿਲ ਨੂੰ ਜੇ ਵੇਖੇਂ
ਹਰ ਧੜਕਣ ਵਿੱਚ ਆਪਣਾ ਅਤੀਤ ਦੇਖੇਂਗਾ।

ਮੈਂ ਇਕਬਾਲ ਕਰਦਾਂ ਹਾਂ ਕਿ
ਆਪਣੀ ਭੁੱਖ ਮੇਟਣ ਲਈ
ਵਿਦੇਸ਼ਾ ਵਿੱਚ ਮੈਂ ਜਾ ਵਸਿਆ
ਮੈਂ ਲੈਂਦਾ ਹਾਂ ਇਜਾਜ਼ਤ
ਆਪਣੇ ਹੀ ਦੇਸ਼ ਪਰਤਣ ਦੀ
ਮੇਰੀ ਮਾਂ ਦੇ ਪਿੰਡ ਜਾਣ ਲਈ ਪੁੱਛ-ਗਿੱਛ ਹੁੰਦੀ ਹੈ।
ਪਰ ਗਹੁ ਨਾਲ ਦੇਖ
ਬਿਲਕੁਲ ਮੇਰੇ ਬਾਪੂ ਵਰਗੀ ਸ਼ਕਲ ਹੈ ਮੇਰੀ
ਮੇਰੀ ਮਾਸੂਮੀਅਤ ਵੇਲੇ ਤੋਂ ਜਾਣਦਾ ਹੈਂ ਤੂੰ
ਪਰ ਤੂੰ ਜਦੋਂ ਸ਼ੱਕ ਦੀ ਨਜ਼ਰ ਨਾਲ ਦੇਖਦੈਂ ਮੈਨੂੰ
ਐਵੇਂ ਲੱਗਦੈ ਜਿਵੇਂ ਕੋਈ ਗਾਲ੍ਹ ਕੱਢਦਾ ਹੈਂ।
ਮੇਰੀ ਮਾਂ ਦੇ ਚਰਿੱਤਰ 'ਤੇ ਜਿਵੇਂ ਇਤਬਾਰ ਨਹੀਂ ਤੈਨੂੰ।

ਮੈਨੂੰ ਸਮਝ ਨਹੀਂ ਆਉਂਦੀ ਨਜ਼ਰ ਤੇਰੀ ਨੂੰ ਕੀ ਹੋਇਆ
ਤੇਰੇ ਮੇਰੇ ਖ਼ੂਨ ਦਾ ਇੱਕ ਰੰਗ, ਤੈਨੂੰ ਕਿਉਂ ਨਹੀਂ ਦਿਸਦਾ?

ਅੱਧੀ ਉਮਰ ਭਾਵੇਂ ਮੈਂ ਵਿਦੇਸ਼ਾਂ ਵਿੱਚ ਗੁਜ਼ਾਰੀ ਹੈ
ਵਿਦੇਸ਼ੀ ਹੀ ਸਦਾ ਕਹਿੰਦੇ ਰਹੇ ਸਾਰੇ
ਲੇਕਿਨ ਕਦੇ ਮੈਨੂੰ ਸੰਗ ਨਹੀਂ ਲੱਗੀ
ਕਦੇ ਕੋਈ ਦਰਦ ਨਹੀਂ ਹੋਇਆ

ਕੋਈ ਪਹਿਚਾਣਦਾ ਹੈ ਜੇ ਮੈਂ ਕਿਨ੍ਹਾਂ ਦਾ ਪੁੱਤਰ ਹਾਂ
ਤਾਂ ਇਸ ਵਿੱਚ ਹਰਜ਼ ਵੀ ਕੀ ਹੈ

ਵਿਦੇਸ਼ੀ ਕਾਗਜ਼ਾਂ ਨੂੰ ਦੇਖ ਕੇ ਫ਼ਤਵਾ ਨਾ ਲਾ ਸੱਜਣਾ!
ਦਿਲ ਵਿੱਚ ਨਜ਼ਰ ਮਾਰੀਂ
ਕਤਰਾ-ਕਤਰਾ ਖੂਨ ਤੈਨੂੰ ਆਪਣਾ ਲੱਗੂ
ਖ਼ੂਨ ਦੇ ਰਿਸ਼ਤੇ ਕਦੇ ਟੁੱਟਿਆ ਨਹੀਂ ਕਰਦੇ
ਨਹੁੰ ਤੇ ਮਾਸ ਦਾ ਰਿਸ਼ਤਾ ਹੈ ਆਪਣਾ ਵੀਰਨਾ!
ਪਰਦੇਸਾਂ ਵਿੱਚ
ਪਰਦੇਸੀ ਹੀ ਆਖਿਆ ਸਭ ਨੇ
ਪਰ ਤੂੰ ਪਰਦੇਸੀ ਨਾ ਕਹੇਂ ਤਾਂ ਮਿਹਰਬਾਨੀ।
◆

ਪੰਜਾਬਣਾਂ

ਅੱਜ ਗਿੱਧੇ ਵਿੱਚ ਨੱਚੀਆਂ ਪੰਜਾਬਣਾਂ ਤੇ
ਸਾਰਾ ਜੋੜਮੇਲਾ ਛੱਡਿਆ ਨਚਾ ਕੇ।
ਜਿਨ੍ਹੇ ਦੇਖਿਆ ਉਹ ਰਹਿ ਗਿਆ ਦੇਖਦਾ,
ਗੇੜਾ ਦਿੱਤਾ ਜਦੋਂ ਲੱਕ ਨੂੰ ਹਿਲਾ ਕੇ।

ਨੀ ਤੂੰ ਲੁੱਟ ਲਿਆ ਮੇਲਾ ਅੱਜ ਹਾਨਣੇ!
ਗੇੜਾ ਦਿੱਤਾ ਨੀ ਤੂੰ ਜਦੋਂ ਬੋਲੀ ਪਾ ਕੇ।
ਤੇਰੀ ਅੱਥਰੀ ਜਵਾਨੀ ਅੱਜ ਛਾ ਗਈ,
ਨੱਚੀ ਖੁੱਲ੍ਹ ਕੇ ਤੂੰ ਅੱਜ ਸੰਗ ਲਾਹ ਕੇ।

ਤੂੰ ਤਾਂ ਕੁੱਟ-ਕੁੱਟ ਤੋੜ ਦਿੱਤਾ ਛੱਜ ਨੀ,
ਤੂੰ ਆਈ ਜਾਗੋ ਜਦੋਂ ਸਿਰ 'ਤੇ ਉਠਾ ਕੇ।
ਸਾਰੇ ਫੋਲ੍ਹ ਸੁੱਟੇ ਦਾਦਕੇ ਤੇ ਨਾਨਕੇ,
'ਕੱਠੇ ਸਾਰਿਆਂ ਨੂੰ ਗਿੱਧੇ 'ਚ ਬਿਠਾ ਕੇ।

ਅੱਜ ਲੱਗਦਾ ਤੂੰ ਜਿੱਦ ਉੱਤੇ ਆ ਗਈ,
ਹਟੀ ਸਾਰਿਆਂ ਨੂੰ ਗਿੱਧੇ 'ਚ ਹਰਾ ਕੇ।
ਅੱਜ ਚੋਬਰਾਂ ਨੂੰ ਕਰ 'ਤਾ ਸ਼ਰਾਬੀ ਤੂੰ,
ਕਈ ਡਿੱਗਦੇ ਫਿਰਨ ਗਸ਼ ਖਾ ਕੇ।

ਗੱਲਾਂ, ਗੱਲ-ਗੱਲ ਵਿੱਚ ਅੱਜ ਤੇਰੀਆਂ!
ਨੀ ਕਿੱਥੇ ਚੱਲੀ ਆਂ ਚੁਆਤੀ ਲਾ ਕੇ।
ਲਾ 'ਤੇ ਚਾਰ ਚੰਨ ਖੁਸ਼ੀਆਂ ਨੂੰ ਅੱਜ ਤੂੰ,
ਨੀ ਤੂੰ ਸਾਡੇ ਨਾਲ ਖੁਸ਼ੀਆਂ ਮਨਾ ਕੇ।
◆

ਪੁਰਾਣਾ ਪੰਜਾਬ

ਤੰਬੇ, ਚਾਦਰੇ, ਜਗੀਰਾਂ, ਸਰਦਾਰੀਆਂ,
ਮੱਝਾਂ ਬੂਰੀਆਂ, ਘੋੜੇ ਤੇ ਜੋਗਾਂ ਨਾਹਰੀਆਂ,
ਅੱਜ ਭਾਲਿਆਂ ਵੀ ਲੱਭਦੇ ਨਹੀਂ ਕਿੱਧਰੇ,
ਸਭ ਰਹਿ ਗਏ ਪਕਿਸਤਾਨ।

ਭੂਆ, ਮਾਸੀਆਂ, ਮਾਮੀਆਂ, ਤਾਈਆਂ,
ਚਾਚੀਆਂ ਸਭ ਆਪਣੇ ਅਤੀਤ 'ਚ ਗੁਆਚੀਆਂ,
ਸਾਰੇ ਸਾਕਾਂ ਦੀਆਂ ਧੱਜੀਆਂ ਉਡਾ 'ਤੀਆਂ,
ਸਾਡਾ ਡੋਲ ਗਿਆ ਦੀਨ ਇਮਾਨ।

ਗੱਲ ਕਰਕੇ ਸੀ ਗੱਲ ਉੱਤੇ ਖੜਦੇ,
ਕਦੇ ਝੂਠੀਆਂ ਕਹਾਣੀਆਂ ਨਾ ਘੜਦੇ,
ਸੱਚ ਬੋਲ ਕੇ ਤੇ ਸਰਦਾ ਹੀ ਨਹੀਂ ਹੁਣ,
ਸਭ ਬੋਲਦੇ ਨੇ ਝੂਠ ਤੂਫ਼ਾਨ।

ਹੁੰਦੇ ਗੁੰਦਵੇਂ ਜਵਾਨਾਂ ਦੇ ਸਰੀਰ ਸੀ,
ਨਾ ਹੀ ਨਸ਼ੇ ਪੱਤੇ ਕਰਦੀ ਮੰਡੀਰ ਸੀ,
ਪੰਜਾਬੀਆਂ ਦੀ ਵੱਖਰੀ ਜਵਾਨੀ ਸੀ,
ਟੌਹਰ ਸਾਡੇ ਨੂੰ ਹੈ ਜਾਣਦਾ ਜਹਾਨ।

ਜੱਟ ਮੌਤ ਨੂੰ ਮਖੌਲ਼ਾਂ ਸੀ 'ਗੇ ਕਰਦੇ,
ਕਿਸੇ ਭੀਂ ਪਾਂਡੋ ਕੋਲੋਂ ਨਹੀਂ ਸੀ ਡਰਦੇ,
ਹੱਥ ਮੁੱਛ ਉੱਤੇ ਡਾਂਗ ਮੋਢੇ ਧਰਦੇ,
ਸਾਡੀ ਦੁਨੀਆ ਤੋਂ ਵੱਖਰੀ ਸੀ ਸ਼ਾਨ।

ਕਿੱਸੇ ਬਣਦੇ ਪੰਜਾਬੀ ਮੁਟਿਆਰਾਂ ਦੇ,
ਹੁੰਦੇ ਵੱਖ਼ਰੇ ਹੀ ਨਖ਼ਰੇ ਸੀ ਨਾਰਾਂ ਦੇ,
ਜਦੋਂ ਪੀਂਘ ਆਸਮਾਨ ਨੂੰ ਚੜ੍ਹਾਉਂਦੀਆਂ,
ਕਿੱਦਾਂ ਕਰੇ ਕੋਈ ਉਸਨੂੰ ਬਿਆਨ।

ਮੁੰਡੇ-ਕੁੜੀਆਂ ਨਹੀਂ ਲੱਗਦੇ ਪੰਜਾਬ ਦੇ,
ਪੁਰਾਣੇ ਮਾਝੇ, ਮਾਲਵੇ, ਦੁਆਬ ਦੇ,
ਸਭ ਡਿਸਕੋ ਤੇ ਪੱਬਾਂ ਵਿੱਚ ਰੁਲ਼ ਗਏ
ਤਾਹੀਓਂ ਸੁੱਨੜ ਹੈ ਬਹੁਤ ਹੈਰਾਨ।

ਤੰਬੇ, ਚਾਦਰੇ, ਜਗੀਰਾਂ, ਸਰਦਾਰੀਆਂ,
ਮੱਝਾਂ ਬੂਰੀਆਂ, ਘੋੜੇ ਤੇ ਜੋਗਾਂ ਨਾਹਰੀਆਂ,
ਅੱਜ ਭਾਲਿਆਂ ਵੀ ਲੱਭਦੇ ਨਹੀਂ ਕਿੱਧਰੇ,
ਸਭ ਰਹਿ ਗਏ ਪਕਿਸਤਾਨ।

◆

ਜੰਡ, ਟਾਹਲੀਆਂ, ਤੂਤ

ਪੇਂਦੂ ਬੇਰਾਂ ਨੇ ਮਲ੍ਹਿਆਂ ਦੇ ਬੇਰ ਭੁਲਾ ਦਿੱਤੇ।
ਕਚਨਾਰਾਂ ਦੇ ਫੁੱਲਾਂ ਦੀ ਥਾਂ ਕੰਢੇ ਲਾ ਦਿੱਤੇ।

ਨਾ ਝੱਲ ਰਹੀ ਨਾ ਟਿੱਬੇ ਦਿਸਦੇ ਨਾ ਬੋਹੜਾ ਦੀਆਂ ਛਾਵਾਂ,
ਜੰਡ, ਟਾਹਲੀਆਂ, ਤੂਤ ਸਾਰੇ ਹੀ ਵੱਢ-ਵਢਾ ਦਿੱਤੇ।

ਕੁਦਰਤ ਦੇ ਫ਼ਲ, ਬੂਟੇ ਸਾਰੇ ਮੁਫ਼ਤੋਂ, ਮੁਫ਼ਤੀ ਸੀ,
ਰਿਸ਼ਤਿਆਂ, ਨਾਤਿਆਂ ਦੇ ਵੀ ਲੋਕਾਂ ਮੁੱਲ ਪਵਾ ਦਿੱਤੇ।

ਸਾਧਾਂ, ਸੰਤਾਂ ਦੇ ਟਿੱਲੇ ਜੋ ਉੱਚੇ ਲੱਗਦੇ ਸੀ,
ਮਾਰ ਕਰਾਹੇ ਸਭ ਦੇ ਸਭ ਹੀ ਖੇਤ ਬਣਾ ਦਿੱਤੇ।

ਧਰਤੀ ਤਾਂ ਜ਼ਰਖੇਜ਼ ਰਹੀ ਹੈ ਮੁੱਢ ਕਦੀਮਾਂ ਤੋਂ,
ਖਾਦ, ਦਵਾਈਆਂ ਪਾ ਕੇ ਉਸਦੇ ਹੋਸ਼ ਭੁਲਾ ਦਿੱਤੇ।

ਰੁੱਤ-ਰੁੱਤ ਦੇ ਮੇਵੇ ਵੀ ਗੱਲ ਪੁਰਾਣੀ ਹੋ ਗਈ ਹੁਣ,
ਮਨ ਮਰਜ਼ੀ ਦੇ ਅੱਜ ਕੁਰੁੱਤੇ ਬੀਜ ਬਣਾ ਦਿੱਤੇ।

ਕੁਦਰਤ ਦੇ ਨਾਲ ਪੰਗਾ ਲੈਣੋਂ ਵੀ ਨਹੀਂ ਹਟਦੇ ਲੋਕ,
ਕੁਦਰਤ ਦੇ ਨਾਂ 'ਤੇ ਵੱਖੋ-ਵੱਖ ਧਰਮ ਚਲਾ ਦਿੱਤੇ।

ਸੁੱਨੜਾ! ਚੁੱਪ ਕਰਕੇ ਵੇਂਹਦਾ ਰਹਿ ਕੀ ਕਰਦੀ ਦੁਨੀਆ,
ਤੇਰੇ ਵਰਗੇ ਕਈ ਦੁਨੀਆ ਨੇ ਬਲੀ ਚੜ੍ਹਾ ਦਿੱਤੇ।

◆

ਪਿੰਡ ਦੀ ਯਾਦ

ਬਾਪੂ, ਚਾਚੇ, ਤਾਏ ਛੱਡ ਗਏ ਛੱਡਿਆ ਪਿੰਡ ਭਰਾਵਾਂ।
ਰੜਕਦੀਆਂ ਨਹੀਂ ਮੇਰੇ ਪਿੰਡ ਦੀਆਂ ਧੀਆਂ, ਭੈਣਾਂ, ਮਾਵਾਂ।

ਜਿਸ ਪਿੰਡ ਖੇਡੀ ਲੁਕਣ ਮਿਚਾਈ, ਗੁੱਲੀ ਡੰਡਾ, ਖਿੱਦੋ,
ਦੱਸੋ ਯਾਰੋ! ਆਪਣੇ ਪਿੰਡ ਵਿੱਚ ਕਿਸ ਦਾ ਪਿੱਠੂ ਢਾਹਵਾਂ।

ਸਾਰਾ ਪਿੰਡ ਵਿਦੇਸ਼ੀ ਹੋ ਗਿਆ ਕਈ ਮੁਲਕਾਂ ਦੇ ਵਾਸੀ,
ਅਮਰੀਕਾ ਦਾ ਪਾਸਪੋਰਟ ਮੈ ਕਿਹੜੇ ਚੁੱਲ੍ਹੇ ਡਾਹਵਾਂ।

ਰੌਣਕ ਮੇਲੇ ਖਤਮ ਹੋਏ ਮਿਟ ਗਈ ਸ਼ਾਝ-ਭਿਆਲੀ,
ਯਾਦ ਕਰਾਂ ਕੀ ਭੁੱਲ ਜਾਵਾਂ, ਮੈ ਹੁਣ ਪਿੰਡ ਦਾ ਸਿਰਨਾਵਾਂ।
◆

ਢਾਈ ਅੱਖਰ ਪ੍ਰੇਮ ਦੇ

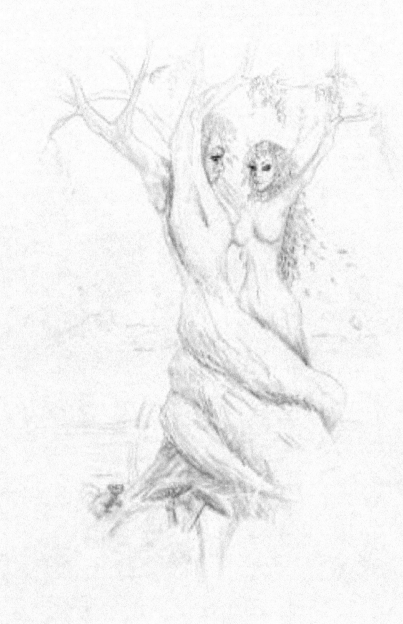

ਮੁਟਿਆਰ

ਹਰ ਗਲੀ, ਹਰ ਜਗ੍ਹਾ, ਮੇਰੇ ਯਾਰ ਭਾਲਿਓ!
ਇੱਕ ਲੱਭਦੀ ਨਹੀਂ, ਮੁਟਿਆਰ ਭਾਲਿਓ!

ਜਿਹੜੀ ਹੇਕਾਂ ਲਾ ਤ੍ਰਿੰਜਣਾਂ 'ਚ ਗਾਉਂਦੀ ਹੁੰਦੀ ਸੀ
ਜਿਹੜੀ ਪੀਂਘ ਅਸਮਾਨਾਂ ਨੂੰ ਚੜ੍ਹਾਉਂਦੀ ਹੁੰਦੀ ਸੀ
ਜਿਹੜੀ ਗਿੱਧਿਆਂ ਦੇ ਵਿੱਚ ਅੱਗ ਲਾਉਂਦੀ ਹੁੰਦੀ ਸੀ
ਜਿਹਦੀ ਤੋਰ ਪਾਣੀਆਂ ਨੂੰ ਮਾਤ ਪਾਉਂਦੀ ਹੁੰਦੀ ਸੀ
ਜਿਹੜੀ ਸ਼ਾਹ ਵੇਲਾ ਖੇਤਾਂ 'ਚ ਲਿਆਉਂਦੀ ਹੁੰਦੀ ਸੀ
ਜਿਹੜੀ ਹੱਥ ਛੱਡ ਟੋਕਰੀ ਉਠਾਉਂਦੀ ਹੁੰਦੀ ਸੀ।

ਗੁੰਮ ਹੋ ਗਈ ਉਹ ਭੱਤੇ ਵਾਲੀ ਨਾਰ ਭਾਲਿਓ!
ਇੱਕ ਲੱਭਦੀ ਨਹੀਂ ਮੁਟਿਆਰ ਭਾਲਿਓ!

ਜਿਹਦੀ ਸੱਥਾਂ ਵਿੱਚ ਬਹਿ ਕੇ ਲੋਕੀਂ ਗੱਲ ਕਰਦੇ
ਜਿਹਦੀ ਚੁੱਪ ਦੇ ਵੀ ਗੱਭਰੂ ਹੁੰਘਾਰੇ ਭਰਦੇ
ਜਿਹਦੀ ਅੱਖ ਦੀ ਅਦਾ 'ਤੇ ਵੱਡੇ-ਵੱਡੇ ਮਰਦੇ
ਜੀਹ 'ਤੇ ਚੰਗੇ-ਚੰਗੇ ਚੋਬਰਾਂ ਦਿਲ ਹਰਦੇ
ਜਿਹਦੇ ਜ਼ੁਲਫ਼ਾਂ ਦੇ ਨਾਗ ਸੀਨਿਆਂ 'ਤੇ ਲੜਦੇ
ਜਿਹਦੇ ਲੱਕ ਦੇ ਇਸ਼ਾਰੇ ਵੀ ਸਵਾਲ ਕਰਦੇ।

ਜਿਹਦੇ ਹਾਸਿਆਂ ਚੋਂ ਖਿੜਦੀ ਬਹਾਰ ਭਾਲਿਓ!
ਇੱਕ ਲੱਭਦੀ ਨਹੀਂ ਮੁਟਿਆਰ ਭਾਲਿਓ!

ਜਿਹਦੀ ਸਾਦਗੀ ਤੇ ਸਾਰੇ ਲੋਕੀਂ ਡੁੱਲ੍ਹ-ਡੁੱਲ੍ਹ ਜਾਂਦੇ
ਜਿਹਨੂੰ ਦੇਖ ਹਟਵਾਣੀਏ ਵੀ ਸੌਦੇ ਭੁੱਲ ਜਾਂਦੇ
ਜਿਸ ਮੇਲੇ ਜਾਵੇ, ਮੇਲੇ ਦੇ ਨਸੀਬ ਖੁੱਲ੍ਹ ਜਾਂਦੇ
ਜਿਹਦੇ ਲੌਂਗ ਦੀ ਲਿਸ਼ਕ ਨਾਲ ਸਾਰੇ ਹਿੱਲ ਜਾਂਦੇ

ਜਿਹਨੂੰ ਦੇਖ ਜ਼ਿੰਦਗੀ ਦੇ ਸਾਰੇ ਸੁਖ ਮਿਲ ਜਾਂਦੇ
ਜਿਹਦਾ ਰੂਪ ਤੱਕ ਤਾਜ਼ ਤੇ ਤਖ਼ਤ ਹਿੱਲ ਜਾਂਦੇ।

ਕਿੱਥੇ ਗਈ ਹੁਸਨਾਂ ਦੀ, ਸਰਕਾਰ ਭਾਲਿਓ!
ਇੱਕ ਲੱਭਦੀ ਨਹੀਂ ਮੁਟਿਆਰ ਭਾਲਿਓ!

◆

ਮਟਿਆਰੇ! ਕੱਚ ਕਮਾਈ ਨਾ

ਮਟਿਆਰੇ! ਕੱਚ ਕਮਾਈ ਨਾ
ਕਿਤੇ ਲੀਕ ਇਸ਼ਕ ਨੂੰ ਲਾਈ ਨਾ
ਮੈਨੂੰ ਰੱਜ-ਰੱਜ ਲੋਹੜੀ ਸੇਕਣ ਦੇ
ਦੇਖੀਂ! ਕਿਤੇ ਅੱਗ ਬੁਝਾਈ ਨਾ।
ਮਟਿਆਰੇ! ਕੱਚ....।

ਤੁਰਦੇ ਦੇ ਪੈ ਗਏ ਛਾਲੇ ਨੀ
ਅਸਾਂ ਦਿਲ ਨਾਲੋਂ ਵੱਧ ਪਾਲੇ ਨੀ
ਸਾਡੀ ਜ਼ਿੰਦਗੀ ਦੀ ਇਹ ਮੰਜ਼ਿਲ ਹੈ।
ਦੇਖੀਂ! ਕਿਤੇ ਵਾਟ ਵਧਾਈ ਨਾ।
ਮਟਿਆਰੇ! ਕੱਚ....।

ਸਾਡੇ ਜ਼ਖ਼ਮ ਅਵੱਲੇ ਭੈੜੇ ਨੀ
ਸਿਦਕਾਂ ਨਾਲ ਪੈ ਗਏ ਖਹਿੜੇ ਨੀ
ਰੰਗ-ਰੱਤੇ ਸਿਦਕ ਹੀ ਮਾਣ ਰਹੇ
ਕਿਤੇ ਉਹ ਵੀ ਖੋਹ ਲੈ ਜਾਈ ਨਾ।
ਮਟਿਆਰੇ! ਕੱਚ....।

ਸਾਡੇ ਜਿਸਮੇ ਦੇ ਵਿੱਚ ਰੱਤ ਨਹੀਂ
ਸਾਡੀ ਕੁੱਲੀ ਉੱਤੇ ਛੱਤ ਨਹੀਂ
ਇਹ ਪਿੰਜਰ ਕੰਧਾਂ ਸੱਖਣੀਆਂ
ਮੁੱਖ ਮੋੜ ਕੇ ਇਹ ਵੀ ਢਾਹੀ ਨਾ।
ਮਟਿਆਰੇ! ਕੱਚ....।

◆

ਸੰਗਦੇ ਰਹਿਣਾ

ਸੰਗਦੇ-ਸੰਗਦੇ ਰਹਿਣਾ, ਸਾਰੇ ਮੇਲੇ ਨੂੰ ਲੁੱਟ ਲੈਣਾ,
ਇਹ ਤਾਂ ਸੱਜਣਾ! ਤੇਰੀ ਆਦਤ ਬੜੀ ਪੁਰਾਣੀ ਆਂ!
ਤੱਦੀਆਂ ਨਾ ਕਰ ਏਧਰ ਆ ਜਾ, ਸਾਨੂੰ ਵੀ ਕੋਈ ਗੱਲ ਸੁਣਾ ਜਾ,
ਤੇਰੇ ਨਖ਼ਰਿਆਂ ਪਿੱਛੇ ਦੱਸ ਜਾ! ਆਖ਼ਰ ਕੀ ਕਹਾਣੀ ਆਂ!
ਸੰਗਦੇ-ਸੰਗਦੇ ਰਹਿਣਾ..........।

ਨੀ ਤੂੰ ਜਿੱਧਰੋਂ ਦੀ ਲੰਘ ਜਾਵੇਂ, ਚੰਗਿਆਂ ਚੰਗਿਆਂ ਨੂੰ ਗਸ਼ ਪਾਵੇਂ,
ਅੱਧਿਆਂ ਮਹਿਲਾਂ ਦੀ ਤੂੰ ਮਲਕਾ, ਅੱਧਿਆ ਦੀ ਤੂੰ ਰਾਣੀ ਆਂ!
ਤੇਰੇ ਰੂਪ ਦਾ ਜਾਦੂ ਛਾਇਆ, ਸਾਰੇ ਸ਼ਹਿਰ ‘ਚ ਪੰਗਾ ਪਾਇਆ।
ਕਮਲੇ ਕਰ ਦਿੱਤੇ ਸਭ ਲੋਕੀਂ, ਨੀ ਤੂੰ ਬੜੀ ਸਿਆਣੀ ਆਂ!
ਸੰਗਦੇ-ਸੰਗਦੇ ਰਹਿਣਾ..........।

ਰੱਬ ਸੱਚੇ ਮਨੋ ਧਿਆ ਕੇ, ਇੱਕ ਨੂੰ ਚੁਣ ‘ਲਾ ਨੀ ਸੰਗ ਲਾਹ ਕੇ।
ਲੜ-ਲੜ ਕੇ ਮਰ ਚੱਲੇ ਸਾਰੇ, ਇਹ ਜੋ ਤੇਰੇ ਹਾਣੀ ਆਂ!
ਮੁੰਡਿਆਂ ਦੇ ਤਕਰਾਰ ਕਰਾ ਕੇ, ਤੈਨੂੰ ਕੀ ਮਿਲਦਾ ਅਜ਼ਮਾ ਕੇ।
ਕਿੱਥੋਂ ਸਿੱਖਿਆ ਤੂੰ ਉਂਗਲਾਂ ‘ਤੇ, ਦੁਨੀਆਂ ਕਿਵੇਂ ਨਚਾਣੀ ਆਂ!
ਸੰਗਦੇ-ਸੰਗਦੇ ਰਹਿਣਾ..........।

ਕਿਸੇ ਇੱਕ ਦੀ ਲਾਟਰੀ ਲਾ ਦੇ, ਬਸ ! ਇੱਕ ਦੀ ਗੱਲ ਬਣਾ ਦੇ।
ਕਿਸੇ ਘਰੇ ਤਾਂ ਆਖ਼ਰ ਇੱਕ ਦਿਨ ਤੇਰੀ ਡੋਲੀ ਜਾਣੀ ਆਂ!
ਬਸ! ਕਰ ਹੁਣ ਆਪਣੀ ਸੰਗ ਲਾਹ ਦੇ, ਜਿਸ ਤੇ ਮਰਜ਼ੀ ਉਂਗਲ ਲਾ ਦੇ।
ਜੋ ਜਿੰਦ ਸਾਂਭ-ਸਾਂਭ ਰੱਖਦਾ ਹੈ, ਉਹ ਤੇਰੇ ਨਾਂ ਲਾਣੀ ਆਂ!
ਸੰਗਦ-ਸੰਗਦੇ ਰਹਿਣਾ..........।
◆

ਸੱਸੀ ਦੀ ਸੇਜ

ਸੁੱਤਾ ਸੇਜ ਸੱਸੀ ਤੋਂ ਪੁੰਨੂੰ, ਕਦੇ ਬਲੋਚਾਂ ਚੁੱਕ ਖੜਿਆ ਸੀ,
ਹੁਣ ਤਾਂ ਆਪੇ ਤੁਰ ਜਾਂਦੇ ਨੇ ਯਾਰ, ਮੰਜੇ ਤੇ ਪਾ ਕੇ ਯਾਰ।

ਦਿਲ ਨਾਲ ਦਿਲ ਬਦਲਾ ਕੇ, ਫਿਰ ਵੀ ਬਦਲ ਗਏ ਦਿਲਵਰ ਜਾਨੀ।
ਕਹਿੰਦੇ ਤੋੜ ਨਿਭਾ ਲੈਂਦੇ ਸੀ, ਪੱਗਾਂ ਨੂੰ ਬਦਲਾ ਕੇ ਯਾਰ।

ਯਾਰ ਦੀ ਖਾਤਰ ਮਰ ਜਾਵਣ ਦੀ, ਗੱਲ ਤਾਂ ਬਹੁਤ ਪੁਰਾਣੀ ਹੈ।
ਕੌਡੀਆਂ ਬਦਲੇ ਯਾਰ ਵੇਚ ਕੇ, ਬਹਿੰਦੇ ਚਸਕਾ ਲਾ ਕੇ ਯਾਰ।

ਕਾਜ਼ੀ ਨੂੰ ਵੀ ਊਜਾਂ ਲੱਗਣ, ਮਸਜਿਦ ਵਿੱਚ ਤੈਨੂੰ ਕਿਸ ਪੁੱਛਣੈ,
ਮਹਿਖ਼ਾਨੇ ਵਿੱਚ ਜਾ ਵੜ ਜਿੱਥੇ ਬੈਠੇ ਘੁੱਟ-ਘੁੱਟ ਲਾ ਕੇ ਯਾਰ।
◆

ਬਾਂਕੀਆਂ ਨਾਰਾਂ

ਹੋਟਲਾਂ 'ਤੇ ਪੀਜ਼ਾ ਖਾਂਦੀਆਂ,
ਭੱਤੇ ਵਾਲੀਆਂ ਬਾਂਕੀਆਂ ਨਾਰਾਂ।
ਖੇਤਾਂ ਵਿੱਚ ਖੂਹ ਕੋਈ ਨਾ,
ਟਿੰਡਾਂ, ਚਕਲੇ, ਝੱਲਣ ਤੇ ਨਿਛਾਰਾਂ।

ਵੇ ਚਰਖੇ ਗਵਾਚ ਗਏ,
ਤੀਆਂ ਲੋਹੜੀਆਂ ਦੀ ਸਾਰ ਨਾ ਕੋਈ।
ਜੋ ਸਭ ਕੁੱਝ ਜਾਣਦੀਆਂ,
ਕਿਵੇਂ ਆਖੀਏ ਅੱਲੜ ਮੁਟਿਆਰਾਂ।

ਹੋਟਲਾਂ 'ਤੇ ਪੀਜ਼ਾ......।

ਲੋਕ ਗੀਤ ਭਾਲਦੇ ਫਿਰਨ,
ਲੋਕੀਂ ਲੱਗਦੇ ਗੀਤਾਂ ਨਾਲ ਗੁੱਸੇ।
ਲੋਕ ਗੀਤਾਂ ਵਿੱਚ ਰਹਿ ਗਏ,
ਤੰਬੇ, ਘੱਗਰੇ, ਦੰਦਾਸੇ, ਖੁੱਸੇ।
ਪੱਗ ਵਟ ਕੋਈ ਨਾ ਰਿਹਾ,
ਖ਼ੂਨ ਆਪਣਾ ਵੀ ਰੰਗ ਵਟਾਵੇ।
ਵੇ ਭਾਲਿਆਂ ਲੱਭਣ ਕਿਤੋਂ,
ਹੁਣ ਹੁਸਨ ਦੀਆਂ ਸਰਕਾਰਾਂ।
ਹੋਟਲਾਂ 'ਤੇ ਪੀਜ਼ਾ......।

ਸੁੱਕ ਗਈ ਝਨਾਂ ਹਾਰ ਕੇ,
ਪੰਜਾਂ ਪਾਣੀਆਂ ਨੂੰ ਸੰਗ ਜਿਹੀ ਆਵੇ।
ਪਾਣੀਆਂ ਤੋਂ ਬਾਂਝ ਨਦੀਆਂ,
ਕੋਈ ਕੰਢਾ ਨਾ ਪੱਤਣ ਅਖਵਾਵੇ।
ਕੱਚੇ-ਪੱਕੇ ਕੀ ਕਰਨੇ,
ਛਾਲਾਂ ਮਾਰਦੀ ਪਾਰ ਲੰਘ ਜਾਵੇ।
ਕੱਕਾ ਰੇਤਾ ਪਾਰ ਲੰਘ ਕੇ,
ਸੋਹਣੀ ਲੁੱਟਦੀ ਹੈ ਮੌਜ ਬਹਾਰਾਂ।

ਹੋਟਲਾਂ 'ਤੇ ਪੀਜ਼ਾ ਖਾਂਦੀਆਂ.....।

◆

ਸੋਹਣਾ ਹੋਇਆ ਸੋਹਣੀਏ

ਚੰਗਾ ਹੋਇਆ ਸੱਸੀਏ! ਨੀ ਤੂੰ ਮਰ ਮੁੱਕੀ ਇੱਕ ਵਾਰ।
ਸੋਹਣਾ ਹੋਇਆ ਸੋਹਣੀਏ! ਤੂੰ ਡੁੱਬ ਗਈ ਅੱਧ ਵਿਚਕਾਰ।

ਤੇਰੀ ਦਰਦ ਕਹਾਣੀ ਸੁਣ ਕੇ ਤਰਸ ਕਿਸੇ ਨੂੰ ਆਇਆ
ਕਰੁਣਾਮਈ ਕਹਾਣੀ ਲਿਖ ਕੇ ਕਿੱਸਾ ਕਿਸੇ ਬਣਾਇਆ
ਮਰ ਕੇ ਇੱਕ ਮਿਸਾਲ ਬਣ ਗਈ ਹਰ ਕੋਈ ਬਾਤਾਂ ਪਾਵੇ
ਹਰ ਕੇ ਵੀ ਤੂੰ ਐਸੀ ਜਿੱਤੀ ਹਰ ਕੋਈ ਹਰਨਾ ਚਾਹਵੇ।

ਸਾਹਿਬਾਂ ਨੇ ਵੀ ਕੀ ਖੱਟਿਆ ਸੀ ਇੰਨੀ ਗੱਲ ਵਧਾ ਕੇ
ਆਪਣੇ ਭਾਈ ਬਚਾਉਂਦੀ, ਬਹਿ ਗਈ ਆਪਣਾ ਯਾਰ ਮਰਾ ਕੇ
ਸਾਹਿਬਾਂ ਵੀ ਪਹਿਲਾਂ ਮਰ ਜਾਂਦੀ, ਕੁੱਝ ਪੀ ਕੇ ਕੁੱਝ ਖਾ ਕੇ
ਲੱਗੀ ਕਰਨ ਬਗ਼ਾਵਤ, ਬਹਿ ਗਈ ਤਾਣੀ ਨੂੰ ਉਲਝਾ ਕੇ।

ਉੱਪਰੋਂ ਤਾਂ ਫੁੱਲ ਦਿਸਦੇ ਸੀ ਪਰ ਵਿੱਚੋਂ ਨਿੱਕਲੇ ਖ਼ਾਰ।

ਚੰਗਾ ਹੋਇਆ ਸੱਸੀਏ! ਨੀ ਤੂੰ ਮਰ ਮੁੱਕੀ ਇੱਕ ਵਾਰ।
ਸੋਹਣਾ ਹੋਇਆ ਸੋਹਣੀਏਂ! ਤੂੰ ਡੁੱਬੀ ਅੱਧ ਵਿਚਕਾਰ।

ਜੇ ਨਾ ਮਰਦੀ ਹੀਰੇ! ਤੈਨੂੰ, ਖੇੜੀਂ ਰਹਿਣਾ ਪੈਣਾ ਸੀ
ਜੇ ਨਾ ਸੜਦੀ ਸੱਸੀਏ! ਤੈਨੂੰ ਧੋਬੀ ਦੀ ਧੀ ਕਹਿਣਾ ਸੀ
ਸਹਿਬਾਂ ਵਾਂਗੂ ਮਰਜ਼ੀ ਕਰਕੇ ਦੱਸ ਤੂੰ ਕੀ ਖੱਟ ਲੈਣਾ ਸੀ
ਮੰਨਦੀ ਜਾਂ ਨਾ ਮੰਨਦੀ ਤੈਨੂੰ ਸਭ ਕੁੱਝ ਸਹਿਣਾ ਪੈਣਾ ਸੀ।

ਜੇ ਤੂੰ ਜਿਉਂਦੀ ਰਹਿੰਦੀ ਰੋਂਦੀ ਫਿਰਦੀ ਜ਼ਾਰੋ-ਜ਼ਾਰ।

ਚੰਗਾ ਹੋਇਆ ਸੱਸੀਏ! ਨੀ ਤੂੰ ਮਰ ਮੁੱਕੀ ਇੱਕ ਵਾਰ,
ਸੋਹਣਾ ਹੋਇਆ ਸੋਹਣੀਏ! ਤੂੰ ਡੁੱਬੀ ਅੱਧ ਵਿਚਕਾਰ।

◆

ਕਣੀਆਂ ਦਾ ਗੀਤ

ਜੇ ਕਣੀਆਂ ਪੈਣ ਕਿਤੇ
ਸਾਡਾ ਭਿੱਜਣ ਨੂੰ ਚਿੱਤ ਕਰਦਾ
ਜੇ ਕਣੀਆਂ ਪੈਣ ਕਿਤੇ.........।

ਸੁੱਕੇ ਅੰਬਰ ਉਮਰ ਬਿਤਾਈ, ਕਦੇ ਨਾ ਰੱਬ ਨੇ ਸ਼ਹਿਬਰ ਲਾਈ।
ਬੂੰਦ-ਬੂੰਦ ਦੀ ਰੂਹ ਤ੍ਰਿਹਾਈ, ਸੀਤਲ ਹਵਾ ਕਦੇ ਨਾ ਆਈ।
ਐਸੀ ਗੱਲ ਨਾ ਕਿਸੇ ਸੁਣਾਈ, ਜਿਸਨੇ ਠੰਡ ਕਲੇਜੇ ਪਾਈ।
ਮੌਜਾਂ ਲੈਂਦੀ ਫਿਰੇ ਲੋਕਾਈ, ਸਾਡੀ ਕਿਉਂ ਵਾਰੀ ਨਾ ਆਈ।

ਮਾਰੂਥਲ ਜੀਵਨ ਦੀ ਧਰਤੀ, ਸੋਕਾ ਉਮਰਾਂ ਭਰ ਦਾ,
ਜੇ ਕਣੀਆਂ ਪੈਣ ਕਿਤੇ...........।

ਐਵੇਂ ਰੋ-ਰੋ ਵਕਤ ਲੰਘਾਇਆ, ਰੋਗ ਜਿਹਾ ਜੀਵਨ ਨੂੰ ਲਾਇਆ।
ਕਦੇ ਨਾ ਚੱਜ ਦਾ ਸੁਪਨਾ ਆਇਆ, ਕਦੇ ਨਾ ਆਪਣਾ ਚਿੱਤ ਪ੍ਰਚਾਇਆ।
ਜੇਠ, ਹਾੜ੍ਹ ਅਸੀਂ ਜੀਵਨ ਪਾਇਆ, ਜੀਕਣ ਹੰਢਿਆ ਓਵੇਂ ਹੰਢਾਇਆ।
ਹੁਣ ਤੱਕ ਕਿਸੇ ਨਾ ਬੰਜਰ ਵਾਹਿਆ, ਨਾ ਸਿੰਜਿਆ ਨਾ ਬੂਟਾ ਲਾਇਆ।

ਸਾਰੀ ਉਮਰ ਹੰਢਾ ਕੇ ਗਰਮੀ, ਸੁੱਨੜ ਦਾ ਨਹੀਂ ਸਰਦਾ,
ਜੇ ਕਣੀਆਂ ਪੈਣ ਕਿਤੇ...........।

ਆਵੇ ਵੇ ਕੋਈ ਓਲੀਆ ਆਵੇ, ਸਾਡਾ ਹੀ ਹੋ ਕੇ ਰਹਿ ਜਾਵੇ।
ਰੀਝ ਨਾਲ ਧਰਤੀ ਨੂੰ ਵਾਹਵੇ, ਮਾਰੂ ਨੂੰ ਜ਼ਰਖੇਜ਼ ਬਣਾਵੇ।
ਵਾਰ-ਵਾਰ ਜੋ ਸੀਆਂ ਲਾਵੇ, ਵੱਟਾਂ ਕੱਢ, ਕਿਆਰੇ ਪਾਵੇ।
ਜੇ ਕੁੜਤੀ ਭੀੜੀ ਹੋ ਜਾਵੇ, ਆਪਣੇ ਹੱਥੀਂ ਨਵੀਂ ਸੰਵਾਵੇ।

ਤਾਪ-ਤਪਸ਼ ਨੂੰ ਬੜਾ ਸਹਿ ਲਿਆ, ਹੋਰ ਨਹੀਂ ਦਿਲ ਜਰਦਾ
ਜੇ ਕਣੀਆਂ ਪੈਣ ਕਿਤੇ...........।

◆

ਜੁਗਨੀ

ਮੇਮਾਂ ਵਿੱਚ ਉੱਠਦੀ ਬਹਿੰਦੀ ਆ
ਅਜੇ ਨਾਂ ਸਤਿਗੁਰ ਦਾ ਲੈਂਦੀ ਆ
ਖ਼ੁਦ ਨੂੰ ਪੰਜਾਬਣ ਕਹਿੰਦੀ ਆ।

ਪਰ ਗੁੱਤ ਪਰਾਂਦੇ ਲਾਹ ਦਿੱਤੇ
ਵਾਲਾਂ ਦੇ ਪਟੇ ਕਰਾ ਦਿੱਤੇ
ਚੁੰਨੀ ਦੇ ਖਰਚ ਘਟਾ ਦਿੱਤੇ
ਅੱਧਿਓਂ ਵੱਧ ਕੱਪੜੇ ਲਾਹ ਦਿੱਤੇ।

ਹੁਣ ਬੋਲ ਮੱਖਣਾ ਵੇ! ਤੇਰੀ ਜੁਗਨੀ,
ਆ ਕੇ ਟੋਲ੍ਹ ਮੱਖਣਾ ਵੇ! ਤੇਰੀ ਜੁਗਨੀ।

ਹਰ ਰੋਜ਼ ਕੰਮ 'ਤੇ ਜਾਂਦੀ ਆ
ਉਹ ਆਪਣੀ ਕਾਰ ਚਲਾਉਂਦੀ ਆ
ਪੈਸੇ ਬੜੇ ਕਮਾਉਂਦੀ ਆ
ਪੈਗ-ਸ਼ੈਗ ਵੀ ਉਹ ਤਾਂ ਲਾਉਂਦੀ ਆ।

ਵੈਸੇ ਉਹ ਪੂਰੀ ਫਬਦੀ ਆ
ਮੇਮਾਂ ਵਰਗੀ ਲੱਗਦੀ ਆ
ਰੰਗ ਗੋਰਾ ਦਗ-ਦਗ ਦਗਦੀ ਆ
ਨਿੱਤ ਵੱਖਰੇ ਖਾਣੇ ਲੱਭਦੀ ਆ।

ਗੱਲ ਕਰ ਸੁੱਨੜਾ ਵੇ! ਤੇਰੀ ਜੁਗਨੀ,
ਜਾਂ ਫਿਰ ਜਰ ਸੁੱਨੜਾ ਵੇ! ਤੇਰੀ ਜੁਗਨੀ।
◆

ਜਿੰਦੂਆ

ਇੱਕ ਇੰਦੂਆ ਤੇ ਇੱਕ ਜਿੰਦੂਆ ਇੱਕ ਦੂਜੇ ਦੇ ਯਾਰ,
ਉੱਠਦੇ-ਬੈਠਦੇ 'ਕੱਠਿਆਂ, ਨਾਲ ਪਿਆਰ ਸਤਿਕਾਰ।

ਇੰਦੂਆ ਪੁੱਤ ਵਿਦਵਾਨ ਦਾ ਤੇ ਮੈਂ ਜੱਟ ਦੀ ਧੀ,
ਇੰਦੂਏ ਨੇ ਬੋਲੀ ਇੰਗਲਿਸ਼ ਤੇ ਮੈਂ ਨਾ ਸਮਝ ਸਕੀ।

ਜਿੰਦੂਏ ਨੇ ਕੀਤੀ ਗਿਟਮਿਟ ਤੇ ਮੈਂ ਸਮਝ ਗਈ.........।

ਮੈਂ ਤੇ ਕਦੇ ਨਾ ਲਾਵਾਂ ਇੰਦੂਏ ਨਾਲ,
ਨੀ ਮੈਂ ਨੱਠ-ਨੱਠ ਜਾਵਾਂ ਜਿੰਦੂਏ ਨਾਲ।

ਚੱਲ ਜਿੰਦੂਆਂ ਵੇ! ਉਸ ਪਾਰ ਚੱਲੀਏ ਜਿੱਥੇ ਲੱਗਣ ਅਨਾਰ,
ਤੂੰ ਤੋੜੀਂ ਤੇ ਵੇਚਸਾਂ ਇੱਕ ਡਾਲਰ ਦੇ ਚਾਰ।
ਜਿੰਦੂਆ ਵੇ ਤੂੰ ਜਿੰਦ ਮੇਰੀ ਹੋਇਆ, ਤੇਰੇ ਨਾਲ ਪਿਆਰ,
ਜਿਸ ਬਾਗ਼ 'ਚ ਤੂੰ ਮੇਰੇ ਨਾਲ ਹੈਂ ਉੱਥੇ ਵੱਖਰੀ ਬਹਾਰ।

ਨੀ ਮੈਂ ਕਦੇ ਨਾ ਮਰਦੀ ਇੰਦੂਏ ਨਾਲ,
ਨੀ ਮੈਂ ਮਰ-ਮਰ ਜਾਵਾਂ ਜਿੰਦੂਏ ਨਾਲ।

ਜਿੱਥੇ ਚੱਲੇਂਗਾ, ਚੱਲੂਗੀਂ ਨਾਲ ਤੇਰੇ ਬਣ ਗਲ੍ਹੇ ਦਾ ਹਾਰ,
ਮੈਂ ਤੇ ਦਿਲ ਨਾਲ ਲਾ ਕੇ ਰੱਖਣਾ ਆਪਣਾ ਦਿਲਦਾਰ।
ਨੀ ਮੈਨੂੰ ਜਿੰਦੂਆ ਜਾਨ ਤੋਂ ਪਿਆਰਾ ਮੈਂ ਉਸਦੀ ਨਾਰ,
ਨੀ ਮੈਂ ਜਿੰਦੂਏ ਦੇ ਬਦਲੇ ਛੱਡ ਦਿਆਂ ਸੰਸਾਰ।

ਮੇਰੀ ਦਾਲ ਨਾ ਗਲਦੀ ਇੰਦੂਏ ਨਾਲ,
ਨੀ ਮੈਂ ਘੁਲ-ਘੁਲ ਜਾਵਾਂ ਜਿੰਦੂਏ ਨਾਲ।

ਇੱਕ ਇੰਦੂਆ ਤੇ ਇੱਕ ਜਿੰਦੂਆ ਇੱਕ ਦੂਜੇ ਦੇ ਯਾਰ,
ਉੱਠਦੇ-ਬੈਠਦੇ 'ਕੱਠਿਆਂ, ਨਾਲ ਪਿਆਰ ਸਤਿਕਾਰ।

ਇੰਦੂਆ ਪੁੱਤ ਵਿਦਵਾਨ ਦਾ ਤੇ ਮੈਂ ਜੱਟ ਦੀ ਧੀ,
ਇੰਦੂਏ ਨੇ ਬੋਲੀ ਇੰਗਲਿਸ਼ ਤੇ ਮੈਂ ਨਾ ਸਮਝ ਸਕੀ।

ਜਿੰਦੂਏ ਨੇ ਕੀਤੀ ਗਿਟਮਿਟ ਤੇ ਮੈਂ ਸਮਝ ਗਈ.........।

ਮੈਂ ਤੇ ਕਦੇ ਨਾ ਲਾਵਾਂ ਇੰਦੂਏ ਨਾਲ,
ਨੀ ਮੈਂ ਨੱਠ-ਨੱਠ ਜਾਵਾਂ ਜਿੰਦੂਏ ਨਾਲ।

ਨੀ ਮੈਂ ਕਦੇ ਨਾ ਮਰਦੀ ਇੰਦੂਏ ਨਾਲ,
ਨੀ ਮੈਂ ਮਰ-ਮਰ ਜਾਵਾਂ ਜਿੰਦੂਏ ਨਾਲ।

ਮੇਰੀ ਦਾਲ ਨਾ ਗਲਦੀ ਇੰਦੂਏ ਨਾਲ,
ਨੀ ਮੈਂ ਘੁਲ-ਘੁਲ ਜਾਵਾਂ ਜਿੰਦੂਏ ਨਾਲ।

◆

ਢੋਲਾ

ਢੋਲਾ! ਕਿਉਂ ਢੋਲ ਵਜਾਉਂਦਾ ਏਂ, ਅਣਸੁਣਿਆਂ ਤਾਈਂ ਸੁਣਾਉਂਦਾ ਏਂ।
ਆਪਣਾ ਝੱਗਾ ਚੁੱਕ ਕੇ ਕਿਉਂ, ਆਪਣਾ ਹੀ ਢਿੱਡ ਵਿਖਉਂਦਾ ਏਂ।

ਮੇਰਾ ਕਿਉਂ ਰੌਲ਼ਾ ਪਾਉਂਨਾ ਏਂ, ਤੂੰ ਵੀ ਪੈਗ ਸ਼ਾਮ ਨੂੰ ਲਾਉਂਨਾ ਏਂ।
ਦੁਨੀਆ ਵਿੱਚ ਮੈਨੂੰ ਭੰਡ ਕੇ ਕਿਉਂ, ਦੱਸ! ਐਵੇਂ ਗੱਲ ਵਧਾਉਂਦਾ ਏਂ।

ਸਾਰਾ ਦਿਨ ਮੈਂ ਕੰਮ 'ਤੇ ਲਾਵਾਂ, ਦੱਸ! ਫੁਲਕਾ ਕਿਸ ਵੇਲੇ ਲਾਹਵਾਂ।
ਫਿਰ ਕੀ ਹੋਇਆ ਜੇ ਦਸ-ਵੀਹ ਡਾਲਰ ਮੈਂ ਆਪਣੇ ਢਿੱਡ ਵਿੱਚ ਪਾਵਾਂ।

ਤੂੰ ਵੀ ਸਬਜ਼ੀ ਆਪ ਬਣਾ ਸਕਦੈਂ, ਤੁੜਕਾ-ਛੁੜਕਾ ਵੀ ਲਾ ਸਕਦੈਂ।
ਸੱਸ ਵਿਹਲੀ ਰਹਿੰਦੀ ਸਾਰਾ ਦਿਨ, ਮਾਂ ਕੋਲੋਂ ਕੁੱਝ ਬਣਵਾ ਸਕਦੈਂ।

ਜੇ ਹੋਰ ਨਹੀਂ ਕੁੱਝ ਤਾਂ ਢਕਿਆ ਰਹਿ, ਜੋ ਮਰਜ਼ੀ ਕਰ ਮੈਨੂੰ ਨਾ ਕਹਿ।
ਨਿੱਤ ਮੇਰੀਆਂ ਪੱਕੀਆਂ ਖਾਣ ਲਈ, ਐਵੇਂ ਨਾ ਚੌੜਾ ਹੋ-ਹੋ ਬਹਿ।

ਨਹੀਂ ਤਾਂ ਜਾ! ਖਸਮਾਂ ਨੂੰ ਖਾ!! ਕੋਈ ਮੈਥੋਂ ਵਧੀਆਂ ਲੱਭ ਲਿਆ।
ਤੜਕੇ ਉਠ ਕੇ ਕੰਮ 'ਤੇ ਜਾਣਾ, ਸੌਂ ਲੈਣ ਦੇ ਮੇਰਾ ਸਿਰ ਨਾ ਖਾ।

ਕਿਉਂ ਮੇਰਾ ਮੂੰਹ ਖੁਲ੍ਹਵਾਉਂਦਾ ਏਂ, ਦੱਸ! ਹੁਣ ਕੀ ਮੈਥੋਂ ਚਾਹੁੰਦਾ ਏਂ।
ਢੋਲਾ! ਕਿਉਂ ਢੋਲ ਵਜਾਉਂਦਾ ਏਂ, ਅਣਸੁਣਿਆ ਤਾਈਂ ਸੁਣਾਉਂਦਾ ਏਂ।
◆

ਮਾਹੀਆ

ਜਿੰਦ ਤੇਰੇ ਨਾਂ ਮਾਹੀਆ
ਵੇ ਲੋਕਾਂ ਨਾਲ ਲੱਖ ਰਿਸ਼ਤੇ
ਤੇਰੀ ਵੱਖਰੀ ਹੀ ਥਾਂ ਮਾਹੀਆ......।

ਸਾਡਾ ਭੁੱਲ ਗਿਓਂ ਨਾਂ ਮਾਹੀਆਂ
ਵੇ ਹੋਂਠ ਸਾਡੇ ਕੰਬਦੇ ਰਹੇ
ਪੁੱਛ ਹੋਇਆ ਨਾ ਗੁਨਾਹ ਮਾਹੀਆ......।

ਪਿੱਪਲੀ ਦੀ ਛਾਂ ਮਾਹੀਆਂ
ਸਿਖ਼ਰ ਦੁਪਹਿਰ ਉਮਰੇਂ
ਦੇਈਂ ਮਾਸਾ ਜਿਹੀ ਥਾਂ ਮਾਹੀਆਂ.......।

ਨਾ ਤੱਕਿਆ ਪਿਛਾਂਹ ਮਾਹੀਆ
ਥਲਾਂ ਵਿੱਚ ਰੁਲਦੇ ਰਹੇ
ਤੇਰਾ ਲੱਭਦੇ ਗਰਾਂ ਮਾਹੀਆਂ......।

ਸਾਡਾ ਦੀਨ-ਇਮਾਂ ਮਾਹੀਆ
ਵੇ ਦਿਲ ਵਿੱਚ ਰੱਬ ਵਸਦਾ
ਕਿਵੇਂ ਕਰੀਏ ਬਿਆਂ ਮਾਹੀਆ......।

ਤੇਰੇ ਸਦਕੇ ਜਾਂ ਮਾਹੀਆ
ਵੇ ਰੱਜ-ਰੱਜ ਦੇਖਣ ਦਾ
ਕਦੇ ਪਿਆ ਨਾ ਹਿਆਂ ਮਾਹੀਆ......।

ਲਿਆ ਮਹਿਲ ਬਣਾ ਮਾਹੀਆ
ਵੇ ਅਰਬਾਂ-ਖਰਬਾਂ ਦੀ
ਤੇਰੀ ਨਿੱਕੀ ਜਿਹੀ ਹਾਂ ਮਾਹੀਆ.....।
ਚਿੱਤ ਕਰਦਾ ਲੜਾਂ ਮਾਹੀਆ
ਵੇ ਰੋਮ-ਰੋਮ ਤਰਸ ਗਏ
ਕਦੇ ਪਕੜੀ ਨਾ ਬਾਂਹ ਮਾਹੀਆ......।

ਇਸ਼ਕੇ ਦਾ ਨਿਸ਼ਾਂ ਮਾਹੀਆ
ਵੇ ਦੋਹੀਂ ਕੰਢੀਂ ਤੂੰ ਦਿਸਦਾ
ਭਾਵੇਂ ਸੁੱਕ ਜੇ ਝਨ੍ਹਾਂ ਮਾਹੀਆ.......।

◆

ਤੇਰਾ ਕਰਜ਼ ਚੁਕਾਵਾਂਗੇ....

ਦਿਲ ਸੇਜ਼ ਵਿਛਾਵਾਂਗੇ
ਜੇ ਸੁਪਨੇ 'ਚ ਤੂੰ ਮਿਲਿਆ

ਰੱਜ-ਰੱਜ ਕੇ ਹੰਢਾਵਾਂਗੇ।

ਤੈਨੂੰ ਪਲ ਪਲ ਚਾਹਵਾਂਗੇ
ਵੇ ਹੋਰ ਨਾ ਸਤਾਈਂ ਸੋਹਣਿਆ

ਸਤ ਕੇ ਮਰ ਜਾਵਾਂਗੇ।

ਜੇ ਨਜ਼ਰ ਮਿਲਾਵਾਂਗੇ
ਵੇ ਗਿਰਵੀ ਜਿੰਦ ਧਰ ਕੇ

ਤੇਰਾ ਕਰਜ਼ ਚੁਕਾਵਾਂਗੇ।

ਤੇਰੇ ਪਿੱਛੇ-ਪਿੱਛੇ ਆਵਾਂਗੇ
ਵੇ ਧੂੜ ਤੇਰੇ ਕਦਮਾਂ ਦੀ

ਮਸਤਕ 'ਤੇ ਲਾਵਾਂਗੇ।

ਤੈਨੂੰ ਇਸ਼ਟ ਬਣਾਵਾਂਗੇ
ਵੇ ਰੱਬ ਨੂੰ ਤਾਂ ਸਭ ਪੂਜਦੇ

ਤੇਰਾ ਨਾਮ ਧਿਆਵਾਂਗੇ।

ਅਸੀਂ ਈਦ ਮਨਾਵਾਂਗੇ
ਜੇ ਪਲ-ਛਿਣ ਨਜ਼ਰ ਪਵੇਂ

ਲੱਖ ਸ਼ੁਕਰ ਮਨਾਵਾਂਗੇ।

ਸਾਰੇ ਭਿੱਜ ਜਾਵਾਂਗੇ
ਵੇ ਅੰਮ੍ਰਿਤ ਜਲ ਤੇਰਾ

ਵਿੱਚ ਟੁੱਭੀਆਂ ਲਾਵਾਂਗੇ।

ਅਸੀਂ ਦੀਪ ਜਲਾਵਾਂਗੇ
ਵੇ ਸਾਡੀ ਗਲੀ ਲੰਘ ਮਾਹੀਆ

ਅਸੀਂ ਸ਼ਗਨ ਮਨਾਵਾਂਗੇ।

ਸੀਨੇ ਨਾਲ ਲਾਵਾਂਗੇ
ਵੇ ਰੁੱਸ-ਰੁੱਸ ਬੈਠਦਾ ਰਹੀਂ

ਹਰ ਵਾਰ ਮਨਾਵਾਂਗੇ।
◆

ਸਿਹਰਾ

ਅਮਨਬੀਰ ਸਿੰਘ ਜਦੋਂ ਵਿਆਹੁਣ ਤੁਰਿਆ,
ਸਾਰੇ ਬਾਗ਼ ਦੇ ਫੁੱਲ ਮੁਸਕਾਉਣ ਲੱਗੇ।
ਲੱਗੀ ਤੁਰਨ ਕੁਲਵੀਰ ਦੀ ਕੁੱਲ ਅੱਗੇ,
ਯਾਰ ਅਮਰਿੰਦਰ ਦੇ ਭੰਗੜਾ ਪਾਉਣ ਲੱਗੇ।

ਸਭੇ ਮੋਹਣੀਆਂ, ਸੋਹਣੀਆਂ ਨੱਚ ਉੱਠੀਆਂ,
ਤੇਰਾ ਦੇਖ ਕੇ ਬੇਨਜ਼ੀਰ ਸਿਹਰਾ।
ਸੱਚ ਆਖਾਂ ਤਾਂ ਰਾਂਝੇ ਨੂੰ ਭੁੱਲ ਜਾਂਦੀ,
ਜੇਕਰ ਵੇਖ ਲੈਂਦੀ ਜੱਟੀ ਹੀਰ ਸਿਹਰਾ।

ਬੜੀਆਂ ਸੂਰਤਾਂ ਵੇਖੀਆਂ ਸਿਹਰਿਆਂ ਵਿੱਚ,
ਅੱਜ ਵੱਖਰੀ ਵੇਖੀ ਤਸਵੀਰ ਸਿਹਰਾ।
ਅੱਜ ਤੋਂ ਲੜ ਲੱਗੀ ਅਵਨੀਤ ਤੇਰੇ,
ਬਦਲ ਦੇਵੇਗਾ ਉਸਦੀ ਤਕਦੀਰ ਸਿਹਰਾ।

'ਮੈਂ' ਕਹਿੰਦਿਆਂ ਉਮਰ ਬਿਤਾਈ ਹੁਣ ਤਕ,
'ਅਸੀਂ' ਕਹਿਣ ਦੀ ਜਾਚ ਸਿਖਾਊ ਸਿਹਰਾ।
ਉੱਡਿਆ ਫਿਰਦਾ ਸੀ ਵਿੱਚ ਆਸਮਾਨ ਅੱਜ ਤੱਕ,
ਜੂੜ ਪਾ ਕੇ ਕੋਲ ਬਿਠਾਊ ਸਿਹਰਾ।

ਅੱਧੀ-ਅੱਧੀ ਰਾਤੀਂ ਘਰ ਨੂੰ ਪਰਤਦਾ ਸੈਂ,
ਸੂਰਜ ਡੁੱਬਦਿਆਂ ਘਰ ਲਿਆਊ ਸਿਹਰਾ।
ਮਰਜ਼ੀ ਬਹੁਤ ਚਲਾ ਕੇ ਵੇਖ ਲਈ ਤੂੰ, '
ਕੱਲੀ-'ਕੱਲੀ ਸ਼ਰਤ ਮਨਵਾਊ ਸਿਹਰਾ।

ਖੁਸ਼ੀ ਅੱਜ ਰੰਧਾਵੇ ਦੀ ਸਾਫ਼ ਦਿਸਦੀ,
ਦਿਲ ਖੋਲ੍ਹ ਕੇ ਨੋਟ ਲੁਟਾਈ ਜਾਂਦਾ।
ਪਾਲ ਮਾਨ ਵੀ ਅੱਜ ਘੁਮਾਓਂ ਭੀੜਾ,
ਉਸਦਾ ਚਾਅ ਉਬਾਲੀਆਂ ਖਾਈ ਜਾਂਦਾ।

ਦਸ-ਵੀਹ ਡਾਲਰ ਜੇ ਕੋਈ ਅੱਜ ਮੰਗੇ,

ਉਸਨੂੰ ਸੌ ਦਾ ਨੋਟ ਫੜਾਈ ਜਾਂਦਾ।
ਭਾਈਚਾਰਾ ਇਕੱਠਾ ਅੱਜ ਬਹੁਤ ਹੋਇਆ,
'ਕੱਲੇ-'ਕੱਲੇ ਨੂੰ ਜੱਫੀਆਂ ਪਾਈ ਜਾਂਦਾ।

'ਕੱਲਾ ਫੁੱਲ ਵੀ ਹੋਵੇ ਤਾਂ ਨਹੀਂ ਸਜਦਾ,
ਫੁੱਲ ਸਜਦੇ ਗੁਲੋ ਗੁਲਜ਼ਾਰ ਦੇ ਨਾ'।
ਭੂਆ, ਮਾਸੀਆਂ, ਮਾਮੀਆਂ ਹੋ 'ਕੱਠੀਆਂ,
ਲੱਗਣ ਸੋਹਣੀਆਂ ਸਾਰੇ ਪਰਿਵਾਰ ਦੇ ਨਾ'।

ਸਾਰੇ ਹੀਰੇ ਪਰਿਵਾਰ ਦੇ ਹੋਏ 'ਕੱਠੇ,
ਵਿਹੜਾ ਸਜ ਗਿਆ ਨੌਂ ਰਤਨੇ ਹਾਰ ਦੇ ਨਾ'।
ਸਾਰੇ ਚੌਧਰੀ ਸ਼ਹਿਰ ਦੇ ਹੋਏ 'ਕੱਠੇ,
ਸਿਰ ਝੁਕਦਾ ਹੈ ਮੇਰਾ ਸਤਿਕਾਰ ਦੇ ਨਾ'।

ਅਜੀਤ ਸਿੰਘ ਰੰਧਾਵੇ ਦਾ ਪੋਤਰਾ ਹੈ,
ਪਰਕਾਸ਼ ਕੌਰ ਦਾਦੀ ਤੈਨੂੰ ਮਸਾਂ ਪਾਇਆ।
ਭੈਣ ਰਮਨ, ਰਵਿੰਦਰ ਤੇ ਜੋਤੀ ਭੂਆ,
ਨਾਨਾ ਅੱਜ ਵੜੈਚ ਅਵਤਾਰ ਆਇਆ।

ਤੇਰੀ ਮਾਸੀ ਰਣਜੀਤ ਨੂੰ ਨਾਲ ਲੈ ਕੇ,
ਨਾਨੀ ਜੋਗਿੰਦਰ ਕੌਰ ਦਾ ਪਿਆਰ ਆਇਆ।
ਭਰਪੂਰ ਕੌਰ 'ਤੇ ਮਾਮੀ ਕੁਲਦੀਪ ਆਈਆਂ,
ਪਲਵਿੰਦਰ, ਨਰਿੰਦਰ ਸਰਦਾਰ ਆਇਆ।

ਸਾਰੇ ਸ਼ਗਨ ਮਨਾਉਣ ਲਈ ਹੋਏ 'ਕੱਠੇ,
ਕੋਈ ਲੈ ਕੇ ਫੁੱਲਾਂ ਦਾ ਹਾਰ ਆਇਆ।
ਸਾਰੇ ਸਕੇ ਸਬੰਧੀ ਅੱਜ ਹੋਏ ਹਾਜ਼ਰ,
ਦੋਸਤ, ਮਿੱਤਰ ਤੇ ਹਰ ਰਿਸ਼ਤੇਦਾਰ ਆਇਆ।

ਤੇਰੇ ਸਿਹਰੇ ਦੀ ਚਮਕ ਹੈ ਬੜੀ ਸੋਹਣੀ,
ਸਾਰੇ ਜੱਗ ਵਿਚ ਇਸਦੀ ਰੁਸ਼ਨਾਈ ਹੋਵੇ।
ਐਸੀ ਪਿਆਰ ਕਹਾਣੀ ਬਣਾਈ ਮਿੱਤਰਾ!
ਅੱਜ ਤੀਕ ਨਾ ਕਿਸੇ ਬਣਾਈ ਹੋਵੇ।

ਹੱਸੋ-ਵੱਸੋ ਜਵਾਨੀਆਂ ਮਾਣਦੇ ਰਹੋ,
ਦੋ ਜਿਸਮ ਪਰ ਜਾਨ ਇੱਕ ਪਾਈ ਹੋਵੇ।
ਸਾਰਾ ਮੁਲਕ ਵਧਾਈਆਂ ਦੇ ਰਿਹਾ ਹੈ,
ਸੁੱਨੜ ਵੱਲੋਂ ਵੀ ਅੱਜ ਵਧਾਈ ਹੋਵੇ।
◆

ਸਬੱਬ

ਸਾਨੂੰ ਮਿਲ ਗਏ ਤੁਸੀਂ ਤਾਂ ਸਬੱਬ ਦੇ ਨਾਲ।
ਸਾਨੂੰ ਰੱਬ ਨੇ ਮਿਲਾਇਆ, ਸਾਡੇ ਰੱਬ ਦੇ ਨਾਲ।

ਏਨੀ ਖੁਸ਼ੀ ਹੋਈ ਸਾਨੂੰ ਕਿ ਸੰਭਾਲੀ ਨਹੀਂ ਜਾਂਦੀ,
ਗੁੰਮ ਹੋ ਗਈ ਸੁਰਤ, ਸਾਥੋਂ ਭਾਲੀ ਨਹੀਂ ਜਾਂਦੀ।
ਸਾਡਾ ਅੰਗ-ਅੰਗ ਅੱਜ ਅੰਗੜਾਈਆਂ ਲਈ ਜਾਵੇ,

ਚਿੱਤ ਕਰੇ ਅੱਜ ਚਾਅ ਵੰਡਾਂ ਸਭ ਦੇ ਨਾਲ।
ਸਾਨੂੰ ਮਿਲ ਗਏ....।

ਤੈਨੂੰ ਵੇਂਹਦਿਆਂ ਧੜਕਣਾਂ ਥਾਵੇਂ ਰੁਕ ਗਈਆਂ,
ਐਸੀ ਰੀਝ ਪੂਰੀ ਹੋਈ ਸੱਭੇ ਰੀਝਾਂ ਮੁੱਕ ਗਈਆਂ।
ਅੱਜ ਚਾਅ ਵਿੱਚ ਉੱਡੂੰ-ਉੱਡੂੰ ਕਰਦਾ ਸਰੀਰ,

ਦਿਲ ਖੁਸ਼ੀ ਵਿੱਚ ਨੱਚੇ ਪੱਬ-ਪੱਬ ਦੇ ਨਾਲ।
ਸਾਨੂੰ ਮਿਲ ਗਏ....।

ਲੱਖ ਸ਼ੁਕਰ ਮਨਾਵਾਂ, ਮੈਂ ਤੇ ਵਾਰੇ-ਵਾਰੇ ਜਾਵਾਂ,
ਸਾਡਾ ਹੋਇਆ ਅਸਮਾਨ ਚਿੱਤ ਕਰੇ ਉੱਡ ਜਾਵਾਂ।
ਅੱਜ ਪਤਾ ਨਹੀਂ ਲੱਗਦਾ ਕਿ ਕੀ ਕਰ ਸੁੱਟਾਂ,

ਕਿਵੇਂ ਸਾਂਝੀ ਕਰਾਂ ਖੁਸ਼ੀ ਸਾਰੇ ਜੱਗ ਦੇ ਨਾਲ।

ਸਾਨੂੰ ਮਿਲ ਗਏ ਤੁਸੀਂ ਤਾਂ ਸਬੱਬ ਦੇ ਨਾਲ।
ਸਾਨੂੰ ਰੱਬ ਨੇ ਮਿਲਾਇਆ ਸਾਡੇ ਰੱਬ ਦੇ ਨਾਲ।
◆

ਜੋਬਨ

ਤੇਰੇ ਭਖਦੇ ਅੰਗਾਂ ਦੀ ਮੁਟਿਆਰੇ
ਗਲੀ 'ਚ ਰੋਜ਼ ਗੱਲ ਚੱਲਦੀ
ਐਵੇਂ ਡੋਲਣੇ, ਗਲਾਸ ਚੁੱਕੀ ਫਿਰਦੇ
ਇਹ ਕਿੰਝ ਰੁਕੂ ਅੱਗ ਝਲ਼ ਦੀ।

ਐਵੇਂ ਝੱਲੀਏ! ਨਾ ਰੋ
ਤੇਰੀ ਬੜੀ ਖੁਸ਼ਬੋ
ਦੱਸ! ਸੂਰਜ ਦੀ ਲੋਅ
ਕਿਵੇਂ ਹੋਊਗੀ ਲੁਕੋਅ।
ਨੀ ਤੂੰ ਹੌਸਲਾ ਨਾ ਹਾਰ
ਤੇਰਾ ਬੜਾ ਕਿਰਦਾਰ
ਤੇਰੀ ਹੋਂਦ ਹਰ ਰੂਹ ਦੇ ਵਿੱਚ ਬਲਦੀ।

ਇਹ ਕਿੰਝ ਰੁਕੂ ਅੱਗ ਝਲ਼ ਦੀ....।

ਪਾਣੀ ਗਹਿਰੇ ਸਮੁੰਦਰਾਂ ਦੇ ਹੁੰਦੇ
ਲੋਕੀਂ ਕਹਿੰਦੇ
ਲੱਖ ਜੀਵ ਪਾਣੀ ਪੀਂਦੇ
ਦਰਿਆ ਤਾਂ ਵਹਿੰਦੇ ਰਹਿੰਦੇ
ਦੋ ਚੂਲ਼ੀਆਂ ਜੇ ਪਾਣੀ ਪੀ ਵੀ ਗਿਆ ਕੋਈ ਰਾਹੀ
ਕਿਹੜੀ ਪੱਤ ਲੁੱਟ ਖੜੀ ਤੇਰੀ ਜਲ਼ ਦੀ।

ਇਹ ਕਿੰਝ ਰੁਕੂ ਅੱਗ ਝਲ਼ ਦੀ....।

◆

ਮਲੰਗ

ਸਾਨੂੰ ਛੱਡ ਗਿਓਂ ਅੱਧ ਵਿਚਕਾਲੇ, ਬੱਲੇ ਓਏ ਮਲੰਗ ਦੋਸਤਾ।

ਬੜਾ ਲੋਕਾਂ ਰੋਕਿਆ, ਬਹੁਤ ਸਮਝਾਇਆ ਸਾਨੂੰ
ਕਿਸੇ ਦੀ ਵੀ ਗੱਲ ਦਾ ਯਕੀਨ ਹੀ ਨਾ ਆਇਆ ਸਾਨੂੰ
ਜ਼ਰਾ ਵੀ ਨਾ ਸੋਚਿਆ ਤੂੰ ਏਤਰਾਂ ਦਾ ਨਿਕਲੇਂਗਾ
ਮਾਰ ਜਾਵੇਂਗਾ ਦਿਲਾਂ ਨੂੰ ਤਾਲੇ, ਬੱਲੇ ਵੇ ਮਲੰਗ ਦੋਸਤਾ।

ਸਾਨੂੰ ਛੱਡ ਗਿਓਂ ਅੱਧ ਵਿਚਕਾਲੇ.......।

ਚੇਲੇ ਬਣੇ ਪੱਕੇ ਤੈਨੂੰ ਪੀਰ ਬਣਾਇਆ ਅਸੀਂ
ਤੇਰੀ ਵੇ ਤਵੀਤੜੀ ਨੂੰ ਛਾਤੀ ਨਾਲ ਲਾਇਆ ਅਸੀਂ
ਆਪਣੇ ਤਰੀਕੇ ਨਾਲ ਤੁਰਨਾ ਵੀ ਭੁੱਲ ਬੈਠੇ
ਤੇਰੀ ਚਾਲ ਨਾਲ ਚੱਲੇ, ਹਰ ਚਾਲੇ, ਬੱਲੇ ਵੇ ਮਲੰਗ ਦੋਸਤਾ।

ਸਾਨੂੰ ਛੱਡ ਗਿਓਂ ਅੱਧ ਵਿਚਕਾਲੇ.......।

ਤੇਰੇ ਨਾਲ ਤੁਰ ਕੇ ਸਵਾਦ ਬੜਾ ਆਇਆ ਸੀ
ਤਾਂ ਹੀ ਤਾਂ ਮਲੰਗਾ! ਤੈਨੂੰ ਇਸ਼ਟ ਬਣਾਇਆ ਸੀ
ਤੇਰੇ ਆਸਰੇ 'ਚ ਲੱਗਾ ਸਭ ਕੁੱਝ ਰੱਬ ਵਾਂਗੂੰ
ਸਾਡਾ ਤਨ-ਮਨ ਤੇਰੇ ਸੀ ਹਵਾਲੇ, ਬੱਲੇ ਵੇ ਮਲੰਗ ਦੋਸਤਾ।

ਸਾਨੂੰ ਛੱਡ ਗਿਓਂ ਅੱਧ ਵਿਚਕਾਲੇ.......।
◆

ਗੰਧਾਰ

ਆਸ਼ਕ ਲੋਕ ਪੰਜਾਬ ਦੇ ਤੇ ਆਸ਼ਕ ਸਭ ਸੰਸਾਰ।
'ਕੱਲਾ-'ਕੱਲਾ ਗੱਭਰੂ ਤੇ 'ਕੱਲੀ-'ਕੱਲੀ ਨਾਰ।

ਜਿਸਦੇ ਅੰਗ ਨਾਂ ਫੜਕਦੇ, ਉਹ ਕਾਹਦੀ ਮੁਟਿਆਰ।
ਦੋ ਅੱਖਾਂ ਦਾ ਕੰਮ ਕੀ, ਜੇ ਕਦੇ ਨਾ ਹੋਈਆਂ ਚਾਰ।

ਲੁਕਿਆ-ਛੁਪਿਆ ਜੋ ਰਿਹਾ, ਦੱਸ ਉਹ ਕਾਹਦਾ ਪਿਆਰ।
ਕਾਹਤੋਂ ਲੋਕੀਂ ਸੰਗਦੇ ਸੁੱਨੜਾ! ਕਰੀਂ ਵਿਚਾਰ।

ਸੂਰਜ ਆਇਆ ਅੰਬਰੋਂ, ਕੀਤਾ ਕੁੰਤੀ ਨਾਲ ਪਿਆਰ।
ਕਰਣ ਸੂਰਮਾ ਜੰਮਿਆਂ, ਪਰ ਕਿਸੇ ਨਾ ਲੱਗੀ ਸਾਰ।

ਦੱਸੀਂ ਕਾਹਤੋਂ ਕੁੰਤੀਏ! ਤੂੰ ਜਲ ਵਿੱਚ ਆਈ ਤਾਰ।
ਜੋ ਕਰਨਾ ਕੋਈ ਕਰ ਲਵੇ, ਅੱਜ ਦੇਣੀ ਗੱਲ ਨਿਤਾਰ।

ਖੁੱਲ੍ਹ ਕੇ ਗੱਲ ਕਰ ਸੁੱਨੜਾ! ਹੁਣ ਦਿਲ ਤੋਂ ਲਾਹ ਦੇ ਭਾਰ।
ਬੁਰਕਾ ਲਾਹ ਦੇ ਸੱਚ ਤੋਂ ਤੇ ਕਰ 'ਲਾ ਕਲਮ ਤਿਆਰ।

ਦੱਸੀਂ! ਗੱਲ ਦਿਲ ਖੋਲ੍ਹ ਕੇ ਅੱਜ ਭਾਫ਼ ਤੂੰ ਕੱਢ ਦੇ ਬਾਹਰ।
ਤੂੰ ਰੱਜ-ਰੱਜ ਕੀਤੀ ਆਸ਼ਕੀ ਤੇ ਰੱਜ-ਰੱਜ ਕੀਤਾ ਪਿਆਰ।

ਰੱਜ-ਰੱਜ ਕੇ ਦੁੱਧ ਚੁੰਘਿਆ ਤੇ ਕੱਢ ਕੇ ਵੇਖੀ ਧਾਰ।
ਕਾਲੇ, ਗੋਰੇ, ਏਸ਼ੀਅਨ ਸਾਰੇ ਹੀ ਤੇਰੇ ਯਾਰ।

ਅਸਲ ਨਸਲ ਤਾਂ ਇਸ਼ਕ ਹੈ, ਬਾਕੀ ਸਭ ਬੇਕਾਰ।
ਇਸ਼ਕ ਬਿਨਾ ਦੁਨੀਆ ਨਹੀਂ ਤੇ ਨਾ ਬਣਦਾ ਸੰਸਾਰ।

ਕਰਕੇ ਵਸਤਾਂ 'ਕੱਠੀਆਂ ਇੱਕ ਨੁਖ਼ਸਾ ਕਰੀਂ ਤਿਆਰ।
ਬਣਦਾ ਕਿਵੇਂ ਸਵਾਦਲਾ ਦਹੀਂ ਲਾਇਆ ਗੰਧਾਰ।

ਕੌਲੀ-ਕੁੱਜੇ ਵਿੱਚ ਧਰੀਂ ਤੇ ਵਿੱਚ ਧਰੀਂ ਅੰਗਿਆਰ।

ਤੇਲ ਸਰ੍ਹੋਂ ਦਾ ਪਾ ਕੇ ਫਿਰ ਧੂੰਆਂ ਲਈਂ ਉਭਾਰ।

ਕੁੱਜਾ ਬਿਲਕੁਲ ਕੱਜ ਕੇ ਤੇ ਧੂੰਆਂ ਕਰੀਂ ਤਿਆਰ।
ਬੂੰਦੀ ਵਾਲੀ ਦਹੀਂ ਫਿਰ, ਕੁੱਜੇ ਵਿੱਚ ਉਲਾਰ।
ਧੂੰਏਂ ਨਾਲ ਧੁਆਂਖ ਕੇ ਹੀ ਬਣਦਾ ਸਹੀ ਗੰਧਾਰ।
◆

ਮਾਸ ਤੇ ਮਹਿਕ

ਜਾਹ ਵੇ ਸੱਜਣਾ ਸੋਹਣਿਆ!
ਤੇਰੇ ਮਾਸ ਨੂੰ ਲੋਚੇ ਕੋਈ।
ਅਸਾਂ ਨੂੰ ਲੁੱਟ ਕੇ ਲੈ ਗਈ,
ਤੇਰੇ ਜੋਬਨ ਦੀ ਖੁਸ਼ਬੋਈ।

ਇਹ ਡਰ ਮੈਨੂੰ ਨਹੀਂ ਕਿ,
ਤੇਰੀ ਫੁੱਲ-ਪੱਖੜੀ ਸੁੱਕ ਜਾਵੇਗੀ।
ਅੰਗ ਜੇ ਤੇਰੇ ਲੋਕ ਹੰਢਾਵਣ,
ਮਹਿਕ ਤੇਰੀ ਇਹ ਮੁੱਕ ਜਾਵੇਗੀ।
ਜਿਉਂ-ਜਿਉਂ ਫੁੱਲ ਗੁਲਾਬ ਦਾ ਸੁੱਕੇ,
ਹਰ ਪੱਤੀ ਦੀ ਕੁੱਖ ਵਿਚ ਵਸਦੀ,
ਭਿੰਨੀ ਇਹ ਖੁਸ਼ਬੋਈ।
ਵੇ ਸੱਜਣਾ! ਦੂਣ ਸਵਾਈ ਹੋਈ।

ਜਾਹ ਵੇ ਸੱਜਣਾ ਸੋਹਣਿਆ.....।

ਉੱਡ ਪੰਛੀਆ!
ਜੋਬਨ ਰੁੱਤ ਹੈ, ਮਾਰ ਉਡਾਰੀ।
ਭਟਕਣ ਦੀ ਵੀ ਲੋੜ ਨਹੀਂ ਹੈ,
ਬਹੁਤ ਨੇ ਲੋਕੀਂ ਮਾਸਾਹਾਰੀ।
ਤੈਨੂੰ ਤੇਰੇ ਅੰਗ ਮੁਬਾਰਕ,
ਸਾਨੂੰ ਤੇਰੀ ਮਹਿਕ ਬੜੀ ਹੈ,
ਮਹਿਕ ਜੋ ਤੈਥੋਂ ਪਰਖ਼ ਨਾ ਹੋਈ।

ਜਾਹ ਵੇ ਸੱਜਣਾ ਸੋਹਣਿਆ.....।
◆

ਖ਼ਰੀਆਂ-ਖੋਟੀਆਂ

ਖ਼ਰੀਆਂ-ਖੋਟੀਆਂ ਹੀ ਸੁਣਦੇ ਰਹੇ ਸਾਰੀ ਉਮਰ,
ਸ਼ਾਇਦ ਕਿਸੇ ਦੀ ਨਜ਼ਰ ਦੇ ਵਿੱਚ ਖ਼ੂਬ ਵੀ ਹੋਵਾਂ।
ਆਪਣਾ ਆਖੇ ਕੋਈ ਕੰਨ ਤਰਸਦੇ ਹੀ ਰਹਿ ਗਏ,
ਸ਼ਾਇਦ ਕਿਸੇ ਮੁਸਕਾਨ ਦਾ ਮਹਿਬੂਬ ਵੀ ਹੋਵਾਂ।

ਜਿਸਮਾਨੀ ਭੁੱਖ ਤਾਂ ਬਹੁਤ ਦੇਸ਼ਾਂ 'ਚ ਮਿਟਦੀ ਰਹੀ ਹੈ,
ਵੱਖ-ਵੱਖ ਕੌਮਾਂ ਦੇ ਜਿਸਮਾਂ ਦੀ ਤਾਂ ਪੂਰੀ ਵਹੀ ਹੈ।
ਜਿਸਮ ਦੀ ਗਰਮੀ ਨੂੰ ਜਿੰਨੀ ਵਾਰੀ ਚਾਹਿਆ ਮੇਟਣਾ,
ਹਰ ਤਜ਼ਰਬੇ ਬਾਅਦ ਦਿਲ ਦੀ ਤਪਸ਼ ਵਧਦੀ ਰਹੀ ਹੈ।

ਮਾਇਆ, ਮਮਤਾ, ਮੋਹਨੀ ਦੀਆਂ ਝੋਲੀਆਂ ਭਰਦੇ ਰਹੇ,
ਪੌਂਡ, ਲੀਰੇ, ਡਾਲਰਾਂ ਨੂੰ ਜੋੜ ਕੇ ਧਰਦੇ ਰਹੇ।
ਦੇਸ਼ ਵਿੱਚ ਪਰਦੇਸ਼ ਵਿੱਚ ਕੋਈ ਸ਼ੋਹਰਤਾਂ ਦੀ ਕਮੀ ਨਾ,
ਦਿਲ ਦੀ ਬਾਜ਼ੀ ਪਰ ਅਸੀਂ ਜਿੱਤ ਕੇ ਵੀ ਹਾਂ ਹਰਦੇ ਰਹੇ।

ਉਮਰ ਭਰ ਸੁਪਨਿਆਂ ਦੇ ਮਗਰ ਮੈਂ ਭੱਜਦਾ ਰਿਹਾ।
ਸੁਪਨਿਆਂ ਦੀ ਜੰਗ ਪਰ ਨਾ ਜਿੱਤਿਆ ਨਾ ਹਾਰਿਆ,
ਖੱਜਲ ਕਰਨ ਦਾ ਦੋਸ਼ ਵੀ ਸੁਪਨੇ ਨੂੰ ਜਾਂਦੈ ਦੋਸਤਾ!
ਸੁਪਨਾ ਜੇ ਨਾ ਹੁੰਦਾ ਤਾਂ ਜਾਂਦਾ ਮੈਂ ਕਦੋਂ ਦਾ ਮਾਰਿਆ।

ਖ਼ਰੀਆਂ-ਖੋਟੀਆਂ ਹੀ ਸੁਣਦੇ ਰਹੇ ਸਾਰੀ ਉਮਰ,
ਸ਼ਾਇਦ ਕਿਸੇ ਦੀ ਨਜ਼ਰ ਦੇ ਵਿੱਚ ਖ਼ੂਬ ਵੀ ਹੋਵਾਂ।
ਆਪਣਾ ਆਖੇ ਕੋਈ ਕੰਨ ਤਰਸਦੇ ਹੀ ਰਹਿ ਗਏ,
ਸ਼ਾਇਦ ਕਿਸੇ ਮੁਸਕਾਨ ਦਾ ਮਹਿਬੂਬ ਵੀ ਹੋਵਾਂ।

◆

ਝੂਠੇ ਰੰਗ-ਤਮਾਸ਼ੇ

ਮੇਰੀ ਗੱਲ ਕਿ ਤੇਰੀ ਗੱਲ,
ਦੱਸ! ਕਿਸਦੀ ਗੱਲ ਸੁਣਾਵਾਂ।
ਸਭ ਤੋਂ ਵੱਧ ਬਦਨਾਮੀਂ ਮੇਰੀ,
ਕਿਸ 'ਤੇ ਤੋਹਮਤ ਲਾਵਾਂ।

ਗ਼ਲਤ ਵਣਜ ਮੈਂ ਖੁਦ ਚੁਣਿਆ ਹੈ,
ਹਰ ਥਾਂ ਘਾਟੇ ਖਾਵਾਂ।
ਮੈਂ ਕਰਤੂਤੀਂ ਹੋਈ ਡੋਹਾਗਣ,
ਲੱਛਣੀਂ ਧੱਕੇ ਖਾਵਾਂ।

ਮਾਂ-ਪਿਓ ਰੋਜ਼ ਦਿਹਾੜੀ ਦੱਸਣ,
ਕਿੱਦਾਂ ਕੰਤ ਮਨਾਵਾਂ।
ਜਾਣਦਿਆਂ ਅਣਜਾਣ ਬਣੀ ਮੈਂ,
ਜਾਗਦਿਆਂ ਸੌਂ ਜਾਵਾਂ।

ਇੱਕ ਬਦੀ ਦੇ ਸੌ-ਸੌ ਘਾਟੇ,
ਘਰ-ਘਰ ਰੌਲਾ ਪਾਵਾਂ।
ਬਦੀਆਂ ਦੀ ਪੰਡ ਮੇਰਾ ਜੀਵਨ,
ਸੌ-ਸੌ ਜ਼ੁਲਮ ਕਮਾਵਾਂ।

ਝੂਠੇ ਰੰਗ-ਤਮਾਸ਼ੇ ਨੂੰ ਮੈਂ,
ਸੁਰਖ਼ੀ ਬਿੰਦੀ ਲਾਵਾਂ।
ਜਾਣਦਿਆਂ ਥਿਰ ਨਹੀਂ ਰਹਿਣਾ,
ਮੈਂ ਪੱਕੀਆਂ ਮੱਲੀਆਂ ਥਾਂਵਾਂ।

ਕਿਰਪਾ ਹੋਏ ਅਪਾਰ ਕਿਤੇ,
ਮਨ ਮਿੱਤਰ ਦਾ ਹੋ ਜਾਵੇ।
ਸ਼ਹੁ ਦੀ ਬੁੱਕਲ ਮਿਲ ਜਾਵੇ,
ਤਾਂ ਰੱਜ-ਰੱਜ ਸੇਜ ਹੰਢਾਵਾਂ।

ਚਰਨ ਧੂੜ ਸੰਧੂਰ ਸਜਾਵਾਂ,
ਪ੍ਰੇਮ ਭਬੂਤੀ ਲਾਵਾਂ।
ਨਾਮ ਤੇਰੇ ਦੀ ਝਾਂਜਰ ਪਾ ਕੇ,
ਨੱਚ-ਨੱਚ ਯਾਰ ਮਨਾਵਾਂ।

ਪਲ ਛਿਣ ਵੀ ਜੇ ਤੈਨੂੰ ਪਾ 'ਲਾਂ
ਕੁੱਝ ਵੀ ਹੋਰ ਨਾ ਚਾਹਵਾਂ।
ਜਿਹੜਾ ਤੈਨੂੰ ਚੰਗਾ ਲੱਗੇ,
ਓਹੀਓ ਵੇਸ ਬਣਾਵਾਂ।

ਏਨਾਂ ਦੱਸ ਕਿ ਘੁੰਮਣਘੇਰੀ 'ਚੋਂ,
ਕਿੰਝ ਜਾਨ ਛੁਡਾਵਾਂ।
ਤੇਰੇ ਦਰ ਤੋਂ ਕਿੰਝ ਮੰਗਾਂ ਮੈਂ,
ਦੱਸ! ਕਿੱਦਾਂ ਅਲਖ਼ ਜਗਾਵਾਂ।
◆

ਲਾਰਾ ਲਾਇਆ ਗਿਆ

ਲਾਰਾ ਲਾਇਆ ਗਿਆ, ਪਰ ਨਾ ਆਇਆ ਗਿਆ।
ਵਾਅਦਾ ਕਰਕੇ ਨਾ ਤੈਥੋਂ ਨਿਭਾਇਆ ਗਿਆ।

ਮੈਨੂੰ ਵਿਸ਼ਵਾਸ ਹੈ ਤੂੰ ਤੱਕਿਆ ਤਾਂ ਨਹੀਂ ਸੀ,
ਬਿਨਾ ਸੋਚੇ ਸਮਝੇ ਸਤਾਇਆ ਗਿਆ।

ਤੇਰੀ ਹਸਰਤ ਨਹੀਂ ਸੀ ਕਿ ਗ਼ਮ ਦੇ ਦਿਆਂ,
ਨਾ ਚਾਹੁੰਦੇ ਹੀ ਲੇਕਿਨ ਰਵਾਇਆ ਗਿਆ।

ਤੈਨੂੰ ਭੁੱਲਣ ਦੀ ਕੋਸ਼ਿਸ਼ ਬੜੀ ਕੀਤੀ ਮੈਂ
ਦੋ ਪਲਾਂ ਲਈ ਵੀ ਨਾ ਭੁਲਾਇਆ ਗਿਆ।

ਤੈਨੂੰ ਤੱਕਦੇ ਹੀ ਹੋਂਠਾਂ ਨੇ ਕੁੱਝ ਆਖਿਆ,
ਬੁੱਲ੍ਹ ਫ਼ਰਕੇ, ਸ਼ਬਦ ਨਾ ਬਣਾਇਆ ਗਿਆ।

ਹੈ ਨਮੋਸ਼ੀ ਸਮੁੰਦਰ ਨੂੰ ਇਸ ਗੱਲ ਦੀ,
ਉਸਦੇ ਕੰਢੇ ਤੋਂ ਕੋਈ ਤਿਹਾਇਆ ਗਿਆ।

ਤੇਰੇ ਅੱਖਾਂ ਦੇ ਸਾਹਵੇਂ ਵਿਲਕਦਾ ਰਿਹਾ ,
ਚਾਹੁੰਦਿਆਂ ਵੀ ਨਾ ਤੈਥੋਂ ਵਰਾਇਆ ਗਿਆ।

ਲਾਰਾ ਲਾਇਆ ਗਿਆ, ਪਰ ਨਾ ਆਇਆ ਗਿਆ।
ਵਾਅਦਾ ਕਰਕੇ ਨਾ ਤੈਥੋਂ ਨਿਭਾਇਆ ਗਿਆ।
◆

ਚੰਦਾ

ਚੰਦਾ ਵੇ! ਤੂੰ ਕਿਓਂ ਅੱਜ ਚੜਿਓਂ
ਮੇਰੇ ਦਿੱਤੇ ਦਰਦ ਵਧਾ
ਏਨੀ ਸਿਖ਼ਰ 'ਤੇ ਕਿੱਦਾਂ ਪੁੱਜਿਆ
ਕਿਸ ਤੋਂ ਪੁੱਛਿਆ ਰਾਹ।

ਮੇਰਾ ਚੰਦ ਮੈਨੂੰ ਮਿਲ ਨਾ ਸਕਿਆ
ਤੂੰ ਦਿੱਤਾ ਯਾਦ ਕਰਾ।

ਚਮਕ ਚਾਂਦਨੀ ਤੇਰੀ ਵੇ
ਮੇਰੇ ਸੀਨੇ ਵੱਜੀ ਆ
ਤੂੰ ਸੋਹਣਾ ਏਂ ਹੋਏਂਗਾ
ਮੇਰੇ ਯਾਰ ਦਾ ਰੂਪ ਅਥਾਹ
ਯਾਰ ਬਿਨਾ ਤਾਂ ਸੋਹਣਿਆ!
ਤੇਰੀ ਚਮਕ ਦਾ ਕੋਈ ਨਾ ਭਾਅ।

ਮੇਰੇ ਚੰਨ ਵਰਗਾ ਤੂੰ ਜ਼ਰਾ ਨਾ,
ਜਾਹ! ਆਪਣੀ ਸ਼ਕਲ ਲੁਕਾ।

ਜਦ ਚੰਨ ਮਾਹੀ ਨਾ' ਚੋਹਲ ਕਰਾਂ
ਤੂੰ ਚੋਰੀ ਝਾਤੀ ਪਾ
ਚਮਕ ਤੇਰੀ ਮੈਂ ਕੀ ਕਰਨੀ
ਤੇਰੀ ਚੋਰੀ ਦਾ ਮੁੱਲ ਬੜਾ
ਜਾਹ! ਜਾਹ!! ਜਾ ਕੇ ਤੂੰ ਛੁਪ ਜਾ
ਹੁਣ ਮਾਸਾ ਦੇਰ ਨਾ ਲਾ

ਪ੍ਰੀਤਮ ਦੀ ਹੋਂਦ ਬਿਨਾ ਹੁਣ ਤੂੰ
ਮੇਰੀ ਹਿੱਕ 'ਤੇ ਲੂਣ ਨਾ ਲਾ।

ਚੰਦਾ ਵੇ! ਤੂੰ ਕਿਓਂ ਅੱਜ ਚੜਿਓਂ
ਮੇਰੇ ਦਿੱਤੇ ਦਰਦ ਵਧਾ।

◆

ਤੈਨੂੰ ਉੱਡਣਾ ਸਿਖਾਈਏ

ਦਿਲ ਦੀਆਂ ਦਿਲ 'ਚ ਲੁਕਾਉਣ ਦਾ ਕੀ ਫ਼ਾਇਦਾ।
ਚੁੱਪ ਚਲੇ ਜਾਣਾ ਆਂ ਤੇ ਆਉਣ ਦਾ ਕੀ ਫ਼ਾਇਦਾ।
ਦਿਸੇ ਨਾ ਜੇ ਗਾਨੀ, ਗਲ਼ ਪਾਉਣ ਦਾ ਕੀ ਫ਼ਾਇਦਾ।
ਮਹਿਕ ਜੇ ਲੁਕਾਉਣੀ, ਫੁੱਲ ਲਾਉਣ ਦਾ ਕੀ ਫ਼ਾਇਦਾ।

ਆ! ਤੇਰਿਆਂ ਫੁੱਲਾਂ ਦੀ ਤੈਨੂੰ ਮਹਿਕ ਸੁੰਘਾਈਏ,
ਤੇਰਿਆਂ ਪਰਾਂ ਨੂੰ ਜ਼ਰਾ! ਉੱਡਣਾ ਸਿਖਾਈਏ।

ਨਜ਼ਰਾਂ ਤੋਂ ਬਚ ਕੇ ਤੂੰ ਨਜ਼ਰ ਮਿਲਾ 'ਜਾ।
ਸੰਗਦੀ ਤੂੰ ਕਿੱਦਾਂ ਸਾਨੂੰ ਸੰਗ ਕੇ ਦਿਖਾ 'ਜਾ।
ਸੱਚਾ ਜੇ ਨਹੀਂ ਤਾਂ ਝੂਠਾ ਜਿਹਾ ਲਾਰਾ ਲਾ 'ਜਾ।
ਸੋਚਦੀ ਤੂੰ ਕਿੱਦਾਂ ਸਾਨੂੰ ਸੋਚਾਂ ਵਿੱਚ ਪਾ 'ਜਾ।

ਗਲ਼ ਲੱਗ ਜਾਈਏ, ਗੱਲ ਏਥੇ ਹੀ ਮੁਕਾਈਏ,
ਆ 'ਜਾ! ਆਪਾਂ ਮਿਲ ਕੇ ਕਹਾਣੀ ਕੋਈ ਪਾਈਏ,
ਤੇਰਿਆਂ ਫੁੱਲਾਂ ਦੀ ਤੈਨੂੰ ਮਹਿਕ ਸੁੰਘਾਈਏ,
ਤੇਰਿਆਂ ਪਰਾਂ ਨੂੰ ਜ਼ਰਾ! ਉੱਡਣਾ ਸਿਖਾਈਏ।

◆

ਖੁਸ਼ੀਆਂ

ਖੁਸ਼ੀਆਂ ਜੇ ਭਾਗੀਂ ਹੋਣ ਰੱਜ ਕੇ ਮਨਾਈਏ
ਹਾਣ ਦਿਆਂ ਹਾਣੀਆਂ 'ਚ, ਘੁਲ-ਮਿਲ ਜਾਈਏ
ਸੰਗ ਤੇ ਸ਼ਰਮ ਦੀਆਂ ਧੱਜੀਆਂ ਉਡਾਈਏ
ਕੰਮ ਦੇ ਇਸ਼ਾਰੇ ਤੋਂ ਨਾ ਕੰਨੀਂ ਕਤਰਾਈਏ।

ਆ ਜਾ! ਆ ਜਾ!! ਆ ਜਾ!!! ਤੈਨੂੰ ਨੱਚਣਾ ਸਿਖਾਈਏ।
ਆ ਜਾ! ਛਾਲ ਮਾਰ ਕੇ ਗਿੱਧੇ ਦੇ ਵਿੱਚ ਆ ਜਾ!
ਆਪ ਸਿੱਖ ਜਾ ਤੇ ਕੁੱਝ ਸਾਨੂੰ ਵੀ ਸਿਖਾ ਜਾ
ਖੁਸ਼ੀਆਂ ਦੇ ਮੀਂਹ ਵਿੱਚੋਂ ਖੁਸ਼ੀਆਂ ਵੰਡਾ ਜਾ
ਚੰਨ ਜਿਹੇ ਸਮੇਂ ਨੂੰ ਤੂੰ ਚਾਰ ਚੰਨ ਲਾ ਜਾ
ਦਿਲ ਦੇ ਪਤੰਗੇ ਨੂੰ ਨਾ ਦਿਲ 'ਚ ਛੁਪਾਈਏ
ਚੱਲੇ ਜੇ ਹਵਾ ਤਾਂ ਗੁੱਡੀ ਅੰਬਰੀਂ ਚੜ੍ਹਾਈਏ।
ਆ ਜਾ! ਆ ਜਾ!! ਆ ਜਾ!!! ਤੈਨੂੰ ਨੱਚਣਾ ਸਿਖਾਈਏ।

ਰੰਗ ਨਾਲ ਰਲਦਾ ਪੰਜਾਬੀ ਸੂਟ ਪਾ ਕੇ
ਹਾਰ ਤੇ ਸ਼ਿੰਗਾਰ ਜ਼ਰਾ! ਚੱਜ ਨਾਲ ਲਾ ਕੇ
ਪੂੰਛਾਂ ਵਾਲਾ ਸੁਰਮਾ ਅੱਖਾਂ ਦੇ ਵਿੱਚ ਪਾ ਕੇ
ਪਲਕਾਂ ਚੋਂ ਪੋਲੀ ਜਿਹੀ ਅੱਖ ਮਟਕਾ ਕੇ
ਇੱਕ ਗੇੜਾ ਦੇ ਜਾ ਨੀ! ਤੂੰ ਗਿੱਧੇ ਵਿੱਚ ਆ ਕੇ
ਸਾਨੂੰ ਵੀ ਦਿਖਾ ਜਾ! ਜ਼ਰਾ ਲੱਕ ਲਚਕਾ ਕੇ
ਆ ਜਾ ਨੱਚੀਏ! ਤੇ ਨਾਲ ਦੇ ਨਚਾਈਏ।
ਆ ਜਾ! ਆ ਜਾ!! ਆ ਜਾ!!! ਤੈਨੂੰ ਨੱਚਣਾ ਸਿਖਾਈਏ।
◆

ਤੇਰਾ ਮੁੜ ਜਾਣਾ

ਸਮਝ ਨਹੀਂ ਆਇਆ ਮੇਰੇ,
ਤੇਰਾ ਚੁੱਪ-ਚੁਪੀਤੇ ਮੁੜ ਜਾਣਾ।
ਦੱਸ! ਕਿਹੜੇ ਕੰਮ ਆਊ,
ਤੇਰਾ ਭਰੇ-ਭਰਾਏ ਤੁਰ ਜਾਣਾ।

ਉੱਚੀ ਟੀਸੀ ਤੋਂ ਜਦ ਦਿਸਿਆ,
ਦੁੱਧ ਚਿੱਟਾ ਰੰਗ ਤੇਰਾ।
ਦਿਲ ਨੂੰ ਪਤਾ ਨਹੀਂ ਕੀ ਹੋਇਆ,
ਡੱਕਿਆ ਅਸੀਂ ਬਥੇਰਾ।

ਰਾਤੀਂ ਪਰਬਤ ਉੱਪਰ,
ਤੇਰਾ ਬਰਫ਼ ਰੂਪ ਬਣ ਜਾਣਾ।
ਸੂਰਜ ਦੇ ਚੜ੍ਹਦੇ ਹੀ,
ਤੇਰਾ ਖੁਰਦੇ-ਖੁਰਦੇ ਖੁਰ ਜਾਣਾ।

ਸਮਝ ਨਹੀਂ ਆਇਆ ਮੇਰੇ,
ਤੇਰਾ ਚੁੱਪ-ਚੁਪੀਤੇ ਮੁੜ ਜਾਣਾ।

ਬਿੜਕ ਤੇਰੇ ਕਦਮਾਂ ਦੀ,
ਤੇਰੀਆਂ ਕਈ ਗੱਲਾਂ ਕਰ ਜਾਵੇ।
ਸ਼ੂਕ ਤੇਰੇ ਸਾਹਾਂ ਦੀ,
ਸਾਡੇ ਸੀਨੇਂ 'ਤੇ ਲੜ ਜਾਵੇ।
ਰੋਜ਼ ਰੀਝ ਆਥਣ ਨੂੰ ਜੰਮੇ,
ਦਿਨ ਚੜ੍ਹਦੇ ਮਰ ਜਾਵੇ।

ਸਾਰੀ ਰਾਤ ਪਰਾਂ ਨਾਲ ਕੱਜਣਾ,
ਤੜਕਸਾਰ ਹੀ ਉਡ ਜਾਣਾ।

ਸਮਝ ਨਹੀਂ ਆਇਆ ਮੇਰੇ,
ਤੇਰਾ ਚੁੱਪ-ਚੁਪੀਤੇ ਮੁੜ ਜਾਣਾ।

ਸਾਰੀ ਰਾਤ ਨਾ ਥੱਕੀ,
ਨਜ਼ਰ ਤੇਰੇ ਵੱਲ ਵੇਖੇ।
ਸੱਤਰੰਗੀਆਂ ਪੀਂਘਾਂ ਝੂਟਣ ਦੇ,
ਪਲ-ਪਲ ਪਏ ਭੁਲੇਖੇ
ਜਦ ਹੱਥ ਠੰਡੇ ਹੁੰਦੇ ਜਾਪੇ ਤਾਂ,
ਸਾਹਾਂ ਦੇ ਨਾਲ ਸੇਕੇ।

ਵਾਧੂ ਭਰੇ ਖ਼ਜ਼ਾਨੇ,
ਲੇਕਿਨ ਅੱਖ ਖੁੱਲ੍ਹਦੇ ਹੀ ਖੁੜ ਜਾਣਾ।

ਸਮਝ ਨਹੀਂ ਆਇਆ ਮੇਰੇ,
ਤੇਰਾ ਚੁੱਪ-ਚੁਪੀਤੇ ਮੁੜ ਜਾਣਾ।
ਦੱਸ! ਕਿਹੜੇ ਕੰਮ ਆਊ,
ਤੇਰਾ ਭਰੇ-ਭਰਾਏ ਤੁਰ ਜਾਣਾ।
◆

ਨੀਲੀਆਂ ਅੱਖਾਂ ਦਾ ਆਸਮਾਨ

ਨੀਲੇ ਆਸਮਾਨ ਨੂੰ
ਮੈਂ ਨੀਝ ਨਾਲ ਤੱਕਿਆ
ਨਿੰਮੀ-ਨਿੰਮੀ ਫੁਹਾਰ ਤੋਂ ਬਾਅਦ
ਸੂਰਜ ਅਸਤ ਹੋਣ ਤੋਂ ਪਲ ਕੁ ਪਹਿਲਾਂ
ਸੱਤਰੰਗੀ ਪੀਂਘ ਦੇ ਨਜ਼ਾਰੇ
ਲਾਲ ਚਿੱਟੇ ਤੇ ਕਾਲੇ ਬੱਦਲ ਦੇਖੇ।
ਪੂਰਣਮਾਸੀ ਦੇ ਚੰਨ ਦੀ
ਅੱਧੀ ਰਾਤੇ ਜਵਾਨੀ ਦੇਖੀ।

ਮੱਸਿਆ ਦੀ ਰਾਤ
ਸਪਤ ਰਿਸ਼ੀ ਮੰਡਲ 'ਤੇ ਗਿੱਟੀਆ
ਧਰੂ ਤਾਰੇ ਦੀ ਪਰਿਕਰਮਾ ਕਰਦੀਆਂ।

ਨੀਲਾ ਅਸਮਾਨ
ਵਾਰ-ਵਾਰ ਦੇਖਿਆ
ਮੈਂ ਲਗਾਤਾਰ ਦੇਖਿਆ।

ਅੱਜ ਮੈਂ ਅਚਾਨਕ
ਤੇਰੀਆਂ ਅੱਖਾਂ ਨੂੰ ਦੇਖ ਬੈਠਾ
ਨੀਲੀਆਂ ਅੱਖਾਂ 'ਚ
ਕਿੰਨੇ ਆਸਮਾਨ ਦੇਖੇ
ਕਿੰਨੇ ਜਹਾਨ ਦੇਖੇ
ਕਿੰਨਾ ਸਹਿਜ
ਤੇ ਕਿੰਨੇ ਤੂਫ਼ਾਨ ਦੇਖੇ।
ਤੇਰੀ ਤਸਵੀਰ ਨੇ
ਤੇਰੇ ਨੈਣਾਂ ਦੇ ਤੀਰ ਨੇ
ਜੀਣ ਜੋਗੇ ਨਹੀਂ ਛੱਡਿਆ
ਤੇ ਮਰਨ ਨੂੰ ਹੁਣ ਦਿਲ ਨਹੀਂ ਕਰਦਾ।

ਦਿਲ ਕਰਦਾ ਹੈ
ਉੱਡ ਕੇ ਆ ਜਾਣ ਨੂੰ

ਅੱਖਾਂ ਚਾਰ ਕਰਨ ਨੂੰ
ਤੇਰਾ ਸੇਕ ਹੰਢਾਉਣ ਨੂੰ
ਡਰ ਵੀ ਲੱਗਦਾ ਹੈ
ਢਲਦਾ ਪਰਛਾਵਾਂ ਹਾਂ
ਕਿਤੇ ਵੇਂਹਦਿਆਂ ਨਾ ਮਰ ਜਾਵਾਂ
ਗਰਮ ਹੋਣਾ ਤਾਂ ਪਾਸੇ ਰਿਹਾ
ਠੰਡਾ ਹੋ ਜਾਵਾਂ ਠਰ੍ਹ ਜਾਵਾਂ।

◆

ਦਿਲ

ਸਾਡਾ ਵੀ ਇਹ ਦਿਲ
ਕਿਤੇ ਦਿਲਾਂ ਵਾਲਿਆਂ ਨੇ
ਚੁੱਕ ਦਿਲ ਨਾਲ ਲਾਇਆ ਹੁੰਦਾ।
ਕਦੇ ਦਿਲ ਅੱਖੀਆਂ ਨੂੰ ਆਖਦਾ ਨਾ ਬੋਲੋ ਨੀ।

ਉਮਰ ਬਿਤਾਈ ਹੁੰਦੀ
ਰਾਤ ਲਾਗੇ ਆਈ ਹੁੰਦੀ
ਰੀਝਾਂ ਨੂੰ ਮੈਂ ਆਖ ਦੇਂਦਾ ਹੱਡੀਆਂ ਨਾ ਰੋਲ਼ੋ ਨੀ।

ਜ਼ਿੰਦਗੀ ਦੀ ਪਹੁ ਫੁੱਟੇ
ਸਾਡੇ ਸਾਰੇ ਸਾਜ਼ ਟੁੱਟੇ
ਕਦੋਂ ਜਾ ਕੇ ਸ਼ਾਮ ਪੈਣੀ
ਹਾਲੇ ਤਾਂ ਸਵੇਰ ਹੀ ਹੈ
ਤਾਂ ਹੀ ਦਿਲ ਆਖਦਾ ਹੈ ਰੀਝੋ-ਰੀਝ ਬੋਲੋ ਨੀ।

ਕੋਈ ਮੇਰਾ ਯਾਰ
ਉੱਠ ਮਾਂ ਨੂੰ ਸੁਣਾਵੇ ਦੁੱਖ
ਮੜ੍ਹੀਆਂ ਦੀ ਮਿੱਟੀ 'ਚੋਂ
ਜੇ ਕੁੱਝ ਨਾ ਪਛਾਣ ਹੋਵੇ
ਕਿੰਝ ਆਖਾਂ ਉਂਗਲਾਂ ਨੂੰ ਧਰਤੀ ਫਰੋਲ਼ੋ ਨੀ।
◆

ਮੰਜ਼ਿਲ

ਇੱਕ ਹੁਸਨ ਨੂੰ
ਇੱਕ ਪਿਆਰ ਨੂੰ
ਅੱਖੀਆਂ ਸਹਾਰੇ ਮਾਨਣਾ
ਪਿਆਰ ਰਮਝਾਂ, ਦਿਲੀਂ ਸਮਝਾਂ
ਮੁਸਕਣੀ 'ਚੋਂ ਤੱਕਣਾ, ਮੇਰੀ ਕੋਈ ਮੰਜ਼ਿਲ ਨਹੀਂ।

ਰਮਝਾਂ ਤੇ ਸਮਝਾਂ ਤੋਂ ਅੱਗੇ
ਹੋਰ ਵੀ ਹੈ ਕੁੱਝ ਅਜੀਜ਼
ਬਹੁਤ ਲੰਮੀ ਆਸ ਹੈ
ਬਹੁਤ ਜ਼ਿਆਦਾ ਪਿਆਸ ਹੈ।

ਤਾਰਿਆਂ 'ਤੇ ਅੱਜ ਲੋਕੀਂ ਪਹੁੰਚ ਗਏ
ਪਰ ਇਹ ਤਾਂ ਇੱਕ ਮੁਸਕਣੀ ਹੈ
ਇਹ ਤਾਂ ਬਸ! ਇੱਕ ਤੱਕਣੀ ਹੈ।

ਬਹੁਤ ਕੁੱਝ ਹੈ ਤਾਰਿਆਂ ਤੋਂ ਬਹੁਤ ਦੂਰ
ਪਿਆਰ ਇੱਕ ਮੁਸਕਾਣ ਤਕ ਸੀਮਿਤ ਨਹੀਂ
ਪਲਕ ਬਸ! ਸ਼ਰਮਾਉਣ ਤਕ ਸੀਮਿਤ ਨਹੀਂ
ਹਾਂ ਇਹ ਸਭ ਮੁਸਕਾਣ ਤੋਂ ਚੱਲਦਾ ਜਰੂਰ।

ਪਰ ਬਹੁਤ ਕੁੱਝ ਹੈ ਤਾਰਿਆਂ ਤੋਂ ਬਹੁਤ ਦੂਰ।
ਬਹੁਤ ਕੁੱਝ ਹੈ ਤਾਰਿਆਂ ਤੋਂ ਬਹੁਤ ਦੂਰ।
◆

ਸੁਪਨਿਆਂ ਨੂੰ

ਜਿਊਣ ਜੋਗੇ ਸੁਪਨਿਆ!
ਜਿਊਂਦਾ ਰਹੇਂ ਲੱਖ ਸਾਲ
ਮਾਹੀ ਮਾਣਾਂ, ਖੁੱਲ-ਮ-ਖੁੱਲੀ
ਸ਼ਰਮ ਤੁਲੇ ਕੱਖ ਨਾਲ।

ਸੇਜ ਵਿਛਾਵਾਂ, ਖੁਸਦੀ ਜਾਵਾਂ
ਮਾਹੀ ਦੇ ਗਲ ਬਾਹਾਂ ਪਾਵਾਂ
ਸੁਪਨਿਆਂ ਆੜੀ ਛੱਡ ਨਾ ਜਾਵੀਂ
ਅੱਜ ਮੇਰਾ ਪੱਖ ਪਾਲ।

ਤੂੰ ਜਿਊਂਦਾ ਰਹੇ ਲੱਖ ਸਾਲ।

◆

ਬਾਗ਼ ਹਵਾਲੇ ਤੇਰੇ

ਅੰਬਾਂ ਦੇ ਸ਼ੌਕੀਨ ਮਿੱਤਰਾ! ਸਾਰਾ ਬਾਗ਼ ਹਵਾਲੇ ਤੇਰੇ,
ਲਾਗੋਂ-ਲਾਗੋਂ ਲੰਘ ਜਾਏਂ ਤੂੰ, ਜ਼ਰਾ ਹੋ ਕੇ ਤਾਂ ਦੇਖ ਨੇੜੇ-ਨੇੜੇ।

ਅੰਬਾਂ ਦੀਆਂ ਬੂਬੀਆਂ ਨੂੰ ਵੇਖੇਂ ਜਿਵੇਂ ਚੋਰ ਵੇ,
ਬਾਗ਼ ਵਿੱਚ ਰਸੇ ਹੋਏ ਫ਼ਲ ਕਈ ਹੋਰ ਵੇ,
ਫੁੱਲਾਂ ਦੀ ਮਹਿਕ ਨਾਲ ਮਹਿਕਦਾ ਹੈ ਬਾਗ਼ ਸਾਰਾ,
ਜੱਗ ਜਾਣਦਾ ਹੈ ਚਾਰ-ਚੁਫ਼ੇਰੇ।
ਵੇ ਅੰਬਾ ਦੇ ਸ਼ੌਕੀਨ ਮਿੱਤਰਾ................।

ਰੰਗ ਤੇ ਮਹਿਕ ਕੂਲੇ ਪੱਤਿਆਂ ਦੇ ਨਾਲ ਵੇ,
ਕਈ ਨੇ ਸ਼ਿਕਾਰੀ ਸੁੱਟੀ ਫਿਰਦੇ ਜੋ ਜਾਲ਼ ਵੇ,
ਚੋਗਾ ਚੁੱਕੀ ਫਿਰਦੇ ਕਬੂਤਰ ਜੇ ਕਾਬੂ ਆਉਣ
ਨਿੱਤ ਮਾਰਦੇ ਨੇ ਕਈ-ਕਈ ਗੇੜੇ।
ਵੇ ਅੰਬਾ ਦੇ ਸ਼ੌਕੀਨ ਮਿੱਤਰਾ................।

ਫੁੱਲਾਂ-ਫ਼ਲਾਂ ਦੀ ਵੀ ਰੀਝ ਹੁੰਦੀ ਕੋਈ ਆਵੇ ਵੇ,
ਮਾਸਾ ਸੁੰਘੇ ਕੋਈ ਤੇ ਸਵਾਦ ਨਾਲ ਖਾਵੇ ਵੇ,
ਉਡੀਕਿਆ ਉਮਰ ਭਰ ਆਵੇ ਅਪਣਾਵੇ ਕੋਈ,
ਅਸੀਂ ਖ਼ੁਦ ਜਾਣੀਏ ਜਾਂ ਸਾਡੇ ਜੇਰੇ।
ਵੇ ਅੰਬਾ ਦੇ ਸ਼ੌਕੀਨ ਮਿੱਤਰਾ................।

ਸਿਖ਼ਰ ਦੁਪਿਹਰੇ ਪਰਛਾਵੇਂ ਵੀ ਨਹੀਂ ਦਿਸਦੇ,
ਜ਼ਖ਼ਮ ਨਾਸੂਰ ਬਣ ਵਿੱਚੇ-ਵਿੱਚ ਰਿਸਦੇ,
ਮਾਲੀ ਬਣ ਕੇ ਜਾਂ ਕੋਈ ਬਣ ਕੇ ਹਕੀਮ ਆਵੇ,
ਮਾਰੇ ਦਿਲ ਦੀ ਦਹਿਲੀਜ਼ ਉੱਤੇ ਫੇਰੇ।
ਵੇ ਅੰਬਾ ਦੇ ਸ਼ੌਕੀਨ ਮਿੱਤਰਾ................।

◆

ਆਸ਼ਿਕ

ਆਸ਼ਿਕ ਜੇਡ ਬੇਅਕਲ ਨਾ ਕੋਈ, ਵਾਰਿਸ ਸ਼ਾਹ ਫ਼ੁਰਮਾਵੇ।
ਫਿਰ ਵੀ ਹਰ ਕੋਈ ਇਸ ਦੁਨੀਆਂ ਵਿੱਚ ਆਸ਼ਿਕ ਬਣਨਾ ਚਾਹਵੇ।

ਆਪਣੇ ਦਿਲ ਦਾ ਦਰਦ ਸਾਰਾ ਹੀ ਦੁਨੀਆ ਨੂੰ ਦੱਸ ਆਵੇ,
ਆਪਣੀ ਮਿੱਟੀ ਆਪੇ ਪੁੱਟ ਕੇ ਆਪਣੇ ਸਿਰ ਵਿੱਚ ਪਾਵੇ।

ਜਾਣਦਿਆਂ ਕੰਡਿਆਲੀਆਂ ਰਾਹਾਂ ਰਸਤਾ ਪਥਰੀਲਾ ਹੈ,
ਪਤਾ ਨਹੀਂ ਫਿਰ ਵੀ ਕਿਉਂ ਹਰ ਕੋਈ ਇਸ 'ਤੇ ਤੁਰਨਾ ਚਾਹਵੇ।

ਪਤਾ ਹੈ ਸਭ ਨੂੰ ਕਿ ਸ਼ਿਕਰਾ ਬਸ! ਦਿਲ ਦਾ ਮਾਸ ਹੀ ਖਾਂਦਾ ਹੈ,
ਚਾਈਂ-ਚਾਈਂ ਲੇਕਿਨ ਹਰ ਕੋਈ ਦਿਲ ਦਾ ਮਾਸ ਖਵਾਵੇ।

ਆਪਣੀ ਮਰਜ਼ੀ ਦੇ ਨਾਲ ਆਸ਼ਿਕ ਸੂਲੀ 'ਤੇ ਚੜ੍ਹ ਜਾਵੇ
ਸਭ ਕੁੱਝ ਜਾਣਦਿਆਂ ਜੋ ਫਸਿਆ ਉਸਨੂੰ ਕੌਣ ਛੁਡਾਵੇ।
◆

ਵੈਲਨਟਾਈਨ ਦਾ ਤੋਹਫ਼ਾ

ਵੈਲਨਟਾਈਨ ਦਾ ਤੋਹਫ਼ਾ ਦੱਸਿਓ! ਮੈਂ ਕਿਸਨੂੰ ਦੇ ਆਵਾਂ।
ਦਿਲ ਤਾਂ ਦਿਲ ਬਦਲੇ ਦੇ ਹੁੰਦਾ ਕਿਸ ਨਾਲ ਦਿਲ ਵਟਾਵਾਂ।

ਰੱਬ ਬਣਾਵੇ ਤਾਹੀਓਂ ਬਣਦੇ ਮਹਿਰਮ ਦਿਲਾਂ ਦੇ ਜਾਨੀ
ਆਪਣੇ ਗਲ ਵਿੱਚ ਆਪਣੇ ਹੱਥੀਂ ਵਰਮਾਲਾ ਕਿੰਝ ਪਾਵਾਂ।

ਏਨਾ ਚੰਗਾ ਗੁਰ ਚਰਨਾਂ ਨਾਲ ਜੁੜਿਆ ਰਹਿੰਦਾ ਸੁੱਨੜ,
ਤੇਰੇ ਦਰ ਤੋਂ ਮਿਲਦਾ ਸਭ ਕੁੱਝ ਇਸ ਲਈ ਤੈਨੂੰ ਧਿਆਵਾਂ।

ਹੋਰ ਕੋਈ ਰਾਹ ਵੀ ਨਹੀਂ ਦਿਸਦਾ ਜਿਸ 'ਤੇ ਤੁਰ ਕੇ ਵੇਖਾਂ,
ਏਨੀ ਮਿਹਰ ਕਰੀ ਰੱਖੀਂ ਕਿ ਤੇਰੇ ਨਾਲ ਨਿਭਾਵਾਂ।

◆

ਦਿਲ ਦਾ ਹਾਲ

ਮੈਂ ਤਾਂ ਤੈਨੂੰ ਆਪਣਾ ਹਾਲ ਸੁਣਾਇਆ ਸੀ।
ਆਪਣਾ ਦਿਲ ਹੌਲਾ ਕਰਨਾ ਚਾਹਿਆ ਸੀ।

ਦਿਲ ਦਿਆਂ ਜ਼ਖਮਾਂ ਕਰਕੇ ਦਿਲ ਭਰ ਆਇਆ ਸੀ।
ਏਸ ਲਈ ਤੈਨੂੰ ਛਾਤੀ ਨਾਲ ਲਾਇਆ ਸੀ।

ਮੇਰੀ ਗੱਲ ਸੁਣ ਕੇ ਦੱਸ! ਤੈਨੂੰ ਕੀ ਹੋਇਆ ਸੀ।
ਮੇਰੇ ਤੋਂ ਵੀ ਉੱਚੀ-ਉੱਚੀ ਤੂੰ ਰੋਇਆ ਸੀ।

ਗੱਲ ਸੁਣ ਕੇ ਤੈਨੂੰ ਕੁੱਝ ਚੇਤੇ ਆਇਆ ਸੀ।
ਭੇਦ ਖੁੱਲ੍ਹ ਗਿਆ ਜੋ ਤੂੰ ਬੜਾ ਛੁਪਾਇਆ ਸੀ।

ਮੈਂ ਮਨ ਹੌਲਾ ਕਰ ਲਿਆ, ਤੂੰ ਆਪਣਾ ਕਰ ਲਿਆ।
ਹੌਕੇ ਦੇ ਪੱਜ ਨਾਲ ਤੂੰ ਹੌਕਾ ਭਰ ਲਿਆ।

ਰੋਣੇ ਆਪਣੇ-ਆਪਣੇ ਰਲ ਕੇ ਰੋ ਲਈਏ।
ਗਲ਼ ਲੱਗ ਕੇ ਧੌ ਹੁੰਦੇ ਤਾਂ ਆ 'ਜਾ! ਧੌ ਲਈਏ।
◆

ਆਸ

ਜਿਸਦੇ ਮਿਲਣ ਦੀ ਆਸ ਹੋਵੇ, ਤਾਂ ਯਾਦ ਵੀ ਉਸਦੀ ਆਵੇ,
ਦਿਲ ਵਿੱਚ ਜਿਸ ਲਈ ਪਲੰਘ ਵਿਛੇ, ਉਹ ਆਵੇ ਜਾਂ ਨਾ ਆਵੇ
ਹਰ ਇੱਕ ਸੋਚ 'ਚ ਜੋ ਵਸਦਾ, ਜਿਸਦਾ ਸਾਇਆ ਹਰ ਪਾਸੇ
ਜਿਉਂ-ਜਿਉਂ ਹੈ ਦਿਨ ਢਲਦਾ ਜਾਂਦਾ, ਪਰਛਾਵਾਂ ਵਧਦਾ ਜਾਵੇ।

ਹਰ ਇਕ ਦਰਦ ਦਾ ਦਾਰੂ ਹੁੰਦਾ ਹੈ ਦੁਨੀਆ ਵਿੱਚ ਸੁਣਿਆ,
ਪਰ ਦਿਲ ਦੇ ਜ਼ਖ਼ਮਾਂ 'ਤੇ ਦੱਸਿਓ! ਕੋਈ ਲਾਵੇ ਤਾਂ ਕੀ ਲਾਵੇ।
'ਛੱਡ ਪਰ੍ਹੇ' ਕਰਨਾ ਚਾਹਿਆ ਪਰ ਗੱਲ ਨਹੀਂ ਬਣਦੀ ਦਿਸਦੀ,
ਸੁੱਨੜ ਨੂੰ ਤਾਂ ਸਮਝ ਹੈ ਸਾਰੀ, ਦਿਲ ਨੂੰ ਕੌਣ ਸਮਝਾਵੇ।

◆

ਸਾਜਨ

ਇਹ ਕਿਸ ਤਰ੍ਹਾਂ ਦਾ ਸਾਜਨ ਇਜ਼ਹਾਰ ਕਰ ਰਹੇ ਹੋ।
ਖਹਿੜਾ ਛੁਡਾਉਣ ਖਾਤਰ ਇਕਰਾਰ ਕਰ ਰਹੇ ਹੋ।

ਉਮੀਦ ਸੀ ਧਰੋਗੇ ਜ਼ਖ਼ਮਾਂ 'ਤੇ ਤੇਲ, ਹਲਦੀ,
ਲਾਰਾ ਲਗਾ ਕੇ ਸੱਜਰਾ ਕਿਉਂ ਵਾਰ ਕਰ ਰਹੇ ਹੋ।

ਮਾਰੂਥਲਾਂ 'ਚ ਲੱਗਿਆ ਸੀ ਹੋਏਗੀ ਮਾਸਾ ਕਿਣਮਿਣ,
ਅਣਮੁੱਲੇ ਵਲਵਲੇ ਨੂੰ ਬੇਕਾਰ ਕਰ ਰਹੇ ਹੋ।

ਇਸ ਤੋਂ ਤਾਂ ਸੀ ਖ਼ਰਾ ਕਿ ਪੈਂਦਾ ਹੀ ਨਾ ਭੁਲੇਖਾ,
ਸੱਧਰਾਂ ਜਗਾ ਕੇ ਸੁੰਨਾ ਸੰਸਾਰ ਕਰ ਰਹੇ ਹੋ।

ਗ਼ਲਤੀ ਤਾਂ ਦੱਸਦੇ ਜਾਓ ਸਾਡੇ ਤੋਂ ਕਿਹੜੀ ਹੋਈ,
ਦੋਸਤ! ਕਿਉਂ ਦੁਸ਼ਮਣੀ ਦਾ ਵਿਵਹਾਰ ਕਰ ਰਹੇ ਹੋ।
◆

ਪੀੜ

ਗ਼ਮ ਨਹੀਂ ਆਪਣੇ ਕਿਸੇ ਨੂੰ ਆਪਣਾ ਨਾ ਕਹਿ ਸਕੇ,
ਗ਼ਮ ਹੈ ਸਾਰੀ ਉਮਰ, ਉਸਦੇ ਸਾਹਮਣੇ ਰਹਿਣਾ ਪਿਆ।
ਮਹਿਕ ਨੂੰ ਛੋਹ ਨਾ ਸਕੇ ਮਹਿਸੂਸ ਕੀਤਾ ਉਮਰ ਭਰ,
ਗ਼ੈਰ ਦੇ ਹੱਥਾਂ 'ਚ ਆਪਣੇ ਫੁੱਲ ਨੂੰ ਸਹਿਣਾ ਪਿਆ।

ਕਲਪਿਆ 'ਕੱਲਾ ਤੇ ਦਿਲ ਨੂੰ ਬਿੜਕ ਵੀ ਆਉਂਦੀ ਰਹੀ,
ਰੱਬ ਦੇ ਰੰਗਾਂ 'ਚ ਬਸ! ਚੁੱਪਚਾਪ ਹੀ ਬਹਿਣਾ ਪਿਆ।
ਫਾਸਲੇ, ਨਜ਼ਦੀਕੀਆਂ ਵਿੱਚ ਫ਼ਰਕ ਹੀ ਨਾ ਕਰ ਸਕੇ,
ਪੀੜ ਵੀ ਜਰਨੀ ਪਈ ਧੰਨਵਾਦ ਵੀ ਕਹਿਣਾ ਪਿਆ।

ਦੌੜ-ਭੱਜ ਕੀਤੀ ਮਗਰ ਮੰਜ਼ਿਲ ਨੂੰ ਵੀ ਨਾ ਪਾ ਸਕੇ,
ਕੰਢੇ ਵੀ ਨਾ ਲੱਗੀ ਨਦੀ, ਕੰਢਿਆਂ 'ਚ ਵਹਿਣਾ ਪਿਆ।
◆

ਮਹਿਫ਼ਿਲ

ਤੇਰੀ ਮਹਿਫ਼ਿਲ ਵਿੱਚ ਜਦ ਵੀ ਗੱਲ ਤੁਰੇ ਮੇਰੀ,
ਮਿੱਤਰ ਕਹੀਂ ਜਾਂ ਦੁਸ਼ਮਣ ਲੇਕਿਨ ਅਪਣਾ ਕਹਿ ਕੇ ਗੱਲ ਤੋਰੀਂ।
ਬੇਰ ਨਹੀਂ ਲੱਗਦੇ ਤੈਨੂੰ, ਜੋ ਰੁੱਖਾ-ਮਿੱਸਾ ਮੈਂ ਘੱਲਿਆ,
ਨਾ ਖਾਵੀਂ ਕੁੱਝ ਨਹੀਂ ਹੁੰਦਾ ਪਰ ਰੀਠੇ ਕਹਿ ਕੇ ਨਾ ਰੋੜ੍ਹੀਂ।

ਆਪਣੇ ਹੀ ਰੁੱਸਦੇ ਹੁੰਦੇ ਨੇ ਦੱਸ! ਓਪਰਿਆਂ ਨੇ ਕੀ ਰੁੱਸਣਾ,
ਘਰ ਵਿੱਚ ਭਾਂਡੇ ਖੜਕ ਪੈਂਦੇ, ਨਾ ਗੁੱਸੇ ਵਿੱਚ ਆ ਕੇ ਤੋੜੀਂ।
ਮੰਦਾ-ਚੰਗਾ ਕਹਿ ਬਹਿੰਦੇ ਕਈ ਵਾਰੀ ਬਿਨ ਸੋਚੇ ਲੋਕੀਂ,
ਸੋਚ-ਸਮਝ ਕੇ ਇੱਕ ਵਾਰੀ ਹੋ ਸਕਿਆ ਤਾਂ ਵਾਗਾਂ ਮੋੜੀਂ।
◆

ਠੋਹਕਰ 'ਤੇ ਜ਼ਮਾਨਾ

ਅਰਜ਼ੀ ਮਨਜ਼ੂਰ ਨਹੀਂ ਕੀਤੀ, ਤੁਸੀਂ ਦਿਲ ਦੀ ਅਦਾਲਤ ਵਿੱਚ,
ਦੁਨੀਆ ਕੀ ਕਹੇਗੀ ਸੱਜਣਾ! ਇਹ ਤਾਂ ਇੱਕ ਬਹਾਨਾ ਹੈ।
ਆਸ਼ਿਕ ਪਿਆਰ ਵਿੱਚ ਡੁੱਬਦੇ, ਥਲਾਂ ਵਿੱਚ ਸੜਦੇ ਵੀ ਸੁਣਿਆ,
ਮੁਹੱਬਤ ਇਸ਼ਟ ਬਣ ਜਾਵੇ ਤਾਂ ਠੋਹਕਰ 'ਤੇ ਜ਼ਮਾਨਾ ਹੈ।

◆

ਸਾਂਝ ਦਿਲਾਂ ਦੀ

ਦਿਲ ਨਾਲ ਦਿਲ ਜੇ ਮਿਲ ਜਾਵੇ ਤਾਂ ਮਿਟ ਜਾਂਦੀ ਹਰ ਦੂਰੀ।
ਸਾਂਝ ਦਿਲਾਂ ਦੀ ਪਾਉਣ ਲਈ, ਨਹੀਂ ਹੁੰਦਾ ਵਸਲ ਜਰੂਰੀ।

ਇੱਕ ਛੱਤ ਹੇਠਾਂ ਰਹਿ ਕੇ ਵੀ ਕਈ 'ਕੱਲੇ-'ਕੱਲੇ ਰਹਿੰਦੇ।
ਦੋ ਦਿਲ ਜੇਕਰ ਇੱਕ ਨਹੀਂ ਬਣਦੇ ਰਹਿੰਦੀ ਸਾਂਝ ਅਧੂਰੀ।

ਜਿਹੜਾ ਰੋਂਦਿਆਂ ਘੋੜੀ ਚੜ੍ਹਦਾ, ਉਹ ਦੱਸ ਕਾਹਦਾ ਲਾੜਾ,
ਖੰਭੇ 'ਤੇ ਜੋ ਫੋਟੋ ਲਟਕੇ ਫਿਲਮਾਂ ਦੀ ਮਸ਼ਹੂਰੀ।
◆

ਮੋੜ-ਮੁੜਾਈਆਂ

ਬੰਦਿਆਂ ਵਾਂਗ ਮਿਲੇ ਵੀ ਨਹੀਂ ਸੀ, ਮੋੜ-ਮੁੜਾਈਆਂ ਹੋ ਗਈਆਂ।
ਚੱਜ ਦੇ ਨਾਲ ਜੁੜੇ ਵੀ ਨਹੀਂ ਸੀ, ਤੋੜ-ਤੁੜਾਈਆਂ ਹੋ ਗਈਆਂ।

ਵਾਅਦੇ ਕੀਤੇ ਸੁਪਨੇ ਵੇਖੇ, ਸੁਪਨੇ ਵਿੱਚ ਘਰ-ਬਾਰ ਬਣੇ,
ਸਾਡੀਆ ਰੀਝਾਂ ਸਾਡੇ ਗਲ਼ ਲੱਗ, ਬੁਸ-ਬੁਸ ਕਰਕੇ ਰੋ ਗਈਆਂ।

ਸੋਚ ਰਹੇ ਸੀ ਸ਼ਗਨ ਕਰਾਂਗੇ, ਤੇਲ ਚੋਆਂਗੇ ਸਰਦਲ 'ਤੇ,
ਸੱਧਰਾਂ ਜਦ ਪਰਤਣ ਲੱਗੀਆਂ ਤਾਂ ਦਰ 'ਤੇ ਅੱਥਰੂ ਚੋਅ ਗਈਆਂ।

ਧੜਕਣ ਤੇਜ਼ ਹੋਈ ਸੀ ਜਦ ਤੋਂ, ਤੂੰ ਸਾਡਾ ਬਣਦਾ ਦਿਸਿਆ,
ਲੇਕਿਨ ਹੁਣ ਇਓਂ ਲੱਗਦਾ ਹੈ ਜੀਕਣ ਨਬਜ਼ਾਂ ਸਭ ਖਲੋ ਗਈਆਂ।
◆

ਸੁਲ੍ਹਾ-ਸਫ਼ਾਈਆਂ

ਖੁਰੇ ਨੂੰ ਕਰਦੇ ਖਾਲੀ ਨੀ!
ਤੇਰੀ ਸੱਸ ਕਰ ਲਵੇ ਸਫ਼ਾਈਆਂ।

ਮੈਨੂੰ ਕੂਚ ਲੈਣ ਦੇ ਅੱਡੀਆਂ ਵੇ!
ਤੂੰ ਕਾਹਤੋ ਕਾਹਲੀਆਂ ਪਾਈਆਂ।

ਬਾਪੂ ਤੜਕੇ ਦਾ ਹਲ ਵਾਹਵੇ,
ਮਰ ਚੱਲਿਆ ਕਰਦਾ ਕਮਾਈਆਂ।

ਵੇ ਸਾਥੋਂ ਨਾ ਕੰਮ-ਕਾਰ ਹੋਵੇ ਅਸੀਂ,
ਵੱਡਿਆਂ ਘਰਾਂ ਦੀਆਂ ਜਾਈਆਂ।

ਨੱਠ-ਭੱਜ 'ਚ ਮਾਂ-ਪਿਓ ਮਰ ਚੱਲੇ,
ਕੰਮ ਕਰਦੇ ਵਾਂਗ ਸ਼ੁਦਾਈਆਂ।

ਵੇ ਮੈਂ ਤਾਂ ਚੱਲੀ ਮੇਲੇ ਤੇਰੀਆਂ,
ਤੁਰ ਗਈਆਂ ਭਰਜਾਈਆਂ।

ਨੀ ਟੀਵੀ ਸ਼ੋ ਵਿੱਚ ਤੂੰ ਬੱਲੀਏ!
ਕੱਲ ਬੜੀਆਂ ਰੌਣਕਾਂ ਲਾਈਆਂ।

ਮੈਨੂੰ ਵੀ ਆਏ ਫੋਨ ਕਈ,
ਸਭ ਹਾਣੀ ਦੇਣ ਵਧਾਈਆਂ।

ਖੁਰੇ ਨੂੰ ਕਰਦੇ ਖਾਲੀ ਨੀ!
ਤੇਰੀ ਸੱਸ ਕਰ ਲਵੇ ਸਫ਼ਾਈਆਂ।

ਮੈਨੂੰ ਕੂਚ ਲੈਣ ਦੇ ਅੱਡੀਆਂ ਵੇ!
ਤੂੰ ਕਾਹਤੋ ਕਾਹਲੀਆਂ ਪਾਈਆਂ।

◆

ਬਿਨ ਸਿਰਲੇਖ

ਬਿਨ ਸਿਰਲੇਖ

ਜੋ ਹਾਲਾਤ ਤੁਸੀਂ ਖ਼ੁਦ ਪੈਦਾ ਕੀਤੇ ਨੇ,
ਉਹਨਾਂ ਦਾ ਕਾਰਣ ਸਾਡੇ ਤੋਂ ਕਿਉਂ ਪੁੱਛਦੇ ਹੋ।
ਸਾਨੂੰ ਬੇਵਸ ਕਰਕੇ ਅਪਣੀ ਮਰਜ਼ੀ ਨਾਲ,
ਨਾਲੇ ਹੱਥਲ ਕਰਤਾ ਨਾਲੇ ਰੁੱਸਦੇ ਹੋ।

◆

ਰੰਗਾਂ ਦੀਆਂ ਰੰਗੋਲੀਆਂ ਤੇ ਵਧੀਆ ਲੱਗਦੇ ਰੰਗ,
ਹੁਸਨ, ਜਵਾਨੀ, ਰੂਪ 'ਤੇ ਸਜਦੇ-ਫਬਦੇ ਰੰਗ।
ਰੁੱਤ-ਰੁੱਤ ਦੇ ਮੇਵੇ ਨੇ ਸੁੱਨੜਾ! ਕਾਦਰ ਦੀ ਕੁਦਰਤ ਹੈ,
ਖੜਸੁੱਕ ਹੋ ਗਏ ਰੁੱਖਾਂ ਦੇ ਫਿਰਦੇ ਜਬ੍ਹਦੇ ਰੰਗ।

◆

ਨੈਣ੍ਹ-ਨਕਸ਼ ਵੱਖੋਂ-ਵੱਖ ਸਭ ਦੇ ਵੇਖਣ, ਸੁੰਘਣ, ਚੱਖਣ ਲਈ,
ਵਰਤੋਂ ਕਰਨ ਲਈ ਰੱਬ ਦਿੱਤੇ, ਨਾ ਕਿ ਸਾਂਭ ਕੇ ਰੱਖਣ ਲਈ।
ਇੱਕ ਮੁਟਿਆਰ ਕਿਸੇ ਨੂੰ ਜਿਹੜੀ ਧੀ, ਭੈਣ, ਮਾਂ ਲੱਗਦੀ ਹੈ,
ਪਰ ਕੋਈ ਗੁੱਭਰੂ ਸੋਚੇ ਉਸ ਨਾਲ ਹੱਸਣ ਤੇ ਵੱਸਣ ਲਈ।

◆

ਚੁਣ-ਚੁਣ ਕੇ ਰੰਗ ਭਰ ਕੇ ਜਿਸਨੂੰ ਰੱਬ ਨੇ ਆਪ ਬਣਾਇਆ,
ਉਸਦੇ ਰੰਗਾਂ ਵਿੱਚ ਦੱਸ ਸੁੱਨੜਾ! ਤੂੰ ਕੀ ਰੰਗ ਭਰੇਂਗਾ।
ਪਰੀ ਦੇਸ ਦੀ ਰਾਣੀ ਜਿਸ 'ਤੇ ਦੇਵਤਿਆਂ ਦੀਆਂ ਨਜ਼ਰਾਂ,
ਗੀਤ, ਗਜ਼ਲ਼, ਕਵਿਤਾਵਾਂ ਲਿਖ ਕੇ ਤੂੰ ਕੀ ਸਿਫ਼ਤ ਕਰੇਂਗਾ।

◆

ਖ਼ੁਦ ਨੂੰ ਬੇਵਫ਼ਾ ਕਹਿਣਾ ਬਹੁਤ ਮੁਸ਼ਕਿਲ ਹੈ ਸੱਚ ਆਖਾਂ,
ਇਹ ਸਭ ਕੁੱਝ ਜਾਣਦੇ ਹੋਇਆਂ ਕਿ ਗੁਸਤਾਖ਼ੀ ਤਾਂ ਹੋਈ ਹੈ।
ਹੱਸਣ ਦੀ ਕੋਸ਼ਿਸ਼ ਬਹੁਤ ਕੀਤੀ, ਚਿਹਰਾ ਬਦਲਣ ਲਈ,
ਪਰ ਅੱਖੀਆਂ ਦਾ ਪਾਣੀ ਦੱਸ ਰਿਹਾ, ਰੂਹ ਰੱਜ ਕੇ ਰੋਈ ਹੈ।

◆

ਬੇਅਰਥ ਹੋ ਗਏ ਹੁਣ ਤਾਂ ਜੀਵਨ ਦੀ ਅਰਥੀ ਦੇ ਅਰਥ,
ਕੀ ਕਰਾਂ ਜੇ ਅਜੇ ਤੱਕ ਮੁੱਕੇ ਨਹੀਂ ਤੇਰੇ ਸਵਾਲ।
ਵਹੀ-ਖਾਤੇ ਤੇਰੇ ਸ਼ਾਇਦ ਅਜੇ ਤੱਕ ਮੁੱਕੇ ਨਹੀਂ,
ਆਪੇ ਦੇ ਕੇ ਜ਼ਖ਼ਮ ਆਪੇ ਪੁੱਛ ਰਿਹੈਂ ਜ਼ਖ਼ਮਾਂ ਦੇ ਹਾਲ।
◆

ਕਈ ਚੀਜ਼ਾਂ ਟੁੱਟ ਜੁੜਦੀਆਂ ਨਹੀਂ,
ਸ਼ੀਸੇ ਵਾਂਗਰ ਨਾ ਟੁੱਟ ਜਾਵੀਂ।
ਜਿਸਦਾ ਦਵਾ-ਦਾਰੂ ਨਹੀਂ ਕੋਈ,
ਦੇਖੀਂ! ਕਿਤੇ ਐਸਾ ਰੋਗ ਨਾ ਲਾਵੀਂ।

ਐਂਵੇ ਹੀ ਲਾਲਚ ਵਿੱਚ ਆ ਕੇ,
ਕਿਤੇ ਆਪਣਾ ਝੁੱਗਾ ਚੌੜ ਕਰ ਲਵੀਂ।
ਜੋ ਕੁੱਝ ਮਿਲਿਆ ਤੈਨੂੰ ਸੁੱਨੜਾ!
ਬਸ! ਇਸ ਵਿੱਚ ਹੀ ਸ਼ੁਕਰ ਮਨਾਵੀਂ।
◆

ਹਲਦੀ, ਤੇਲ ਦਾ ਵਟਣਾ ਲਾ ਲਿਆ ਸਹੁਰੇ ਜਾਣ ਤੋਂ ਪਹਿਲਾਂ,
ਪਤਾ ਸੀ ਤੈਨੂੰ ਮਿਲ ਸਕਦੇ ਨੇ ਜ਼ਖ਼ਮ ਬਹੁਤ ਹੀ ਭਾਰੇ।
ਤੈਨੂੰ ਪਤਾ ਸੀ ਲੰਮੀਆਂ ਰਾਤਾਂ ਵਿੱਚ ਕਿਹੜਾ ਚੰਦ ਚੜ੍ਹਨਾ।
ਸੁਣ ਲਿਆ ਹੋਣੈ ਕਿਵੇਂ ਇਹ ਦੁਨੀਆ, ਦਿਨੇ ਦਿਖਾਉਂਦੀ ਤਾਰੇ।
◆

ਤੇਰੀਆਂ ਨਜ਼ਰਾਂ ਨੇ ਜਿਹੜਾ ਮੇਰਾ ਗੀਤ ਚੁੰਮ ਲਿਆ,
ਉਸ ਗੀਤ ਨੂੰ ਮੈਂ 'ਕੱਲਿਆ ਬਹਿ ਕੇ ਬਹੁਤ ਵਾਰੀ ਗਾਂਵਦਾ।
ਇਵੇਂ ਲੱਗਦਾ ਹੈ ਜਿਵੇਂ ਕੋਈ ਰੁਤਬਾ ਉੱਚਾ ਹੋ ਗਿਆ,
ਗੀਤਾਂ ਬਹਾਨੇ ਹੀ ਸਹੀ, ਤੇਰਾ ਨਾਮ ਨਜ਼ਰੀਂ ਆਂਵਦਾ।
◆

ਬਹੁਤ ਹੋਏ ਕੁਰਬਾਨ ਅਸੀਂ, ਦੇਸ ਦੀ ਰਾਖੀ ਕਰਨ ਲਈ ,
ਪਰ ਸਰਕਾਰਾਂ ਸਮਝ ਦੀਆ, ਅਸੀਂ ਪੈਦਾ ਹੋਏ ਮਰਨ ਲਈ।
ਹੱਕ-ਸੱਚ ਲਈ ਸਾਡੀ ਕੋਈ, ਆਵਾਜ਼ ਵੀ ਅੱਜ ਮਨਜੂਰ ਨਹੀਂ।
ਤਾਕਤ ਬਖ਼ਸ਼ੀਂ ਮਾਲਕਾ! ਇਹ ਸਭ ਕੁੱਝ ਵੀ ਜਰਨ ਲਈ।
◆

ਮੋਇਆ ਬਾਅਦ ਕਰੂ ਕੋਈ ਯਾਦ ਤਾਂ ਮੇਰੇ ਕਿਸ ਕੰਮ ਆਊ,
ਜਿਉਂਦਿਆਂ ਜਿਹੜਾ ਕੌਡੀਓਂ ਖੋਟਾ, ਮਰ ਕੇ ਕੀ ਉਹ ਰੰਗ ਲਾਊ।
ਪਹਿਲਵਾਨ ਪਟਕੇ ਦੇ ਸਾਰੇ, ਸਿਰੇ ਸਾਰ ਸਭ ਦੁਨੀਆ,
ਮੇਰੇ ਵਰਗਾ ਆਮ ਆਦਮੀ ਕਿਸ ਗਿਣਤੀ ਵਿੱਚ ਗਿਣਿਆ ਜਾਊ।

◆

ਅਕਸਰ ਪੰਛੀ ਅੰਬਰਾਂ ਦੇ ਵਿੱਚ ਉਡਣਾ ਚਾਹਵੇ,
ਆਸ਼ਿਕ, ਇਸ਼ਕ ਝਨ੍ਹਾਂ ਵਿੱਚ ਚਾਹੁੰਦਾ ਤਾਰੀਆਂ ਲਾਵੇ।
ਰਾਤ ਦਿਨੇ ਸੁਪਨੇ ਲੈਂਦੇ ਨੇ ਸੁਪਨ ਦੇਸ਼ ਦੇ ਵਾਸੀ,
ਪਰ ਪਰੀ ਦੇਸ਼ ਵਿੱਚ, ਪਰੀ ਬਿਨਾ ਨਾ ਉੱਡਿਆ ਜਾਵੇ।

◆

ਸਾਹ ਵੀ ਆਪਣਾ ਨਹੀਂ ਜੋ ਬੰਦਾ ਲੈਂਦਾ ਹੈ,
ਪਰ ਅਰਥੀ ਨੂੰ ਵੀ ਹਰ ਕੋਈ ਮੇਰੀ ਕਹਿੰਦਾ ਹੈ।
ਹੁਕਮੀਂ ਅੰਦਰ ਸੋਚ-ਸਮਝ ਤੇ ਕਰਮ ਇੰਦਰੀਆਂ,
ਪਰ ਮੇਰੇ-ਮੇਰੇ ਮੰਨ ਕੇ ਚਸਕੇ ਲੈਂਦਾ ਹੈ।

ਸਾਰੀਆਂ ਸ਼ਕਤੀਆਂ ਦੇਣਦਾਰ ਦੀਆਂ ਦਾਤਾਂ ਨੇ,
ਪਰ ਸ਼ਕਤੀਵਾਨ ਸਮਝ ਕੇ ਉੱਠਦਾ-ਬਹਿੰਦਾ ਹੈ।
ਇੱਕੋ ਰੰਗ ਮਜੀਠ ਜੋ ਵਿਸਰ ਗਿਆ ਸੁੱਨੜਾ!
ਹਰ ਬੰਦਾ ਝੂਠਿਆਂ ਰੰਗਾਂ ਵਿੱਚ ਰਹਿੰਦਾ ਹੈ।

◆

ਚਾਹਤ ਕੁੱਝ ਜ਼ਿਆਦਾ ਹੀ ਕਰ ਬੈਠੇ ਹਾਂ,
ਇਸਦੇ ਵਿੱਚ ਤੂੰ ਕਦਾਚਿੱਤ ਹਰਜ਼ਾਈ ਨਹੀਂ।
ਤੇਰੀ ਵੀ ਕੋਈ ਮਜ਼ਬੂਰੀ ਹੋ ਸਕਦੀ ਹੈ,
ਮੇਰੇ ਪਾਗਲਪਣ ਲਈ ਕੋਈ ਕਰਜ਼ਾਈ ਨਹੀਂ

◆

ਅਰਜ਼, ਬੇਨਤੀ ਕਰਾਂ ਕਿ ਮੈਨੂੰ ਜੋ ਕੁੱਝ ਕਰਦਾਂ ਕਰਨ ਦਿਓ,
ਜੇ ਮੈਂ ਜਾਣਬੁੱਝ ਕੇ ਹਰਦਾਂ, ਤਾਂ ਕੀ ਹੋਇਆ ਹਰਨ ਦਿਓ।
ਚੰਗੇ ਬਣਨਾ ਸ਼ਾਇਦ ਮੈਨੂੰ ਨਾ ਆਇਆ ਨਾ ਹੀ ਆਉਣਾ,
ਪਰ ਆਪਣੀ ਮਰਜ਼ੀ ਦੇ ਨਾ' ਮੈਨੂੰ ਜਾਨ ਤਲੀ 'ਤੇ ਧਰਨ ਦਿਓ।

◆

ਧਰਤ, ਆਕਾਸ਼, ਪਾਤਾਲ ਖੋਜਦਾ ਫਿਰਦਾ ਹੈ ਸੰਸਾਰ,
ਅੰਬਰ ਕਦੇ ਵੀ ਸਰ ਨਹੀਂ ਹੋਣੇ, ਐਵੇਂ ਨਾ ਤੂੰ ਖੰਭ ਖਿਲਾਰ।
ਜਿਉਂ-ਜਿਉਂ ਚਾਨਣ ਭਾਲੇਂਗਾ, ਵਧਦਾ ਜਾਵੇਗਾ ਅੰਧਕਾਰ,
ਰੱਬ ਦੀ ਰਜ਼ਾ 'ਚ ਰਹਿ ਬੰਦਿਆ! ਐਵੇਂ ਨਾ ਝੱਖ ਮਾਰ।
◆

ਬਾਪੂ ਵਾਲੇ ਚਾਰ੍ਹ ਸਿਆੜ੍ਹ ਵੀ ਜਾਂਦੇ ਲੱਗੇ ਜਿਸ ਦਿਨ ਤੋਂ,
ਬਰੀ ਹੋ ਗਏ ਸਰਦਾਰੀ ਦੇ ਛੱਜ ਨੇ ਬੜਾ ਸਤਾਇਆ ਸੀ।
ਮਿੱਟੀ ਵਿੱਚ ਮਿੱਟੀ ਹੋ ਕੇ ਵੀ ਕਰਜ਼ਾ ਲੱਥ ਨਹੀਂ ਸਕਿਆ,
ਧੀ ਦੀ ਸ਼ਾਦੀ ਕਰਨ ਲਈ ਬਾਪੂ ਨੇ 'ਗੂਠਾ ਲਾਇਆ ਸੀ।
◆

ਇੱਕ ਤੋਂ ਲੱਖ, ਲੱਖਾਂ ਵਿੱਚ ਇੱਕੋ, ਇੱਕ ਤੋਂ ਅਰਬ ਕਰੋੜਾਂ,
ਚੰਗਾ ਭਲਾ ਪਤਾ ਸਭ ਨੂੰ, ਇੱਕੋ ਦੀਆਂ ਸਭ ਨੂੰ ਲੋੜਾਂ।
ਫਿਰ ਵੀ ਹਰ ਕੋਈ ਆਪੋ-ਆਪਣੇ ਰਾਹ ਬਣਾਉਂਦਾ ਫਿਰਦਾ,
ਦਿਲ ਦਿਮਾਗ਼ ਦੋਹਾਂ ਨੂੰ ਦੱਸੋ! ਮੋੜਾਂ ਤਾਂ ਕਿੰਝ ਮੋੜਾਂ।
◆

ਦੁਨੀਆ 'ਚ ਅਰਬਾਂ ਲੋਕ ਹਨ ਕਈ ਇੱਕ-ਦੂਜੇ ਨੂੰ ਜਾਣਦੇ,
ਮੇਰਾ-ਮੇਰਾ ਕਰਦੇ ਲੱਗਦੇ ਇੱਕ ਦੂਜੇ ਦੇ ਹਾਣ ਦੇ।
ਲੇਕਿਨ ਹਰ ਇੱਕ ਨੂੰ ਹੀ ਆਪਣਾ ਆਪ 'ਕੱਲਾ ਲੱਗ ਰਿਹਾ,
ਕੱਲਮਕੱਲੇ ਸਾਰੇ ਭਾਵੇਂ ਰਲ਼ ਕੇ ਵੀ ਖੇਹ ਛਾਣਦੇ।

ਪਹਿਰ ਦੇ ਤੜਕੇ 'ਕੱਲਾ ਬੈਠ ਕੇ ਕੁਝ ਲਿਖ ਰਿਹੈ,
ਭਾਵੇਂ ਲੱਖਾਂ ਲੋਕ ਸੁੱਨੜ ਨੂੰ ਕਰੀਬੋਂ ਜਾਣਦੇ।
ਮੇਰੀ ਮਦਦ ਤੂੰ ਕੀ ਕਰਨੀ ਹੈ ਤੂੰ ਆਪਣੇ ਬਾਰੇ ਸੋਚ,
ਬਹੁਤ ਰੌਲ਼ਾ ਸੁਣ ਲਿਆ ਤੇਰਾ ਤੂੰ ਬਸ! ਹੁਣ ਜਾਣ ਦੇ।
◆

ਪਾਕਪਟਨ ਤੋਂ ਕਾਂਸ਼ੀ ਤੱਕ ਦੀ ਬੋਲੀ ਤਾਂ ਇੱਕੋ ਹੈ,
ਭਗਤ ਕਬੀਰ ਤੇ ਬਾਬੇ ਸ਼ੇਖ ਫਰੀਦ ਨੂੰ ਦੇਖ ਲਵੋ ਪੜ੍ਹ ਕੇ।
ਅਸੀਂ ਆਠਪਣੀ ਮਾਂ ਬੋਲੀ ਨੂੰ ਆਪਣੇ ਹੱਥੀਂ ਲੀਰਾਂ ਕੀਤਾ ਹੈ,
ਪੂਰੇ ਪੰਗੇ ਲੈਂਦੇ ਹਾਂ ਇੱਕ ਦੂਜੇ ਦੇ ਰਾਹ ਵਿੱਚ ਖੜ ਕੇ।
◆

ਲੂਣ, ਮਿਰਚ, ਮਸਾਲਾ ਪਾ ਕੇ ਪਾਣੀ ਰਿੰਨ੍ਹਿਆ ਬਹੁਤ ਚਿਰ,
ਕੀ ਹੋਇਆ ਜੇ ਭੁੱਲ ਗਏ ਪਾਉਣੇ ਚਾਰ ਕੁ ਦਾਣੇ ਦਾਲ ਦੇ।
ਗੁਣ-ਗਿਆਨ ਤੋਂ ਹੱਥ ਤੰਗ ਹੈ ਤਾਂ ਫਿਰ ਕੀ ਹੋਇਆ ਦੱਸਿਓ! ਖਾਂ,
ਬਾਕੀ ਗੱਲਾਂ ਨੂੰ ਛੱਡੋ! ਸਾਡੇ ਨਖ਼ਰੇ ਬੜੇ ਕਮਾਲ ਦੇ

◆

ਨਿੱਜ ਘਰ ਤੇਰਾ ਇੱਕੋ ਬੰਦਿਆ! ਜਿਸ ਵਿੱਚ ਤੂੰ ਵੱਸਦਾ-ਰਸਦਾਂ,
ਤਨ, ਮਨ ਤੇਰਾ ਕੋਠੜਾ ਬੰਦਿਆ! ਪਰ ਤੂੰ ਬਾਹਰ ਨੂੰ ਨਸਦਾਂ।
ਅੰਮ੍ਰਿਤ ਵੀ ਤੇਰੇ ਅੰਦਰ ਹੈ, ਜ਼ਹਿਰ ਵੀ ਅੰਦਰ ਹੈ ਤੇਰੇ,
ਨਿਰਭਰ ਕਰਦਾ ਤੇਰੇ 'ਤੇ ਤੂੰ ਜੋ ਬਣਨਾ, ਬਣ ਕੇ ਦੱਸਦਾਂ।

◆

ਗੱਲਾਂ ਕਰਦੇ ਸੱਤ ਜਨਮ ਦੇ ਸਾਥ ਦੀਆਂ,
ਪਰ ਇੱਕ ਜਨਮ ਦੇ ਸਾਥੀ ਬਣਨਾ ਨਹੀਂ ਆਉਂਦਾ।
ਪਿਆਰ, ਮੁਹੱਬਤ ਹਰ ਕੋਈ ਲੱਭਦਾ ਫਿਰਦਾ ਹੈ,
ਪਰ ਹਰ ਕੋਈ ਆਪਣਾ ਹੀ ਠੂਠਾ ਅੱਗੇ ਡਾਉਂਦਾ।

◆

ਸੁੱਖ, ਸਹਿਜ, ਸੰਤੋਖ ਵੀ ਆਇਆ ਕਈ ਵਾਰੀ,
ਆਉਂਦੇ ਜਾਂਦੇ ਰਹੇ ਖੁਸ਼ੀਆਂ ਦੇ ਖੇੜੇ ਵੀ ਕਈ ਵਾਰ।
ਪਰ ਹਰ ਵਕਤ ਅੰਗ-ਸੰਗ ਰਹਿੰਦੇ ਦੁੱਖ-ਦਰਦ,
ਕੁੱਝ ਨਾ ਕੁੱਝ ਦੁਖਦਾ ਹਮੇਸ਼ਾ ਜਾਣੇ ਸਭ ਸੰਸਾਰ।

◆

ਇਤਬਾਰ ਨਹੀਂ ਕਰਨਾ ਤਾਂ ਕੋਈ ਨਹੀਂ ਖ਼ੈਰ ਸੱਲਾ!
ਪਰ ਪੂਜਾ ਕਰਨ ਦੇ ਦੋਸ਼ ਵਿੱਚ ਬਨਵਾਸ ਨਾ ਦੇਵੋ।
ਆਪਣੀ ਜਾਨ 'ਤੇ ਖੇਡਣਾ ਕਿੱਡੀ ਕੁ ਗ਼ਲਤੀ ਹੈ ਭਲਾ!
ਤੁਸੀਂ ਮਲ੍ਹਮ ਪੱਟੀ ਨਾ ਕਰੋ, ਧਰਵਾਸ ਨਾ ਦੇਵੋ।

◆

ਰੂ ਬ ਰੂ ਹੋਵਣ ਦੀ ਲੱਗੀ ਹੈ ਲਗਨ ਪਰ ਅਜੇ ਤਕ,
ਤੇਰੇ ਨਾ' ਅੱਖਾਂ ਚਾਰ ਨਹੀਂ ਹੋਈਆਂ।
ਤੇਰੇ ਮੁਹੱਲੇ ਬਿਨਾ ਨਾਗਾ ਜਾਈਦਾ ਰੀਝਾਂ ਅਜੇ ਤਕ
ਸਾਡੀਆਂ ਆਵਾਜ਼ਾਰ ਨਹੀਂ ਹੋਈਆਂ।

◆

ਪੱਥਰ ਵੀ ਕਦੇ ਪਹਾੜ ਹੁੰਦੇ ਹੋਣਗੇ,
ਬਰਫ਼ ਹੁੰਦਾ ਹੋਏਗਾ ਨਦੀਆਂ ਦਾ ਪਾਣੀ।
ਸਮੇਂ ਦੇ ਨਾਲ ਸਭ ਕੁੱਝ ਬਦਲ ਜਾਂਦਾ,
ਹੁੰਦੜੀ ਚਲੀ ਆਈ ਤੂੰ 'ਕੱਲਾ ਨਾ ਜਾਣੀ।

◆

ਹਰ ਕਿਸੇ ਦਾ ਥੋੜਾ ਬਹੁਤਾ ਹੁੰਦਾ ਹੈ ਸਵੈਮਾਨ,
ਆਪਣੀ ਮਰਜ਼ੀ ਕਰਨ ਵਾਸਤੇ ਹਰ ਕੋਈ ਲਾਵੇ ਤਾਣ।
ਇੱਕ-ਦੂਜੇ ਤੋਂ ਵਧ ਕੇ ਸਾਰੇ ਬਣਦੇ ਹਨ ਉਸਤਾਦ,
ਜਾਣੀ ਜਾਣ ਹੈ ਦੁਨੀਆ ਸਾਰੀ ਕੋਈ ਨਹੀਂ ਅਣਜਾਣ।

◆

ਐਸੀ ਕਿਰਤ ਨਾ ਕਰੀਏ ਕੋਈ ਕਿ ਜੋਕਾਂ ਬਣ ਕੇ,
ਲਹੂ ਪੀ ਜਾਵਣ ਰੋਗ-ਸੋਗ ਇਹ ਭਾਰੇ।
ਰੋਗ-ਸੋਗ ਨਾਲ ਲਹੂ ਸੁੱਕ ਜਾਂਦੈ ਪਰ
ਬੰਦੇ ਦੀਆਂ ਆਪ ਚਮੇੜੀਆਂ ਜੋਕਾਂ ਲੈਣ ਨਜ਼ਾਰੇ।

◆

ਦੇਣਹਾਰ ਦੀਆਂ ਦਾਤਾਂ ਨੇ ਜੋ ਕੁੱਝ ਵੀ ਆਪਣਾ ਲੱਗਦਾ ਹੈ,
ਮਿਹਨਤਕਸ਼, ਤਪੱਸਵੀ ਲੋਕੀਂ ਦੁਨੀਆਂ ਵਿੱਚ ਆਬਾਦ ਹੋਏ।
ਜੀਵਨ ਦੇ ਘਾਟੇ-ਵਾਧੇ ਤਾਂ ਕਿਰਤ-ਕਰਮ ਦੇ ਮੇਵੇ ਨੇ,
ਗ਼ਲਤ ਰਸਤਿਆਂ 'ਤੇ ਭੱਜ-ਭੱਜ ਕੇ ਖ਼ੁਦ ਆਪਾਂ ਬਰਬਾਦ ਹੋਏ।

◆

ਘਰ ਤੋਂ ਨਿਕਲ ਤੁਰੇ ਸੀ ਮੰਜ਼ਿਲ ਦੀ ਭਾਲ ਦੇ ਵਿੱਚ,
ਚੱਲੇ ਸੀ ਜਿਸ ਜਗ੍ਹਾ ਤੋਂ ਓਹੀਓ ਤਾਂ ਸੀ ਟਿਕਾਣਾ।
ਕਈ ਰਾਹਾਂ ਖਹਿੜਿਆਂ 'ਤੇ ਭੱਜ-ਭੱਜ ਕੇ ਸਫ਼ਰ ਕੀਤਾ,
ਪਰ ਸਾਰੇ ਰਸਤਿਆਂ ਨੇ ਮੰਜ਼ਿਲ ਤੋਂ ਦੂਰ ਜਾਣਾ।

◆

ਮੰਨਦੇ ਹਾਂ ਰਾਮਲੀਲ੍ਹਾ ਮਿਥਿਹਾਸ ਦੀ ਕਥਾ ਹੈ,
ਪਰ ਅੱਜ ਜੋ ਹੋ ਰਿਹਾ ਹੈ, ਇਤਿਹਾਸ ਹੋ ਰਿਹਾ ਹੈ।
ਉਧਾਲ ਹੁੰਦੀ ਨੇਕੀ ਸਰ੍ਹੇਆਮ, ਦੇਖਦੇ ਸਭ ਰਾਵਣ ਨੇ,
ਹਰ ਸ਼ਹਿਰ ਵਿੱਚ ਵਿਸ਼ਵਾਸਘਾਤ ਹੋ ਰਿਹਾ ਹੈ।

◆

ਜ਼ਿੰਦਗੀ ਇੱਕ ਨਜ਼ਮ ਹੈ, ਇੱਕ ਗ਼ਜ਼ਲ ਹੈ, ਇੱਕ ਗੀਤ ਹੈ,
ਲੇਕਿਨ ਕੁੱਝ ਵੀ ਨਹੀਂ ਹੈ ਜੇ ਸੁਰ ਵਿੱਚ ਗਾਇਆ ਨਾ ਗਿਆ।
ਜ਼ਿੰਦਗੀ ਦਿਲਚਪਸ ਝਾਕੀ ਹੈ ਇੱਕ ਨਾਟਕ ਹੈ,
ਪਰ ਕੌਣ ਜਾਣੇ ਜੇ ਕਿਸੇ ਵੀ ਮੰਚ 'ਤੇ ਇਸਨੂੰ ਦਿਖਾਇਆ ਨਾ ਗਿਆ।
◆

ਜਿਸ ਛੱਤ ਥੱਲੇ ਦੁੱਖ-ਸੁੱਖ ਕੋਈ ਨਹੀਂ ਫੋਲ੍ਹਦਾ,
ਘਰ ਨਹੀਂ ਹੁੰਦਾ, ਉਹ ਸਰਾਂ ਹੁੰਦੀ ਹੈ।
ਦੁੱਧ ਪਿਆਵੇ ਮੂੰਹੋਂ ਬੋਲ ਵੀ ਨਾ ਸਕੇ ਜਿਹੜੀ,
ਔਰਤ ਨਹੀਂ ਹੁੰਦੀ ਮੱਝ, ਗਾਂ ਹੁੰਦੀ ਹੈ।

ਪਿਆਰ ਸਤਿਕਾਰ ਬੁਨਿਆਦ ਹੁੰਦੀ ਘਰ ਦੀ,
ਘਰ-ਘਰ ਵਿੱਚ ਕਿਉਂ ਜ਼ਮੀਰ ਜਾਂਦੀ ਮਰਦੀ।
ਉਹੀਓ ਹੁੰਦੀ ਨਦੀ ਜੀਦ੍ਹੇ ਦੋਵੇਂ ਕੰਢੇ ਹੋਣ,
ਸੁਨਾਮੀ ਹੈ ਜੋ ਕੰਢਿਆਂ ਬਿਨਾਂ ਹੁੰਦੀ ਹੈ।
◆

ਜੀ ਕਰਦਾ ਅੱਜ ਮੈਂ ਆਪਣੇ ਸਾਰੇ ਖੰਭ ਖਿਲਾਰ ਦਿਆਂ,
ਜੇ ਅਸਮਾਨ ਇਜਾਜ਼ਤ ਦੇਵੇ ਇੱਕ ਉਡਾਰੀ ਮਾਰ ਦਿਆਂ।
ਅਸੀਮ, ਅਥਾਹ ਅੰਬਰ ਨੂੰ ਭਾਵੇਂ ਖ਼ਬਰ ਤੀਕ ਵੀ ਨਾ ਹੋਵੇ,
ਜੇ ਜ਼ਰਾ ਹੁੰਘਾਰਾ ਮਿਲ ਜਾਵੇ ਮੈਂ ਦੁਨੀਆ ਨੂੰ ਲਲਕਾਰ ਦਿਆਂ।

ਦੁਨੀਆ ਕੀ ਆਖੂਗੀ, ਏਸੇ ਡਰ ਵਿੱਚ ਉਮਰਾਂ ਬੀਤ ਗਈ,
ਸੋਚ-ਸਮਝ ਨੂੰ ਜੰਦਰਾ ਲਾ ਕੇ ਦਿਲ ਦੀ ਜੂਨ ਸੰਵਾਰ ਦਿਆਂ।
ਸਾਗਰ ਦੀ ਜੇ ਸ਼ਰਣ ਮਿਲੇ ਤਾਂ ਤਰਨਾ ਆਪੇ ਆ ਜਾਊ,
ਬਸ! ਇੱਕ ਤੈਨੂੰ ਜਿੱਤ ਲਵਾਂ ਤਾਂ ਬਾਕੀ ਸਭ ਕੁੱਝ ਹਾਰ ਦਿਆਂ।
◆

ਰੱਬ ਨੇ ਪੂਰੀ ਵਾਹ ਲਾ ਕੇ ਬੰਦੇ ਦੀ ਜੂਨ ਬਣਾਈ,
ਰੱਬ ਵਰਗਾ ਚਿਹਰਾ ਤੇ ਸਿਰ ਵਿੱਚ ਸੋਚ-ਸਮਝ ਵੀ ਪਾਈ।
ਪਰ ਬੰਦੇ ਨੇ ਆਪਣੀ ਤਾਕਤ ਦੀ ਦੁਰਵਰਤੋਂ ਕੀਤੀ,
ਜਿਸ ਦਿਨ ਹੋਊ ਹਿਸਾਬ ਤਾਂ ਗਿਣੀ ਜਾਊਗੀ ਪਾਈ-ਪਾਈ।
ਝ

ਸਤਿ, ਸੰਤੋਖ਼, ਸਹਿਜ ਨਾ ਧਿਆਇਆ, ਗਾਹ ਛੱਡਿਆ ਸੰਸਾਰ,
ਪੰਜ ਦੂਤਾਂ ਦੇ ਵਸ ਦੁਨੀਆ, ਕਾਬਜ਼ ਹੋਏ ਵਿਕਾਰ।
ਪਾਪ ਉਤਾਰਨ ਦੇ ਲਈ ਲੋਕੀਂ, ਨਿੱਤ ਅਰਦਾਸਾਂ ਕਰਦੇ,
ਪਰ ਧਰਮਰਾਜ ਦੇ ਵਹੀ-ਖਾਤੇ ਵਿੱਚ ਵਧਦਾ ਜਾਂਦਾ ਭਾਰ।

◆

ਦਰਦ ਦਿਲ ਦਾ ਜੋ ਮੇਰੇ ਹੋਂਠਾਂ ਤੋਂ ਸੁਣਿਆ ਨਾ ਗਿਆ,
ਸ਼ਾਇਦ ਫਿਰ ਉਹ ਦਰਦ ਸਾਰਾ ਅਣਕਿਹਾ ਹੀ ਰਹਿ ਗਿਆ।
ਕੁੱਝ ਵੀ ਆਖਣ ਦੇ ਲਈ ਹਿੰਮਤ ਤਾਂ ਕਰਨੀ ਪਵੇਗੀ,
ਸੁੱਨੜ ਹੀ ਹੋਣਾ ਹੈ ਕਿ ਜੋ ਚੁੱਪ-ਚਾਪ ਸਭ ਕੁੱਝ ਸਹਿ ਗਿਆ।

◆

ਮੈਨੂੰ ਮੇਰੀ ਲੜੀ ਦੁਮੂੰਹੀ ਜ਼ਹਿਰ ਚੜ੍ਹੀ ਲੂੰ-ਲੂੰ।
ਆਪਣੇ ਲੱਛਣੀਂ ਧੋਖ਼ਾ ਖਾ ਕੇ ਹੁਣ ਕਿਉਂ ਰੋਵੇਂ ਤੂੰ।
ਜਾਨਵਰਾਂ ਤੋਂ ਸਿੱਖ ਲੈਂਦਾ ਕਿ ਆਪਣੇ ਨਹੀਂ ਬਣਾਈਦੇ,
ਅੱਜ ਵੀ 'ਕੱਲੇ ਬੈਠ ਪਰਿੰਦੇ ਕਰ ਸਕਦੇ ਘੂੰ-ਘੂੰ।

◆

ਭਾਰਤ ਵਿੱਚ ਕਰੋੜਪਤੀ ਤਾਂ ਡੱਕਾ ਦੋਹਰਾ ਨਹੀਂ ਕਰਦੇ,
ਅਮਰੀਕਾ ਵਿੱਚ ਸਾਰੇ ਆਪੋ-ਆਪਣੀ ਗੁੱਲੀ ਸੇਕਦੇ।
ਅਮਰੀਕਣ ਤਾਂ ਆਪੋ-ਆਪਣੇ ਕਾਰਜ ਸਾਰੇ ਆਪ ਕਰਨ,
ਭਾਰਤ ਵਿੱਚ ਤਾਂ ਸਾਰਾ ਕੰਮ ਨੌਕਰ-ਚਾਕਰ ਦੇਖਦੇ।

◆

ਜਿਉਂਦਿਆਂ ਨੂੰ ਪੱਥਰਾਂ ਅੱਗੇ ਬਲੀ ਚੜ੍ਹਾਈ ਜਾਂਦੇ ਲੋਕ,
ਮੋਇਆਂ ਦੇ ਮੂੰਹਾਂ ਵਿੱਚ ਘਿਓ ਨੂੰ ਪਾਈ ਜਾਂਦੇ ਲੋਕ।
ਇੱਕ ਨਾ ਸੁਣੀ ਉਹਨਾਂ ਦੀ ਜਿਹੜੇ ਮਰ ਮੁੱਕੇ 'ਵਾਜ਼ਾਂ ਦੇ ਦੇ,
ਬੋਲ ਵਿਹੂਣਿਆਂ ਨੂੰ ਕਬਰਾਂ 'ਚੋਂ ਬਾਹਰ ਲਿਆਈ ਜਾਂਦੇ ਲੋਕ।

◆

ਆਪ ਬਣਾਏ ਪਿੰਜਰੇ ਵਿੱਚ ਤੂੰ ਮਰਜ਼ੀ ਦੇ ਨਾਲ ਬੈਠਾ ਹੈਂ,
ਖੁੱਲ੍ਹੇ ਅਸਮਾਨ ਦੇ ਵਿੱਚ ਤੂੰ ਖ਼ੁਦ ਨਹੀਂ ਉੱਡਣਾ ਚਾਹਿਆ।
ਦੁਨੀਆ ਦਾ ਡਰ ਏਨਾ ਨਹੀਂ ਜਿੰਨਾ ਤੂੰ ਖ਼ੁਦ ਤੋਂ ਡਰਦਾ ਹੈਂ
ਆਪਣੇ ਆਪ 'ਤੇ ਬੇਵਿਸ਼ਵਾਸੀ ਕਰਕੇ ਦੱਸ ਕੀ ਪਾਇਆ।

◆

ਰੱਬ ਦੀ ਰਜ਼ਾ ਦੇ ਵਿੱਚ ਰਹਿਣਾ ਪੈਣਾ ਆਂ,
ਏਸੇ ਵਿੱਚ ਸੁਕਰ ਮਨਾਈ ਬੰਦਿਆ!
ਇਨਸਾਨੀਅਤ ਜਿੱਥੇ ਮਾਰ ਖਾ ਜਾਵੇ
ਐਸੀ ਨਾ ਤੂੰ ਕਿਰਤ ਕਮਾਈਂ ਬੰਦਿਆ!

◆

ਕਰਤਾ ਵੀ ਤੂੰ ਹਰ ਕਰਮ ਦਾ ਕਾਰਣ ਵੀ ਤੂੰ, ਕਿਰਿਆ ਵੀ ਤੂੰ
ਹਰ ਵਿਧੀ ਦਾ ਵਿਧਾਨ ਤੂੰ ਹੈਂ ਮਾਲਕਾ!
ਗਣਿਤ ਤੇਰਾ, ਗਿਣਤੀਆਂ ਵੀ ਤੇਰੀਆਂ, ਭੁੱਖ, ਪਿਆਸ ਤੇਰੀ,
ਤੇ ਸਾਰਾ ਤ੍ਰਿਪਤੀਆਂ ਦਾ ਗਿਆਨ ਤੂੰ ਹੈਂ ਮਾਲਕਾ!!

ਪਰ ਮੇਰੀ ਮੈਂ ਮੇਰੇ ਤੋਂ ਕਾਬੂ ਕਦੇ ਨਾ ਆਈ, ਭੱਜਿਆ ਫਿਰਦਾ ਹਾਂ,
ਜਿਵੇਂ ਆਸਮਾਨ ਥੰਮਿਆ ਹੈ ਟਟਹਿਰੀ ਨੇ।
ਵਿਦਵਤਾ ਆਪਣੀ 'ਤੇ ਫਿਰ ਵੀ ਫਖ਼ਰ ਹੈ ਮੈਨੂੰ,
ਇਹ ਵੀ ਪਤਾ ਹੈ ਵਿੱਦਿਆ ਵੀ ਤੂੰ ਵਿਗਿਆਨ ਤੂੰ ਹੈਂ ਮਾਲਕਾ!!!

◆

ਰੱਬ ਨੇ ਬਣਾਇਆ ਬੰਦਾ ਆਪੇ ਦੂਜਾ ਰੱਬ ਵੇ,
ਆਪਣੀ ਸ਼ਕਲ ਦੇ ਕੇ ਪਾ ਲਿਆ ਈ ਜੱਭ ਵੇ।
ਹਰ ਕੋਈ ਬੰਦਾ ਤਕਦੀਰ ਲਿਖੇ ਦੁਨੀਆ ਦੀ,
ਮੌਲਾ ਨੂੰ ਬਣਾਉਣਾ ਹਰ ਬੰਦੇ ਦਾ ਸਬੱਬ ਵੇ।

ਹੱਥੀਂ ਦਿੱਤੀਆਂ ਨੂੰ ਰੱਬ ਦੰਦਾਂ ਨਾਲ ਖੋਲ੍ਹਦਾ ਹੈ,
ਚੱਕਰਵਿਊ 'ਚੋਂ ਹੁਣ ਕਿੱਥੇ ਜਾਊ ਭੱਜ ਵੇ।
ਰੱਬ! ਰੱਬ!! ਕਰੇ ਰੱਬ ਵਸ ਪਿਆ ਬੰਦਿਆਂ ਦੇ,
ਕਿਵੇਂ ਛੁਟਕਾਰਾ ਹੋਵੇ ਔੜਦਾ ਨਾ ਚੱਜ ਵੇ।

◆

ਜਦ ਪਰਖਣ ਵਾਲਾ ਕੋਈ ਨਹੀਂ
ਕੀ ਫ਼ਰਕ ਹੈ ਫਿਰ ਦੱਸਿਓ! ਮੈਨੂੰ
ਕੰਡਾ ਹੋਵਾਂ ਜਾਂ ਫੁੱਲ ਹੋਵਾਂ।
ਸੁੰਨੇ ਕਮਰੇ ਵਿੱਚ ਦੀਪਕ ਹਾਂ
ਕਿਸੇ ਨੂੰ ਫ਼ਰਕ ਨਹੀਂ ਪੈਣਾ
ਮੈਂ ਜਗਦਾ ਰਹਾਂ ਜਾਂ ਗੁੱਲ ਹੋਵਾਂ।

◆

ਮਾਣ-ਤਾਣ ਸਭ ਤੇਰਾ ਮੇਰੀ ਹਓਮੈਂ ਤੋਂ ਛੁਡਵਾ ਮੈਨੂੰ,
ਦਿਲ ਦਿਮਾਗ਼ ਦਿੱਤਾ ਹੈ ਪਰ ਹੁਣ ਸੱਚ ਦੀ ਚੇਟਕ ਲਾ ਮੈਨੂੰ।
ਤੇਰਾ ਦਿੱਤਾ ਸਭ ਕੁੱਝ ਮੈਨੂੰ, ਮੇਰਾ-ਮੇਰਾ ਕਿਉਂ ਲੱਗਦਾ ਹੈ,
ਭਟਕਣ ਵਿੱਚੋਂ ਕੱਢ ਕੇ ਰੱਬਾ! ਸਿੱਧੇ ਰਸਤੇ ਪਾ ਮੈਨੂੰ।

◆

ਆ ਇੱਕ-ਦੂਜੇ ਦੇ ਮੋਢੇ 'ਤੇ ਸਿਰ ਧਰ ਦੋਵੇਂ ਰੋ ਲਈਏ,
'ਕੱਲੇਪਣ ਦੀ ਗਰਦਿਸ਼ ਨੂੰ ਹੰਝੂਆਂ ਨਾਲ ਮਾਸਾ ਧੋ ਲਈਏ।
ਦਿਲ ਮੰਨੇ ਤਾਂ ਦਿਲ ਦੀ ਗੱਲ ਮੰਨ ਕੇ ਮਹਿਫ਼ਿਲ ਵਿੱਚ ਆ ਜਾਵੀਂ,
ਬਚੇ-ਖੁਚੇ ਫੁੱਲਾਂ ਨੂੰ ਮਿਲ ਕੇ ਇੱਕ ਮਾਲ਼ਾ 'ਚ ਪਰੋ ਲਈਏ।

◆

ਸ਼ਾਇਦ ਮੇਰੇ ਖੰਭਾਂ ਦੇ ਵਿੱਚ ਏਨੀ ਤਾਕਤ ਨਹੀਂ,
ਕਿ ਤੈਨੂੰ ਅੰਬਰਾਂ ਵਿੱਚੋਂ ਭਾਲ ਲਵਾਂ।
ਜਿਸ ਵਿਧ ਬਹੁਤੀ ਬੀਤ ਗਈ ਹੈ ਓਸ ਤਰ੍ਹਾਂ ਹੀ,
ਲਾਰੇ ਲਾ ਕੇ ਦਿਲ ਆਪਣੇ ਨੂੰ ਟਾਲ ਲਵਾਂ।

◆

ਮੇਰੀ ਇਸ ਹਾਲਤ ਦਾ ਤੂੰ 'ਕੱਲਾ ਨਹੀਂ ਦੋਸ਼ੀ,
ਮੇਰੇ ਬਿਨਾ ਮੈਨੂੰ ਕੋਈ ਬਰਬਾਦ ਕਿੰਝ ਕਰਦਾ।
ਜੇ ਮੇਰੇ ਵਿਚਲੀ ਮੈਂ ਨਾ ਹੁੰਦੀ ਸਾਹਮਣੇ ਤੇਰੇ,
ਤੂੰ ਹਵਾ ਦੀ ਗਰਦਨ 'ਤੇ ਚਾਕੂ ਕਿਸ ਤਰ੍ਹਾਂ ਧਰਦਾ।

◆

ਤੇਰੀ ਉਪਮਾ ਕਰਨ ਲੱਗਾਂ ਜਦ ਮੇਰੀ ਮੈਂ ਵਿਚਕਾਰ ਖਲੋਵੇ,
ਧਰਮੀਂ ਬਣ ਕੇ ਧਰਮ ਕਰਾਂ ਜਦ ਮੈਂ ਦੀ ਸ਼ਕਤੀ ਅੰਬਰ ਛੋਹਵੇ।
ਕਰ ਕਿਰਪਾ ਹੁਣ ਦੀਨ ਦਿਆਲਾ, ਮੇਰੇ ਵਿੱਚੋਂ ਮੈਂ ਮੁੱਕ ਜਾਵੇ,
ਸਤਿਗੁਰ ਦੀ ਬਾਣੀ ਸਭ ਉਪਮਾ, ਮਨ ਦੀ ਮੈਲ਼ ਨੂੰ ਉਪਮਾ ਧੋਵੇ।

◆

ਕਹਿੰਦੀ ਹੈ ਜੋ ਦੁਨੀਆ ਤੂੰ ਚੁੱਪ ਕਰ ਕਹਿਣ ਦੇ,
ਕੋਈ ਦੋਸ਼ ਲਾਉਂਦਾ ਹੈ ਤਾਂ ਲਾਉਂਦੇ ਰਹਿਣ ਦੇ।
ਦਿਲ ਨੂੰ ਭੁੱਖ ਲੱਗਦੀ ਹੈ ਕਿਰਿਆ ਕੁਦਰਤੀ,
ਸੁੱਨੜਾ! ਰੋਕ ਨਾ ਦਿਲ ਨੂੰ ਜ਼ਰਾ ਰੋ ਲੈਣ ਦੇ।

◆

ਜੋ ਮੇਰਾ ਹੀ ਨਹੀਂ ਉਸਨੂੰ ਭਲਾ! ਆਵਾਜ਼ ਕਿਉਂ ਮਾਰਾਂ,
ਹਰਿਆ ਰਿਹਾਂ ਸਾਰੀ ਉਮਰ ਹੁਣ ਹੋਰ ਕਿਉਂ ਹਾਰਾਂ।
ਉਹ ਤੈਨੂੰ ਮਿਲ ਗਿਆ ਹੁੰਦਾ ਜੋ ਤੇਰੇ ਭਾਗ ਸੀ ਸੁੱਨੜਾ!
ਜੋ ਮੈਨੂੰ ਜਾਣਦਾ ਹੀ ਨਹੀਂ ਮੈਂ ਉਸ ਤੋਂ ਜਾਨ ਕਿਉਂ ਵਾਰਾਂ।
◆

ਬੰਦਾ ਹੈ ਹਾਜ਼ਰ ਸਾਰੇ ਦਾ ਸਾਰਾ ਸੱਚ-ਮੁੱਚ,
ਹੁਣ ਤੇਰੇ 'ਤੇ ਨਿਰਭਰ ਹੈ ਕਿ ਤੇਰੇ ਯੋਗ ਵੀ ਹੈ ਕਿ ਨਹੀਂ।
ਰੀਝਾਂ ਨੇ ਗਾਏ ਗੀਤ, ਮੰਗਲ ਗਾਉਣ ਸੱਧਰਾਂ,
ਪਰ ਡਰ ਵੀ ਲੱਗਦਾ ਹੈ, ਸਾਡਾ ਸੰਯੋਗ ਵੀ ਹੈ ਕਿ ਨਹੀਂ।
◆

ਸ਼ਾਇਦ ਅਧੂਰਾ ਹਾਂ ਮੈਂ ਪੂਰਾ ਨਹੀਂ ਹਾਂ,
ਏਸੇ ਲਈ ਮੈਂ ਤੇਰੇ ਦਿਲ ਵਿੱਚ ਵਸ ਨਹੀਂ ਸਕਿਆ।
ਪਤਾ ਨਹੀਂ ਫਿਰ ਵੀ ਤੇਰੇ ਹੀ ਨਾਮ ਦਾ ਆਸਰਾ,
ਚਾਹੁੰਦਿਆਂ ਹੋਇਆਂ ਵੀ ਪਰ ਮੈਂ ਹੱਸ ਨਹੀਂ ਸਕਿਆ।
◆

ਰੱਬ ਵਰਗਾ ਆਸਰਾ ਮਿਲਿਆ ਤੇਰੀ ਆਵਾਜ਼ ਸੁਣ ਕੇ,
ਜਿਉਣ ਦੀ ਸ਼ਕਤੀ ਜੋ ਦੇਵੇ ਉਹੀ ਹੈ ਪਰਮਾਤਮਾ।
ਪੰਜ ਤੱਤਾਂ ਦਾ ਇਹ ਪੁਤਲਾ ਪਤਾ ਨਹੀਂ ਕਦ ਤਕ ਰਹੇ,
ਅੱਜ ਤੇਰਿਆਂ ਬੋਲਾਂ ਨੇ ਕੀਤੀ ਜਿਉਣ ਜੋਗੀ ਆਤਮਾ।
◆

ਤੇਰੇ ਮੇਰੇ ਸੁਰ ਤਾਂ ਯਾਰਾ! ਮਿਲਦੇ ਨੇ ਹਰ ਰੋਜ਼,
ਪਤਾ ਨਹੀਂ ਕੀ ਵਜ੍ਹਾ ਹੈ ਕਿ ਰਲ ਕੇ ਨੱਚ ਸਕਦੇ ਨਹੀਂ।
ਤੇਰੀ-ਮੇਰੀ ਕਲਮ ਦੇ ਜ਼ਖ਼ਮਾਂ ਦੀ ਪੀੜਾ ਇੱਕ ਹੈ,
ਰੋਣ ਦੇ ਮਹੌਲ ਵਿੱਚ ਆਪਾਂ ਕਦੇ ਹੱਸ ਸਕਦੇ ਨਹੀਂ।\
◆

ਕਿਸ ਤਰ੍ਹਾਂ ਲਾਲਚ ਕਰੇ ਕੋਈ ਪਰੀ ਦੀ ਪਰਵਾਜ਼ ਦਾ,
ਮੇਲੇ ਵਿੱਚ ਕੀ ਮੁੱਲ ਚੱਕੀਰਾਹੇ ਦੀ ਆਵਾਜ਼ ਦਾ।
ਖ਼ਬਰ ਨਹੀਂ ਕੋਈ ਕਿਹੜੀ ਜਗ੍ਹਾ ਉਹ ਮਿਲ ਸਕਣਗੇ,
ਆਵਾਜ਼ ਨਾ ਨਿੱਕਲੇ, ਖੜਕਾ ਨਾ ਕਰਾਂ ਮੈਂ ਅਲਫ਼ਾਜ਼ ਦਾ।
◆

ਬਹੁਤ ਅਜ਼ੀਮ ਇਮਾਰਤ ਖੜ-ਖੜ ਵੇਂਹਦੀ ਸਭ ਲੋਕਾਈ,

ਟਹਿਲ ਬਿਨਾ ਪਰ ਦੇਖੋ! ਅੱਜ ਉਹ ਛੱਤ ਵਿਹੂਣੀ ਹੋਈ।
ਢਹਿ ਕੇ ਖੰਡਰ ਵੀ ਬਣ ਸਕਦੀ ਹੈ, ਉੱਜੜ ਵੀ ਸਕਦੀ ਹੈ,
ਮਨਮੋਹਣੀ ਵੀ ਬਣ ਸਕਦੀ ਹੈ ਜੇ ਸੰਭਾਲ ਕਰੇ ਕੋਈ।
◆

ਤਰਨ ਤਾਰਨ ਇੱਕ ਸਵਾਮੀ ਪੂਰਣ ਪਰਵਰਦਗ਼ਾਰ,
ਦੂਜਾ ਕੋਈ ਨਹੀਂ ਹੋ ਸਕਦਾ ਝੱਖ ਮਾਰੇ ਸੰਸਾਰ।
ਇੱਕੋ ਦੇ ਲੜ ਲੱਗ 'ਜਾ ਜ਼ਿੰਦੇ! ਜੋ ਪੂਰਣ ਗੁਰ ਅਵਤਾਰ,
ਤਣ-ਪੱਤਣ ਕੋਈ ਹੋਰ ਨਾ ਹੋਸੀ ਜਿੰਨੇ ਮਰਜ਼ੀ ਹੱਥ ਮਾਰ।
◆

ਗੁਰ ਕੇ ਚਰਨ-ਸ਼ਰਨ ਵਿੱਚ ਆ ਕੇ, ਸੀਰਤ ਸ਼ਬਦ ਗੁਰੂ ਦੀ ਪਾ ਕੇ,
ਮਨ ਮੰਦਿਰ ਵਿੱਚ ਜੋਤ ਜਗਾ ਕੇ, ਭੱਜਣ ਦੂਰ ਹਨ੍ਹੇਰੇ ਜੀਓ।
ਮਨ ਦੀ ਮੈਲ਼ ਸ਼ਬਦ ਨਾਲ ਲਾਹ ਕੇ, ਮੈਂ ਨੂੰ ਸ਼ਬਦਾਂ ਦਾ ਧੋ ਪਾ ਕੇ,
ਸੱਚੇ ਮਨ ਨਾਲ ਸੱਚ ਧਿਆ ਕੇ, ਧੰਨ-ਧੰਨ ਚਾਰ-ਚੁਫ਼ੇਰੇ ਜੀਓ।
◆

ਕਿਸ ਬਿਧ ਝੂਠ ਰਿਹਾਈ ਪਾਵੇ, ਕਾਰ-ਵਿਹਾਰਾਂ ਤੋਂ ਬਚ ਪਾਵੇ,
ਸੱਚਪ੍ਰਸਤੀ ਮਨ ਵਸ ਜਾਵੇ, ਹਰ-ਹਰ ਨਾਮ ਧਿਆਵੇ ਰੇ!
ਹੁਕਮ ਮੰਨਣ ਦਾ ਵਲ਼ ਆ ਜਾਵੇ, ਰਾਮ ਰਜ਼ਾ ਵਿੱਚ ਰੰਗਿਆ ਜਾਵੇ,
ਸੱਤਿ ਬਚਨ ਕਹਿਣਾ ਆ ਜਾਵੇ, ਤੇਰਾ-ਤੇਰਾ ਗਾਵੈ ਰੇ!
◆

ਊਠਤ-ਬੈਠਤ, ਸੋਵਤ-ਜਾਗਤ ਨਾਮ ਤੇਰਾ ਚਿੱਤ ਆਵੇ,
ਮਿਹਰ ਕਰੇ ਜਦ ਸਤਿਗੁਰ ਪੂਰਾ ਤਾਹੀਓਂ ਮਨ ਹਰਿ ਧਿਆਵੇ।
ਪਰ ਜੋ ਧਿਆਵੇ ਪਾਵੇ ਸਭ ਕਿਸ਼, ਆਂਗਣ ਖੇਡੇ ਬਾਲ ਗੁਪਾਲਾ,
ਘਰ ਅਨੰਦ ਸਮਾਵੈ, ਗੁਰਮੁੱਖ ਜੋ ਚਾਹਵੈ ਸੋ ਪਾਵੈ।
◆

ਉੱਚੀ-ਉੱਚੀ ਹੱਸ ਕੇ ਸੱਜਣਾ! ਕਿਹੜਾ ਦਰਦ ਛੁਪਾਵੇਂ,
ਅਤ੍ਰਿਪਤੀ ਵਸ ਜੀਵਨ ਤੇਰਾ ਨਿੱਤ ਦਿਨ ਭੁੱਖ ਵਧਾਵੇਂ।
ਤੂੰ ਵੀ ਜਾਣੇ ਸੁੱਨੜਾ! ਇੱਕੋ-ਇੱਕ ਰਸਤਾ ਕਿਹੜਾ ਹੈ,
ਸਬਰ, ਸੰਤੋਖ਼, ਸਹਿਜ ਮਿਲਦਾ ਜੇ ਗੁਰ ਚਰਨੀਂ ਚਿੱਤ ਲਾਵੇਂ।
◆

ਨਿਰੰਕਾਰ ਸੰਸਾਰ ਉਪਾਇਆ, ਭਵਜਲ ਦੁਨੀਆ ਦਾ ਸਰਮਾਇਆ,
ਸਾਰੇ ਦੁੱਖ-ਦਰਦ ਸੰਸਾਰੀ, ਜਗਤ ਜਲੰਦਾ ਸਾਰਾ ਹੂ।

ਜਿਸ ਦਿਨ ਸਾਡੀ ਵਾਰੀ ਆਊ, ਮਲਕਲ ਮੌਤ ਹਿਸਾਬ ਦਿਖਾਊ,
ਪਾਈ-ਪਾਈ ਜਦ ਗਿਣ ਹੋਈ, ਕਰਜ਼ਾ ਨਿੱਕਲੂ ਭਾਰਾ ਹੂ।

◆

ਸਿਰ ਉਠਾ ਕੇ ਦੁਨੀਆ ਵਿੱਚ ਤੁਰਨ ਦੀ ਜੁਅਰਤ,
ਤੇ ਸਤਿਗੁਰ ਦੀ ਨਜ਼ਰ ਦਾ ਅਹਿਸਾਸ ਹੈ।
ਆਖ਼ਰੀ ਦਮ ਤੱਕ ਸੱਚ ਕਹਿ ਸਕਣ ਦੀ ਤੌਫ਼ੀਕ ਬਖ਼ਸ਼ੇਗਾ,
ਮੈਨੂੰ ਮਿਹਰਾਂਵਾਲੇ ਮਾਲਕ 'ਤੇ ਪੂਰਾ ਵਿਸ਼ਵਾਸ ਹੈ।

◆

ਬਿਨਾ ਬੋਨ ਤੋਂ ਜੀਭ ਹੈ ਪਰ ਵੱਜੇ ਗੋਲੀ ਦੀ ਤਰ੍ਹਾਂ।
ਘਾਣ ਵੀ ਕਰਦੀ ਪੈੜ ਨਾ ਛੱਡਦੀ ਖੁਰਾ ਖੋਜ ਵੀ ਕਰਾਂ।
ਸੱਟਾਂ ਲੱਗਿਆਂ ਜ਼ਖ਼ਮ ਭਰੇ, ਮਿਟ ਗਏ ਜ਼ਖ਼ਮ ਸਮੇਂ ਦੇ ਨਾਲ,
ਜ਼ਖ਼ਮ ਜ਼ੁਬਾਂ ਦੇ ਮਿਟਦੇ ਹੀ ਨਹੀਂ ਪੀੜ ਸਦੀਵੀ ਕਿੰਝ ਜਰਾਂ।

◆

ਹਰ ਜਸ ਪੜ੍ਹਦਿਆਂ, ਗਾਉਂਦਿਆਂ, ਸੁਣਦਿਆਂ, ਸਫ਼ਲ ਹੋਵੇ ਜੀਵਨ ਪ੍ਰਕਿਰਿਆ।
ਜੋ ਤਨ, ਮਨ, ਧਨ ਅਰਪਨ ਗੁਰ 'ਤੇ ਤੀਨ ਲੋਕ ਤਿਨ ਭਵਜਲ ਤਰਿਆ।
ਪ੍ਰਮਾਤਮ ਕੀ ਮੌਜ ਹੈ ਬੰਦਾ ਪਰ ਰੱਬ ਨੂੰ ਘੜਣ, ਸੰਵਾਰਨ ਤੁਰ ਪਿਆ,
ਦੁਨੀਆ ਲਈ ਡਰ ਪੈਦਾ ਕਰਦਿਆਂ ਰਹਿੰਦਾ ਹਰਦਮ ਡਰਿਆ-ਡਰਿਆ।

◆

ਓਪਰੇ ਲੋਕ ਤਾਂ ਸਭ ਇੱਕ-ਦੂਸਰੇ ਲਈ ਓਪਰੇ,
ਅਚਨਚੇਤੀ ਵਾਰ ਕਰਦੇ ਨੇ ਤਾਂ ਕਰਦੇ ਖ਼ਾਸਮ-ਖ਼ਾਸ।
ਸਾਡੀਆਂ ਕਮਜ਼ੋਰੀਆਂ ਨੂੰ ਜੋ ਸਮਝਦੇ, ਬੁੱਝਦੇ,
ਉਹ ਕਰਨ ਮਜ਼ਬੂਰ ਜਿਨ੍ਹਾਂ ਤੋਂ ਕਦੇ ਨਹੀਂ ਸੀ ਆਸ।

◆

ਖ਼ੁਦ ਆਪਣਾ ਭਵ ਸਾਗਰ ਤਰਨਾ, ਸਭ ਤੋਂ ਔਖੀ ਕਾਰ।
ਖ਼ੁਦ ਨੂੰ ਜੇ ਸਰ ਕਰ ਲਈਏ ਤਾਂ ਤਰ ਜਾਈਏ ਸੰਸਾਰ।
ਆਪਣੇ ਮਨ ਮੰਦਿਰ ਦੇ ਅੰਦਰ ਓਹੀਓ ਦੀਪ ਜਲਾਵੇ,
ਜਿਸਦੇ ਸਿਰ ਉੱਤੇ ਹੱਥ ਰੱਖ ਕੇ ਮਿਹਰ ਕਰੇ ਕਰਤਾਰ।

◆

ਦੁਨੀਆ ਦਾ ਹਰ ਧਰਮ ਸਚਿਆਰਾ ਬਣਾਉਂਦਾ ਹੈ,
ਤੇਰੇ 'ਚ ਕਿੰਨਾ ਸੱਚ ਹੈ ਤੂੰ ਆਪ ਜਾਣਦੈਂ।
ਦੂਜੇ ਦੀ ਅੱਖ ਤਾਂ ਧੋਖਾ ਵੀ ਖਾ ਸਕਦੀ ਹੈ,
ਆਪਣੇ ਬਾਰੇ ਜਾਣੇ ਤੂੰ ਕੀ ਖ਼ਾਕ ਛਾਣਦੈਂ।

◆

ਚਾਰੇ ਤਰਫ਼ ਚਿੱਕੜ ਹੀ ਚਿੱਕੜ ਦੇਖ ਕੇ ਹੈਰਾਨ ਹਾਂ,
ਕਿਸ ਕਿਸਮ ਦਾ ਕਮਲ ਹੈ, ਜੋ ਅਜੇ ਵੀ ਖਿਲ ਜਾਂਵਦਾ।
ਮਹਿਕ ਵੀ ਰੰਗ ਵੀ ਹੈ ਕੋਮਲਤਾ ਵੀ ਹੈ ਕਮਾਲ,
ਚਿੱਕੜ ਨਾ ਹੁੰਦਾ ਤਾਂ ਇਹ ਕਮਲ ਕਿੰਝ ਖਿਲ ਪਾਂਵਦਾ।

◆

'ਕੱਲੇ ਕਾਰੇ ਕਿਸੇ ਦੀ ਕਾਹਦੀ ਕਹਾਣੀ ਕਮਲਿਆ!
ਕੋਈ ਤੁੱਕ ਨਹੀਂ ਬਣਦੀ ਹੁੰਘਾਰੇ ਤੋਂ ਬਿਨਾ।
ਹੁਸਨ ਦਾ ਹੜ੍ਹ ਸੋਚ ਦਾ ਡੂੰਘਾ ਸਮੁੰਦਰ ਹੋਏਗਾ,
ਪਰ ਨਦੀ ਦੀ ਹੋਂਦ ਕੀ ਕਿਨਾਰੇ ਤੋਂ ਬਿਨਾ।

◆

ਸਾਂਭ ਕੇ ਰੱਖੀ ਹੈ ਦਿਲ ਵਿੱਚ, ਇਸ ਕਦਰ ਤੇਰੀ ਉਡੀਕ,
ਕਿ ਭਾਲਿਆ ਵੀ ਕਿਸੇ ਤੋਂ ਹਰਗਿਜ਼ ਨਾ ਭਾਲੀ ਜਾਏਗੀ।
ਪਤਾ ਹੈ ਕਿ ਬਹੁਤ ਮੁਸ਼ਕਿਲ ਕੰਮ ਕਰਨਾ ਇੰਤਜ਼ਾਰ,
ਪਰ ਦਿਲ ਦੀ ਇੱਕੋ ਰੀਝ ਹੈ ਉਹ ਵੀ ਨਾ ਟਾਲੀ ਜਾਏਗੀ।

◆

ਦੋਸਤ ਦੁਸ਼ਮਣ ਸਭ ਨੜੋਏ ਆਉਣਗੇ ਰਲ਼ ਕੇ,
ਜਿਸ ਦਿਨ ਪ੍ਰਾਣ ਤੇਰੇ ਅਲਵਿਦਾ ਕਹਿ ਗਏ।
ਜਿਹੜੇ ਇੱਕ-ਦੂਜੇ ਦੇ ਕੋਲੋਂ ਦੂਰ ਭੱਜਦੇ ਸੀ,
ਦੁਨੀਆ ਦੇਖੂ ਇੱਕੋ ਸਫ਼ 'ਤੇ ਆਣ ਕੇ ਬਹਿ ਗਏ।

◆

ਦਾਨਸ਼ਮੰਦ ਦੁਨੀਆ ਦਾ ਮੈਂ ਸਤਿਕਾਰ ਕਰਦਾ ਹੈ,
ਪਰ ਆਪਣੇ ਦਿਲ 'ਤੇ ਵੀ ਮੈਂ ਇਤਬਾਰ ਕਰਦਾ ਹਾਂ।
ਸੋਚਣਾ ਤੇ ਸਮਝਣਾ ਵੀ ਲਾਜ਼ਮੀ ਸੁੱਨਤ ਲਈ,
ਪਰ ਮਹਿਕਦੇ ਫੁੱਲਾਂ ਨੂੰ ਵੀ ਮੈਂ ਪਿਆਰ ਕਰਦਾ ਹਾਂ।

◆

ਜਦ ਪਰਖ਼ਣ ਵਾਲਾ ਕੋਈ ਨਹੀਂ, ਕੀ ਫ਼ਰਕ ਹੈ,
ਫਿਰ ਕੰਡਾ ਹੋਵਾਂ ਜਾਂ ਫੁੱਲ ਹੋਵਾਂ।
ਸੁੰਨੇ ਕਮਰੇ ਵਿੱਚ ਦੀਪਕ ਹਾਂ ਕਿਸੇ ਨੂੰ ਕੀ,
ਮੈਂ ਜਗਦਾ ਰਹਾਂ ਜਾਂ ਗੁੱਲ ਹੋਵਾਂ।
◆

ਸਾਰੇ ਕਾਰਜ ਭੱਜ-ਭੱਜ ਕਰੀਏ,
ਓਹੀਓ ਕਾਰਜ ਨ੍ਹੀਂ ਇੱਕ ਹੁੰਦਾ,
ਜਿਸ ਕਰਕੇ ਬੰਦਾ ਇਨਸਾਨ।
ਛਿਣ ਭੰਗਰੀ ਜਦ ਜੂਨ ਬੀਤ ਗਈ,
ਜਾਨਵਰਾਂ ਦੀਆਂ ਜੂਨਾਂ ਦੇ ਵਿੱਚ,
ਫਿਰ ਭਗਤੀ ਨਹੀਂ ਪਰਵਾਨ।
◆

ਫ਼ਤਵੇ ਹੀ ਲੱਗਦੇ ਰਹੇ ਸਾਰੀ ਉਮਰ ਮੈਨੂੰ,
ਡਰ ਜਿਹਾ ਲੱਗਦੈ ਜਦੋਂ ਤਾਰੀਫ਼ ਕਰਦੇ ਹੋ।
ਅੱਖ ਭਰ ਆਉਂਦੀ ਹੈ ਖ਼ੁਸ਼ੀ ਦੇ ਨਾਲ ਇੱਕ ਵਾਰੀ,
ਜਦ ਮਿਹਰਬਾਨ ਹੋ ਕੇ ਤੁਸੀਂ ਕੋਈ ਨਾਮ ਧਰਦੇ ਹੋ।

ਕਿਸੇ ਨੂੰ ਕੁੱਝ ਦੇਣ ਤੋਂ ਗੁਰੇਜ਼ ਕਰਦੈ ਹਰ ਕੋਈ,
ਤਾਂ ਹੀ ਦੇ ਸਕਦੇ ਹੋ ਜੇ ਤੁਸੀਂ ਆਪ ਸਰਦੇ ਹੋ।
ਦਿਲ ਹੋਵੇ ਜਾਂ ਦਿਲ ਜਿਹੀ ਕੋਈ ਕੀਮਤੀ ਵਸਤੂ,
ਜੇਕਰ ਤੁਹਾਡੇ ਕੋਲ ਹੈ ਤਾਹੀਓਂ ਤਾਂ ਹਰਦੇ ਹੋ।

ਤੁਹਾਨੂੰ ਆਪਣਾ ਲੱਗਦੈ ਜੋ ਇਸ ਨਾਚੀਜ਼ ਦੇ ਵਿੱਚੋਂ,
ਡੁੱਬਦੇ ਨੂੰ ਬਾਹਰ ਕੱਢ ਲਓ ਜੇ ਤਰਦੇ ਹੋ।
ਮੇਰਾ ਨਾਮ ਤਾਂ ਉਹੀ ਹੈ ਜੋ ਤੁਸੀਂ ਦਿੱਤਾ ਹੈ,
ਆਪਣੇ ਆਪ ਨੂੰ ਅਪਣਾਉਣੋਂ ਹੁਣ ਕਿਉਂ ਡਰਦੇ ਹੋ।
◆

ਝੂਠ-ਮੂਠ ਹੀ ਕਹਿ ਸਕਦੈਂ ਕਿ ਬਹੁਤ ਹੀ ਵਧੀਆ ਹਾਲ,
ਚੰਗਾ ਰਹੇਂਗਾ ਸੱਚੋ-ਸੱਚ ਤੂੰ ਦੱਸਦੇ ਯਾਰ ਨੂੰ।
ਅੰਦਰੋਂ-ਅੰਦਰ ਰਿਝਦਾ ਰਿਹਾ ਤਾਂ ਕਿੰਨਾ ਚਿਰ ਕੱਢੇਂਗਾ,
ਚਾਰ ਦਿਹਾੜੇ ਜੀਣਾ ਹੈ ਤਾਂ ਦੱਸਦੇ ਦੁੱਖ ਸੰਸਾਰ ਨੂੰ।

ਕੁੱਲੀ, ਗੁੱਲੀ, ਜੁੱਲੀ ਦਾ ਫ਼ਿਕਰ ਰਾਤ ਦਿਨ ਤੈਨੂੰ,
ਸਿਰ ਢਕਾਵਾ ਹੋਇਆ ਨਹੀਂ ਤੇ ਰੋਂਦਾ ਫਿਰਦੈਂ ਪਿਆਰ ਨੂੰ।
ਦਿੱਲੀ ਦੂਰ ਬੜੀ ਹੈ ਸੱਜਣਾ! ਦਿਲ ਰੱਖ ਕੇ ਤੁਰਿਆ ਜਾਹ!
ਦਾਤੇ ਦਾ ਸ਼ੁਕਰਾਨਾ ਕਰਕੇ ਅੰਗ-ਸੰਗ ਰੱਖ ਕਰਤਾਰ ਨੂੰ।

◆

ਤੇਰੀ ਤਸਵੀਰ ਵਿੱਚ ਅੱਖੀਆਂ ਕਤਲ ਕਰ ਰਹੀਆਂ ਸਭਨਾਂ ਨੂੰ,
ਕਿਤੇ ਤੂੰ ਖ਼ੁਦ ਖੜੀ ਹੋਵੇਂ ਤਾਂ ਦੱਸ ਕੀ ਹਾਲ ਹੋਵੇਗਾ?
ਮੂਰਤ ਵਿੱਚ ਅੱਖੀਆਂ ਦੀ ਨਹੀਂ ਜਾਂਦੀ ਜੇਕਰ ਤਾਬ ਝੱਲੀ,
ਤਾਂ ਹਾਰੀ-ਸਾਰੀ ਫਿਰ ਤੇਰੇ ਸਾਹਵੇਂ ਦੱਸ! ਕਿੰਝ ਖਲੋਵੇਗਾ?

◆

ਜਿਸਦੀ ਝਲਕ ਲੈਣ ਲਈ ਲੋਕੀਂ, ਪਤਾ ਨ੍ਹੀਂ ਕਿੰਨੇ ਫਿਰਦੇ,
ਉਸਨੂੰ ਮੇਰਾ ਨਾਮ ਯਾਦ ਹੈ, ਇਸ ਤੋਂ ਵੱਧ ਮੈਂ ਕੀ ਲੋਚਾਂ।
ਜਿਸਦੀ ਸੋਚ ਸਮੁੰਦਰੋਂ ਡੂੰਘੀ, ਖੰਡ ਬ੍ਰਹਿਮੰਡ ਵਿੱਚ ਦਰਜਾ ਹੈ,
ਕੁਝ ਵੀ ਹੋਰ ਮੰਗਣ ਲਈ ਉਸਤੋਂ ਸੋਚਾਂ ਤਾਂ ਮੈਂ ਕੀ ਸੋਚਾਂ।

◆

ਉਸਤਾਦ ਤਾਂ ਦੁਨੀਆ ਵਿੱਚ ਇੱਟ ਚੁੱਕਿਆਂ ਮਿਲਦੇ,
ਮੇਰਾ ਤਾਂ ਸ਼ਗਿਰਦ ਬਣਨ ਨੂੰ ਜੀ ਕਰਦਾ ਹੈ।
ਸਰਪਟ ਦੌੜ ਰਹੀ ਦੁਨੀਆਂ ਦੀ ਵੱਖ ਗਿਣਤੀ,
ਸੁੱਨੜ ਨੂੰ ਭੁੱਲਿਆਂ ਵਿੱਚ ਗਿਣਨ ਨੂੰ ਜੀ ਕਰਦਾ ਹੈ।

ਦੁਨੀਆ ਕਿਸੇ ਵੀ ਖੱਬੀ ਖਾਂ ਤੋਂ ਨਹੀਂ ਡਰਦੀ,
ਪਰ ਮੇਰਾ ਹਾਲੇ ਬਹੁਤ ਡਰਨ ਨੂੰ ਜੀ ਕਰਦਾ ਹੈ।
ਨੱਕ 'ਤੇ ਮੱਖੀ ਬਹਿਣ ਨ੍ਹੀਂ ਦਿੰਦਾ ਹੁਣ ਕੋਈ,
ਪਰ ਸੱਚੀ ਸੱਜਣਾ! ਹੁਕਮ ਜਰਨ ਨੂੰ ਜੀ ਕਰਦਾ ਹੈ।

◆

ਮਜ਼ਾ ਜਿਹਾ ਲੱਗਿਆ ਸੀ ਆਉਣ ਮੇਰੇ ਦੋਸਤਾ!
ਮਸਾਂ-ਮਸਾਂ ਮਿਲਿਆ ਸੀ ਤੂੰ।
ਥੋਰ੍ਹਾਂ ਅਤੇ ਕਿੱਕਰਾਂ ਦੇ ਕੰਡਿਆਂ ਦੇ

ਖੇਤ ਵਿੱਚ ਮਸਾਂ-ਮਸਾਂ ਖਿਲਿਆ ਸੀ ਤੂੰ।
ਪਥਰੀਲੇ ਦੇਸ਼ ਵਿੱਚ ਕੋਈ ਵੀ ਨਾ ਤੁਰੇ

ਨਾਲ ਮਸਾਂ-ਮਸਾਂ ਹਿੱਲਿਆ ਸੀ ਤੂੰ।
ਵਾਸਤਾ ਈ ਰੱਬ ਦਾ ਤੂੰ ਵੀ ਨਾ ਕਿਤੇ
ਜਾਂਦਾ ਰਹੀਂ ਰੱਬ ਬਣ ਮਿਲਿਆ ਸੀ ਤੂੰ।
ਤੇਰੇ ਆਸਰੇ ਨਾ' ਰੀਝਾਂ ਜਾਗੀਆਂ ਸੀ

ਮੁੱਡੋਂ-ਸੁੱਡੋਂ ਨਿੱਘਾ-ਨਿੱਘਾ ਲੱਗਿਆ ਸੀ ਤੂੰ।
ਮੈ ਵੀ ਜੀਅ ਕੇ ਵੇਖ ਲਵਾਂ ਤੇਰਾ ਚਿੱਤ
ਕਰੇ ਜੇ ਤਾਂ ਤੇਰੇ ਬਿਨਾ ਦੱਸ ਕੀ ਕਰੂੰ।
◆

ਝੂਠੇ ਰੰਗ ਦੁਨੀਆ ਤੇ ਹੰਡਣਸਾਰ ਨਾ ਕੋਈ,
ਜਿਹੜਾ ਨਾਂ ਮਿਟ ਹੀ ਜਾਣਾ, ਕੀ ਲੈਣਾ ਹੈ ਰਟ ਕੇ।
ਤੇਰੀਆਂ ਲਿਖਤਾਂ ਨੇ ਸੁੱਨੜਾ! ਕਈ ਰੰਗ ਵਿਖਾਣੇ,
ਪੜ੍ਹੇ ਜਾਂ ਨਾ ਪੜ੍ਹੇ ਕੋਈ, ਤੂੰ ਲਿਖਦਾ ਜਾ ਡਟ ਕੇ।
◆

ਥੱਬਾ ਜੁਲਫਾਂ ਕੱਟ ਗਵਾਈਆਂ,ਗੁੱਤ ਪਰਾਦੇਂ ਮ੍ਹੀਡੀਆ ਲਾਹੀਆਂ,
ਪਤਾ ਨਹੀਂ ਲੱਗਦਾ ਹੁਣ ਕਿਹੜਾ ਆਦਮੀ ਹੈ ਜਾ ਨਾਰ।
ਜਾਵੋ ਕੋਈ ਮੋੜ ਲਿਆਵੋ, ਰੁੱਸ ਕੇ ਚਲੀ ਗਈ ਹੈ ਕਿੱਧਰੇ,
ਜਿਸਨੂੰ ਕਹਿੰਦੇ ਸੀ ਪੰਜਾਬਣ, ਹੁਸਨਾਂ ਦੀ ਸਰਕਾਰ।
◆

ਐਸੀ-ਵੈਸੀ ਰੀਝ ਨਹੀ ਸੀ ਬਸ! ਦਿਲ ਕਰਦਾ ਸੀ,
ਕੋਈ ਰੁੱਸੇ ਤੇ ਅਸੀਂ ਮਨਾਉਂਦੇ ਫਿਰੀਏ।
ਮੰਨਣ-ਮਨਾਉਣ ਦੀਆ ਸੁਰਾਂ ਇੱਕ ਗੀਤ ਜਿਹਾ ਬਣ ਜਾਵੇ,
ਉੱਠਦਿਆ, ਬਹਿੰਦਿਆਂ ਗਾਉਂਦੇ ਫਿਰੀਏ।

ਸਾਡੀ ਸ਼ਖ਼ਸੀਅਤ ਵਿੱਚ ਕੋਈ ਘਾਟ ਹੋਣੀ ਐਂ,
ਕਾਹਨੂੰ ਐਂਵੇ ਊਜਾਂ ਹੋਰ ਕਿਸੇ 'ਤੇ ਲਾਉਂਦੇ ਫਿਰੀਏ।
ਅਜੇ ਤੀਕ ਨਹੀਂ ਆਇਆ ਕੋਈ ਹੁਣ ਕੀ ਅਉਣਾ,
ਐਂਵੇ ਕਾਹਤੋਂ ਰਾਹਾਂ ਉੱਤੇ ਦੀਪ ਜਗਾਉਂਦੇ ਫਿਰੀਏ।
◆

ਜੀਅ ਕਰਦਾ ਹੈ ਜਾ ਮਿਲਾਂ ਉੱਡ ਕੇ,
ਮਾਸਾ ਜਿਹਾ ਵੀ ਜਦੋ ਇਸ਼ਾਰਾ ਮਿਲਦਾ ਹੈ।
ਪੜ੍ਹ ਰਹੇ ਹੁੰਦੇ ਜਦੋਂ ਉਹ ਮੇਰੀ ਕਵਿਤਾ ਨੂੰ,
ਮੈਨੂੰ ਲੱਗਦਾ ਜਿਵੇਂ ਹੁੰਘਾਰਾ ਮਿਲਦਾ ਹੈ।

ਬਿਨਾ ਮਲਾਹ ਕਿਸਤੀ ਜਾਵੇ ਤਾਂ ਕਿੱਧਰ ਨੂੰ,
ਮਾਝੀ ਬਿਨ ਕਿੱਦਾ ਕਿਨਾਰਾ ਮਿਲਦਾ ਹੈ।
ਇਹ ਜਨਮ ਤਾਂ ਭੰਗ ਦੇ ਭਾਣੇ ਗਿਆ, ਸੁਣਿਆ!
ਕਦੇ ਨਾ ਜੀਵਨ ਦੁਬਾਰਾ ਮਿਲਦਾ ਹੈ।

◆

ਦਿਲ ਟੁੱਟਦਾ ਹੈ ਤਾਂ ਰੋਂਦਾ ਹੈ ਦਿਲ ਦਾ ਇਸ ਵਿੱਚ ਦੋਸ਼ ਹੈ ਕੀ,
ਤਨ ‘ਤੇ ਬੀਤੇ ਤਾਂ ਜਰ ਲਈਏ ਮਨ ‘ਤੇ ਬੀਤੇ ਤਾਂ ਕਿੰਝ ਜਰਾਂ।
ਹਾਰੇ ਬੈਠੇ ਹਾਂ ਪਹਿਲਾਂ ਹੀ ਕੁੱਝ ਹੋਰ ਹਰਨ ਦਾ ਕੀ ਰੌਲ਼ਾ
ਕੁੱਝ ਬਚਿਆ ਹੁੰਦਾ ਤਾਂ ਹਰਦੇ, ਦੱਸ ਹਾਰ ਗਏ ਨੂੰ ਕਿੰਝ ਹਰਾਂ।

◆

ਕੋਈ ਸ਼ੱਕ ਨਹੀਂ ਏਸ ਵਿੱਚ ਤੂੰ ਬਿਲਕੁਲ ਬੇਵਫ਼ਾ ਨਹੀਂ,
ਜੇ ਤੂੰ ਬੇਵਫ਼ਾ ਹੁੰਦੀ ਤਾ ਫਿਰ ਤਾਂ ਗੱਲ ਹੀ ਮੁੱਕ ਜਾਂਦੀ।
ਸੱਚ ਹੈ ਕਿ ਮੈਨੂੰ ਵੀ ਪਤਾ ਨਹੀਂ ਕੀ ਹੈ ਮਜਬੂਰੀ
ਜੇ ਤੇਰਾ ਦੋਸ਼ ਕੋਈ ਹੁੰਦਾ ਤਾਂ ਹਰ ਇੱਕ ਰੀਝ ਸੁੱਕ ਜਾਂਦੀ।

◆

ਤੈਨੂੰ ਨੇੜਿਓਂ ਜਾਨਣ ਦੀ ਦਿਲ ਵਿੱਚ ਖ਼ਾਹਿਸ਼ ਹੈ ਮੇਰੇ,
ਕਿਣਮਿਣ ਨਾ ਕਰਦੀ ਤਾਂ ਸ਼ਾਇਦ ਫਸਲ ਸੁੱਕ ਜਾਂਦੀ।
ਤੇਰੇ ਬਹਾਨੇ ਜੀਣ ਨੂੰ ਦਿਲ ਕਰਨ ਲੱਗਾ ਸੀ,
ਝੁਕਦਿਆਂ-ਝੁਕਦਿਆਂ ਇਹ ਰੂਹ ਨਹੀਂ ਤਾਂ ਬਿਲਕੁਲ ਝੁਕ ਜਾਂਦੀ।

ਮੈ ਆਪਣੇ ਖ਼ੁਦ ਚਮਲਾਏ ਨੇ ਬਹੁਤਾ ਹੀ ਆਪਣੇ ਕਹਿ-ਕਹਿ ਕੇ,
ਗ਼ੈਰਾ ਵਿਚ ਗ਼ੈਰਤ ਹੈ ਹਾਲੇ ਪਰ ਆਪਣਿਆਂ ਠੁਕਰਾਇਆ ਹੈ।
ਰਾਹ ਬਣਾਏ ਨੇ ਜਿਨ੍ਹਾਂ ਲਈ ਮੈਂ ਮੁਮਕਿਨ ਕੋਸ਼ਿਸ਼ ਕਰਕੇ,
ਉਹਨਾਂ ਹੀ ਮੇਰੇ ਆਪਣਿਆਂ ਮੈਨੂੰ ਰਾਹੇ-ਰਾਹੇ ਪਾਇਆ ਹੈ।

ਘਰ-ਬਾਰ ਬਣਾਇਆ ਭੱਜ ਨੱਠ ਕੇ ਕਿ ਮੇਰਾ ਕੋਈ ਉਡੀਕੇਗਾ,
ਹੁਣ ਭੁੱਲ ਜਾ ਸੁੱਨੜਾ! ਉਸ ਘਰ ਨੂੰ ਜਿਸ ਵਿੱਚ ਭੂਤਾਂ ਦਾ ਸਾਇਆ ਹੈ।
ਕੋਈ ਅਪਣਾ ਨਾਂ ਥਾਂ ਬਣ ਜਾਵੇ ਇਸ ਲੋਚਾ ਵਿਚ ਬੀਂਡੀ ਜੁੱਟਿਆ,
ਪਰ ਮੈਨੂੰ ਹੀ ਪੁੱਛੇ ਕੋਈ ਕੀ ਖੱਟਿਆ ਕੀ ਗਵਾਇਆ ਹੈ।

◆

ਜਦ ਕੱਲਮਕੱਲੇ ਬੈਠੇ ਹਾਂ ਤਾਂ ਚੰਗਾ ਕੀ ਤੇ ਮੰਦਾ ਕੀ,
ਤੂੰ ਮਿਲ ਜਾਵੇਂ ਤਾਂ ਖ਼ੈਰ ਹੈ ਨਹੀਂ ਤਾਂ ਬੀਤ ਗਈ ਹੈ ਏਸ ਤਰ੍ਹਾਂ।
ਸਾਡੇ ਜੀਵਨ ਵਿੱਚ ਮਹਿਕ ਨਹੀਂ ਦੁਨੀਆ ਮਹਿਕੇ ਤਾਂ ਕੀ ਕਰੀਏ,
ਜੇ ਦੇਖਣ ਵਾਲਾ ਕੋਈ ਨਾ ਹੋਵੇ ਕੀ ਫਰਕ ਹੈ ਫਿਰ ਜੀਵਾਂ ਕਿ ਮਰਾਂ।

ਦਿਲ ਟੁੱਟਦਾ ਹੈ ਰੋਂਦਾ ਹੈ ਦਿਲ ਦਾ ਇਸ ਦੇ ਵਿੱਚ ਦੋਸ਼ ਹੈ ਕੀ,
ਤਨ 'ਤੇ ਬੀਤੇ ਤਾਂ ਜਰ ਲਈਏ ਮਨ ਦੀ ਪੀੜਾ ਦੱਸ ਕਿੰਝ ਜਰਾਂ।
ਹਾਰੇ ਬੈਠੇ ਹਾਂ ਪਹਿਲਾਂ ਹੀ ਕੁੱਝ ਹੋਰ ਹਰਨ ਦਾ ਕੀ ਰੌਲ਼ਾ,
ਕੁੱਝ ਬਚਿਆ ਹੁੰਦਾ ਤਾਂ ਹਰਦੇ ਦੱਸ! ਹਾਰ ਗਏ ਨੂੰ ਕਿੰਝ ਹਰਾਂ।

◆

ਰੁੱਸ ਜਾਣ ਦਾ ਦਬਕਾ ਤਾਂ ਤੂੰ ਤਦ ਮਾਰੇ,
ਜੇ ਸੱਚੀ-ਮੁੱਚੀ ਸਾਨੂੰ ਅਪਣਾਇਆ ਹੋਵੇ ।
ਤੇਰੇ ਕੋਰੇ ਖ਼ਤ ਦੇ ਅਰਥ ਕਰਾਂ ਕਿੱਦਾ,
ਕੋਈ ਹਰਫ਼ ਤਾਂ ਖ਼ਤ ਉੱਤੇ ਪਾਇਆ ਹੋਵੇ ।

◆

ਰਾਮ ਰਾਜ ਤਾਂ ਹੋਵੇ ਜੇ ਹੋਵੇ ਰਾਜਾ ਰਾਮ,
ਰਾਵਣ ਰਾਜੇ ਚਾਰ-ਚੁਫ਼ੇਰੇ ਸੀਤਾ ਉੱਧਲੇ ਸ਼ਰ੍ਹੇਆਮ।
ਧੱਕੇਸ਼ਾਹੀ ਏਨੀ ਹੈ ਕਿ ਚਿੱਟੇ ਦਿਨ ਵਿੱਚ 'ਨ੍ਹੇਰ ਮਚਾ ਕੇ
ਅੱਜ ਦੇ ਰਾਜੇ ਮਾਸਾ ਵੀ ਨਹੀਂ ਬਦਨਾਮ।

◆

ਤੁਰਦੀਆਂ ਫਿਰਦੀਆਂ ਲਾਸ਼ਾਂ ਦੀ ਮੰਡੀ ਲੱਗੀ ਸੀ,
ਮੈਂ ਵੀ ਅਪਣੀ ਲਾਸ਼ ਲਿਆ ਕੇ ਵੇਚਣ ਲਈ ਟਿਕਾਈ।
ਖ਼ਬਰ ਲੱਗ ਗਈ ਜਦ ਕਿ ਸੁੱਨੜ ਅਸਲੀਅਤ ਨੂੰ ਜਾਣੇ,
ਸਸਤਾ ਵੀ ਵਿਕਣਾ ਚਾਹਿਆ ਪਰ ਕਿਸੇ ਨਾ ਬੋਲੀ ਲਾਈ।

◆

ਗਜ਼ਲ਼ ਵਰਗੀ ਕੁੜੀ ਤਾਂ ਤੂੰ ਕਿਹਾ ਮੈਨੂੰ ਬਹੁਤ ਵਾਰ,
ਪਰ ਜੇ ਗਜ਼ਲ਼ ਬਣ ਗਈ ਤਾਂ ਤੈਥੋਂ ਗਾ ਨਹੀਂ ਹੋਣੀ ।
ਇਸ਼ਕ ਦੇ ਗੁੜ ਵਿੱਚ ਜੇ ਆ ਗਈ ਮਿੱਠੇ ਸੋਡੇ ਦੀ ਡਲੀ,
ਤੈਥੋਂ ਮਿੱਠਾ ਮਹੁਰਾ ਬਣੀ ਸ਼ੱਕਰ ਖਾ ਨਹੀਂ ਹੋਣੀ।

◆

ਵੇਦੀ, ਤ੍ਰੈਵੇਦੀ, ਚਤੁਰਵੇਦੀ ਕਿੰਨੇ ਕੁ ਨੇ ਦੁਨੀਆ ਵਿਚ,
ਵੇਦ ਵਿਆਸ ਗ੍ਰੰਥਾਂ ਤੱਕ ਹੀ ਸੀਮਿਤ ਹੋ ਕੇ ਰਹਿ ਗਿਆ।
ਟਾਵਾਂ-ਟਾਵਾਂ ਹੈ ਕੋਈ ਜਿਸਨੇ ਵੇਦ-ਕੇਤਾਬਾਂ ਨੂੰ ਪੜ੍ਹਿਆ ਹੈ,
ਬੁੱਤ ਪੂਜ ਕੇ ਟੱਲ ਵਜਾ ਕੇ ਹਰ ਇੱਕ ਪੰਡਿਤ ਬਹਿ ਗਿਆ।

ਬਾਇਬਲ ਅਤੇ ਕੁਰਾਨ ਭਲਾ ਕਿੰਨੇ ਲੋਕਾਂ ਨੇ ਪੜ੍ਹਿਆ ਹੈ,
ਜੀਸਸ ਅਤੇ ਮੁਹੰਮਦ ਦਾ ਮਿਸ਼ਨ ਵਿਹੂਣਾ ਰਹਿ ਗਿਆ।
ਸੱਚੀ ਦੱਸਿਓ! ਗੁਰੂ ਗ੍ਰੰਥ ਨੂੰ ਕਿਸ ਵਡਭਾਗੇ ਨ ਪੜ੍ਹਿਆ ਹੈ,
ਬੋਲਤ ਬੋਲਤ ਬੜੇ ਬਿਕਾਰਾ ਭਗਤ ਕਬੀਰ ਕਹਿ ਗਿਆ।
◆

ਨਜ਼ਰ ਮਿਲਾ ਕੇ ਕੋਲ ਆ ਕੇ ਵੀ ਜੇ ਚੁੱਪ ਹੈਂ ਤੂੰ,
ਕਿਵੇਂ ਕਹਾਂ ਦਿਲ ਨੂੰ ਕਿ ਇਹ ਵੀ ਸੱਟ ਜਰ ਜਾਵੇ।
ਫੇਰ ਵੀ ਇਹ ਦਿਲ, ਦਿਲ ਦੀ ਹੀ ਗੱਲ ਮੰਨਦਾ ਹੈ,
ਲੰਘ ਜਾਵੇ ਪਾਣੀ, ਕੰਡਾ ਲੱਖ ਵਾਰੀ ਖ਼ਰ ਜਾਵੇ।
◆

ਨੀ ਅੱਜ ਮੋਤੀਏ ਵਰਗੀ ਆਪਣੀ ਸ਼ਕਲ ਬਣਾਈ ਕਿਉਂ?
ਨੀ ਤਿੱਪ ਨਾ ਜਿਸ ਵਿੱਚ ਪਾਣੀ ਖੂਹੀ ਲਾਈ ਕਿਉਂ?
◆

ਤੂੰ ਦਾਤਾ, ਤੇਰਾ ਨਾਮ ਦਵਾਈ, ਮੈ ਮੂਰਖ ਨੂੰ ਸਮਝ ਨਾ ਆਈ।
ਸਾਰੀ ਉਮਰ ਨਿਆਮਤ ਵਸਤਾਂ, ਬੇਸ਼ੁਕਰਾ ਜੱਗ ਜਾਂਦਾ ਖਾਈ।
◆

ਅਸੀਂ ਤਰਕੀਬਾਂ ਸਿੱਖਦੇ ਰਹਿ ਗਏ, ਰੁੱਸੇ ਯਾਰ ਮਨਾਉਣ ਦੀਆਂ।
ਅਸੀਂ ਕਵਿਤਾਵਾਂ ਲਿਖਦੇ ਰਹਿ ਗਏ, ਦਿਲ ਦਾ ਹਾਲ ਸੁਣਾਉਣ ਦੀਆਂ।

ਪਿਆਰ-ਮੁਹੱਬਤ ਰੱਬ ਸਾਡੀ ਕਿਸਮਤ ਵਿੱਚ ਲਿਖਣਾ ਭੁੱਲ ਗਿਆ,
ਬਸ! ਸੁਰਾਂ ਬਣਾਉਂਦੇ ਰਹਿ ਗਏ, ਗੀਤ ਪਿਆਰ ਦੇ ਗਾਉਣ ਦੀਆਂ।
◆

ਅਸੀਂ ਰੱਟਾ ਲਾਉਂਦੇ ਰਹਿ ਐਵੇਂ, ਭੁੱਲ ਜਾਣਾ ਤੇਰੀ ਆਦਤ ਹੈ।
ਤੇਰੇ ਲਈ ਬਸ! ਮੁਲਾਕਾਤ ਪਰ ਸਾਡੀ ਬਣੀ ਇਬਾਦਤ ਹੈ।

ਇਹ ਸੋਚ ਕੇ ਉੱਠਿਆ ਸੀ ਮੈ ਤਾਂ ਕਿ ਤੁਰਨ ਲੱਗੇ ਤੁਸੀਂ ਰੋਕੋਗੇ,
ਨਾ ਬਾਂਹ ਪਕੜੀ, ਨਾ ਜ਼ਿਦ ਕੀਤੀ, ਤੁਰਦੇ ਨੂੰ ਕਿਹਾ ਇਜਾਜ਼ਤ ਹੈ।
◆

ਬੋਲਿਆਂ ਬਿਨਾ ਗੁਜ਼ਾਰਾ ਵੀ ਨਹੀਂ, ਵੱਧ-ਘੱਟ ਬੋਲ ਗਵਾਰਾ ਵੀ ਨਹੀਂ।
ਖਾਲੀ ਬਰਤਨ ਬਹੁਤ ਟੁਣਕਦੇ, ਭਰਿਆ ਹੋਇਆ ਜੱਗ ਸਾਰਾ ਵੀ ਨਹੀਂ।

ਘੁੰਮਦਿਆਂ ਨਾਲ ਕਿੰਝ ਗੱਲ ਕਰੀਏ, ਹਰ ਤਾਰਾ, ਧਰੂ ਤਾਰਾ ਵੀ ਨਹੀਂ,
ਸੁੱਨੜ! ਰੱਬ-ਰੱਬ ਕਰਦਾ ਵੈਸੇ ਰੱਬ ਤੋਂ ਬਿਨਾ ਸਹਾਰਾ ਵੀ ਨਹੀਂ।

◆

ਜੋ ਖ਼ੁਦ ਹੱਥੀਂ ਪੈਦਾ ਕੀਤੀਆਂ, ਸੁੱਖ ਨਹੀਂ ਉਹਨਾਂ ਚੀਜ਼ਾਂ ਦਾ।
ਪਰ ਚਰਚਾ ਕਰਕੇ ਵੀ ਕੀ ਕਰਾਂਗੇ, ਹਾਰੀਆਂ ਹੋਈਆਂ ਰੀਝਾਂ ਦਾ।

◆

ਦਿਲ ਮੇਰੀ ਦੀ ਖੁਸ਼ੀ-ਗਮੀਂ ਨੂੰ, ਚੇਹਰੇ ਤੋਂ ਪੜ੍ਹ ਲੈਂਦਾ ਹੈ।
ਪਰ ਦਿਲ ਮੇਰੇ ਦੀਆਂ ਰੀਝਾਂ, ਤੈਨੂੰ ਪੜ੍ਹਨੀਆਂ ਨਹੀਂ ਆਈਆਂ।

ਜਾਂ ਤੇਰੇ ਦਿਲ ਦੀਆਂ ਸਾਰੀਆਂ ਰੀਝਾਂ ਪੂਰੀਆ ਹੋ ਗਈਆਂ ,
ਇਹ ਵੀ ਹੋ ਸਕਦਾ ਤੂੰ ਸਾਰੀ ਉਮਰ ਕਿਸੇ ਨਾਲ ਨਹੀਂ ਲਾਈਆਂ।

ਮੇਰੀ ਅਤ੍ਰਿਪਤੀ ਦੀ ਤੈਨੂੰ ਖ਼ਬਰ ਨਹੀਂ ਹੈ ਭੋਰਾ ਵੀ,
ਅੱਖਾਂ ਵਿਚ ਪਾਣੀ ਹੁੰਦਿਆਂ ਵੀ ਨਜ਼ਰਾ ਬਿਲਕੁਲ ਤ੍ਰਿਹਾਈਆਂ ।

◆

ਯਾਰੜਿਆ! ਤੂੰ ਸ਼ਿਕਰਾ ਬਣ ਕੇ ਹੀ ਜੀਵਨ ਵਿੱਚ ਆ ਜਾਂਦਾ।
ਜਿੰਨਾ ਚਿਰ ਤੂੰ ਦਿਲ ਖਾਂਦਾ, ਓਨੀ ਤਾਂ ਉਮਰ ਵਧਾ ਜਾਂਦਾ ।

ਏਨਾ ਤਾਂ ਕਹਿ ਲੈਂਦੇ ਸਾਡੀ ਵੀ ਕੋਈ ਸਾਂਝ-ਭਿਆਲੀ ਸੀ,
ਖ਼ਾਰਾ ਪਾਣੀ ਕੱਢ ਲੈਂਦੇ, ਜੇਕਰ ਕਿੱਧਰੇ ਰੁਆ ਜਾਂਦਾ।

◆

ਮੈਂ ਬੇਨਤੀ ਕਰਾਂ ਕਿ ਜੋ ਕੁੱਝ ਕਰਦਾਂ ਕਰਨ ਦਿਓ।
ਜੇ ਮੈ ਜਾਣ-ਬੁੱਝ ਕੇ ਹਰਦਾ ਹਾਂ ਤਾਂ ਹਰਨ ਦਿਓ।

ਚੰਗੇ ਬਣਨਾ ਮੈਨੂੰ ਨਾ ਆਇਆ, ਨਾ ਹੀ ਆਉਣੈ,
ਪਰ ਮਰਜ਼ੀ ਦੇ ਨਾਲ ਜਾਨ ਤਲੀ 'ਤੇ ਧਰਨ ਦਿਓ।

◆

ਇੱਕ ਤੋਂ ਲੱਖਾਂ, ਲੱਖਾਂ ਤੋਂ ਇੱਕ, ਇੱਕ ਅਰਬ ਕਰੋੜਾਂ।
ਚੰਗਾ ਭਲਾ! ਪਤੈ ਹਰ ਇੱਕ ਨੂੰ, ਇੱਕੋ ਦੀਆਂ ਹਨ ਲੋੜਾਂ।

ਫਿਰ ਵੀ ਹਰ ਕੋਈ ਆਪੋ-ਅਪਣਾ ਰਾਹ ਬਣਾਉਂਦਾ ਫਿਰਦਾ,
ਦਿਲ, ਦਿਮਾਗ ਦੋਹਾਂ ਨੂੰ ਦੱਸੋ! ਮੋੜਾਂ ਤਾਂ ਕਿੰਝ ਮੋੜਾਂ।

◆

ਧਰਤ, ਆਕਾਸ਼ ਖੋਜਦਾ ਫਿਰਦਾ ਹੈ ਸੰਸਾਰ।
ਅੰਬਰ ਕਦੇ ਵੀ ਸਰ ਨਹੀ ਹੋਣੇ, ਐਵੇ ਨਾ ਤੂੰ ਖੰਭ ਖਿਲਾਰ।

ਜਿਉਂ-ਜਿਉਂ ਚਾਨਣ ਭਾਲੇਂਗਾ ਵੱਧਦਾ ਜਾਵੇਗਾ ਅੰਧਿਆਰ,
ਰੱਬ ਦੀ ਰਜ਼ਾ ਚ ਬੰਦਿਆ! ਐਵੇਂ ਨਾ ਝੱਖ ਮਾਰ।

◆

ਕਿੰਨੀ ਸ਼ਕਤੀ ਰੱਖਦੀਆਂ ਨੇ ਚਾਰ ਲਾਵਾਂ, ਸੱਤ ਫੇਰੇ।
ਆਸਮਾਨ ਵਿੱਚ ਉੱਡਣ ਵਾਲੇ ਪਿੰਜਰਿਆਂ ਵਿੱਚ ਘੇਰੇ।

◆

ਆ ਇੱਕ-ਦੂਜੇ ਦੇ ਮੋਢੇ 'ਤੇ ਸਿਰ ਧਰ ਦੋਵੇਂ ਰੋ ਲਈਏ,
'ਕੱਲੇਪਣ ਦੀ ਗਰਦਿਸ਼ ਨੂੰ ਹੰਝੂਆਂ ਨਾਲ ਮਾਸਾ ਧੋ ਲਈਏ।

ਦਿਲ ਮੰਨੇ ਤਾਂ ਦਿਲ ਦੀ ਮੰਨ ਕੇ ਮਹਿਫ਼ਿਲ ਵਿਚ ਆ ਜਾਵੀਂ,
ਬਚੇ-ਖੁਚੇ ਫੁੱਲਾਂ ਨੂੰ ਮਿਲ ਇੱਕ ਮਾਲਾ ਵਿੱਚ ਪਰੋ ਲਈਏ।

◆

ਆਪਣੇ ਚਿੱਤੋਂ ਰੱਬ ਨੇ ਬੰਦਾ ਉੱਤਮ ਜੀਵ ਬਣਾਇਆ,
ਬੰਦਾ ਰੱਬ 'ਤੇ ਊਜਾਂ ਲਾਵੇ, ਨਹੀਂ ਮਿਲੀਆ ਜੋ ਚਾਹਿਆ।

ਕੁੱਲ ਜੀਵਾਂ ਤੋਂ ਵਧ ਕੇ ਬਖ਼ਸ਼ੀ ਸੋਚਣ ਸਕਤੀ ਰੱਬ ਨੇ,
ਪਰ ਸੋਚਾਂ ਸੋਚ-ਸੋਚ ਬੰਦੇ ਨੇ ਰੱਬ ਨੂੰ ਸੋਚੀਂ ਪਾਇਆ।

ਰੱਬ ਕਿਵੇਂ ਦਾ ਹੋਵੇ ਬੰਦਾ ਆਪਣੀ ਮਰਜ਼ੀ ਦੱਸੇ,
ਏਸੇ ਲਈ ਤਾਂ ਵੱਖ-ਵੱਖ ਲੋਕਾਂ ਵੱਖ-ਵੱਖ ਰੱਬ ਬਣਾਇਆ।

◆

ਨਾ ਸ਼ਿਕਵਾ ਨਾ ਸ਼ਿਕਾਇਤ, ਨਾ ਕਿਸੇ ਦਾ ਦੋਸ਼ ਹੈ ਕੋਈ।
ਜੋ ਮਿਲਿਆ ਜਾਂ ਨਹੀਂ ਮਿਲਿਆ ਨਾ ਹੀ ਅਫ਼ਸੋਸ ਹੈ ਕੋਈ।

ਨਾ ਹੀ ਬੇਹੋਸ਼ ਹਾਂ ਸੱਜਣਾ! ਤੇ ਨਾ ਹੀ ਹੋਸ਼ ਹੈ ਕੋਈ,
ਮੈਂ ਰੁੱਸ-ਰੁੱਸ ਵੀ ਨਹੀਂ ਬਹਿੰਦਾ ਤੇ ਨਾ ਹੀ ਰੋਸ ਹੈ ਕੋਈ।

ਮੇਰਾ ਵਿਸ਼ਵਾਸ ਨਾ ਡੋਲੇ ਕੋਈ ਐਸੀ ਬਾਤ ਪਾ ਜਾਵੀਂ,
ਵਾਅਦਾ ਖ਼ਿਲਾਫ਼ੀ ਨਾ ਕਰੀਂ ਬਸ! ਤੂੰ ਆ ਜਾਵੀਂ।
ਚਾਰ੍ਹ ਦਿਨ ਹੋਰ ਕੱਢ ਜਾਊਂ ਬਸ! ਤੂੰ ਅੱਖ ਮਿਲਾ ਜਾਵੀਂ।

◆

ਭਰੀ ਮਹਿਫ਼ਿਲ 'ਚ ਕਰਦੇ ਸਿਫ਼ਤ ਅੱਜ ਤੂੰ ਜਕੀਂ ਨਾ ਸੁੱਨੜਾ!
ਇਸ ਅਪਰਾਧ ਦੀ ਹਰਗਿਜ ਸਜ਼ਾ ਏ ਮੌਤ ਨਹੀਂ ਹੁੰਦੀ।

◆

ਨਾ ਜਲ ਡੋਬੇ ਨਾ ਅੱਗ ਸਾੜੇ ਸੱਚ ਤਾਂ ਸਾਬਤ ਸੱਚ ਹੈ,
ਲੇਕਿਨ ਲੋਕਾਂ ਜ਼ਹਿਰ ਪਿਲਾਈ ਸੂਲੀ ਚਾੜ੍ਹ ਵਿਖਾਇਆ।

◆

ਕਣਕ ਪੱਕਣ 'ਤੇ ਆ ਜਾਵੇ ਤਾਂ ਬਹੁਤਾ ਪਾਣੀ ਨਾ ਲਾਈਏ,
ਹੁੱਲ ਸਕਦੀ ਹੈ, ਆ ਸਕਦੇ ਨੇ ਬੁੱਲ੍ਹੇ, ਹਵਾ, ਹਨ੍ਹੇਰੀਆਂ।

ਪੱਕੀ ਉਮਰੇ ਕਦਾਚਿਤ ਵੀ ਬਹੁਤੀ ਭੱਜ-ਨੱਠ ਨਾ ਕਰੀਏ,
ਜੋਬਨ ਦੇ ਵਿੱਚ ਜੀ ਸਦਕੇ ਚੁੰਘਦੇ ਫਿਰੋ ਲਵੇਰੀਆਂ।

ਸੋਚ ਸਮਝ ਕੇ ਚੱਲੇ ਬੰਦਾ ਏਸੇ ਵਿੱਚ ਸਿਆਣਪ ਹੈ,
ਬਚਪਨ ਦੇ ਵਿੱਚ ਭਾਵੇਂ ਖੇਡੋ ਚੀਚੋ ਚੀਚ ਘਨ੍ਹੇਰੀਆਂ।

ਧੱਕਾ ਜ਼ੋਰੀ ਕਰ ਸਕਣ ਦਾ ਵੀ ਹੁੰਦਾ ਕੋਈ ਵੇਲਾ,
ਬਾਗ਼ੀਂ ਫੁੱਲ ਕਮਲਾਉਣ ਲੱਗਣ ਤਾਂ ਹੁੰਦੀਆਂ ਨਹੀਂ ਦਲੇਰੀਆਂ।

ਸਿਖ਼ਰ ਦੁਪਹਿਰੇ ਗਰਮੀਂ ਹੋਵੇ ਤਾਂ ਹੋਵੇ ਵੀਹ ਵਾਰੀ ਖੋਪ,
ਤੁਖ਼ਾਰ ਵਿਆਪੇ ਸਭ ਤੇ ਰਾਤਾਂ ਆਉਂਦੀਆਂ 'ਨ੍ਹੇਰੀਆਂ।

◆

ਨਾ ਕੋਈ ਗ਼ਲਤੀ ਤੇਰੀ ਸੱਜਣਾ! ਨਾ ਕੋਈ ਗ਼ਲਤੀ ਮੇਰੀ ਆ।
ਵਕਤ-ਵਕਤ ਦੀਆਂ ਗੱਲਾ ਮਿੱਤਰਾ! ਵਕਤ ਦੀ ਹੇਰਾ-ਫੇਰੀ ਆ।

ਦੁਨੀਆ ਪਿੱਛੇ ਲੱਗ ਕੇ ਐਵੇਂ, ਘਰ ਕੀਤਾ ਬਰਬਾਦ ਅਸੀਂ,
ਜਾਣਦਿਆਂ ਹੋਇਆਂ ਸਭ ਕੁੱਝ ਕਿ ਦੁਨੀਆ ਚਾਰ ਚੁਫ਼ੇਰੀ ਆ।

ਆਪਾਂ ਦੋਹਾਂ ਨੇ ਹਾਲੇ ਤੱਕ ਆਪਣਾ ਕਹਿਣਾ ਨਹੀਂ ਛੱਡਿਆ,
ਏਸੇ ਵਿੱਚ ਹੀ ਦਿਸੇ ਸਿਆਣਪ ਏਸੇ ਵਿੱਚ ਦਲੇਰੀ ਆ।

ਸੋਚ ਸਮਝ ਕੇ ਤੁਰੀਏ ਤੇ ਬਚ ਜਾਈਏ ਜਿੱਤਰਾਂ ਬਚ ਹੁੰਦਾ,
ਇਹ ਸੰਸਾਰ ਸਾਗਰ ਦੀ ਨਿਆਈਂ ਜੀਵਨ ਘੁੰਮਣਘੇਰੀ ਆ।

◆

ਨਕਲੀ ਹਾਸਾ ਵੀ ਹੱਸਾਂ ਤਾਂ ਖੁਸ਼ ਹੋ ਜਾਂਦੇ ਲੋਕ,
ਦਿਲ ਦਾ ਦਰਦ ਤਾਂ ਦਿਲ ਤੀਕਰ ਹੀ ਸੀਮਤ ਰਹਿੰਦਾ ਹੈ।

ਪੀੜ ਤਾਂ ਜਿਸ ਤਨ ਨੂੰ ਹੋਵੇ, ਉਸਨੂੰ ਝੱਲਣੀ ਪੈਂਦੀ ਹੈ,
ਖੁਸ਼ੀਆਂ ਦੀ ਮਹਿਫ਼ਿਲ ਵਿੱਚ ਹਰ ਕੋਈ ਉੱਠਦਾ-ਬਹਿੰਦਾ ਹੈ।

ਜੇ ਕੋਈ ਕੀਮਤ ਹੁੰਦੀ ਤਾਂ ਤੇ ਅੱਖ ਵੀ ਡੱਕ ਲੈਂਦੀਂ,
ਕਵੀ ਹੋਣਾ ਕੋਈ ਹੰਝੂਆਂ ਨੂੰ ਜੋ ਮੋਤੀ ਕਹਿੰਦਾ ਹੈ।

ਚੰਗਾ ਚੋਸਾ ਮਿਲੇ ਤਾਂ ਅੱਗੇ ਹੋ-ਹੋ ਫੜਦੇ ਲੋਕ,
ਪੀੜਾਂ ਦੇ ਧਰਘੋਨੇ ਦੱਸਿਓ! ਕਿਹੜਾ ਲੈਂਦਾ ਹੈ।

ਰੋਣਾ ਪੈਂਦਾ 'ਕੱਲਿਆਂ ਹਾਸੇ ਵੰਡਦੀ ਹੈ ਦੁਨੀਆ,
ਘਰ-ਘਰ ਏਹੋ ਅੱਗ ਸੁੱਨੜ 'ਕੱਲਾ ਨਹੀਂ ਕਹਿੰਦਾ ਹੈ।

◆

ਯਾਰੜਿਆ! ਤੈਨੂੰ ਕਿੰਝ ਸਮਝਾਵਾਂ ਕਿਵੇਂ ਬੀਤ ਰਹੀ ਸਾਡੀ,
ਨਾ ਦਿਲ ਦਾ ਦਰਦ ਹੀ ਜਰ ਹੁੰਦਾ, ਨਾ ਤੇਰੇ ਤਕ ਹੀ ਪਹੁੰਚ ਕੋਈ।

◆

ਜਿੰਨਾ ਚਿਰ ਤੱਕ ਸਾਹ ਚਲਦਾ ਹੈ ਸਭ ਕੁੱਝ ਚੱਲਦਾ ਲੱਗਦਾ ਹੈ।
ਫ਼ੱਕਰ ਦੇ ਕਰ ਪੈਰ੍ਹ ਚੱਲਦੇ ਤਾਹੀਓਂ ਕੁੱਲੀ ਦੀਵਾ ਜਗਦਾ ਹੈ।

ਨਬਜ਼ ਜਿੰਨਾ ਚਿਰ ਚੱਲਦੀ ਹੈ ਤੇ ਤਪਸ ਵੀ ਹੈ ਜਿੰਨਾ ਚਿਰ ਤੱਕ,
ਇਸ ਤੋਂ ਜ਼ਾਹਿਰ ਹੁੰਦਾ ਹੈ ਅਜੇ ਖੂਨ ਜਿਸਮ ਵਿੱਚ ਵਗਦਾ ਹੈ।

◆

ਕਿਉਂ ਭੁੱਖ ਵੀ ਲੱਗਦੀ ਹੈ ਮੈਨੂੰ ਪਿਆਸ ਵੀ।
ਤੇ ਨਾਲੇ ਦਿਲ ਨੇ ਛੱਡੀ ਨਹੀਂ ਅਜੇ ਆਸ ਵੀ।

ਤੋਤੇ ਦੀ ਅੱਖ ਵਾਂਗ ਅੱਖ ਵਿੱਚ ਆਸ ਹੈ ਹਾਲੇ।
ਕਦੇ ਤਾਂ ਕੋਈ ਮਿਲੇਗਾ ਧਰਵਾਸ ਹੈ ਹਾਲੇ।

◆

ਦੋਸਤ ਲੱਭਦਿਆਂ-ਲੱਭਦਿਆਂ ਨੇ ਕਈ ਦੁਸਮਣ ਭਾਲ ਲਏ,
ਫਿਰ ਕੀ ਹੋਣਾ ਸੀ ਰੋ-ਰੋ ਕੇ ਦੀਦੇ ਗਾਲ਼ ਲਏ।

ਕੋੜਮਾ ਜੋੜ ਕਾਹਤੋਂ ਜੇ 'ਕੱਲਿਆ ਹੀਅ ਰਹਿਣਾ ਸੀ,
ਰੀਝਾਂ ਪੂਰੀਆਂ ਕਰਦਿਆਂ ਨੇ ਸੁਪਨੇ ਹੀ ਟਾਲ ਲਏ।

◆

ਵਾਹ ਜਹਾਨ ਦੀ ਲਾ 'ਤੀ, ਇਹ ਜ਼ਿੰਦਗੀ ਜੀਵਣ ਲਈ,
ਪਰ ਪਤਾ ਨਾ ਲੱਗਿਆ ਕਿ ਜ਼ਿੰਦਗੀ ਕਿਸ ਬਲਾ ਦਾ ਨਾਮ ਹੈ।

◆

ਮੈ ਤਾਂ ਐਵੇਂ ਸਰਸਰੀ ਦੱਸ ਬੈਠਾ ਆਪਣੀ ਦਾਸਤਾਂ,
ਇਹ ਕਦੇ ਨਹੀਂ ਚਾਹਿਆ ਕੀ ਤੂੰ ਵੀ ਰੋਣ ਲੱਗ ਜਾਵੇਂ।

ਮੇਰੇ ਤੋਂ ਜੋ ਦਿਸ ਰਹੀ ਇਹ ਮੇਰੀ ਆਪਣੀ ਮੈਲ਼ ਹੈ,
ਸੁਪਨੇ 'ਚ ਵੀ ਨਹੀਂ ਸੋਚਿਆ ਤੂੰ ਧੋਣ ਲੱਗ ਜਾਵੇਂ।

ਦਰਦ ਚੀਸਾਂ ਪੀੜ ਦੇ ਹੀ ਆਸਰੇ ਨਾ' ਜੀ ਰਿਹਾਂ,
ਜਿਉਂਦੇ ਰਹਿਣ ਦੀ ਵਿਧੀ ਮੈਥੋਂ ਖੋਹਣ ਲੱਗ ਜਾਵੇਂ।

ਰੋਗ ਨਹੀਂ ਇਹ ਤਾਂ ਰੋਜ਼ਾਨਾ ਦੀ ਹੈ ਮੇਰੀ ਜ਼ਿੰਦਗੀ,
ਬਿਲਕੁਲ ਨਹੀਂ ਪੁੱਗਦਾ ਤੂੰ ਰੋਗੀ ਹੋਣ ਲੱਗ ਜਾਵੇਂ।

ਮੇਰੇ ਹਿੱਸੇ ਦਾ ਵਜ਼ਨ ਹੀ ਹੈ ਜੋ ਕਿ ਮੈਂ ਢੋ ਰਿਹਾਂ,
ਤਰਸ ਖਾ ਕੇ ਤੂੰ ਕਿਤੇ ਨਾ ਢੋਣ ਲੱਗ ਜਾਵੇਂ।

◆

ਵੰਝਲੀ ਤੇਰੇ ਹੱਥ ਵੇ ਅੜਿਆ! ਉੱਠਦੀ ਜਾਂਦੀ ਸੱਥ ਵੇ ਅੜਿਆ!!
ਪਰ ਜਿੰਨਾ ਚਿਰ ਫੂਕ ਨਹੀਂ ਵੱਜਦੀ, ਹੋ ਨਹੀਂ ਸਕਦੀ ਗਤ ਵੇ ਅੜਿਆ!!!

◆

ਮਨ ਮੰਦਰ ਅੰਦਰ ਨਹੀਂ ਬਹਿੰਦਾ, ਮਨ ਉੱਠ-ਉੱਠ ਕੇ ਨੱਸਦਾ ਬਾਹਰ।
ਕਰਤਵਿੱਦਿਆ ਤੋਂ ਕਤਰਾਉਂਦਾ, ਉਂਝ ਲੱਭਦਾ ਫਿਰਦਾ ਆਹਾਰ।

ਜੋ ਲੱਭਣਾ ਤੈਨੂੰ ਅੰਦਰੋਂ ਲੱਭਣਾ ਮਨਾਂ! ਭਟਕ ਨਾ ਜੰਗਲ ਬੇਲੇ,
ਖੱਜਲ-ਖੁਆਰ ਖੜੀਚਿਆ ਫਿਰਦੈਂ, ਕਿਉਂ ਖੋਜੀਏ ਜੋ ਜੱਗ ਜ਼ਾਹਿਰ।

◆

ਜਾਣ ਦੇ ਮੱਛੀਆਂ ਨੂੰ ਐਂਵੇ ਮੋੜ ਨਾ,
ਆਪੇ ਪਰਤ ਆਉਂਣਗੀਆ ਇਹ ਪੱਥਰ ਚੱਟ ਕੇ।

ਬੋਚ ਲਵੇਗਾ ਨਿੱਕੀ ਮੋਟੀ ਕੰਢੇ ਆਈ,
ਬਗਲਾ ਦੇਖ ਅਡੋਲ ਖੜਾ ਕਿੱਤਰਾਂ ਦੜ ਵੱਟ ਕੇ।

ਭੱਜਣ ਦੇ ਮਨ ਨੂੰ ਜੇ ਬਹੁਤਾ ਭੱਜਦਾ ਤਾਂ,
ਘਰ ਦਾ ਬੁੱਧੂ ਘਰ ਨੂੰ ਮੁੜ ਆਊ ਘੱਟਾ ਖੱਟ ਕੇ।

ਝੂਠੇ ਰੰਗ ਦੁਨੀਆ ਦੇ ਹੰਡਣਸਾਰ ਨਾ ਕੋਈ,
ਜਿਹੜਾ ਨਾਂ ਮਿਟ ਹੀ ਜਾਣਾ ਕੀ ਲੈਣਾ ਰਟ ਕੇ।

ਤੇਰੀਆਂ ਲਿਖਤਾਂ ਨੇ ਸੁੱਨੜਾ! ਕਈ ਰੰਗ ਦਿਖੌਣੇ,
ਪੜ੍ਹੇ ਨਾ ਪੜ੍ਹੇ ਕੋਈ ਤੂੰ ਲਿਖਦਾ ਰਹਿ ਡਟ ਕੇ।

◆

ਤੂੰ ਦੱਸ ਕੇ ਆਪਣੀ ਦਾਸਤਾਂ ਮੇਰੀ ਦੁਖਦੀ ਰਗ਼ 'ਤੇ ਹੱਥ ਧਰਤਾ।
ਮੇਰੇ ਟੁੱਟਦੇ-ਭੱਜਦੇ ਜਿਸਮ ਨੂੰ, ਤੂੰ ਤੇ ਹੋਰ ਵੀ ਨਮ ਜਿਹਾ ਕਰਤਾ।

◆

ਮੈਂ-ਮੈਂ ਕਰਦਿਆਂ ਉਮਰ ਬੀਤ ਗਈ, ਮੈਂ ਦੀ ਸੁਧ ਨਾ ਆਈ।
ਤੂੰ ਹੀ ਤੂੰ ਕਹਿਣਾ ਨਾ ਆਇਆ, ਭੁੱਲੀ ਫਿਰੇ ਲੋਕਾਈ।

◆

ਭੁਲੇਖਾ ਜਿਹਾ ਹੀ ਪਾਉਂਦੇ ਰਹਿੰਦੇ, ਲਾਰਾ ਜਿਹਾ ਹੀ ਲਾਉਂਦੇ ਰਹਿੰਦੇ।
ਜਿਹੜੇ ਮਰਜ਼ੀ ਰੰਗ ਦੇ ਵਿੱਚ, ਕੋਈ ਸੁਪਨਾ ਜਿਹਾ ਦਿਖਾਉਂਦੇ ਰਹਿੰਦੇ।

ਸ਼ਾਇਦ ਉਸਦੇ ਨਾਟਕ ਦੇ ਵਿੱਚ ਸਾਡਾ ਕੋਈ ਕਿਰਦਾਰ ਨਹੀਂ ਹੈ।
ਬਿਲਕੁਲ ਹਾਂ ਵਿੱਚ ਨਾ ਸਹੀ ਲੇਕਿਨ, ਖ਼ਤ ਪੱਤਰ ਤਾਂ ਪਾਉਂਦੇ ਰਹਿੰਦੇ।

◆

ਦਿਲ ਤੇਰੇ ਵਿੱਚ ਰੱਬ ਨੇ ਕਾਹਤੋਂ ਐਸੀ ਕਬਰ ਬਣਾਈ।
ਰੱਖਦੀ ਰੀਝਾਂ ਆਪਣੀਆਂ ਤੂੰ ਉਸਦੇ ਵਿੱਚ ਛੁਪਾਈ।

ਜ਼ਾਹਿਰ ਹੁੰਦਾ ਹੈ ਤੇਰੇ ਤੋਂ, ਤੂੰ ਕੁੱਝ ਕਹਿਣਾ ਲੋਚ ਰਹੀ,
ਜਿਗਰਾ ਕਰਕੇ ਕਹਿ ਦੇ 'ਕੇਰਾਂ ਏਨਾ ਕਾਹਤੋਂ ਸੋਚ ਰਹੀ।

◆

ਆਵੋ ਮਿੱਤਰ ਪਿਆਰਿਓ! ਗਾਵੋ ਸੱਚੀ ਬਾਣੀ।
ਜਿਤ ਸਿਮਰਣ, ਸੁਖ ਘਰ ਵਸੈ, ਆਪੇ ਆਪ ਵਢਾਣੀ।

◆

ਇੱਕ ਘੜੀ ਨਾ ਵਿਛੜਾਂ ਤੁਧ ਸਿਉਂ ਮੈਂਡੇ ਮਿੱਤਰ ਪਿਆਰਿਆ!
ਤੂੰ ਹੀ ਤਰਨ ਤਾਰਨ, ਤੂੰ ਤਾਰਦਾ, ਜੋ ਤਰਿਆ, ਤੂੰ ਹੀ ਤਾਰਿਆ।

ਜੇ ਤੂੰ ਡਰਾਉਂਦਾ ਹੈਂ ਜੱਗ ਨੂੰ ਜਾਂ ਕੋਈ ਤੇਰੇ ਤੋਂ ਡਰਦਾ ਹੈ।
ਦੁਨੀਆ ਪਾਣੀ ਭਰਦੀ ਜਾਂ ਤੂੰ ਕਿਸੇ ਦਾ ਪਾਣੀ ਭਰਦਾ ਹੈਂ।

◆

ਹੈ ਕੋਈ ਗੁਲਾਮ ਤੇਰਾ ਜੇਕਰ ਜਾਂ ਤੂੰ ਕਿਸੇ ਦਾ ਬਰਦਾ ਹੈਂ।
ਜਾਂ ਤੈਨੂੰ ਏਦਾਂ ਲੱਗਦਾ ਹੈ ਕਿ ਤੂੰਹੀਓਂ ਸਭ ਕੁੱਝ ਕਰਦਾ ਹੈਂ।

◆

ਇਨਸਾਨੀ ਜਾਮੇ ਨੂੰ ਬੰਦਿਆ! ਤੂੰ ਐਵੇਂ ਨਹੀਂ ਗਵਾ ਸਕਦਾ।
ਪਹਿਲਾ ਤੇ ਇਹ ਆਖ਼ਰੀ ਮੌਕਾ ਤੂੰ ਮੁੜ ਕਦੇ ਨਹੀਂ ਆ ਸਕਦਾ।

ਦੇ ਸਕਦਾ ਹੈ ਤਾਂ ਕੁੱਝ ਦੇ ਜਾ, ਜਿਹੜਾ ਦੁਨੀਆ ਯਾਦ ਕਰੇ,
ਇੱਕ ਗੱਲ ਤਾਂ ਪੱਕੀ ਹੈ ਬੰਦਿਆ! ਤੂੰ ਲੈ ਕੇ ਕੁੱਝ ਨਹੀਂ ਜਾ ਸਕਦਾ।

◆

ਤੂੰ ਬਖ਼ਸ਼ਿਸ਼ ਤੂੰ ਬਖ਼ਸ਼ਣਹਾਰ, ਤੂੰ ਹੀ ਦਾਤ ਤੂੰ ਹੀ ਦਾਤਾਰ।
ਤੂੰ ਕਾਰਜ ਤੂੰ ਕਰਣਹਾਰ, ਤੂੰ ਵਿਉਪਾਰੀ ਤੂੰ ਵਿਉਪਾਰ।

ਮੇਰਾ ਤਾਂ ਸਾਹ ਵੀ ਮੇਰਾ ਨਹੀਂ, ਪਤਾ ਨਹੀਂ ਆਵੇ ਨਾ ਆਵੇ,
ਜੀਅ-ਜੰਤ ਸਭ ਤੇਰਾ ਦਾਤਾ, ਜੀਵਤ ਰੱਖ ਜਦ ਚਾਹੇਂ ਮਾਰ।

◆

ਮਾਸਾਹਾਰੀ ਜਾਨਵਰਾਂ ਲਈ ਫੁੱਲਾਂ ਦੀ ਕੀ ਕੀਮਤ ਹੈ।
ਅੰਗਾਂ ਦੀ ਅੰਗੜਾਈ ਹਰ ਇੱਕ ਢਿੱਡ ਭਰਨ ਤਕ ਸੀਮਿਤ ਹੈ।

◆

ਅੱਜ ਬਣਦੀ ਝਨ੍ਹਾਂ ਬਰਸਾਤੀ ਨਾਲਾ, ਸਤਲੁਜ ਵੀ ਇੱਕ ਗੰਦਾ ਨਾਲਾ।
ਸਿੰਧ ਜਿਹਲਮ ਰਾਵੀ ਅੱਧਮੋਈਆਂ, ਹਰੀ ਕੇ ਪੱਤਣ ਪਾਣੀ ਕਾਲਾ।
◆

ਓਟ ਆਸਰਾ ਤੇਰਾ ਸਤਿਗੁਰ! ਪਾਵਨ ਅਤੇ ਪਵਿੱਤਰ ਨਾਮ।
ਤੈਨੂੰ ਵਿਸਰਿਆਂ ਮਰ ਜਾਵਾਂ, ਤੇਰੀ ਬਖ਼ਸ਼ਿਸ਼ ਸਾਹ ਤੇ ਜਾਨ।

ਮੈਂ-ਮੈਂ ਕਰਦਿਆਂ ਉਮਰ ਬੀਤ ਗਈ, ਮੈਂ ਦੀ ਸੁਧ ਨਾ ਆਈ।
ਤੂੰ ਹੀ ਤੂੰ ਕਹਿਣਾ ਨਾ ਆਇਆ, ਭੁੱਲੀ ਫਿਰੇ ਲੋਕਾਈ।
◆

ਬੀਤੀਆਂ ਬਹੁਤ ਲੋਹੜੀਆਂ, ਸਾਡੇ ਨਿੱਘ ਨਸੀਬੀਂ ਨਾ ਹੋਇਆ।
ਲੋਹੜੀਆਂ ਦੇ ਗੀਤ ਸੁਣ ਕੇ ਕਦੇ ਹੱਸਿਆ ਤੇ ਕਦੇ ਰੋਇਆ।
◆

ਨਾ ਮੈਂ ਚੰਨ ਨਾ ਚਕੋਰ, ਨਾ ਮੈ ਮੇਘਲਾ ਨਾ ਮੋਰ।
ਜਿਵੇਂ ਉੱਜੜੀ ਸਰਾਂ ਦੇ ਵਿੱਚ ਅੱਧੀ ਰਾਤੇ ਚੋਰ।
◆

ਬੱਚਿਆਂ ਦੀ ਭੁੱਖ ਜਰ ਨਾ ਹੋਈ, ਖੜ੍ਹੀ ਖਾ ਲਈ ਕਣਕ ਵਿਚਾਰੀ।
ਹਾੜੀ ਦੇ ਨਾਲ ਕਰਜ਼ਾ ਲਾਹ ਕੇ, ਜੱਟ ਕਰਦੇ ਸੌਣੀ ਦੀ ਤਿਆਰੀ।
◆

ਪ੍ਰੇਮ ਪਿਆਲਾ ਸਾਹਮਣੇ ਭਰਿਆ ਨੱਕੋ-ਨੱਕ।
ਕਿਸੇ ਸਖੀ ਨੂੰ ਕੀ ਪਤਾ ਕਿਸਦੀ, ਕਿਸ ‘ਤੇ ਅੱਖ।

ਅਮਰ ਕਰਨ ਲਈ ਰਿਸ਼ਤੇ ਨੂੰ ਅਪਣਾਉਣਾ ਪੈਣੈ।
ਪ੍ਰੇਮ ਪਿਆਲਾ ਹੋਂਠਾਂ ਦੇ ਨਾਲ ਲਾਉਣਾ ਪੈਣੈ।
◆

ਆਪਣੀ ਕਿਸਮਤ ਪੜ੍ਹ ਨਹੀਂ ਹੁੰਦੀ, ਹੋਰ ਕਿਸੇ ਦੀ ਕੀ ਲਿਖੀਏ।
ਡੁੱਬਦਾ ਕੋਈ ਬਚਾਉਣਾ ਹੈ ਤਾਂ ਖ਼ੁਦ ਪਹਿਲਾਂ ਤਰਨਾ ਸਿੱਖੀਏ।
◆

ਪੱਕਾ ਹੈ ਵਿਸ਼ਵਾਸ ਕਿ ਹੈ ਕੋਈ ਪਰਮ ਪਿਤਾ ਪਰਮਾਤਮਾ।
ਲੇਕਿਨ ਭਾਲ ਨਹੀਂ ਹੁੰਦਾ ਜਿਉਂ ਪਿੰਡੇ ਵਿੱਚ ਆਤਮਾ।

ਲੁਕਣ-ਮਚਾਈ ਖੇਲ ਤਾਂ ਰਹਿੰਦੀ ਦੁਨੀਆ ਤੀਕਰ ਚੱਲਣੀ ਹੈ,
ਦੁਨੀਆ ਖਤਮ ਹੋਣ 'ਤੇ ਵੀ ਨਹੀਂ ਹੋਣਾ ਰੱਬ ਦਾ ਖਾਤਮਾ।

◆

ਮੇਰੇ ਬਿਨਾ ਤੈਨੂੰ ਤਾਂ ਜੀਵਨ 'ਤੇ ਗਿਲਾ ਕੋਈ ਨਹੀਂ।
ਪਰ ਸਾਡੀ ਤੈਨੂੰ ਮਿਲਣ ਬਿਨ ਰੀਝ ਹੀ ਕੋਈ ਨਹੀਂ।

◆

ਜੇ ਤੂੰ ਡਰਾਉਂਦਾ ਹੈਂ ਜੱਗ ਨੂੰ ਜਾਂ ਕੋਈ ਤੇਰੇ ਤੋਂ ਡਰਦਾ ਹੈ।
ਦੁਨੀਆ ਪਾਣੀ ਭਰਦੀ ਜਾਂ ਤੂੰ ਕਿਸੇ ਦਾ ਪਾਣੀ ਭਰਦਾ ਹੈਂ।

◆

ਗੀਤ

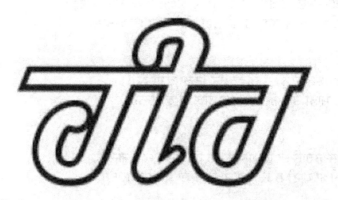

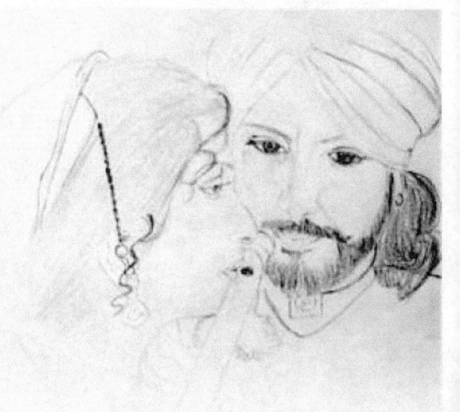

ਹੀਰ
ਸੁੱਨੜ ਨੂੰ ਸੁਪਨਾ ਆਉਣਾ

ਸੁੱਤਾ ਪਿਆ ਸੀ ਇੱਕ ਦਿਨ ਘੂਕ ਸੁੱਨੜ, ਤੜਕਸਾਰ ਉਸਨੂੰ ਸੁਪਨਾ ਆਇਆ ਜੀ।
ਬੜੇ ਪਿਆਰ ਦੇ ਨਾਲ ਆਵਾਜ਼ ਦੇ ਕੇ, ਵਾਰਿਸ ਸ਼ਾਹ ਨੇ ਆਣ ਜਗਾਇਆ ਜੀ।
ਉੱਠ ਸੁੱਨੜਾ! ਤੈਨੂੰ ਇੱਕ ਕੰਮ ਦੱਸਾਂ, ਏਸੇ ਕੰਮ ਨੇ ਤੈਨੂੰ ਮਿਲਾਇਆ ਜੀ।
ਗੱਲ ਸੁਣੀ ਧਿਆਨ ਦੇ ਨਾਲ ਮੇਰੀ, ਵਾਰਿਸ ਸ਼ਾਹ ਨੇ ਆਖ ਫ਼ੁਰਮਾਇਆ ਜੀ।

ਲੰਮੀਆਂ ਤਾਣ ਕੇ ਸੁੱਤਾ ਪੰਜਾਬ ਸਾਰਾ, ਲੋਕਾਂ ਕੁੱਝ ਦਾ ਕੁੱਝ ਬਣਾਇਆ ਜੀ।
ਜਿਥੋਂ ਤੁਰੇ ਸਾਂ ਓਥੇ ਹੀ ਖੜੇ ਆਪਾਂ, ਲੋਕਾਂ ਕਿੰਨਾ ਸਫ਼ਰ ਮੁਕਾਇਆ ਜੀ।
ਬਣੇ ਚੌਧਰੀ ਸਾਡੇ ਤੋਂ ਬਾਅਦ ਜੰਮੇ, ਲੋਕਾਂ ਆਪਣਾ ਝੰਡਾ ਝੁਲਾਇਆ ਜੀ।
ਅਸੀਂ ਅਲਫ਼ ਤੋਂ ਅੱਗੇ ਨਾ ਕੁੱਝ ਸਿੱਖਿਆ, ਵਾਰਿਸ ਸ਼ਾਹ ਤਾਂ ਅਲਫ਼ ਪੜ੍ਹਾਇਆ ਜੀ।

ਗਾਈ ਪਿਆਰ ਕਹਾਣੀ ਮੈਂ ਹੇਕ ਲਾ ਕੇ, ਏਸੇ ਵਾਸਤੇ ਬੈਂਤ ਬਣਾਇਆ ਨੇ।
ਨਾਮ ਹੀਰ-ਰਾਂਝਾ ਮੈਨੂੰ ਖ਼ਰੇ ਲੱਗੇ, ਸੋਹਣੇ ਨਗਾਂ ਨੂੰ ਮੁੰਦੀ ਵਿੱਚ ਲਾਇਆ ਨੇ।
ਸੋਹਣੀ ਪਿਆਰ ਕਹਾਣੀ ਹੈ ਕਿਵੇਂ ਲਿਖਣੀ, ਹੀਰ ਲਿਖ ਕੇ ਰਾਹ ਦਿਖਾਇਆ ਨੇ।
ਤੁਸੀਂ ਓਥੇ ਹੀ ਜੁੜ ਕੇ ਬਹਿ ਜਾਣਾ , ਇੱਕ ਵਾਰ ਵੀ ਮੈਂ ਨਾ ਚਾਹਿਆ ਨੇ।

ਸੁੱਨੜ ਸੁਪਨੇ ਵਿੱਚ ਵਾਰਿਸ ਨਾ' ਗੱਲ ਕਰਦਾ, ਕਹਿੰਦਾ ਬੁੱਲਾ ਵੀ ਇੱਕ ਦਿਨ ਆਇਆ ਸੀ।
ਸਰਘੀ ਵੇਲੇ ਵਾਰਿਸ ਦੇ ਵਾਂਗਰਾਂ ਹੀ, ਬੁੱਲੇ ਸ਼ਾਹ ਨੇ ਆਣ ਜਗਾਇਆ ਸੀ।
ਬੁੱਲ੍ਹੇ ਸ਼ਾਹ ਨੇ ਸਾਰਾ ਹੀ ਜ਼ੋਰ ਲਾ ਕੇ, ਅੱਖ਼ਰ ਅਲਫ਼ ਹੀ ਮੈਨੂੰ ਪੜ੍ਹਾਇਆ ਸੀ।
ਬਾਬੇ ਬੁੱਲ੍ਹੇ ਦੀ ਗੱਲ ਮੈ ਲੜ ਬੰਨੀ, ਤਾਹੀਓਂ ਅਲਫ਼ ਦੇ ਨਾਲ ਚਿੱਤ ਲਾਇਆ ਸੀ।

ਵਾਰਿਸ ਸ਼ਾਹ ਆਖੇ ਅਲਫ਼, ਅਲਫ਼ ਹੀ ਹੈ, ਨੁਕਤਾ ਅਲਫ਼ ਦਾ ਬਹੁਤ ਨਿਆਰਾ ਹੈ।
ਜਮ-ਜਮ ਪੜ੍ਹੋ ਤੇ ਗਾਵੋ ਅਲਫ਼ ਨੂੰ ਵੀ, ਅਲਫ਼ ਬਿਨਾ ਤਾਂ ਨਹੀਂ ਛੁਟਕਾਰਾ ਹੈ।
ਪੈਂਤੀ ਗੁਰਾਂ ਨੇ ਬੈਠ ਬਣਾਈ ਸੋਹਣੀ, ਸਾਰੇ ਸ਼ਬਦਾਂ ਦਾ ਵਜ਼ਨ ਇੱਕਸਾਰਾ ਹੈ।
ਬਾਕੀ ਲਫਜ਼ ਵੀ ਸਿੱਖਣੇ ਪੈਣਗੇ ਜੀ, ਸ਼ਬਦਾਂ ਬਿਨਾ ਵੀ ਨਹੀਂ ਗੁਜ਼ਾਰਾ ਹੈ।

ਵਾਰਿਸ ਖੀਸੇ 'ਚ ਮਾਰਿਆ ਹੱਥ ਆਪਣੇ, ਸੁੱਨੜ ਨੂੰ ਇੱਕ ਚਿੱਠੀ ਦਿਖਾ ਦਿੱਤੀ।
ਬੀਬੀ ਅੰਮ੍ਰਿਤਾ ਨੇ ਜੋ ਲਿਖ ਭੇਜੀ, ਲੱਖਾਂ ਹੀਰਾਂ ਦੀ ਚੀਕ ਸੁਣਾ ਦਿੱਤੀ।
ਵਾਰਿਸ ਸ਼ਾਹ ਮੀਆਂ! ਇੱਕ ਹੀਰ ਰੋਈ, ਵੇ ਤੂੰ ਦਰਦ ਕਹਾਣੀ ਬਣਾ ਦਿੱਤੀ।
ਭਾਗਭਰੀ ਦੀ ਗੱਲ ਹੀ ਕਰੀ ਜਾਨੋਂ, ਬਾਕੀ ਖ਼ਲਕਤ ਤੂੰ ਕਾਹਤੋਂ ਭੁਲਾ ਦਿੱਤੀ।

ਸੁੱਨੜਾ! ਸੁਣ ਬੱਚੂ, ਮੈਨੂੰ ਪਤਾ ਸਾਰਾ, ਦੂਰ ਦੇਸ਼ਾਂ ਵਿੱਚ ਤੂੰ ਜਾਈ ਫਿਰਦਾਂ।
ਅਮਰੀਕਾ, ਕਨੇਡਾ ਵਲੈਤ ਜਾਏਂ, ਸਾਰੀ ਦੁਨੀਆ 'ਚ ਲੱਤ ਘਮਾਈ ਫਿਰਦਾਂ।
ਪੈਸਾ-ਧੇਲਾ ਕਮਾਉਣ ਨੂੰ ਲੋਕ ਜਾਂਦੇ, ਉਹ ਵੀ ਭੁੱਖ ਤੂੰ ਆਪਣੀ ਮਿਟਾਈ ਫਿਰਦਾਂ।
ਹੀਰਾਂ ਰੁਲਦੀਆਂ ਦੇਸ਼-ਪ੍ਰਦੇਸ਼ ਜੋ ਵੀ, ਸਭਨਾਂ ਦੀ ਤੂੰ ਲਿਸਟ ਬਣਾਈ ਫਿਰਦੈਂ।

ਮੇਰਾ ਹੁਕਮ ਹੈ ਮੰਨਣਾ ਪਊ ਤੈਨੂੰ, ਨਵੀਂ ਹੀਰ ਇੱਕ ਆਪ ਬਣਾਈਂ ਸੁੱਨੜਾ।
ਲਿਖੀਂ ਨਵੀਂ ਕਹਾਣੀ ਜੋ ਤੂੰ ਡਿੱਠੀ, ਘਸੀ-ਪਿਟੀ ਨੂੰ ਹੱਥ ਨਾ ਪਾਈਂ ਸੁੱਨੜਾ।
ਘਰ-ਘਰ ਕਰਣ ਕਹਾਣੀਆਂ ਲੋਕ ਸੁਣ ਕੇ, ਏਹੋ ਜਿਹੇ ਕੁੱਝ ਬੈਂਤ ਬਣਾਈਂ ਸੁੱਨੜਾ।
ਹੀਰ ਲਿਖਣ ਤੋਂ ਪਹਿਲਾਂ ਪਰ ਯਾਦ ਰੱਖੀਂ, ਪਰਵਰਦਗਾਰ ਨੂੰ ਦਿਲੋਂ ਧਿਆਈਂ ਸੁੱਨੜਾ।

ਇੱਕ ਦੋ ਹੋਰ ਗੱਲਾਂ ਵੀ ਮੈਂ ਕਰਨੀਆਂ ਨੇ, ਸੁਣਦਾ-ਸੁਣਦਾ ਤੂੰ ਸੌਂ ਨਾ ਜਾਈਂ ਸੁੱਨੜਾ।
ਕਲਮ ਮੇਰੀ ਸਿਆਹੀ ਉਸ ਵਿੱਚ ਤੇਰੀ, ਸੋਚ-ਸਮਝ ਕੇ ਕਲਮ ਚਲਾਈਂ ਸੁੱਨੜਾ।
ਕਿਤੋਂ ਲੈਅ ਨਾ ਟੁੱਟਦੀ ਦਿਸੇ ਤੇਰੀ, ਬੜੇ ਧਿਆਨ ਨਾ' ਬੈਂਤ ਬਣਾਈਂ ਸੁੱਨੜਾ।
ਝੂਠ ਬੋਲਣ ਦੀ ਲੋੜ ਨਾ ਕੋਈ ਤੈਨੂੰ, ਸਭ ਨੂੰ ਸੱਚ ਦਾ ਸੱਚ ਸੁਣਾਈਂ ਸੁੱਨੜਾ।

ਗੱਲ ਹੋਵੇ ਕਰਾਰੀ ਤਾਂ ਲੋਕ ਸੁਣਦੇ, ਪਰ ਤੂੰ ਬਹੁਤਾ ਮਸਾਲਾ ਨਾ ਲਾਈਂ ਸੁੱਨੜਾ।
ਲਮਲੇਟ ਨਾ ਕਰੀਂ ਕਹਾਣੀਆਂ ਨੂੰ, ਥੋੜੇ ਲਫ਼ਜ਼ਾਂ ਦੇ ਵਿੱਚ ਗੱਲ ਮੁਕਾਈਂ ਸੁੱਨੜਾ।
ਸ਼ਬਦ ਲੱਚਰ, ਅਸ਼ਲੀਲ ਨਾ ਕਿਤੇ ਵਰਤੀਂ, ਨੇਕ ਲਫ਼ਜ਼ਾਂ ਵਿੱਚ ਨੇਕੀ ਕਮਾਈਂ ਸੁੱਨੜਾ।
ਤੇਰੀ ਸੌਂਹ ਤੈਨੂੰ! ਖੋਲ੍ਹੀਂ ਦਿਲ ਆਪਣਾ, ਕਿਸੇ ਹੋਰ ਦੀ ਸੌਂਹ ਨਾ ਖਾਈਂ ਸੁੱਨੜਾ।

ਇੱਕ ਹੋਰ ਦੱਸਾਂ ਤੈਨੂੰ ਗੱਲ ਬੱਚੂ! ਝਗੜਾ ਕਿਤੇ ਨਾ ਕੋਈ ਕਰਾਈਂ ਸੁੱਨੜਾ।
ਝਗੜਾ ਕਰਦਿਆਂ ਕਈ ਕੁੱਝ ਕਿਹਾ ਜਾਂਦਾ, ਤੂੰ ਕੋਈ ਏਹੋ ਜਿਹਾ ਪੰਗਾ ਨਾ ਪਾਈਂ ਸੁੱਨੜਾ।
ਸਾਹਿਤਕਾਰ ਹੈਂ ਤੂੰ ਸਾਹਿਤਕ ਲਫ਼ਜ਼ ਵਰਤੀਂ, ਮੇਰੀ ਹੀਰ ਦੀ ਕਦਰ ਵਧਾਈਂ ਸੁੱਨੜਾ।
ਜਿਸ ਪਾਤਰ ਦੀ ਗੱਲ ਤੂੰ ਕਰਨ ਲੱਗੇਂ, ਪਹਿਲਾਂ ਆਪ ਉਹ ਪਾਤਰ ਬਣ ਜਾਈਂ ਸੁੱਨੜਾ।

ਆਹ ਲੈ! ਕਲਮ ਤੇ ਉੱਠ ਕੇ ਲਿਖਣ ਲੱਗ ਜਾ, ਥਾਪੀ ਦਿਆਂ ਤੈਨੂੰ ਬਣ ਤੂੰ ਸ਼ੇਰ ਸੁੱਨੜਾ।
ਐਵੇਂ ਡਰ-ਡਰ ਕੇ ਉਮਰ ਬਿਤਾਈ ਸਾਰੀ, ਚੌਥੇ ਪਹਿਰ ਹੁਣ ਹੋ ਜਾ ਦਲੇਰ ਸੁੱਨੜਾ।
ਛੱਡ ਦੁਨੀਆ ਦੇ ਝਗੜੇ-ਝਮੇਲਿਆਂ ਨੂੰ, ਛੱਡ ਕੇ ਦੇਖ ਹੁਣ ਤੂੰ ਤੇਰ-ਮੇਰ ਸੁੱਨੜਾ।
ਛਾਤੀ ਠੋਕ ਕੇ ਕਰੀਂ ਇੱਕ ਗੱਲ ਵੱਖਰੀ, ਤੂੰ ਤੇ ਪੜ੍ਹਿਆ ਕਿਤਾਬਾਂ ਦਾ ਢੇਰ ਸੁੱਨੜ।

ਮੰਗਲਾਚਰਨ

ਵਾਹ੍ਵਾ ਵਾਹੇਗੁਰੂ ਵਾਹੇਗੁਰੂ ਕਰ ਸੁੱਨੜਾ! ਵਾਰਿਸ ਸ਼ਾਹ ਦੀ ਰੀਸ ਨਹੀਂ ਕਰੀ ਜਾਣੀ।
ਜਿਹੜੀ ਨਬਜ਼ ਸੀ ਵਾਰਿਸ ਨੇ ਟੋਹ ਵੇਖੀ, ਤੈਥੋਂ ਉਂਗਲ ਨਹੀਂ ਓਸ 'ਤੇ ਧਰੀ ਜਾਣੀ।
ਜਿੱਦਾਂ ਵਾਰਿਸ ਨੇ ਠੋਕ ਕੇ ਗੱਲ ਕੀਤੀ, ਤੇਰੇ ਕੋਲੋਂ ਨਹੀਂ ਉਸ ਤਰ੍ਹਾਂ ਕਰੀ ਜਾਣੀ।
ਵਾਰਿਸ ਸ਼ਾਹ ਦੀ ਹੀਰ ਤਾਂ ਅਮਰ ਹੋ ਗਈ, ਤੇਰੇ ਕੋਲੋਂ ਦੁਬਾਰਾ ਨਹੀਂ ਕਰੀ ਜਾਣੀ।

ਵਾਰਿਸ ਵਰਗੀਆਂ ਗੱਲਾਂ ਜੋ ਕਰੇ ਆ ਕੇ, ਕੋਈ ਜੰਮਿਆਂ ਨਹੀਂ ਜਹਾਨ ਅੰਦਰ।
ਛੱਤੀ ਤੁਰੇ ਫਿਰਦੇ ਐਥੇ ਹੀਰ ਲਿਖਦੇ, ਗੱਲ ਬਣਦੀ ਨਹੀਂ ਬੱਚੂ! ਬਿਆਨ ਅੰਦਰ।
ਅੰਦਰੋਂ ਗੱਲ ਤਾਂ ਫੇਰ ਹੀ ਕਰੀ ਜਾਂਦੀ, ਕਰੇ ਜੇ ਕੋਈ ਅੰਤਰਧਿਆਨ ਅੰਦਰ।
ਮਾਹੀ ਸਿਰੇ ਦਾ ਕੱਢ ਕੇ ਪਾਰ ਕਰਦਾ, ਬੇੜੀ ਫਸਦੀ ਜਾਂ ਕਿਸੇ ਤੂਫ਼ਾਨ ਅੰਦਰ।

ਇਹ ਜੋ ਰੂਹ ਕਲਬੂਤ ਦੀ ਗੱਲ ਕੀਤੀ, ਮੇਰੀ ਸਮਝ ਦੇ ਵਿੱਚ ਗੱਲ ਪਾ ਮੀਆਂ।
ਤੇਰੇ ਪੂਰਨੇ ਪਾਏ ਮੈਂ ਕਿਵੇਂ ਪੂਰਾਂ, ਮੈਨੂੰ ਆਪੇ ਹੀ ਜ਼ਰਾ! ਸਮਝਾ ਮੀਆਂ।
ਹਾਰੀ-ਸਾਰੀ ਦੀ ਕੀ ਮਜ਼ਾਲ ਹੈ ਜੀ, ਜੇਹੜਾ ਜਾਣ ਜਾਵੇ ਤੇਰੇ ਦਾਅ ਮੀਆਂ।
ਐਸੇ ਹੁਸਨ, ਜਵਾਨੀ ਨਾ ਕਿਤੇ ਵੇਖੇ, ਜੈਸੀ ਮੂਰਤ ਤੂੰ ਗਿਓਂ ਬਣਾ ਮੀਆਂ।

ਬੜੇ ਲੋਕਾਂ ਨੇ ਰੰਗ ਲਗਾ ਵੇਖੇ, ਤੇਰੇ ਰੰਗਾਂ ਦਾ ਰੂਪ ਅਥਾਹ ਮੀਆਂ।
ਲੋਕੀਂ ਪਾਉਣ ਬਾਤਾਂ ਪਰ ਨਾ ਬਾਤ ਬਣਦੀ, ਗਿਓਂ ਗੱਲ ਤੂੰ ਸਿਰੇ ਚੜ੍ਹਾ ਮੀਆਂ।
ਤੇਰੀ ਰੀਸ ਕਰਦੇ ਹੀਰਾਂ ਲਿਖਣ ਵਾਲੇ, ਤੇਰੇ ਛਾਣੇ ਨੂੰ ਜਾਂਦੇ ਛਾਣੀਂ ਜਾ ਮੀਆਂ।
ਮੇਰਾ ਚਿੱਤ ਕਰਦਾ ਤੈਨੂੰ ਮਿਲਾਂ ਕਿੱਧਰੇ, ਹੋ ਸਕੇ ਤਾਂ ਫੇਰਾ ਇੱਕ ਪਾ ਮੀਆਂ।

ਸ਼ਾਇਰ ਦੇ ਦਿਲ ਦਾ ਦਰਦ

ਇੱਕ ਦਰਦ ਮੈਂ ਦਿਲ ਨਾਲ ਲਾਈ ਫਿਰਦਾਂ, ਆ ਕੇ ਮੇਰਾ ਇਹ ਦਰਦ ਵੰਡਾ ਮੀਆਂ।
ਮੇਰੀ ਹੀਰ ਵਿਦੇਸ਼ਾਂ ਦੇ ਵਿੱਚ ਰੁਲ ਗਈ, ਉਸਨੂੰ ਡਾਲਰਾਂ ਲਿਆ ਭਰਮਾ ਮੀਆਂ।
ਤਾਰਾਂ ਟੱਪ ਕੇ ਰਾਂਝਾ ਵੀ ਜਾ ਰਲਿਆ, ਰਿਹਾ ਰਾਤਾਂ ਨੂੰ ਝਾੜੂ ਲਾ ਮੀਆਂ।
ਇੱਕ ਨਵੀਂ ਕਹਾਣੀਂ ਮੈਂ ਕਰਨ ਲੱਗਾ, ਮੇਰੇ ਸਿਰ ਉੱਤੇ ਹੱਥ ਟਿਕਾਅ ਮੀਆਂ।

ਵਾਰਿਸ ਤਰ ਗਿਆ ਹੀਰ ਨੂੰ ਤਾਰ ਕਰਕੇ

ਤੇਰੀ ਹੀਰ ਤਾਂ ਹੀਰਾ ਸੀ ਵਾਰਿਸਾ ਵੇ! ਹੀਰ ਲਿਖੀ ਤੂੰ ਸੋਚ ਵਿਚਾਰ ਕਰਕੇ।
ਹੜ੍ਹ ਹੁਸਨ ਦਾ ਕਲਮ ਦੀ ਨੋਕ ਵਿੱਚੋਂ, ਝਰਨਾ ਵਹਿ ਤੁਰਿਆ ਵੱਟਾਂ ਪਾਰ ਕਰਕੇ।
ਤੇਰਾ ਇਸ਼ਕ ਹਕੀਕੀ, ਮਿਜਾਜ਼ ਬਣਿਆ, ਵਿੱਚ ਘੁਲ ਗਿਆ ਉਸਦੇ ਸੀ ਪਿਆਰ ਕਰਕੇ।
ਤੇਰੀ ਰੂਹ ਸੀ, ਹੀਰ ਰੂਹਾਨੀਅਤ ਸੀ, ਗੱਲ ਕੀਤੀ ਤੂੰ ਯਾਰਾਂ ਦਾ ਯਾਰ ਕਰਕੇ।

ਤੇਰੀ ਹੀਰ 'ਚੋਂ ਹੀਰ ਪ੍ਰਤੱਖ ਦਿਸਦੀ, ਮੈਂ ਤੇ ਆਪ ਵੇਖੀ ਅੱਖਾਂ ਚਾਰ ਕਰਕੇ।
ਸ਼ਬਦਾਂ ਵਿੱਚ ਹੈ ਸੂਰਤ ਸਾਕਾਰ ਦਿਸਦੀ, ਧੰਨ ਹੋ ਗਿਆ ਮੈਂ ਤਾਂ ਦੀਦਾਰ ਕਰਕੇ।
ਰੂਹ ਖਿੜ ਜਾਂਦੀ ਤੇਰੀ ਹੀਰ ਪੜ੍ਹ ਕੇ, ਮੈਂ ਦਿਲ ਦੇਖਿਆ ਗੁਲੋ-ਗੁਲਜ਼ਾਰ ਕਰਕੇ।
ਤੂੰ ਵੀ ਧੰਨ ਤੇ ਹੀਰ ਵੀ ਧੰਨ ਤੇਰੀ, ਤੂੰ ਵੀ ਤਰ ਗਿਓਂ ਹੀਰ ਨੂੰ ਤਾਰ ਕਰਕੇ।

ਹੀਰ ਦਾ ਨਾਮ ਉਧਾਰ ਲੈਣਾ

ਜਿਸ ਕੁੜੀ ਦੀ ਗੱਲ ਮੈਂ ਕਰਨ ਲੱਗਿਆਂ, ਹੀਰ ਆਖਦੇ ਉਸਨੂੰ ਪਿਆਰ ਦੇ ਨਾ'।
ਵਾਰਿਸ ਹੀਰ ਦਾ ਰਹੇਂਗਾ ਤੂੰ ਵਾਰਿਸ, ਤੁਲਨਾ ਕੋਈ ਨਹੀਂ ਨਾਰ ਦੀ ਨਾਰ ਦੇ ਨਾ'।
ਰਾਂਝਾ ਨਾਮ ਵੀ ਤੇਰੇ ਤੋਂ ਲਵਾਂ ਮੰਗਵਾਂ, ਰਲਦਾ ਤਖ਼ਤ ਹਜਾਰੇ ਦੇ ਯਾਰ ਦੇ ਨਾ'।
ਚੂਚਕ ਨਾਮ ਵੀ ਰੱਖ ਲਿਆ ਮਾਫ਼ ਕਰਨਾ! ਰਲਦਾ ਨਾਮ ਸੀ ਹੀਰ ਪਰਿਵਾਰ ਦੇ ਨਾ'।

ਕੈਦੋਂ ਨਾਮ ਚਰਿੱਤਰ ਦੇ ਅਰਥ ਕਰਦਾ, ਰਲਦਾ-ਮਿਲਦਾ ਸੀ ਕੈਦੋਂ ਕਿਰਦਾਰ ਦੇ ਨਾ'।
ਸਹਿਤੀ ਨਾਂ ਸੋਹਣਾ ਉਹ ਵੀ ਰੱਖ ਲਿਆ ਮੈਂ, ਖੇੜਾ ਆਖਿਆ ਦਿਲੋਂ ਫਟਕਾਰ ਦੇ ਨਾ'।
ਮੇਰੀ ਹੀਰ ਦੇ ਇਸ਼ਕ ਦੀ ਗੱਲ ਵੱਖਰੀ, ਪਹਿਲਾਂ ਦੱਸ ਦੇਵਾਂ ਵਿਸਥਾਰ ਦੇ ਨਾ'।
ਮੇਰੇ ਰਾਂਝੇ ਨੇ ਚਾਰੀਆਂ ਨਹੀਂ ਮੱਝਾਂ, ਨਾ ਭਾਬੀ ਨਾਲ ਲੜਿਆ ਹੰਕਾਰ ਦੇ ਨਾ'।

ਨਵੀਂ ਕਹਾਣੀ, ਨਵੀਆਂ ਮੁਸ਼ਕਿਲਾਂ

ਨਵੀਆਂ ਮੁਸ਼ਕਿਲਾਂ ਨਵੇਂ ਹੀ ਰਾਹ ਖਹਿੜੇ, ਲਿਖ ਰਿਹਾਂ ਬੜੇ ਸਤਿਕਾਰ ਦੇ ਨਾ'।
ਵਾਰਿਸ ਸ਼ਾਹ ਬਾਬਾ! ਮੈਨੂੰ ਬਲ ਬਖ਼ਸ਼ੀਂ, ਗੱਲ ਪਿਆਰ ਦੀ ਕਰ ਲਵਾਂ ਪਿਆਰ ਦੇ ਨਾ'।
ਮੇਰੀ ਹੀਰ ਤੇ ਰਾਂਝਾ ਮਜਬੂਰ ਨਹੀਂ ਹੁਣ, ਕੌਲ ਪੁੱਗਦੇ ਕੀਤੇ ਇਕਰਾਰ ਦੇ ਨਾ'।
ਵੱਖਰੀ ਗੱਲ ਹੈ ਮੁਸ਼ਕਿਲਾਂ ਬਹੁਤ ਆਈਆਂ, ਲੜਨਾ ਪੈਂਦੈ ਸਾਰੇ ਸੰਸਾਰ ਦੇ ਨਾ'।

ਗੱਲ ਪੰਜਾਬ ਦੀ

ਹੈ ਪੰਜਾਬ ਦੀ ਧਰਤ ਜ਼ਰਖੇਜ਼ ਸੁੱਨੜਾ! ਗਿੱਧੀ ਪੰਜਾਂ ਦਰਿਆਵਾਂ ਨੇ ਪਾਈ ਜਿੱਥੇ।
ਘਟਾ ਕਾਲੀਆਂ ਚੜ੍ਹਦੀਆਂ ਪੂਰੇ ਵੱਲੋਂ, ਉੱਤਰ ਵੱਲੋਂ ਹੈ ਬਰਫ਼ ਢਲ ਆਈ ਜਿੱਥੇ।
ਪਹਿਲਾ ਧਰਮ ਗ੍ਰੰਥ ਸੰਸਾਰ ਦੇ ਵਿੱਚ, ਰਿਗਵੇਦ ਦੀ ਬਣਤਰ ਬਣਾਈ ਜਿੱਥੇ।
ਸਾਰੀ ਦੁਨੀਆ ਦੇ ਵੱਡੇ ਦਰਿਆ 'ਸਿੰਧੂ', ਆਰ-ਪਾਰ ਤੱਕ ਪੈਲ ਹੈ ਪਾਈ ਜਿੱਥੇ।

ਸਹਿਬਾਂ, ਸੱਸੀਆਂ, ਸੋਹਣੀਆਂ, ਸ਼ੀਰੀਆਂ ਨੇ, ਸੁੱਨੜਾ! ਇਸ਼ਕ ਦੀ ਖੇਡ ਰਚਾਈ ਜਿੱਥੇ।
ਝੀਲ ਮਾਨਸਰੋਵਰ ਵੀ ਮਾਣ ਕਰਦੀ, ਹੰਸਾਂ, ਮੋਤੀਆਂ ਦੀ ਆਵਾਜਾਈ ਜਿੱਥੇ।
ਹੈ ਕੈਲਾਸ਼ ਪਹਾੜ ਵੀ ਫਿਰੇ ਤਿੜਿਆ, ਚੰਬੇ ਦੀਆਂ ਕਲੀਆਂ ਮਹਿਕ ਲਾਈ ਜਿੱਥੇ।
ਹੀਰ-ਰਾਂਝੇ ਦੀ ਸੁੱਨੜਾ! ਅਮਰ ਗਾਥਾ, ਵਾਰਿਸ ਸ਼ਾਹ ਨੇ ਜੋੜ ਸੁਣਾਈ ਜਿੱਥੇ।

ਬਾਈ ਅੱਖ਼ਰ ਚਿਰੋਕਣੇ ਲੱਭਦੇ ਨੇ, ਪੈਂਤੀ ਅੱਖਰੀ ਗੁਰਾਂ ਨੇ ਘੜੀ ਜਿੱਥੇ।
ਦੂਰੋਂ-ਨੇੜਿਓਂ ਛੱਤੀ ਵਿਦਵਾਨ ਰਲ ਕੇ, ਬਾਣੀ ਗੁਰਮੁਖੀ ਦੇ ਵਿੱਚ ਜੜੀ ਜਿੱਥੇ।

ਬੜੇ ਪੀਰ, ਫ਼ਕੀਰ ਵੀ ਹੋਏ ਏਥੇ, ਧਰਤੀ ਬਲਦ ਦੇ ਸਿੰਙਾਂ ‘ਤੇ ਖੜੀ ਜਿੱਥੇ।
ਧੌਲ-ਧਰਮ ਦੀ ਗੱਲ ਸੰਸਾਰ ਦੇ ਵਿੱਚ, ਹੇਕਾਂ ਉੱਚੀਆਂ ਲਾ ਕੇ ਪੜ੍ਹੀ ਜਿੱਥੇ।

ਕਿੰਨੀ ਸਿਫ਼ਤ ਪੰਜਾਬ ਦੀ ਕਰੀ ਜਾਵਾਂ, ਇਹ ਤਾਂ ਦੁਨੀਆ ਦਾ ਹੈ ਅਨਮੋਲ ਗਹਿਣਾ।
ਜੇਕਰ ਹੁਸਨ ਜਵਾਨੀ ਦੀ ਗੱਲ ਚੱਲੇ, ਫਿਰ ਤਾਂ ਪੁੱਛੋ ਨਾ ਇਸਦਾ ਕੀ ਕਹਿਣਾ।
ਜਾਨ ਵਾਰ ਕੇ ਚਾਅ ਚੜ੍ਹ ਜਾਣ ਜਿੱਥੇ, ਏਥੋਂ ਸਿੱਖੋ ਪੀੜ ਨੂੰ ਕਿੱਦਾਂ ਸਹਿਣਾ।
ਮੁੱਛਾਂ ਕੁੰਢੀਆਂ ਮੋਢੇ ਤੇ ਡਾਂਗ ਧਰਨੀ, ਤੰਬੇ ਖੜਕਦੇ ਸ਼ੌਕ ਦੇ ਨਾਲ ਰਹਿਣਾ।

ਗੱਲ ਇਸ਼ਕ ਦੀ

ਸਮਝਣ ਇਸ਼ਕ ਨੂੰ ਅੱਜ ਗੁਨਾਹ ਲੋਕੀਂ, ਨਾਲੇ ਆਪ ਆਸ਼ਕ ਦਿਲ ਲਈ ਫਿਰਦੇ।
ਕਰਨ ਤੱਤੀਆਂ ਅੱਖਾਂ ਜੇ ਦਾਅ ਲੱਗੇ, ਬਾਕੀ ਲੋਕਾਂ ਨੂੰ ਮੱਤਾਂ ਪਰ ਦਈ ਫਿਰਦੇ।
ਇਸ਼ਕ ਮਾਈ ਤੇ ਬਾਪ ਜੇ ਨਾ ਕਰਦੇ, ਸਾਰੇ ਸਬਜ਼ੀਆਂ ਦੀ ਜੂਨੇ ਪਈ ਫਿਰਦੇ।
ਦਾਦੇ-ਦਾਦੀਆਂ ਆਸ਼ਕੀ ਖ਼ੂਬ ਕੀਤੀ, ਤਾਹੀਓਂ ਪੋਤਰੇ ਨੱਤਰੇ ਲਈ ਫਿਰਦੇ।

ਆਸ਼ਕ ਦਿਲ ਤਾਂ ਕਾਅਬਾ ਹੈ ਕਾਜ਼ੀਆਂ ਦਾ, ਅੱਲਾ ਪਾਕ ਦੀ ਨਦਰ ਨਿਹਾਲ ਹੋਇਆ।
ਜਿਸ ਦਿਲ ਵਿੱਚ ਕਿਸੇ ਲਈ ਖਿੱਚ ਹੀ ਨਹੀਂ, ਭੂਤ ਬੰਗਲਾ ਹਾਲੋਂ ਬੇਹਾਲ ਹੋਇਆ।
ਮਾਣੋ ਮਿੱਤਰੋ! ਰੱਜ ਜਵਾਨੀਆਂ ਨੂੰ, ਸਾਥੀ ਖ਼ਰਾ ਭਾਲੋ ਜਿੰਨਾ ਭਾਲ ਹੋਇਆ।
ਦਿਲ ਦੀ ਗੱਲ ਮੰਨੋਂ ਜੀ ਦਿਮਾਗ ਲਾ ਕੇ, ਦੇਖੀ ਜਾਊਗੀ ਜਿਸ ਤਰ੍ਹਾਂ ਹਾਲ ਹੋਇਆ।

ਨਵਾਂ ਕਿੱਸਾ, ਪੁਰਾਣੀ ਸ਼ੈਲੀ

ਵਾਰਿਸ ਸ਼ਾਹ ਦੀ ਹੀਰ ਤੋਂ ਮੱਤ ਲੈ ਕੇ, ਕਿੱਸਾ ਹੀਰ ਦਾ ਨਵਾਂ ਬਣਾਵਣਾ ਮੈਂ।
ਬਾਗ਼ ਬੜਾ ਸੋਹਣਾ, ਸੋਹਣੇ ਯਾਰ ਲਾਇਆ, ਇੱਕ ਨਵਾਂ ਬੂਟਾ ਵਿੱਚ ਲਾਵਣਾ ਮੈਂ।
ਕਿਸੇ ਸਮੇਂ ਸੀ ਡੋਲੀ ਕੁਹਾਰ ਚੁੱਕਦੇ, ਅੱਜ ਉਡਣ ਖਟੋਲਾ ਲਿਆਵਣਾ ਮੈਂ।
ਵਾਰਿਸ ਸ਼ਾਹ ਨੇ ਬੈਂਤ ਸੀ ਲਿਖੇ ਵਧੀਆ, ਓਸੇ ਰਾਗ਼ ਦੇ ਵਿੱਚ ਹੀ ਗਾਵਣਾ ਮੈਂ।

ਹੱਡ ਬੀਤੀ, ਜੱਗ ਬੀਤੀ

ਥੋੜੀ ਹੱਡ ਬੀਤੀ, ਥੋੜੀ ਜੱਗ ਬੀਤੀ, ਏਸ ਤਰਾਂ ਕਹਾਣੀ ਨੂੰ ਜੋੜਿਆ ਮੈਂ।
ਆਪਣੇ ਫੁੱਲਾਂ ਨੂੰ ਸੁੰਘਿਆ ਜੀਅ ਭਰ ਕੇ, ਕੋਈ ਓਪਰਾ ਫੁੱਲ ਨਾ ਤੋੜਿਆ ਮੈਂ।
ਸੱਚੋ-ਸੱਚ ਕਹਾਣੀ ਮੈਂ ਲਿਖ ਦਿੱਤੀ, ਜ਼ਰਾ ਝੂਠ ਨਾ ਕਿਤੇ ਘਸੋੜਿਆ ਮੈਂ।
ਸਾਰੇ ਆਪਣੇ ਭੇਦ ਮੈਂ ਖੋਲ੍ਹ ਦਿੱਤੇ, ਕਿਸੇ ਹੋਰ ਦਾ ਭਾਂਡਾ ਨਾ ਫੋੜਿਆ ਮੈਂ।

ਦੋਨੇ ਦੇਸ਼ ਦੀ ਗੱਲ

ਦੋਨਾ ਦੇਸ਼ ਦੁਆਬੇ ਦੇ ਵਿੱਚ ਯਾਰੋ, ਜਿੱਥੇ ਬੈਠ ਕੇ ਕਿੱਸਾ ਬਣਾਇਆ ਈ।
ਪੜ੍ਹੇ-ਲਿਖੇ ਲੋਕੀਂ ਬੜੀ ਸਮਝ ਵਾਲੇ, ਨਾਮ ਜਿਨ੍ਹਾਂ ਦਾ ਕਿੱਸੇ ਵਿੱਚ ਆਇਆ ਈ।
ਧਰਤੀ ਰੇਤਲੀ ਫਸਲ ਸੀ ਘੱਟ ਹੁੰਦੀ, ਦੋਨਾ ਨੌਕਰੀ-ਚਾਕਰੀ ਲਾਇਆ ਈ।
ਕੋਈ ਚੱਜ ਦੀ ਨੌਕਰੀ ਲੱਭ ਜਾਵੇ, ਏਸੇ ਵਾਸਤੇ ਸਭ ਨੂੰ ਪੜ੍ਹਾਇਆ ਈ।

ਰਾਂਝੇ ਦਾ ਪਰਿਵਾਰ

ਮੇਰੇ ਰਾਂਝੇ ਦੇ ਚਾਰ ਭਰਾ ਹੈ ਸਨ, ਤਿੰਨ ਭੈਣਾਂ ਸੀ ਵੱਡਾ ਪਰਵਾਰ ਹੈ ਸੀ।
ਬਾਪੂ ਚੌਧਰੀ ਨੂੰ ਸਾਰੇ ਜਾਣਦੇ ਸੀ, ਕਈਆਂ ਪਿੰਡਾਂ ਚੋਂ ਵੱਡਾ ਸਰਦਾਰ ਹੈ ਸੀ।
ਸਾਰੇ ਪਿੰਡ ਦੀ ਗਰਜ਼ ਉਹ ਸਾਰਦਾ ਸੀ, ਬਾਪ-ਦਾਦੇ ਤੋਂ ਲੈ ਸ਼ਾਹੂਕਾਰ ਹੈ ਸੀ।
ਕੋਈ ਕਿਹਾ ਨਾ ਓਸਦਾ ਮੋੜਦਾ ਸੀ, ਸਾਰੇ ਲੋਕਾਂ ਦੇ ਨਾਲ ਪਿਆਰ ਹੈ ਸੀ।

ਰਾਂਝੇ ਦਾ ਖ਼ਾਲਸਾ ਕਾਲਜ ਪੜ੍ਹਨਾ

ਸਾਰੇ ਭੈਣ ਭਾਈ ਪੜ੍ਹੇ ਕਾਲਜਾਂ ਵਿੱਚ, ਵੱਡੇ ਭਾਈਆਂ ਨੂੰ ਨੌਕਰੀ ਮਿਲੀ ਚੰਗੀ
ਰਹਿੰਦੇ ਕਾਲਜਾਂ ਵਿੱਚ ਹੀ ਪੜ੍ਹਨ ਵੇਲੇ, ਕਿਸੇ ਚੀਜ਼ ਦੀ ਕਦੇ ਨਾ ਕੋਈ ਤੰਗੀ।
ਰਾਂਝਾ ਖ਼ਾਲਸਾ ਕਾਲਜ ਵਿੱਚ ਜਾ ਲੱਗਾ, ਉਸਦੇ ਨਾਲ ਪੜ੍ਹਦੇ ਕਈ ਬਣੇ ਸੰਗੀ।
ਫਿਰ ਵੀ ਚੁੱਪ-ਚਪੀਤਾ ਹੀ ਰਹੇ ਰਾਂਝਾ, ਜਿਵੇਂ ਕਿਸੇ ਨੇ ਓਸਦੀ ਰੂਹ ਡੰਗੀ।

ਪੂਰੇ ਵਕਤ ਤੇ ਜਾਏ ਜਮਾਤ ਦੇ ਵਿੱਚ, ਖਤਮ ਹੁੰਦਿਆਂ ਸਾਰ ਹੀ ਮੁੜ ਜਾਂਦਾ।

ਗੱਲ ਸੁਣਦਾ ਜਮਾਤ ਦੇ ਵਿੱਚ ਬਹਿ ਕੇ, ਫਿਰ ਕਿਸੇ ਵਹਾ ਵਿੱਚ ਰੁੜ੍ਹ ਜਾਂਦਾ।
ਢੇਸੀ, ਬਾਜਵਾ, ਢਿੱਲੋਂ ਤੇ ਜੌਹਲ ਸੀ ਜਦ, ਭਾਸ਼ਣ ਦੇਂਦੇ ਤਾਂ ਨਾਲ ਜੁੜ ਜਾਂਦਾ।
ਸਿੱਧਾ ਨੱਕ ਦੀ ਸੇਧ ਨਾ' ਬਾਅਦ ਵਿੱਚ, ਰੋਜ਼ ਵਾਂਗ ਹੀ ਕਮਰੇ ਨੂੰ ਮੁੜ ਜਾਂਦਾ।

ਰਾਂਝਾ

ਬੜਾ ਅੱਥਰਾ ਗੱਭਰੂ ਸੀ ਰਾਂਝਾ, ਤਾਜ਼ੀ ਤੌਣ ਵਾਂਗੂੰ ਡੌਲੇ ਫ਼ਰਕਦੇ ਸਨ।
ਜਿੱਧਰੋਂ ਲੰਘ ਜਾਂਦਾ ਦੁਨੀਆ ਦੇਖਦੀ ਸੀ, ਕਈਆਂ ਨੱਢੀਆਂ ਦੇ ਦਿਲ ਧੜਕਦੇ ਸਨ।
ਮੇਲਾ ਲੁੱਟ ਲੈਂਦਾ ਜਦ ਵੀ ਗੱਲ ਕਰਦਾ, ਹਾਵ-ਭਾਵ ਸਾਰੇ ਉਸ ਵਿੱਚ ਮੜਕ ਦੇ ਸਨ।
ਹੁਣ ਕੋਈ ਗੱਲ ਛੁਪਾ ਕੇ ਬੈਠਿਆ ਸੀ, ਕੋਈ ਜ਼ਖ਼ਮ ਸੀਨੇ ਵਿੱਚ ਰੜਕਦੇ ਸਨ।

ਹੀਰ

'ਸ਼ਿਵ' ਦੇ ਸ਼ਹਿਰ ਦੀ ਕੁੜੀ ਇਕ ਬੜੀ ਸੋਹਣੀ, ਸੱਚੀ ਹੁਸਨ ਦੀ ਕੋਈ ਸਰਕਾਰ ਲੱਗੇ।
ਉਹ ਸੀ ਕੁੜੀ ਬਟਾਲੇ ਦੇ ਚੂਚਕੇ ਦੀ, ਖਾਂਦਾ-ਪੀਂਦਾ ਉਸਦਾ ਘਰ-ਬਾਰ ਲੱਗੇ।
ਕੱਪੜਾ-ਲੱਤਾ ਸਵਾਰ ਕੇ ਉਹ ਪਾਵੇ, ਛਾਤੀ ਓਸਦੀ ਉੱਤੇ ਅੰਬਾਰ ਲੱਗੇ।
ਤਾਬ ਝੱਲੀ ਨਾ ਜਾਂਵਦੀ ਹੁਸਨ ਵਾਲੀ, ਸੱਚੀ-ਮੁੱਚੀ ਉਹ ਨੌ ਰਤਨਾ ਹਾਰ ਲੱਗੇ।

ਰਾਂਝੇ ਦਾ ਹੀਰ ਨੂੰ ਦੇਖਣਾ

ਪਹਿਲੇ ਦਿਨ ਹੀ ਜਦੋਂ ਕਲਾਸ ਲੱਗੀ, ਹੀਰ ਰਾਂਝੇ ਦੀਆਂ ਅੱਖਾਂ ਸੀ ਚਾਰ ਹੋਈਆਂ।
ਚਿੱਟੇ ਦਿਨ ਹੀ ਲੁੱਟਿਆ ਗਿਆ ਰਾਂਝਾ, ਦਿਲ ਲੁੱਟ ਗਿਆ ਤੇ ਅਕਲਾਂ ਮਾਰ ਹੋਈਆਂ।
ਜੋ ਤਸਵੀਰਾਂ ਉਹ ਸੁਪਨੇ ਵਿੱਚ ਵੇਖਦਾ ਸੀ, ਅੱਖਾਂ ਸਾਹਮਣੇ ਅੱਜ ਸਾਕਾਰ ਹੋਈਆਂ।
ਕਿਸੇ ਵਸਲ ਦੀ ਘੜੀ ਨੂੰ ਯਾਦ ਕਰਕੇ, ਰੀਝਾਂ ਮਨ ਦੇ ਵਿੱਚ ਤਿਆਰ ਹੋਈਆਂ।

ਹੀਰ ਆਈ, ਬਹਾਰ ਆਈ

ਪਹਿਲੇ ਦਿਨ ਹੀ ਹੀਰ ਜਦ ਪੜ੍ਹਨ ਆਈ, ਇਵੇਂ ਲੱਗਿਆ ਜਿਵੇਂ ਬਹਾਰ ਆ ਗਈ।
ਕੁੜੀਆਂ ਹੋਰ ਵੀ ਕਈ ਸੀ ਪੜ੍ਹਨ ਆਈਆਂ, ਇੱਕ ਵੱਖਰੀ ਕਿਸਮ ਦੀ ਨਾਰ ਆ ਆਈ।
ਨਾਰਾਂ ਵੱਧ ਤੋਂ ਵੱਧ ਸੁਨੱਖੀਆਂ ਸੀ, ਹੀਰ ਸਿਰੇ ਦੀ ਇੱਕ ਮੁਟਿਆਰ ਆ ਗਈ।

ਨਿੰਮ੍ਹੀ-ਨਿੰਮ੍ਹੀ ਸੁਹਾਵਣੀ ਹਵਾ ਚੱਲੀ, ਸਾਰੇ ਫੁੱਲਾਂ ਦੇ ਵਿੱਚ ਨਿਖ਼ਾਰ ਆਈ।

ਰਾਂਝਾ ਪੱਟਿਆ ਗਿਆ

ਰਾਂਝਾ ਕਦੇ ਨਾ ਕਿਸੇ ਤੇ ਕਾਇਲ਼ ਹੋਇਆ, ਆ ਕੇ ਹੀਰ ਨੇ ਗੱਲ ਬਣਾਈ ਮੀਆਂ।
ਵੱਡੇ ਚੌਧਰੀ ਦਾ ਪੁੱਤ ਛੈਲ ਬਾਂਕਾ, ਲੱਗਾ ਇਸ਼ਕ ਦੀ ਦੇਣ ਦੁਹਾਈ ਮੀਆਂ।
ਲੱਖਾਂ ਕੁੜੀਆਂ ਦੁਆਬੇ ਦੇ ਵਿੱਚ ਯਾਰੋ! ਹੀਰ ਵੱਖਰੀ, ਮਾਝੇ ਵਿੱਚੋਂ ਆਈ ਮੀਆਂ।
ਆਉਂਦੇ ਸਾਰ ਹੀ ਚੌਧਰੀ ਪੱਟ ਸੁੱਟਿਆ, ਐਸੀ ਰੂਪ ਦੀ ਸਿੰਗੀ ਸੁੰਘਾਈ ਮੀਆਂ।

ਹੜ੍ਹ ਹੁਸਨ ਦਾ ਗੱਲ ਨਾ ਕਹਿਣ ਵਾਲੀ, ਵਿਹਲੇ ਬੈਠ ਕੇ ਰੱਬ ਬਣਾਈ ਮੀਆਂ।
ਮਾਝਾ ਛੱਡ ਜਲੰਧਰ ਸੀ ਪੜ੍ਹਨ ਆ ਗਈ, ਜਾਪੇ ਰਾਂਝੇ ਦੀ ਸ਼ਾਮਤ ਸੀ ਆਈ ਮੀਆਂ।
ਪਿਛਲੇ ਜਨਮ ਵਿੱਚ ਕੀਤੇ ਕੋਈ ਕਰਮ ਚੰਗੇ, ਕਿਸੇ ਮਾਂ ਕਰਮਾਂ ਵਾਲੀ ਦੀ ਜਾਈ ਮੀਆਂ।
ਨਹੀਂ ਤਾਂ ਰਾਂਝੇ ਨੂੰ ਕੌਣ ਸੀ ਪੱਟ ਸਕਦਾ, ਹੂਰਾਂ ਪਰੀ ਇਹ ਰੱਬ ਘਲਾਈ ਮੀਆਂ।

ਸ਼ਹਿਰ ਜਲੰਧਰ ਗੱਲ ਹੋਵੇ

ਪੂਰੇ ਸ਼ਹਿਰ ਜਲੰਧਰ ਵਿੱਚ ਗੱਲ ਹੋਵੇ, ਸੁਣਦੇ ਸਾਰੇ ਕਹਾਣੀ ਜਵਾਕ ਬਣ ਕੇ।
ਕੋਈ ਕਹੇ ਮੈਂ ਚੂਚਕ ਨੂੰ ਜਾਣਦਾ ਹਾਂ, ਗੱਲ ਕਰੇ ਕੋਈ ਹੀਰ ਦਾ ਸਾਕ ਬਣ ਕੇ।
ਸਾਰੇ ਲੋਚਦੇ ਹੀਰ ਦੇ ਅੰਗ ਲੱਗਣਾ, ਭਾਵੇਂ ਧੂੜ ਬਣ ਕੇ ਚਾਹੇ ਖ਼ਾਕ ਬਣ ਕੇ।
ਕੋਈ ਸੋਚਦਾ ਬਣ ਗੁਲਾਮ ਉਸਦਾ, ਭਾਵੇਂ ਚਾਕ ਦੇ ਚਾਕ ਦਾ ਚਾਕ ਬਣ ਕੇ।

ਚੂਚਕ ਵੱਡਾ ਵਪਾਰੀ

ਚੂਚਕ ਵੱਡਾ ਵਪਾਰੀ ਸੀ ਸ਼ਹਿਰ ਵਿੱਚੋਂ, ਬੜੇ ਲੋਕ ਆ ਕੇ ਘਰ ਖੜੇ ਰਹਿੰਦੇ।
ਦੇਸ਼ ਅਤੇ ਵਿਦੇਸ਼ਾਂ ਦੇ ਵਿੱਚ ਧੁੰਮਾਂ, ਬੰਦੇ ਵਿੱਚ ਵਿਦੇਸ਼ਾਂ ਦੇ ਬੜੇ ਰਹਿੰਦੇ।
ਆਵਾਜਾਈ ਵਿਦੇਸ਼ਾਂ ਦੇ ਵਿੱਚ ਏਨੀ, ਉਹ ਤਾਂ ਨਿੱਤ ਜਹਾਜ਼ਾਂ 'ਤੇ ਚੜ੍ਹੇ ਰਹਿੰਦੇ।
ਬਾਡਰ ਪਾਰ ਕਰ ਨਿੱਤ ਜਾਣ ਗੱਡੀਆਂ, ਚਾਰ ਛੁੱਟ ਜਾਂਦੇ, ਚਾਰ ਫੜੇ ਰਹਿੰਦੇ।

ਰਾਂਝੇ ਨੂੰ ਇਸ਼ਕ ਦਾ ਰੋਗ਼ ਲੱਗਣਾ

ਭੂਤ ਇਸ਼ਕ ਦਾ ਜਦੋਂ ਸਵਾਰ ਹੋਇਆ, ਰਾਂਝਾ ਹੋਸ਼-ਹਵਾਸ ਗਵਾ ਬੈਠਾ।
ਸ਼ੌਕ ਨਾਲ ਸੀ ਚੋਬਰਾਂ ਵਿੱਚ ਬਹਿੰਦਾ, ਸਾਰੇ ਸ਼ੌਕ ਸਵਾਦ ਭੁਲਾ ਬੈਠਾ।
ਕਿਸੇ ਨਾਲ ਨਾ ਖੁੱਲ੍ਹ ਕੇ ਗੱਲ ਕਰਦਾ, ਪੁੱਠੀ ਜਿਹੀ ਭਸੂੜੀ ਹੀ ਪਾ ਬੈਠਾ।
ਜਿਹੜਾ ਨੱਢੀਆਂ ਦੇ ਸ਼ੌਕ ਪੂਰਦਾ ਸੀ, ਆਪਣੇ ਆਪ ਨੂੰ ਰੋਗ਼ੀ ਬਣਾ ਬੈਠਾ।

ਗੱਲ ਠਣਕ ਹੀ ਗਈ ਸੀ ਹੀਰ ਨੂੰ ਵੀ, ਪੁੱਤ ਚੌਧਰੀ ਦਾ ਚਾਟੇ ਲਾ ਲਿਆ ਜੀ।
ਚੋਬਰ ਸਿਰੇ ਦਾ ਮੰਨਿਆ ਸੀ ਜੇਹੜਾ, ਉਸਨੂੰ ਰੂਪ ਦੀ ਰਮਜ਼ ਨੇ ਢਾਹ ਲਿਆ ਜੀ।
ਨਹੀਂ ਕਿਸੇ ਦੇ ਕੰਮ ਦਾ ਰਿਹਾ ਹੁਣ ਤਾਂ, ਪੂਰਾ ਜੱਟੀ ਨੇ ਅਸਰ ਜਮਾ ਲਿਆ ਜੀ।
ਐਸਾ ਹੁਸਨ ਨੇ ਡੱਸਿਆ ਸੀ ਰਾਂਝਾ, ਅੰਗ-ਅੰਗ ਨੂੰ ਜ਼ਹਿਰ ਚੜ੍ਹਾ ਲਿਆ ਜੀ।

ਹੀਰ ਤੇ ਰਾਂਝੇ ਦੀ ਸਿਫ਼ਤ

ਹੀਰ ਮਗਰ ਵਹੀਰ ਸੀ ਚੋਬਰਾਂ ਦੀ, ਸਾਭ ਨੂੰ ਹਟ-ਹਟ ਕਚੀਚੀਆਂ ਆਉਂਦੀਆਂ ਸੀ।
ਓਧਰ ਚੌਧਰੀ ਦੇ ਪੁੱਤ ਰਾਂਝਣੇ 'ਤੇ, ਡੋਰੇ ਚੰਗੀਆਂ-ਚੰਗੀਆਂ ਪਾਉਂਦੀਆਂ ਸੀ।
ਵੱਡੇ-ਵੱਡੇ ਘਰਾਂ ਦੀਆਂ ਛੈਲ ਜੱਟੀਆਂ, ਦਿਲੋਂ ਲਾ ਕੇ ਰਾਂਝੇ ਨੂੰ ਚਾਹੁੰਦੀਆਂ ਸੀ।
ਰਾਂਝਾ ਕਦੇ ਨਾ ਕਿਸੇ ਨੂੰ ਟਿੱਚ ਜਾਣੇ, ਲੈਣ ਤਰਲੇ ਤੇ ਮਿੰਨ੍ਹਤਾਂ ਪਾਉਂਦੀਆਂ ਸੀ।

ਹੀਰ ਰਾਂਝੇ ਦੀ ਪਹਿਲੀ ਮਿਲਣੀ

ਇੱਕ ਦਿਨ ਆਹਮਣੇ-ਸਾਹਮਣੇ ਹੋਏ ਦੋਵੇਂ, ਹੀਰ ਆਖਿਆ ਕੁੱਝ ਤਾਂ ਬੋਲ ਮੀਆਂ।
ਕੁੱਝ ਨਹੀਂ! ਕੁਝ ਨਹੀਂ!! ਜਦ ਰਾਂਝੇ ਆਖਿਆ ਸੂ, ਨੱਢੀ ਆਖਦੀ ਕੁਫ਼ਰ ਨਾ ਤੋਲ ਮੀਆਂ।
ਅੰਦਰੋ-ਅੰਦਰ ਨਸੂਰ ਜੋ ਬਣੀ ਜਾਂਦਾ, ਮੇਰੇ ਨਾਲ ਉਹ ਦਰਦ ਫਰੋਲ ਮੀਆਂ।
ਏਧਰ ਸਾਡਾ ਵੀ ਦਿਲ ਗਵਾਚਿਆ ਈ, ਕਿੱਧਰੇ ਹੈ ਤਾਂ ਨਹੀਂ ਤੇਰੇ ਕੋਲ ਮੀਆਂ।

ਰਾਂਝੇ ਆਖਿਆ ਪਤਾ ਨਹੀਂ ਕਿੰਝ ਦੱਸਾਂ, ਸਾਡਾ ਕੁੱਝ ਵੀ ਨਾ ਰਿਹਾ ਸਾਡੇ ਕੋਲ ਜੱਟੀਏ।
ਸਾਰੇ ਸੁਪਨੇ, ਸਕੀਮਾਂ ਤੇ ਅਕਲਮੰਦੀਆਂ, ਲੁੱਟ ਕੇ ਲੈ ਗਏ ਤੇਰੇ ਕਲੋਲ ਜੱਟੀਏ।
ਚਿੱਤ ਕਰੇ ਕਿ ਕੋਲ ਬਿਠਾ ਤੈਨੂੰ, ਸੁਣਾ ਮਿੱਠੜੇ-ਮਿੱਠੜੇ ਬੋਲ ਜੱਟੀਏ।
ਚੰਗੀ ਰਹੇਂਗੀ ਪੁੱਛ ਨਾ ਹੋਰ ਕੁੱਝ ਵੀ, ਨਹੀਂ ਤਾਂ ਸਭ ਕੁੱਝ ਦਿਆਂਗੇ ਫੋਲ੍ਹ ਜੱਟੀਏ।

ਗਰਮ-ਗਰਮ ਚਾਹ ਦੇ ਦੋਹਾਂ ਘੁੱਟ ਭਰ ਕੇ, ਅੰਦਰੋਂ ਤਪਸ ਨੂੰ ਥੋੜਾ ਜਿਹਾ ਠਾਰਿਆ ਸੂ।
ਦਿਲ ਦੀਆਂ ਘੁੰਡੀਆਂ ਖੋਲ੍ਹੀਆਂ ਦੋਹਾਂ ਮਿਲ ਕੇ, ਭੈੜੀ ਅਕਲ ਨੂੰ ਜਿੰਦਰਾ ਮਾਰਿਆ ਸੂ।

ਅੱਜ ਗੱਲ ਨਿਖ਼ਾਰ ਕੇ ਦੇਖ ਲੈਣੀ, ਹੀਰ ਰਾਂਝੇ ਨੇ ਦਿਲਾਂ ਵਿੱਚ ਧਾਰਿਆ ਸੂ।
ਚੁੱਪ ਕਰਕੇ ਦੇਖ ਤੂੰ ਅੱਜ ਸੁੱਨੜਾ! ਕਿਸ ਜੁਗਤ ਨਾਲ 'ਨ੍ਹੇਰਾ ਉਜਿਆਰਿਆ ਸੂ।

ਰਾਂਝੇ ਆਖਿਆ ਕਰੀਂ ਯਕੀਨ ਜੱਟੀਏ, ਤੈਨੂੰ ਵਾਚਿਆਂ ਬਿਨਾ ਨਹੀਂ ਜੀਅ ਹੋਣਾ।
ਕਿਸੇ ਕਾਰਣ ਜੇ ਤੂੰ ਨਾ ਬਣੀ ਸਾਡੀ, ਸਾਡੇ ਨਾਲ ਫਿਰ ਪਤਾ ਨਹੀਂ ਕੀ ਹੋਣਾ।
ਦਿਲ ਦੇਖ ਸਾਡਾ ਲੀਰੋ-ਲੀਰ ਹੋਇਆ, ਪੱਕੇ ਧਾਗਿਆਂ ਬਿਨ ਨਹੀ ਸੀਅ ਹੋਣਾ।
ਹੁਣ ਤਾਂ ਖੁੱਲ੍ਹ ਕੇ ਗੱਲ ਜੇ ਕਰੇਂ 'ਕੇਰਾਂ, ਤਾਹੀਓਂ ਸਬਰ ਦਾ ਘੁੱਟ ਹੈ ਪੀ ਹੋਣਾ।

ਸੋਚ ਸਮਝ ਕੇ ਅਤੇ ਨਿਝੱਕ ਹੋ ਕੇ, ਦਿਲ ਖੋਲ੍ਹ ਕੇ ਅੱਜ ਸੁਣਾਈਂ ਹੀਰੇ।
ਤੂੰ ਕਰੇਂ ਕਹਾਣੀ ਮੈਂ ਸੁਣੀਂ ਜਾਵਾਂ, ਕਾਹਲੀ ਵਿੱਚ ਨਾ ਗੱਲ ਮੁਕਾਈਂ ਹੀਰੇ।
ਦੁੱਧ, ਖੰਡ ਵਿੱਚ ਚੌਲ ਮਿਲਾ ਕਰਕੇ, ਅੱਜ ਮਿੱਠੜੀ ਖੀਰ ਬਣਾਈਂ ਹੀਰੇ।
ਰੋਮ-ਰੋਮ ਵਿੱਚ ਭਰ ਮਿਠਾਸ ਜਾਵੇ, ਸਾਰੀ ਉਮਰ ਫਿਰ ਬੈਠ ਕੇ ਖਾਈਂ ਹੀਰੇ।

ਮਨ ਮੰਦਿਰ ਨੂੰ ਲਿਪ-ਪੂੰਝ ਕੇ ਤੂੰ, ਇਤਰ ਛਿੜਕ ਕੇ ਧੂਫ਼ ਜਗਾਈਂ ਹੀਰੇ।
ਗੱਲ ਕਰਨ ਤੋਂ ਪਹਿਲਾਂ ਪਰ ਯਾਦ ਰੱਖੀਂ, ਸੱਚੇ ਰੱਬ ਦਾ ਨਾਮ ਧਿਆਈਂ ਹੀਰੇ।
ਖੰਡ, ਘਿਓ ਨੂੰ ਆਟੇ ਦੇ ਵਿੱਚ ਗੁੰਨ੍ਹ ਕੇ, ਸ਼ੱਕਰਪਾਰਿਆਂ ਤਾਈਂ ਬਣਾਈਂ ਹੀਰੇ।
ਫਿੱਕੀ ਬੂੰਦੀ ਨਾ ਜ਼ਰਾ ਸਵਾਦ ਲੱਗਦੀ, ਵਿੱਚ ਲੂਣ-ਮਸਾਲਾ ਵੀ ਪਾਈਂ ਹੀਰੇ।

ਝੂਠ ਬੋਲਾਂ ਜਹੰਨਮ ਨੂੰ ਜਾਣ ਹੱਡੀਆਂ, ਸੱਚੋ-ਸੱਚ ਮੈਂ ਕਰਾਂ ਬਿਆਨ ਮੀਆਂ।
ਸਾਡਾ ਪੜ੍ਹਨ-ਪੜ੍ਹਾਉਣ ਦਾ ਕੰਮ ਕੋਈ ਨਾ, ਤੈਨੂੰ ਭਾਲਦੀ ਮੈਂ ਪਹੁੰਚੀ ਆਣ ਮੀਆਂ।
ਗੱਲਾਂ ਤੇਰੀਆਂ ਲੋਕਾਂ ਤੋਂ ਜਦੋਂ ਸੁਣੀਆਂ, ਖੁੱਸਦੀ ਜਾਂਦੀ ਸੀ ਮੇਰੀ ਤਾਂ ਜਾਨ ਮੀਆਂ।
ਮਰੀ ਤਰਸ ਕੇ ਤੇਰਿਆਂ ਦਰਸ਼ਨਾਂ ਨੂੰ, ਲੱਭਦੀ ਫਿਰੀ ਜ਼ਮੀਨ, ਅਸਮਾਨ ਮੀਆਂ।

ਮਾਝੇ, ਮਾਲਵੇ ਅਤੇ ਦੁਆਬਿਆਂ ਵਿੱਚ, ਜਗ੍ਹਾ-ਜਗ੍ਹਾ ਚਰਚੇ ਤੇਰੀ ਹਾਣੀਆਂ ਚੇ।
ਇਵੇਂ ਜਾਪਦਾ ਰਾਂਝਿਆ ਘੁਲ ਗਿਆ ਹੈਂ, ਪੰਜ ਦਰਿਆਵਾਂ ਦੇ ਪੰਜਾਂ ਹੀ ਪਾਣੀਆਂ ਚੇ।
ਰਾਂਝੇ ਚੌਧਰੀ ਦੀਆਂ ਘਰ-ਘਰ ਹੋਣ ਗੱਲਾਂ, ਸਾਰੇ ਪਿੰਡਾਂ, ਸ਼ਹਿਰਾਂ, ਸੱਥਾਂ ਢਾਣੀਆਂ ਚੇ।
ਮਾਣ ਮੈਨੂੰ ਵੀ ਸੀ ਆਪਣੇ ਆਪ ਉੱਤੇ, ਫਿਰੀ ਭਾਲਦੀ ਸਭਨਾਂ ਨਿਸ਼ਾਨੀਆਂ ਚੇ।

ਕਾਲਜ ਮਾਝੇ ਦੇ ਵਿੱਚ ਵੀ ਬੜੇ ਯਾਰਾ! ਆਪਣੇ ਘਰੋਂ ਮੈਂ ਪੜ੍ਹਨ ਰੋਜ਼ ਜਾ ਸਕਦੀ।
ਐਪਰ ਰਾਂਝਿਆ ਤੈਨੂੰ ਫਿਰ ਕਿਵੇਂ ਮਿਲਦੀ, ਤੇ ਮੈਂ ਪਿਆਰ ਪੀਂਘਾਂ ਕੀਕਣ ਪਾ ਸਕਦੀ।
ਰੂਪ ਆਖ਼ਰਾਂ ਦਾ ਦਿੱਤਾ ਰੱਬ ਮੈਨੂੰ, ਆਪਣੇ ਹੁਸਨ ਦਾ ਕਿੱਦਾਂ ਮੁੱਲ ਪਾ ਸਕਦੀ।
ਬੜਾ ਆਪਣੇ ਆਪ 'ਤੇ ਮਾਣ ਮੈਨੂੰ, ਆਪਣੇ ਆਪ ਨੂੰ ਕਿਵੇਂ ਅਜ਼ਮਾ ਸਕਦੀ।

ਵਾਰੇ-ਵਾਰੇ ਜਾਵਾਂ ਤੇਰੀਆਂ ਰਹਿਮਤਾਂ ਦੇ, ਸ਼ੁਕਰ ਰੱਬ ਦਾ ਰਾਂਝਾ ਵਾਰ-ਵਾਰ ਕਰਦਾ।
ਸਜਦਾ ਕਰੇ ਜ਼ਮੀਨ ਤੇ ਸੀਸ ਲਾ ਕੇ, ਪੰਜਾਂ ਪੀਰਾਂ ਦੇ ਸੱਜਰੇ ਦੀਦਾਰ ਕਰਦਾ।
ਦੇਖ ਰੂਹ ਕਲਬੂਤ ਦੇ ਵਿੱਚ ਪੈਂਦੀ, ਵਾਰ-ਵਾਰ ਰਾਂਝਾ ਨਮਸਕਾਰ ਕਰਦਾ।
ਖ਼ੈਰ ਮੰਗੇ ਖ਼ੁਦਾ ਤੋਂ ਹੱਥ ਅੱਡ ਕੇ, ਕਰਦਾ ਜੋ ਵੀ ਹੈ ਪਰਵਰਦਗਾਰ ਕਰਦਾ।

ਸੁਣੀ ਗਈ ਦਰਗਾਹ ਦੇ ਵਿੱਚ ਯਾਰੋ, ਰੱਜ-ਰੱਜ ਕੇ ਦੋਵੇਂ ਦੀਦਾਰ ਕਰਦੇ।
ਇੱਕ ਪਲਕ ਵੀ ਨਾ ਝਮਕਣ ਦੇਣ ਉਹ ਤਾਂ, ਟਿਕਟਕੀ ਲਾ ਕੇ ਅੱਖਾਂ ਚਾਰ ਕਰਦੇ।
ਵਸਲ-ਏ ਰੂਹ ਦੀ ਜਦੋਂ ਫੁਹਾਰ ਲੱਗੀ, ਭਿੱਜ-ਭਿੱਜ ਕੇ ਵਸਲ-ਏ ਯਾਰ ਕਰਦੇ।
ਦੇਈਂ ਸਮੇਂ ਦੀਆਂ ਸੂਈਆਂ ਰੋਕ ਮੌਲਾ! ਚੁੱਪ ਵਿੱਚੋਂ ਕੁੱਝ ਐਸਾ ਇਜ਼ਹਾਰ ਕਰਦੇ।

ਮਾਂ, ਬਾਪ, ਭਾਈ ਰਿਸ਼ਤੇਦਾਰ ਭੁੱਲ ਕੇ, ਚਿੱਤ ਕਰੇ ਹੁਣ ਮੈਂ ਤੇਰੇ ਨਾਲ ਵੱਸਾਂ।
ਰੋਣਾ ਪਵੇ ਤਾਂ ਮੈਂ ਤੇਰੇ ਨਾਲ ਰੋਵਾਂ, ਤੇਰੇ ਹਾਸਿਆਂ ਵਿੱਚ ਤੇਰੇ ਨਾਲ ਹੱਸਾਂ।
ਤੇਰੇ ਸਾਹ ਦੇ ਨਾਲ ਮੈਂ ਸਾਹ ਲੈ ਕੇ, ਰਸ-ਰਸ ਕੇ ਮੈਂ ਤੇਰੇ ਨਾਲ ਰੱਸਾਂ।
ਮੁੱਕ ਗਿਆ ਈ ਦਰਦ ਫ਼ਿਰਾਕ ਮੇਰਾ, ਚਿੱਤ ਕਰੇ ਮੇਰਾ ਸਭ ਨੂੰ ਕੂਕ ਦੱਸਾਂ।

ਜੋੜੀ ਦੀਆਂ ਗੱਲਾਂ ਹੋਣ ਲੱਗੀਆਂ

ਲੱਗੀਆਂ ਵਿੱਚ ਪੰਜਾਬ ਦੇ ਹੋਣ ਗੱਲਾਂ, ਹੀਰ ਰਾਂਝੇ ਦੀ ਜੋੜੀ ਕਮਾਲ ਦੀ ਜੀ।
ਹੁਸਨ ਪਰੀ ਹੀਰ ਦੀ ਗੱਲ ਚੱਲਦੀ, ਰਾਂਝੇ ਜੱਟ ਦੇ ਜੋਬਨ ਜਲਾਲ ਦੀ ਜੀ।
ਜੋੜੀ ਦੇਖ ਅਸਮਾਨ ਵੀ ਭਰੇ ਹੌਕਾ, ਧਰਤੀ ਕਿੰਨੇ ਸੋਹਣੇ ਜੀਅ ਪਾਲਦੀ ਜੀ।
ਸੁੱਨੜਾ! ਸਾਰਾ ਜਹਾਨ ਹੀ ਕਰੇ ਗੱਲਾਂ, ਜੋੜੀ ਕਦੇ ਨਾ ਬਣੀ ਇਸ ਨਾਲ ਦੀ ਜੀ।

ਸਾਲ ਮਗਰੋਂ ਛੁੱਟੀਆਂ

ਪੜ੍ਹਦੇ, ਹੱਸਦੇ, ਖੇਡਦੇ ਸਾਲ ਲੰਘਿਆ, ਲੰਘ ਗਿਆ ਜਿਓਂ ਸੁਪਨਾ ਆਇਆ ਜੀ।
ਛੁੱਟੀਆਂ ਵਿੱਚ ਸਭ ਘਰਾਂ ਨੂੰ ਪਰਤ ਜਾਣਾ, ਏਸ ਗੱਲ ਨੇ ਬੜਾ ਸਤਾਇਆ ਜੀ।
ਦੋ ਢਾਈ ਮਹੀਨੇ ਦੀ ਗੱਲ ਸਾਰੀ, ਕਿਸ ਗੱਲ ਦਾ ਰੌਲਾ ਏਨਾ ਪਾਇਆ ਜੀ।
ਰਾਂਝਾ ਜਾਣ ਲੱਗਾ ਜਦੋਂ ਘਰ ਆਪਣੇ, ਕਹਿੰਦਾ ਬਸ! ਮੈਂ ਗਿਆ ਤੇ ਆਇਆ ਜੀ।

ਹੀਰ ਦਾ ਬਟਾਲੇ ਜਾਣਾ

ਹੀਰ ਜਦੋਂ ਬਟਾਲੇ ਘਰ ਜਾ ਪਹੁੰਚੀ, ਧੀ ਦੇਖ ਚੂਚਕ ਮੁਸਕਰਾਇਆ ਜੀ।
ਮੱਥਾ ਚੁੰਮਿਆਂ ਸਿਰ 'ਤੇ ਪਿਆਰ ਦਿੱਤਾ, ਨਾਲੇ ਘੁੱਟ ਕਲੇਜੇ ਨਾਲ ਲਾਇਆ ਜੀ।
ਭੈਣਾਂ, ਭਾਈਆਂ ਬੈਠ ਕੇ ਗੱਲ ਕੀਤੀ, ਸਖੀਆਂ-ਸਹੇਲੀਆਂ ਨੇ ਝੁਰਮਟ ਪਾਇਆ ਜੀ।
ਮਾਂ ਨੇ ਦੇਖਿਆ ਜਿਵੇਂ ਕੋਈ ਚੀਜ਼ ਲੱਭੀ, ਵਾਪਸ ਦੇਖ ਕੇ ਸੌਖਾ ਸਾਹ ਆਇਆ ਜੀ।

ਸਹੇਲੀਆਂ ਦੀ ਪੁੱਛ-ਗਿੱਛ

ਕੁੜੀਆਂ ਪੁੱਛਦੀਆਂ ਦੱਸ ਖਾਂ ਹੀਰੀਏ ਨੀ! ਕਹਿੰਦੇ ਦੋਨੋ ਦਾ ਜੱਟ ਪਟਾਇਆ ਈ।
ਐਡਾ ਕੀ ਸੀ ਓਸ ਵਿੱਚ ਦੱਸ ਖਾਂ ਨੀ, ਜਿਹੜਾ ਹੀਰ ਦੇ ਦਿਲ ਤਾਈਂ ਭਾਇਆ ਈ।
ਗੱਲ ਜੰਗਲ ਦੀ ਅੱਗ ਵਾਂਗ ਫੈਲੀ, ਰਾਂਝੇ ਹੀਰ ‘ਤੇ ਹੱਥ ਟਿਕਾਇਆ ਈ।
ਸਹਿਬਾਂ, ਸੱਸੀ, ਸ਼ੀਰੀ, ਸੋਹਣੀ ਵਾਂਗ ਤੂੰ ਵੀ, ਕੋਈ ਨਵਾਂ ਇਤਹਾਸ ਰਚਾਇਆ ਈ।

ਹੀਰ ਦਾ ਘਰਦਿਆਂ ਨੂੰ ਆਪ ਦੱਸਣਾ

ਬੈਠੇ ਖੌਪੀਏ ਤਾਈਂ ਸਾਰੇ ਕਰਨ ਗੱਲਾਂ, ਸਾਲ ਮਗਰੋਂ ਸਮਾਂ ਹੱਥ ਆਇਆ ਈ।
ਅੱਧੀ ਰਾਤ ਹੋਈ ਤਾਰੇ, ਚੰਦ ਚਮਕਣ, ਅੱਧਾ ਗਿੱਟੀਆਂ ਨੇ ਗੇੜਾ ਲਾਇਆ ਈ।
ਕੋਈ ਲਵੇ ਗਲ੍ਹਾਟ ਤੇ ਨੀਂਦ ਆਵੇ, ਲੈ ਵਾਸੀਆਂ ਕਿਸੇ ਫੌਂਕਾ ਲਾਇਆ ਈ।
ਮਾਂ ਦੇ ਕੋਲ ਬਹਿ ਕੇ ਸਾਰੇ ਘਰਦਿਆਂ ਨੂੰ, ਕਿੱਸਾ ਹੀਰ ਨੇ ਖੋਲ੍ਹ ਸੁਣਾਇਆ ਈ।

ਹੀਰ ਦੀ ਮਾਂ ਦਾ ਦਰਦ

ਸਾਰੀ ਰਾਤ ਹੀ ਗਿਣਦੀ ਮੈਂ ਰਹੀ ਤਾਰੇ, ਮਾਂ ਨੇ ਮੱਥੇ ‘ਤੇ ਹੱਥ ਟਿਕਾਇਆ ਈ।
ਲੋਕੀਂ ਵੱਖੀਆਂ ਥਾਣੀ ਸੀ ਕਿਉਂ ਹੱਸਦੇ, ਮੈਨੂੰ ਅੱਜ ਹੁਣ ਸਮਝ ਵਿੱਚ ਆਇਆ ਈ।
ਨੀ ਕਲਜੋਗਣੇ! ਇਹ ਤੂੰ ਕੀ ਕੀਤਾ, ਸੁਣ ਕੇ ਕਾਲਜਾ ਬਾਹਰ ਨੂੰ ਆਇਆ ਈ।
ਮਾਂ ਮਰ ਤਾਂ ਨਹੀਂ ਸੀ ਗਈ ਤੇਰੀ, ਆਪੇ ਆਪਣਾ ਸਾਕ ਰਚਾਇਆ ਈ।

ਹੀਰ ਦੀ ਵਕਾਲਤ

ਨੀ ਤੂੰ ਦਿਲ ਨੂੰ ਗੱਲ ਨਾ ਲਾ ਮਾਏ, ਕਦੇ ਗ਼ਲਤ ਖ਼ਿਆਲ ਨਾ ਆਇਆ ਈ।
ਸੋਚ ਸਮਝ ਕੇ ਫੈਸਲਾ ਮੈਂ ਕੀਤਾ, ਅੰਨੇਵਾਹ ਨਾ ਘੋੜਾ ਦੁੜਾਇਆ ਈ।
ਸਾਰੀ ਦੁਨੀਆ ਦੇ ਦਿਲਾਂ ਵਿੱਚ ਵੱਸਦਾ ਉਹ, ਜਿਸ ਨੂੰ ਆਪਣਾ ਇਸ਼ਟ ਬਣਾਇਆ ਈ।
ਕਰਮਾਂ ਵਾਲਿਆਂ ਦੇ ਹਿੱਸੇ ਅੰਮੀਏਂ ਨੀ! ਰਾਂਝੇ ਵਰਗਾ ਹੀਰਾ ਕੋਈ ਆਇਆ ਈ।

ਮਾਂ ਦਾ ਦਰਦ

ਖ਼ਰਾ ਖੋਟਾ ਤਾਂ ਮੈਂ ਨਹੀਂ ਕਿਹਾ ਉਸਨੂੰ, ਪਰ ਤੂੰ ਚੰਗੀ ਨਹੀਂ ਗੱਲ ਇਹ ਕਰੀ ਕੁੜੀਏ।
ਦਸਾਂ ਦੇਸ਼ਾਂ 'ਚ ਘੁੰਮਦਾ ਬਾਪ ਤੇਰਾ, ਉਸਦੀ ਪੱਗ ਤੂੰ ਦਾਗ਼ੀ ਕਰ ਧਰੀ ਕੁੜੀਏ।
ਮੈਨੂੰ ਧਰਤੀ ਨਹੀਂ ਦੇ ਰਹੀ ਵਿਹਲ ਕਿੱਧਰੇ, ਬਿਨ ਮੌਤ ਮੈਂ ਰਾਤ ਦੀ ਮਰੀ ਕੁੜੀਏ।
ਚਾਵ੍ਹਾਂ ਨਾਲ ਅਸਾਂ ਤੈਨੂੰ ਪਾਲਿਆ ਸੀ, ਕੀ ਪਤਾ ਸੀ ਘੋਲੇਂਗੀ ਕੜ੍ਹੀ ਕੁੜੀਏ।

ਹੀਰ ਦਾ ਹੌਸਲਾ

ਇੱਕ ਵਾਰ ਜਾਂ ਰਾਂਝੇ ਨੂੰ ਦੇਖ ਲੈਂਗੀ, ਹੋ ਜਾਵੇਂਗੀ ਤੂੰ ਵੀ ਧੰਨ ਮਾਏ।
ਮਰ ਜਾਊਂਗੀ ਲੇਕਿਨ ਨਾ ਉੱਧਲਾਂਗੀ, ਤੇਰੇ ਬੂਹੇ 'ਤੇ ਆਊਗੀ ਜੰਨ ਮਾਏ।
ਕਿਸੇ ਧੁਰੇ ਟਿਕਾਣੇ ਦੀ ਕੁੜੀ ਹਾਂ ਮੈਂ, ਕੋਠੇ ਉਪੱਰ ਨਾ ਬੈਠੀ ਕੋਈ ਰੰਨ ਮਾਏ।
ਐਵੇਂ ਧਾਗੇ ਤਵੀਤ ਨਾ ਕਰੀ ਜਾ ਤੂੰ, ਫ਼ਾਹੀ ਗ਼ਲਤ ਨਾ ਗਲ਼ੇ ਵਿੱਚ ਬੰਨ ਮਾਏ।

ਮਾਂ ਦਾ ਦਰਦ

ਚਿੱਤ ਕਰੇ ਕਚੂੰਬਰ ਮੈਂ ਕਰਾਂ ਤੇਰਾ, ਇੱਕ ਵਾਰ ਤਾਂ ਬੰਦੀ ਬਣਾ ਦੇਵਾਂ।
ਕੁੱਝ ਖਾ ਕੇ ਮਰ ਜਾਂ ਮੈਂ ਜਾਂ ਤਾਂ, ਜਾਂ ਫਿਰ ਤੇਰਾ ਹੀ ਭੋਗ ਮੈਂ ਪਾ ਦੇਵਾਂ।
ਜੀਣ ਜੋਗੀ ਨਾ ਛੱਡਿਆ ਤੂੰ ਮੈਨੂੰ, ਆਪਣਾ ਮੂੰਹ ਮੈਂ ਕਿੱਥੇ ਛੁਪਾ ਦੇਵਾਂ।
ਆ ਲੈਣ ਦੇ ਘਰੇ ਅੱਜ ਬਾਪ ਤੇਰਾ, ਅੱਜ ਰਾਤ ਨੂੰ ਝਗੜਾ ਮੁਕਾ ਦੇਵਾਂ।

ਕੀ ਸੋਚਿਆ ਤੁਸਾਂ ਬਦਕਾਰ ਬਾਰੇ, ਚੂਚਕ ਨਾਲ ਸੀ ਮਾਂ ਸਵਾਲ ਕਰਦੀ।
ਇਵੇਂ ਜਾਪਦਾ ਮੈਨੂੰ ਕੁੱਝ ਹੋ ਜਾਣਾ, ਦਿਲ ਦੀ ਪੀੜ ਹੈ ਮੈਨੂੰ ਬੇਹਾਲ ਕਰਦੀ।
ਆਖੋ ਮੁੰਡਿਆਂ ਨੂੰ ਕੁੱਝ ਕਰਨ ਇਸਦਾ, ਮੇਰੇ ਨਾਲ ਜਵਾਬ-ਸਵਾਲ ਕਰਦੀ।
ਇਸਨੂੰ ਜੀਂਦੀ ਜ਼ਮੀਨ ਵਿੱਚ ਧਸ ਦੇਵੋ, ਕੁੱਲ ਕੋੜਮਾ ਕਿਦਾਂ ਕੰਗਾਲ ਕਰਦੀ।

ਚੂਚਕ ਦੀ ਦਲੀਲ

ਚੂਚਕ ਆਖਦਾ ਕੰਨ ਧਰ ਸੁਣ ਜੱਟੀਏ! ਹੀਰ ਜਾਨ ਦੀ ਜਾਨ ਦੀ ਜਾਨ ਮੇਰੀ।
ਧੀ ਮੇਰੀ ਤੋਂ ਕਦੇ ਮੈਂ ਸੋਚਿਆ ਨਾ, ਹੋਊ ਕੀਮਤੀ ਕਦੇ ਵੀ ਸ਼ਾਨ ਮੇਰੀ।
ਗ਼ਲਤੀ ਹੋ ਗਈ ਕੁੜੀ ਤੋਂ ਕੀ ਕਰੀਏ, ਐਵੇਂ ਰੋ ਨਾ ਤੂੰ ਵੀ ਤਾਂ ਜਾਨ ਮੇਰੀ।
ਦੋਨੇ ਵਿੱਚ ਵੀ ਵਾਕਫ਼ੀ ਬੜੀ ਮੇਰੀ, ਕਈਆਂ ਪਿੰਡਾਂ ਦੇ ਵਿੱਚ ਪਛਾਣ ਮੇਰੀ।

ਉੱਗੀ ਚਿੱਟੀ ਰਸੂਲਪੁਰ ਮੈਂ ਜਾਊਂ, ਕਾਲ੍ਹੇ ਠੌਲੇ ਕਵ੍ਹਾਲੇ ਚੱਕਰ ਮਾਰ ਜਾਨਾਂ।
ਕੇਸਰਪੁਰ ਮੰਡੇਰ ਤੇ ਸੁੰਨੜਾਂ ਵਿੱਚ, ਕੱਸੋ ਚਾਹਲ ਸਿਧਵਾਂ ਤੇ ਕੁਲਾਰ ਜਾਨਾਂ।
ਨੱਥੂਚਾਹਲ ਬਲ੍ਹੇਰ ਭੇਟਾਂ ਵਿੱਚ ਹੋ ਕੇ, ਇੱਬਣ ਆਹਮਪੁਰ ਅਤੇ ਪਵਾਰ ਜਾਨਾਂ।
ਨਿੱਝਰਾਂ, ਗੋਂਦਪੁਰ ਗਿੱਲਾਂ ਤੇ ਗਾਖਲਾਂ ਨੂੰ, ਸਖਾਣੀ ਔਜਲਿਆਂ ਤੋਂ ਲੈ ਯਾਰ ਜਾਨਾਂ।

ਪੂਰੀ ਪੁੱਛ ਪੜਤਾਲ ਮੈਂ ਕਰੂੰ ਪਹਿਲਾਂ, ਵੱਡਾ ਚੌਧਰੀ, ਫਿਰ ਲਵਾਂ ਸੱਦ ਜੱਟੀਏ।
ਮੰਨਿਆਂ-ਦੰਨਿਆਂ ਦੁਆਬੇ ਦਾ ਜੱਟ ਸੁਣਿਆਂ, ਮੇਰੇ ਨਾਲੋਂ ਵੀ ਉੱਚਾ ਹੈ ਕੱਦ ਜੱਟੀਏ।
ਚੁੱਪ ਕਰਕੇ ਕਰੋ ਕੰਮ ਕਾਰ ਘਰ ਦਾ, ਇਸ ਤਰ੍ਹਾਂ ਨਾ ਕਮਲ ਤੂੰ ਵੱਡ ਜੱਟੀਏ।
ਛੱਤੀ ਪੱਤਣ ਤਰ ਕੇ ਮੈਂ ਵੀ ਵੇਖ ਹਟਿਆਂ, ਐਵੇਂ ਸਮਝੀਂ ਨਾ ਮੈਨੂੰ ਉਜੱਡ ਜੱਟੀਏ।

ਹੀਰ ਦਾ ਧੰਨਵਾਦ ਕਰਨਾ

ਧੰਨਵਾਦ ਤੇਰਾ ਬਾਬਲ ਮੇਰਿਆ ਵੇ! ਪੈਣ ਲੱਗੀ ਸੀ ਮੈਨੂੰ ਤੇ ਅੱਜ ਦੰਦਲ।
ਇਟਿਸਟ, ਭੱਖੜੇ ਹੀ ਬਾਕੀ ਰਹਿ ਜਾਂਦੇ, ਸੁੱਕ ਜਾਣੀ ਸੀ ਤੇਰੀ ਕੰਵਾਰ ਗੰਦਲ।
ਪੂਰੀ ਪਾਕ ਪਵਿੱਤਰ ਮੈਂ ਬਾਬਲਾ ਵੇ! ਮਹਿਕ ਅਜੇ ਵੀ ਮੇਰੀ ਸੰਦੂਕ ਸੰਦਲ।
ਮੇਰੇ ਕਮਰੇ 'ਚ ਕੁੜੀ ਜੋ ਨਾਲ ਰਹਿੰਦੀ, ਪੁੱਛ ਲਿਓ ਉਸਤੋਂ ਉਸਦਾ ਪਿੰਡ ਧੰਦਲ।

ਹੀਰ ਸ਼ੁਕਰ ਕੀਤਾ ਪਿਤਾ ਨਾਲ ਉਸਦੇ, ਪੰਜਾਂ ਪੀਰਾਂ ਨੂੰ ਬਹਿ ਕੇ ਧਿਆਉਣ ਲੱਗੀ।
ਰੀਝਾਂ ਜਾਗ ਪਈਆਂ ਸੁਪਨੇ ਆਉਣ ਲੱਗੇ, ਫੇਰ ਖ਼ਾਬਾਂ 'ਚ ਮਹਿਲ ਬਣਾਉਣ ਲੱਗੀ।
ਪੂਰੇ ਵੱਲੋਂ ਘਟਾ ਜਦੋਂ ਚੜ੍ਹੀ ਵੇਖੀ, ਮੋਰ ਖੁਸ਼ ਹੈ ਜੀ ਪੈਲਾਂ ਪਾਉਣ ਲੱਗੀ।
ਪਹਿਰ ਰਾਤ ਗਈ ਥੋੜਾ ਮੀਂਹ ਵਰ੍ਹਿਆ, ਤੜਕੇ ਸੀਤਲ ਹਵਾ ਫਿਰ ਆਉਣ ਲੱਗੀ।

ਹੀਰ ਦੇ ਭਰਾਵਾਂ ਦੀ ਗੱਲ

ਬਹਿ ਕੇ ਹੀਰ ਦੇ ਭਾਈਆਂ ਨੇ ਗੱਲ ਕੀਤੀ, ਇਹ ਕੀ ਹੋ ਗਿਆ ਸਾਡੜੇ ਬਾਪ ਨੂੰ ਜੀ।
ਕਿੰਨਾਂ ਖ਼ਫ਼ਾ ਸੀ ਹੀਰ ਦੇ ਇਸ਼ਕ ਕਰਕੇ, ਕੀਹਨੇ ਲਾਹਿਆ ਸੂ ਬਾਪੂ ਦੇ ਤਾਪ ਨੂੰ ਜੀ।
ਸਾਡੀ ਕੁਲ ਨੂੰ ਲੀਕ ਹੈ ਲਾ ਦਿੱਤੀ, ਕੀਤਾ ਬੁਰਕੀਆਂ ਸਾਡੀ ਔਕਾਤ ਨੂੰ ਜੀ।
ਹਿੱਕ ਤਾਣ ਕੇ ਕਦੇ ਨਹੀਂ ਤੁਰ ਸਕਦੇ, ਮਿਹਣਾ ਹੋ ਗਿਆ ਚੂਚਕ ਦੀ ਜਾਤ ਨੂੰ ਜੀ।

ਬਾਪੂ ਮੇਰਿਆ ਮੈਨੂੰ ਇੱਕ ਗੱਲ ਦੱਸੀਂ! ਇਹ ਤੂੰ ਨਵਾਂ ਕੀ ਖੇਲ ਰਚਾਇਆ ਈ।
ਹਾਮੀ ਹੀਰ ਦੀ ਅੱਜ ਤੂੰ ਭਰਨ ਲੱਗਾ, ਕਿਹੜੇ ਪੀਰ ਨੇ ਤੈਨੂੰ ਭਰਮਾਇਆ ਈ।
ਹਾਲੇ ਰੜਕਦਾ ਮੇਰੀ ਤਾਂ ਹਿੱਕ ਅੰਦਰ, ਜਿਹੜਾ ਹੀਰ ਨੇ ਜ਼ਖ਼ਮ ਲਗਾਇਆ ਈ।
ਸਾਨੂੰ ਦੱਸ ਤਾਂ ਖੋਲ੍ਹ ਕੇ ਇੱਕ ਵਾਰੀ, ਪੁੱਠਾ ਪੰਗਾ ਤੂੰ ਇਹ ਕੀ ਪਾਇਆ ਈ।

ਚੂਚਕ ਦਾ ਮਾਂ ਧੀ ਦੋਹਾਂ ਬਾਰੇ ਸੋਚਣਾ

ਚੂਚਕ ਆਖਦਾ ਗੱਲ ਸੁਣ ਕੰਨ ਧਰ ਕੇ, ਮੈਂ ਤਾਂ ਖੇਡ ਨੂੰ ਜ਼ਰਾ ਛੁਪਾਇਆ ਸੂ।
ਫਸਿਆ ਮੈਂ ਕੜਿੱਕੀ ਦੇ ਵਿੱਚ ਪੁੱਤਰਾ! ਇੱਕ ਨਵਾਂ ਹੀ ਦਾਅ ਚਲਾਇਆ ਸੂ।
ਜਾਂ ਤੇ ਮਾਂ ਮਰਦੀ ਜਾਂ ਤੇਰੀ ਭੈਣ ਮਰਦੀ, ਮੈਂ ਤੇ ਦੋਹਾਂ ਨੂੰ ਅੱਜ ਬਚਾਇਆ ਸੂ।
ਮੇਰਾ ਦਿਲ ਹੀ ਪੁੱਛਿਆ ਜਾਣਦਾ ਹੈ, ਕਿਵੇਂ ਗੁੱਸੇ ਨੂੰ ਮੈਂ ਛੁਪਾਇਆ ਸੂ।

ਹੁਣ ਹੀਰ ਨੂੰ ਹੈ ਵਿਸ਼ਵਾਸ਼ ਪੂਰਾ, ਉਸਦਾ ਬਾਪ ਹੈ ਧੀ ਦੇ ਨਾਲ ਪੁੱਤਰਾ।
ਜਿਵੇਂ ਆਖੂੰ ਹੁਣ ਮੈਂ ਉਸਨੇ ਮੰਨ ਲੈਣਾ, ਮੇਰੀ ਸੋਚ ਦਾ ਵੇਖੀਂ ਕਮਾਲ ਪੁੱਤਰਾ।
ਚੂਚਕ ਅਕਲ ਦੇ ਨਾਲ ਕੋਈ ਖੇਡ ਖੇਡੂ, ਹਰ ਪਾਸੇ ਦਾ ਰੱਖ ਖ਼ਿਆਲ ਪੁੱਤਰਾ।
ਜਦੋਂ ਵਿੰਨ ਕੇ ਤੀਰ ਨੂੰ ਮਾਰੀਏ ਜੀ, ਕਰ ਦੇਈਦਾ ਹਾਲੋਂ ਬੇਹਾਲ ਪੁੱਤਰਾ।

ਚੂਚਕ ਦਾ ਵਿਦੇਸ਼ ਜਾਣਾ

ਕੈਲੇਫੋਰਨੀਆ ਅਮਰੀਕਾ ਜਾਣ ਦੇ ਲਈ, ਚੂਚਕ ਆਪਣਾ ਮਨ ਬਣਾਇਆ ਜੀ।
ਪੰਜਾਂ-ਸੱਤਾਂ ਦਿਨਾਂ ਦੀ ਗੱਲ ਕਰਕੇ, ਚੂਚਕ ਆਪ ਪਰਦੇਸ ਸਿਧਾਇਆ ਜੀ।
ਮਾਂ, ਪੁੱਤਾਂ ਨੂੰ ਦੇ ਕੇ ਧਰਵਾਸ ਚੂਚਕ, ਠੰਢੇ ਪਾਣੀ ਦਾ ਘੁੱਟ ਪਿਲਾਇਆ ਜੀ।
ਕਿਸੇ ਨੂੰ ਨਾ ਗੱਲ ਦੀ ਸਮਝ ਲੱਗੀ, ਸ਼ਸ਼ੋਪੰਜ ਵਿੱਚ ਸਭ ਨੂੰ ਪਾਇਆ ਜੀ।

ਕਿੱਸੇ ਨੂੰ ਨਵਾਂ ਮੋੜ ਦੇਣਾ

ਚੂਚਕ ਹਫ਼ਤੇ ਦੇ ਵਿੱਚ ਹੀ ਪਰਤ ਆਇਆ, ਸਾਰੇ ਟੱਬਰ ਨੂੰ ਕੋਲ ਬਿਠਾ ਲਿਆ ਜੀ।
ਸੂਝ ਨਾਲ ਇੱਕ ਨਾਟਕੀ ਮੋੜ ਦੇ ਕੇ, ਕਿੱਸਾ ਨਵਿਆਂ ਰਾਹਾਂ ਉੱਤੇ ਪਾ ਲਿਆ ਜੀ।
ਮੁੜੀ ਸਾਰੀ ਕਹਾਣੀ ਹੀ ਨਵੇਂ ਪਾਸੇ, ਚੂਚਕ ਨਵਾਂ ਹੀ ਖੇਲ੍ਹ ਰਚਾ ਲਿਆ ਜੀ।
ਬੜੀ ਜੁਗਤ ਦੇ ਨਾਲ ਵਿਓਂਤ ਘੜ ਕੇ, ਸਾਰਾ ਟੱਬਰ ਆਪਣੇ ਪਿੱਛੇ ਲਾ ਲਿਆ ਜੀ।

ਕਹੇ ਧਾਰੀਵਾਲਾਂ ਵਰਗਾ ਕਾਰਖਾਨਾ, ਆਪਾਂ ਅਮਰੀਕਾ ਵਿੱਚ ਹੈ ਲਾ ਦੇਣਾ।
ਗਰਮ-ਸਰਦ ਮੌਸਮ ਵਿੱਚ ਪਾਉਣ ਵਾਲਾ, ਹਰ ਤਰਾਂ ਦਾ ਕੱਪੜਾ ਬਣਾ ਦੇਣਾ।
ਲੱਠੇ, ਖਾਸ਼ੇ, ਮਲਮਲ, ਕਰੇਪ ਬਣਸੀ, ਸ਼ੀਟਾਂ, ਪਾਪਲੀਨਾ ਨੂੰ ਟਾਂਕਾ ਲਾ ਦੇਣਾ।
ਨੌਂ ਦੇਸ਼ਾਂ ਦੇ ਵਿੱਚ ਆਪਣੇ ਕੰਮ ਚੱਲਦੇ, ਦਸਵੇਂ ਦੇਸ਼ ਵੀ ਪੈਰ ਟਿਕਾ ਦੇਣਾ।

ਚਾਤਰ ਕਰੇ ਚਤੁਰਾਈ

ਦੇਖਣ ਫੋਲ੍ਹ ਕੇ ਸਾਰਾ ਸਮਾਨ ਘਰ ਦੇ, ਬਾਪੂ ਬਹੁਤ ਚੀਜ਼ਾਂ ਲੈ ਕੇ ਆਇਆ ਸੂ।
'ਕੱਲੇ-'ਕੱਲੇ ਨੂੰ ਮਾਰ ਕੇ 'ਵਾਜ਼ ਉਸਨੇ, ਸਭ ਦੇ ਹੱਥ ਸਮਾਨ ਫੜਾਇਆ ਸੂ।
ਰੋਟੀ ਵੇਲਣ ਵਾਲੀ ਵੀ ਮਸ਼ੀਨ 'ਆਂਦੀ, ਜਿਸਨੂੰ ਚੌਂਕੇ ਦੇ ਵਿੱਚ ਟਿਕਾਇਆ ਸੂ।
ਚਾਤਰ ਕਰੇ ਚਤੁਰਾਈ ਤਾਂ ਕੌਣ ਜਾਣੇ, ਸਭ ਨੂੰ ਚੂਚਕ ਨੇ ਉੱਲੂ ਬਣਾਇਆ ਸੂ।

ਰਿਸ਼ਤੇਦਾਰ ਸਾਰੇ 'ਕੱਠੇ ਕਰੇ ਇੱਕ ਦਿਨ, ਸਾਰਾ ਕੋੜਮਾ ਸੱਦ ਬੁਲਇਆ ਜੀ।
ਨਵੇਂ ਕਾਰਖਾਨੇ ਦੀ ਹੈ ਖੁਸ਼ੀ ਕਰਨੀ, ਸਾਰਾ ਆਂਢ-ਗਵਾਂਢ ਵੀ ਆਇਆ ਜੀ।
ਲੁਧਿਆਣੇ ਤੋਂ ਸੀ ਹਲਵਾਈ ਸੱਦੇ, ਮੁਰਗਾ, ਮੀਟ ਕਬਾਬ ਬਣਾਇਆ ਜੀ।
ਨੱਚਣ ਵਾਲੇ ਵੀ ਸੀ ਚੰਡੀਗੜ੍ਹੋਂ ਆਏ, ਨੱਚ-ਨੱਚ ਕੇ ਜਸ਼ਨ ਮਨਾਇਆ ਜੀ।

ਮੋਤੀਚੂਰ ਦੇ ਲੱਡੂ ਖਵਾਏ ਸਭ ਨੂੰ, ਗਰਮ-ਗਰਮ ਜਲੇਬੀਆਂ ਖਾਂਵਦੇ ਜੀ।
ਕਲਾਕੰਦ, ਰਸਗੁੱਲੇ, ਗੁਲਾਬ ਜਾਮਣ, ਮਨ ਚਾਹੇ ਲੁੱਡੇ ਸਾਰੇ ਲਾਂਵਦੇ ਜੀ।
ਪਲੰਘਤੋੜ ਸੀ ਬੜਾ ਸਵਾਦ ਬਣਿਆ, ਮਾਊਂ-ਮਾਊਂ ਕਰਕੇ ਸਾਰੇ ਖਾਂਵਦੇ ਜੀ।
ਗੁਥਲੀ ਬੰਨ ਸਭ ਨੂੰ ਇੱਕ-ਇੱਕ ਦਿੱਤੀ, ਭਾਜੀ ਲੈ ਲੋਕੀਂ ਘਰੀਂ ਜਾਂਵਦੇ ਜੀ।

ਡੋਲੇ ਹੀਰ ਦਾ ਨਾ ਵਿਸ਼ਵਾਸ਼ ਕਿੱਧਰੇ, ਤਾਂ ਹੀ ਚੂਚਕ ਨੇ ਚੱਕਰ ਚਲਾਇਆ ਸੂ।
ਹੀਰ ਫਸ ਜਾਵੇ ਚੰਗੀ ਤਰ੍ਹਾਂ ਜਿਸ ਵਿੱਚ, ਐਸਾ ਜੁਗਤੀ ਨੇ ਨਾਲ ਜਾਲ ਵਿਛਾਇਆ ਸੂ।
ਧੀ ਮਾਰ ਕੇ ਜੀਂਦਾ ਹੀ ਮੈਂ ਮਰਸਾਂ, ਗੂੜ੍ਹੇ ਰਿਸ਼ਤੇ ਨੇ ਰੰਗ ਵਿਖਾਇਆ ਸੂ।
ਉੱਡ ਜਾਏ ਨਾ ਕਿੱਧਰੇ ਫੁਰਰ ਕਰਕੇ, ਚੋਗਾ ਬੜਾ ਵਧੀਆ ਤਾਂ ਹੀ ਪਾਇਆ ਸੂ।

ਹੀਰ ਨੂੰ ਪੱਛਮੀਂ ਦੁਨੀਆਂ ਦਿਖਾਉਣੀ

ਅਜੇ ਕੰਮ ਨੇ ਬਹੁਤ ਹੀ ਕਰਨ ਵਾਲੇ, ਇੱਕ ਵਾਰ ਮੈਂ ਜਲਦੀ ਫਿਰ ਜਾਵਣਾ ਜੀ।
ਨਾਲੇ ਕਾਰਖਾਨਾ ਹੈ ਸ਼ੁਰੂ ਕਰਨਾ, ਦੋ ਹੋਰ ਦੇਸ਼ੀਂ ਫੇਰਾ ਪਾਵਣਾ ਜੀ।
ਹਾਲੇ ਛੁੱਟੀਆਂ ਤਾਂ ਕਾਫੀ ਰਹਿੰਦੀਆਂ ਨੇ, ਨਾਲ ਹੀਰ ਨੂੰ ਵੀ ਲੈ ਜਾਵਣਾ ਜੀ।
ਦੁਨੀਆ ਪੱਛਮੀ ਦੇਸ਼ਾਂ ਵਿੱਚ ਕਿਵੇਂ ਰਹਿੰਦੀ, ਆਪਣੀ ਧੀ ਨੂੰ ਜਾ ਦਿਖਾਵਣਾ ਜੀ।

ਹੀਰ ਚਾਈਂ-ਚਾਈਂ ਪਿਓ ਨਾਲ ਤੁਰੀ ਪਈ, ਚਿੱਤ ਚੇਤੇ ਨਾ ਕਿੱਧਰ ਨੂੰ ਉੜ ਚੱਲੀ।
ਦਿਲ ਦੋਨੇ ਦੇਸ਼ ਦੇ ਵਿੱਚ ਧੜਕਦਾ ਸੀ, ਤਕਦੀਰ ਅੱਜ ਕਿੱਧਰ ਨੂੰ ਮੁੜ ਚੱਲੀ।
ਤਨੋਂ-ਮਨੋਂ ਤਾਂ ਜੁੜੀ ਸੀ ਰਾਂਝਣੇ ਨਾਲ, ਕਿਸਮਤ ਹੀਰ ਦੀ ਹਿਜਰ ਨਾਲ ਜੁੜ ਚੱਲੀ।
ਕਦੀ ਚੁੱਕ ਕੁਹਾਰ ਲੈ ਜਾਂਵਦੇ ਸੀ, ਹੀਰ ਉਡਣ ਖ਼ਟੋਲੇ ਵਿੱਚ ਉੜ ਚੱਲੀ।

ਐਲ ਏ ਸ਼ਹਿਰ

ਢਲੀ ਸ਼ਾਮ ਨੂੰ ਐਲ. ਏ. ਫਲਾਈਟ ਪਹੁੰਚੀ, ਚੂਚਕ ਹੀਰ ਨੂੰ ਅੱਡਾ ਦਿਖਾਂਵਦਾ ਜੀ।
ਹਰ ਮਿੰਟ ਦੇ ਬਾਅਦ ਜਹਾਜ਼ ਉੱਤਰੇ, ਐਨਾ ਮੁਲਕ ਏਥੇ ਆਂਵਦਾ-ਜਾਂਵਦਾ ਜੀ।
ਸ਼ਾਂਤ ਮਹਾਂਸਾਗਰ ਦੇ ਕੰਢੇ ਉੱਪਰ, ਕੈਲੇਫੋਰਨੀਆ ਰਾਜ ਕਹਾਂਵਦਾ ਜੀ।
ਡਿਜ਼ਨੀਲੈਂਡ ਤੇ ਹੌਲੀਵੁੱਡ ਵੇਖਣੇ ਨੂੰ, ਹਰ ਕਿਸੇ ਦਾ ਦਿਲ ਹੀ ਚਾਂਹਵਦਾ ਜੀ।

ਐਲ ਏ ਸ਼ਹਿਰ ਨੂੰ ਦੇਖ ਹੀਰ ਖੁਸ਼ ਹੋਈ, ਸਾਰਾ ਸ਼ਹਿਰ ਅੱਜ ਹੀ ਘੁੰਮਣਾ ਚਾਂਵ੍ਹਦੀ ਜੀ।
ਚੂਚਕ ਆਖਿਆ ਸ਼ਹਿਰ ਹੈ ਬੜਾ ਵੱਡਾ, ਇੱਕ ਨੰਬਰ ਸੜਕ ਅੱਗੇ ਆਂਵਦੀ ਜੀ।
ਸੱਤਰ ਮੀਲ ਸਮੁੰਦਰ ਦੇ ਨਾਲ ਚੱਲਦਾ, ਐਲ ਏ ਸ਼ਹਿਰ ਦੀ ਸਮਝ ਨਾ ਆਂਵਦੀ ਜੀ।
ਕਿੰਨੇ ਜਾਇਜ਼ ਤੇ ਕਿੰਨੇ ਨਜਾਇਜ਼ ਰਹਿੰਦੇ, ਗਿਣਤੀ ਕਿਸੇ ਨੂੰ ਠੀਕ ਨਾ ਆਂਵਦੀ ਜੀ।

ਅੱਗੇ ਚਾਰ ਸੌ ਪੰਜ ਸੀ ਸੜਕ ਆ ਗਈ, ਉਸਨੂੰ ਦੇਖ ਕੇ ਹੀਰ ਘਬਰਾਉਣ ਲੱਗੀ।
ਛੇ ਲਾਈਨਾਂ ਵਿੱਚ ਇੱਕ ਪਾਸੇ ਜਾਣ ਗੱਡੀਆਂ, ਕਾਰਾਂ ਗਿਣੇ ਹਿਸਾਬ ਲਗਾਉਣ ਲੱਗੀ।
ਲੱਖਾਂ ਮੋਟਰਾਂ ਸੜਕ 'ਤੇ ਜਾਂਦੀਆਂ ਸੀ, ਗਿਣਦੀ-ਗਿਣਦੀ ਫਿਰ ਗਿਣਤੀ ਭੁਲਾਉਣ ਲੱਗੀ।
ਸ਼ੀਸ਼ਾ ਖੋਹਲਿਆ ਕਾਰ ਦਾ ਬਟਣ ਨੱਪ ਕੇ, ਸੀਤਲ ਹਵਾ ਸਮੁੰਦਰ ਦੀ ਆਉਣ ਲੱਗੀ।

ਇੱਕ ਸੌ ਇੱਕ ਨੰਬਰ ਸੜਕ ਆਈ ਅੱਗਿਓਂ, ਭੀੜ ਕਾਰਾਂ ਦੀ ਹੋਰ ਵੀ ਵੱਧ ਹੋ ਗਈ।
ਹੀਰ ਪੁੱਛਦੀ ਕਿੱਧਰ ਨੂੰ ਜਾਣ ਲੋਕੀਂ, ਇਹ ਤਾਂ ਹੱਦ ਤੋਂ ਵੀ ਕਿਤੇ ਵੱਧ ਹੋ ਗਈ।
ਵੱਡੀ ਜੰਗ ਤਾਂ ਨਹੀਂ ਕਿਤੇ ਛਿੜ ਗਈ ਸੂ, ਸ਼ਹਿਰ ਛੱਡਣ ਦੀ ਸੋਚ ਹੈ ਅੱਜ ਹੋ ਗਈ।

ਕਿਤੇ ਰੌਡਨੀ ਕਿੰਗ ਤਾਂ ਨਹੀਂ ਕੁੱਟਿਆ, ਸਾਰੇ ਸ਼ਹਿਰ ਵਿੱਚ ਭੜਕਦੀ ਅੱਗ ਹੋ ਗਈ।

ਵੈਲ਼ੀ ਲੰਘਦਿਆਂ ਸਾਰ ਪਹਾੜ ਆ ਗਏ, ਉੱਚੀ-ਨੀਵੀਂ ਸੜਕ ਪੈਲਾਂ ਪਾਂਵਦੀ ਜੀ।
ਕਾਰਾਂ ਦੀਆਂ ਲਾਈਟਾ ਦਿੱਸਣ ਦੂਰ ਤੀਕਰ, ਜਿਵੇਂ ਫੌਜ ਕੋਈ ਜੰਗ ਨੂੰ ਜਾਂਵਦੀ ਜੀ।
ਏਨੇ ਚਿਰ ਨੂੰ ਸੜਕ ਪਹਾੜ ਉੱਤੋਂ, ਇੱਕ ਡੂੰਘੀ ਛਲਾਂਗ ਲਗਾਂਵਦੀ ਜੀ।
ਜਿਵੇਂ ਰਾਤ ਦੀਵਾਲੀ ਨੂੰ ਜਗਣ ਬੱਤੀਆਂ, ਏਦਾਂ ਚਮਕਦੀ ਨਗਰੀ ਨਜ਼ਰ ਆਂਵਦੀ ਜੀ।

ਵੈਨਚੂਰਾ ਸ਼ਹਿਰ

ਅੱਧੀ ਰਾਤ ਲਗਭਗ ਉਦੋਂ ਹੋ ਗਈ ਸੀ, ਜਦੋਂ ਸ਼ਹਿਰ ਵੈਨਚੂਰਾ ਆਇਆ ਸੂ।
ਤਾਕੀ ਖੋਲ੍ਹ ਚੁਬਾਰੇ 'ਚੋਂ ਨਜ਼ਰ ਮਾਰੀ, ਸਾਖ਼ਸ਼ਾਤ ਸਵਰਗ ਨਜ਼ਰੀਂ ਆਇਆ ਸੂ।
ਸਾਰਾ ਸ਼ਹਿਰ ਪਹਾੜ ਦੀ ਰੇੜ੍ਹ ਉੱਤੇ, ਵਿਹਲੇ ਬੈਠ ਕਿਸੇ ਨੇ ਬਣਾਇਆ ਸੂ।
ਤਿੰਨ ਪਾਸੇ ਪਹਾੜ ਚੌਥੇ ਪਾਸੇ ਸਾਗਰ, ਢਾਕੇ ਬਾਲ ਮੁਟਿਆਰ ਨੇ ਲਾਇਆ ਸੂ।

ਚਾਚਾ ਹੀਰ ਦਾ ਏਨੇ ਨੂੰ ਬਾਰ ਵਿੱਚੋਂ, ਮਹਿਕ ਮਾਰਦਾ ਦਾਰੂ ਦੀ ਆਇਆ ਸੂ।
ਹੀਰ ਉੱਠ ਕੇ ਅਤੇ ਅਗਾਂਹ ਹੋ ਕੇ, ਝੁਕ ਦੁਆ ਸਲਾਮ ਬੁਲਾਇਆ ਸੂ।
ਸਾਹ ਘੁੱਟ ਕੇ ਮੁੱਛਾਂ ਨੂੰ ਪੂੰਜ ਕਰਕੇ, ਕੈਦੋਂ ਚੂਚਕ ਦੇ ਗੋਡੀਂ ਹੱਥ ਲਾਇਆ ਸੂ।
ਖੁਸ਼ੀ ਵਿੱਚ ਸੀ ਫਿਰਦਾ ਘੁਮਾਓਂ ਭੀੜਾ, ਚੂਚਕ ਨਾਲ ਗਲਾਸ ਟਕਰਾਇਆ ਸੂ।

ਅਗਲੇ ਦਿਨ ਸਵੇਰੇ ਸ਼ੈਰ ਖਾਤਰ, ਚੂਚਕ ਹੀਰ ਨੂੰ ਸਾਗਰ 'ਤੇ ਲਿਆਇਆ ਜੀ।
ਫੁੱਟ ਪਾਥ ਸਮੁੰਦਰ ਦੇ ਕੰਢੇ-ਕੰਢੇ, ਦੂਰ ਤੱਕ ਚੱਕਰ ਲਵਾਇਆ ਜੀ।
ਦੂਰ ਵਿੱਚ ਸਮੁੰਦਰ ਦੇ ਜਾਂਵਦਾ ਜੋ, ਇਕ ਲੱਕੜ ਦਾ ਪੁਲ਼ ਦਿਖਾਇਆ ਜੀ।
ਰੈਸਟੂਰੈਂਟ ਸਮੁੰਦਰ ਦੇ ਵਿੱਚ ਬਣਿਆ, ਜਿੱਥੇ ਹੀਰ ਨੂੰ ਭੋਜਨ ਛਕਾਇਆ ਜੀ।

ਫਿਰ ਮੈਰੀਨਾ ਬੀਚ 'ਤੇ ਲੈ ਗਿਆ ਜੀ, ਬੇੜੇ, ਕਿਸ਼ਤੀਆਂ ਕਈ ਹਜ਼ਾਰ ਜਿੱਥੇ।
ਕਟਾਲੀਨ ਟਾਪੂ 'ਤੇ ਜਾਣ ਦੇ ਲਈ, ਕਈ ਬੇੜੀਆਂ ਹੈ ਸੀ ਤਿਆਰ ਜਿੱਥੇ।
ਕੋਈ ਤੁਰੇ ਕਿਸ਼ਤੀ ਕੋਈ ਪਰਤ ਆਵੇ, ਚੱਕਰ ਲਾਉਂਦੀਆਂ ਸੀ ਵਾਰੋ-ਵਾਰ ਜਿੱਥੇ।
ਦੂਰੋਂ ਦੇਖਿਆਂ ਕਿਸ਼ਤੀਆਂ ਇਓਂ ਲੱਗਣ, ਫਿਰੇ ਤੈਰਦੀ ਬੱਤਕਾਂ ਦੀ ਡਾਰ ਜਿੱਥੇ।

ਹੀਰ ਸੰਗਤਰੇ, ਮਾਲਟੇ ਦੇਖਦੀ ਹੈ, ਨਿੰਬੂ, ਕਿੰਨੂਆਂ ਵਾਂਗ ਮੋਟੇ ਲੱਗਦੇ ਨੇ।
ਭਰੇ ਪਏ ਫ਼ਲਾਂ ਦੇ ਨਾਲ ਬੂਟੇ, ਪੱਤੇ ਘੱਟ ਤੇ ਫ਼ਲ ਵੱਧ ਲੱਗਦੇ ਨੇ।
ਹਰ ਤਰਾਂ ਦੀਆਂ ਸਬਜ਼ੀਆਂ ਬੀਜੀਆਂ ਸੂ, ਖੇਤ ਬਿਲਕੁਲ ਪੰਜਾਬ ਦੇ ਲੱਗਦੇ ਨੇ।
ਬੜੇ ਫੁੱਲ ਪਹਾੜਾਂ ਤੇ ਖਿੜੇ ਦਿਸਦੇ, ਆਵਾਗਾਉਣ ਉੱਗੇ ਵੀ ਉਹ ਫੱਬਦੇ ਨੇਂ।

ਅੱਧੀ ਅਮਰੀਕਾ ਦਾ ਚੱਕਰ

ਕੁੱਝ ਦਿਨਾਂ ਦੇ ਵਿੱਚ ਹੀ ਚੂਚਕੇ ਨੇ, ਅੱਧੀ ਅਮਰੀਕਾ ਵਿੱਚ ਗੇੜਾ ਲਾ ਦਿੱਤਾ।
ਗਰੈਂਡ ਕੈਨੀਅਨ, ਰੌਕੀ ਪਹਾੜ ਘੁੰਮੇ, ਗੋਲਡਨ ਗੇਟ ਪੁਲ਼ ਜਾ ਕੇ ਦਿਖਾ ਦਿੱਤਾ।
ਲੇਕ ਟਾਹੋ, ਰੀਨੋ, ਲਾਫ਼ਲੀਨ ਘੁੰਮਿਆ, ਲਾਸਵੇਗਸ ਵੀ ਚੱਕਰ ਲਵਾ ਦਿੱਤਾ।
ਜੂਆ ਖੇਡਦਾ ਸਾਰਾ ਜਹਾਨ ਜਿੱਥੇ, ਜੈਕਪੌਟ ਵੀ ਖੇਲਣ ਸਿਖਾ ਦਿੱਤਾ।

ਹੀਰ ਦਾ ਵੈਨਚੂਰਾ ਕਾਲਜ ਲੱਗਣਾ

ਘਰ ਆ ਚੂਚਕ ਨੇ ਗੱਲ ਕੀਤੀ, ਪੜ੍ਹਨ ਹੀਰ ਨੂੰ ਵੈਨਚੂਰਾ ਪਾ ਦੇਣਾ।
ਕਾਰਖਾਨੇ ਦਾ ਸਾਰਾ ਹਿਸਾਬ ਰੱਖੂ, ਵਿੱਚ ਹੀਰ ਦਾ ਦਫ਼ਤਰ ਬਣਾ ਦੇਣਾ।
ਹੀਰ ਆਖਦੀ ਪੜ੍ਹੂੰ ਜਲੰਧਰ ਹੀ ਮੈਂ, ਮੈਂ ਨਾ ਰਾਂਝਣੇ ਤਾਈਂ ਭੁਲਾ ਦੇਣਾ।
ਚੂਚਕ ਆਖਦਾ ਫ਼ਿਕਰ ਨਾ ਕਰੀਂ ਕੁੜੀਏ, ਤੇਰਾ ਰਾਂਝਾ ਮੈਂ ਏਧਰ ਮੰਗਵਾ ਦੇਣਾ।

ਕਰ ਹੀਰ ਭਰੋਸਾ ਆਪਣੇ ਬਾਪ ਉੱਪਰ, ਹੁਣ ਵੈਨਚੂਰਾ ਕਾਲਜ ਵਿੱਚ ਜਾਣ ਲੱਗੀ।
ਕਦੋਂ ਮਿਲੂਗਾ ਆਣ ਕੇ ਪਿਆਰ ਮੇਰਾ, ਦਿਨੇ ਰਾਤ ਸੀ ਔਸੀਆਂ ਪਾਣ ਲੱਗੀ।
ਸੋਹਣਾ ਲੱਗਦਾ ਕਦੇ ਮਾਹੌਲ ਏਥੇ, ਕਦੇ ਸੋਚ ਕੇ ਹੀਰ ਘਬਰਾਉਣ ਲੱਗੀ।
ਕਦੋਂ ਮਿਲੂਗਾ ਰਾਂਝਣਾ ਯਾਰ ਆ ਕੇ, ਮਨੋ-ਮਨ ਕਿਆਫ਼ੇ ਲਗਾਉਣ ਲੱਗੀ।

ਕੈਦੋਂ ਰੋਜ਼ ਭਤੀਜੀ ਨੂੰ ਛੱਡ ਆਉਂਦਾ, ਛੁੱਟੀ ਹੋਣ ਤੇ ਵਾਪਿਸ ਲੈ ਜਾਂਵਦਾ ਜੀ।
ਕਿਸੇ ਕੰਮ ਜੇ ਓਧਰੋਂ ਦੀ ਲੰਘੇ, ਇੱਕ ਹੋਰ ਗੇੜਾ ਕਾਲਜ ਲਾਂਵਦਾ ਜੀ।
ਗੋਰੇ, ਕਾਲੇ, ਮਸੀਕੇ, ਹੈਲੋ-ਹੈਲੋ ਕਰਦੇ, ਸਾਰਾ ਕਾਲਜ ਹੀ ਹੀਰ ਨੂੰ ਚਾਂਹੁਦਾ ਜੀ।
ਹੀਰ ਜਿੰਨੀ ਸੁਨੱਖੀ ਨਾ ਕੁੜੀ ਕੋਈ, ਰੂਪ ਮਨ ਮੋਹਣਾ ਸਭ ਨੂੰ ਭਾਂਵਦਾ ਜੀ।

ਸਹਿਤੀ ਏਸੇ ਹੀ ਕਾਲਜ ਦੇ ਵਿੱਚ ਪੜ੍ਹਦੀ, ਕਹਿੰਦੇ ਚੰਗੇ ਅਮੀਰ ਦੀ ਧੀ ਯਾਰੋ।
ਖੇੜੇ ਜੱਟ ਪੰਜਾਬੀ ਦੀ ਕੁੜੀ ਹੈ ਸੀ, ਆਪਣੇ ਬਾਪ ਦੀ ਲਾਡਲੀ ਸੀ ਯਾਰੋ।
ਹੈ ਸੀ ਰੱਜ ਕੇ ਕੁੜੀ ਦਲੇਰ ਉਹ ਤਾਂ, ਨਾਲੇ ਪੁੱਜ ਕੇ ਸੁੰਦਰ ਵੀ ਸੀ ਯਾਰੋ।
ਕੈਲੇਫੋਰਨੀਆਂ ਕੂਲਰ ਤੇ ਵਾਈਨ ਬੀਅਰ, ਬੜੇ ਸ਼ੌਕ ਨਾ' ਲੈਂਦੀ ਸੀ ਪੀ ਯਾਰੋ।

ਹੀਰ ਦਾ ਸੈਦੇ ਨੂੰ ਮਿਲਣਾ

ਬੜੇ ਚਿਰਾਂ ਦਾ ਵੈਨਚੂਰਾ ਵਿੱਚ ਰਹਿੰਦਾ, ਸਾਰਾ ਸ਼ਹਿਰ ਹੀ ਕੈਦੋਂ ਨੂੰ ਜਾਣਦਾ ਸੀ।
ਓਧਰ ਖੇੜਾ ਵੀ ਬੜਾ ਮਸ਼ਹੂਰ ਬੰਦਾ, ਸਾਰਾ ਮੁਲਕ ਉਸਨੂੰ ਪਹਿਚਾਣਦਾ ਸੀ।

ਛੜਾ-ਛਾਂਟ ਕੈਦੋਂ ਫਿਰੇ ਮੌਜ ਕਰਦਾ, ਫ਼ਿਕਰ ਸੀ ਤਾਂ ਆਪਣੀ ਜਾਨ ਦਾ ਸੀ।
ਸੈਦਾ ਅੱਖਾਂ ਦਾ ਡਾਕਟਰ ਨਵਾਂ ਬਣਿਆਂ, ਕੰਮ ਸੈਦੇ ਦਾ ਐਨਕਾਂ ਲਾਣ ਦਾ ਸੀ।

ਰੜਕ ਅੱਖ ਵਿੱਚ ਹੀਰ ਦੇ ਪਈ ਇੱਕ ਦਿਨ, ਕੈਦੋਂ ਹੀਰ ਦੀ ਅੱਖ ਦਿਖਾਉਣ ਲੈ ਗਿਆ।
ਅੰਦਰ ਘੱਲਿਆ ਅੱਖ ਦਿਖਾਉਣ ਖਾਤਰ, ਹੀਰ ਗਈ ਅੰਦਰ ਕੈਦੋਂ ਬਾਹਰ ਬਹਿ ਗਿਆ।
ਐਨੀ ਸੋਹਣੀ ਕੁੜੀ ਕਿੱਦਾਂ ਹੋ ਸਕਦੀ, ਸੈਦਾ ਦੇਖ ਕੇ, ਦੇਖਦਾ ਹੀ ਰਹਿ ਗਿਆ।
ਡਾਕਟਰ ਬਾਹਰ ਤੱਕ ਹੀਰ ਦੇ ਨਾਲ ਆਇਆ, ਨਾਲੇ ਚਾਚੇ ਨੂੰ ਦੁਆ ਸਲਾਮ ਕਹਿ ਗਿਆ।

ਘਰ ਜਾ ਕੇ ਸੈਦੇ ਨੇ ਗੱਲ ਕੀਤੀ, ਕੈਦੋਂ ਚਾਚਾ ਕਲੀਨਕ ਵਿੱਚ ਆਇਆ ਸੂ।
ਨਾਲ ਪਰੀਆਂ ਤੋਂ ਸੋਹਣੀ ਸੀ ਕੁੜੀ ਉਸਦੇ, ਹੀਰ ਆਖ ਕੇ ਚਾਚੇ ਬਲਾਇਆ ਸੂ।
ਅੱਖਾਂ ਵਿੱਚ ਸਮੁੰਦਰ ਦੀ ਹਵਾ ਪੈ ਗਈ, ਕੋਈ ਖ਼ਾਸ ਨਾ ਨੁਕਸ ਥਿਆਇਆ ਸੂ।
ਲੇਕਿਨ ਮੇਰੀਆਂ ਅੱਖਾਂ ਨੂੰ ਦੇਖਦੇ ਹੀ, ਹੀਰ ਬਹੁਤ ਵੱਡਾ ਰੋਗ ਲਾਇਆ ਸੂ।

ਕੈਦੋਂ ਤੋਂ ਖੇੜਿਆਂ ਦਾ ਰਿਸ਼ਤਾ ਮੰਗਣਾ

ਕੈਦੋਂ ਚਾਚੇ ਨੂੰ ਇੱਕ ਦਿਨ ਖੇੜਿਆਂ ਨੇ, ਖਾਣਾ ਖਾਣ ਲਈ ਘਰੇ ਬੁਲਾਇਆ ਜੀ।
ਖਾਣ-ਪੀਣ ਦਾ ਬੜਾ ਸ਼ੌਕੀਨ ਚਾਚਾ, ਘੁੱਟ ਲਾ ਟੈਕਸੀ ਵਿੱਚ ਆਇਆ ਜੀ।
ਮੁਰਗਾ, ਮੱਛੀ, ਮੀਟ ਬਣਾਏ ਤਾਜ਼ੇ, ਖੇੜੇ ਕੈਦੋਂ ਨੂੰ ਪੈਗ ਲਵਾਇਆ ਜੀ।
ਹੋ ਸਕੇ ਤਾਂ ਆਪਾਂ ਰਿਸ਼ਤੇਦਾਰ ਬਣੀਏਂ, ਖੇੜੇ ਕੈਦੋਂ ਨੂੰ ਆਖ ਸੁਣਾਇਆ ਜੀ।

ਕੈਦੋਂ ਚੂਚਕ ਦੇ ਨਾਲ ਜਾ ਗੱਲ ਕੀਤੀ, ਰਿਸ਼ਤਾ ਬੜਾ ਵਧੀਆ ਇੱਕ ਆਇਆ ਨੇ।
ਮੁੰਡਾ ਡਾਕਟਰ ਬਾਪ ਦਾ ਕੰਮ ਵਧੀਆ, ਸਾਰੀ ਉਮਰ ਪੰਜਾਬੀ ਕਹਾਇਆ ਨੇ।
ਚੂਚਕ ਆਖਦਾ ਸਹਿਜ ਦੇ ਨਾਲ ਗੱਲ ਕਰ, ਓਧਰ ਹੀਰ ਨੇ ਵੀ ਕੰਨ ਲਾਇਆ ਨੇ।
ਪੈਣੀ ਸੋਚ ਕੇ ਕਰਨੀ ਹੈ ਗੱਲ ਮੈਨੂੰ, ਨੇਹੋਂ ਹੀਰ ਨੇ ਰਾਂਝੇ ਨਾ’ ਲਾਇਆ ਨੇ।

ਹੀਰ ਦੇ ਕਾਗਜ਼ ਬਣਾਉਣੇ

ਚੂਚਕ ਆਖਿਆ ਹੀਰ ਨੂੰ ਸੁਣੀ ਬੇਟਾ! ਕਾਗਜ਼ ਪੱਕੇ ਹੁਣ ਤੇਰੇ ਬਣਾਵਣੇ ਨੇ।
ਨਕਲੀ ਸ਼ਾਦੀ ਦਾ ਢੌਂਗ ਰਚਾ ਕੇ ਹੁਣ, ਕਿਸੇ ਕੋਲੋਂ ਦਸਤਖ਼ਤ ਕਰਵਾਵਣੇ ਨੇ।
ਤੇਰੇ ਰਾਂਝੇ ਦੇ ਕਾਗਜ਼ ਬਣਾਏ ਸਾਰੇ, ਕੱਲ ਨੂੰ ਡਾਕ ਦੇ ਵਿੱਚ ਘਲਾਵਣੇ ਨੇ।
ਨਕਲੀ ਵਿਆਹ ਰਾਂਝੇ ਦਾ ਵੀ ਕਰਨਾ, ਏਸੇ ਤਰਾਂ ਹੀ ਕੰਮ ਸੂਤ ਆਵਣੇ ਨੇ।

ਹੀਰ ਦੇ ਮਨ ਵਿੱਚ ਕਦੇ ਨਾ ਇਹ ਆਇਆ , ਬਾਪ ਉਸਦਾ ਏਨਾ ਚਲਾਕ ਹੈ ਜੀ।
ਸ਼ੱਕ ਕਰੇ ਤੇ ਕਰੇ ਵੀ ਕਿਸ ਤਰ੍ਹਾਂ ਜੀ, ਇਸ ਤੋਂ ਨੇੜ ਦਾ ਹੋਰ ਨਾ ਸਾਕ ਹੈ ਜੀ।
ਝੂਠੇ ਕਦੇ ਨਾ ਏਥੋਂ ਤੱਕ ਪਹੁੰਚ ਸਕਦੇ, ਜਿੰਨੀ ਚੂਚਕ ਦੀ ਦੁਨੀਆ ਵਿੱਚ ਧਾਕ ਹੈ ਜੀ।

ਹੀਰ ਸੋਚਿਆ ਫ਼ਿਕਰਮੰਦ ਬਾਪ ਮੇਰਾ, ਉਸਦੀ ਨੀਤ ਪਵਿੱਤਰ ਤੇ ਪਾਕ ਹੈ ਜੀ।

ਸਾਰੇ ਲੋੜੀਂਦੇ ਕਾਗਜ਼ ਤਿਆਰ ਕਰਕੇ, ਹੀਰ ਸਾਹਮਣੇ ਚਿੱਠੀ ਵਿੱਚ ਪਾ ਦਿੱਤਾ।
ਹੀਰ ਸੋਚਦੀ ਰਾਂਝੇ ਨੇ ਆ ਜਾਣਾ, ਜ਼ੋਰ ਪੂਰਾ ਤਾਂ ਬਾਪੂ ਨੇ ਲਾ ਦਿੱਤਾ।
ਇੱਕ ਲਿਖੀ ਚਿੱਠੀ ਰਾਂਝੇ ਯਾਰ ਤਾਈਂ, ਦਿਲ ਖੋਲ੍ਹ ਕੇ ਕਾਗਜ਼ 'ਤੇ ਲਾ ਦਿੱਤਾ।
ਚਿੱਠੀ ਚੁੰਮ ਕੇ ਦਿਲ ਦੇ ਨਾਲ ਲਾ ਕੇ, ਦੋਨੇ ਦੇਸ਼ ਦੇ ਵੱਲ ਘਲਾ ਦਿੱਤਾ।

ਚਲਾਕੀ ਨਾਲ ਹੀਰ ਦਾ ਸਾਕ ਕਰਨਾ

ਸਾਕ ਖੇੜਿਆਂ ਦਾ ਚੂਚਕ ਨੇ ਮੰਨਿਆ, ਕੈਦੋਂ ਨਾਲ ਜਾ ਕੇ ਸ਼ਗਨ ਪਾ ਆਇਆ।
ਆਪਾਂ ਹੀਰ ਨੂੰ ਹਾਲੇ ਨਾ ਦੱਸਣਾ ਜੀ, ਚੰਗੀ ਤਰਾਂ ਸਭ ਕੁੱਝ ਸਮਝਾ ਆਇਆ।
ਚੈਨ, ਮੁੰਦਰੀ, ਕੜਾ ਤੇ ਘੜੀ ਪਾਈ, ਸਾਰੇ ਕੋੜਮੇ ਨੂੰ ਕਈ ਕੁੱਝ ਪਾ ਆਇਆ।
ਦਸ-ਪੰਦਰਾਂ ਟੋਕਰੇ ਫ਼ਲਾਂ ਦੇ ਵੀ, ਚੂਚਕ ਖੇੜਿਆਂ ਦੇ ਘਰ ਲਾਹ ਆਇਆ।

ਵਿਆਹ ਰਜਿਸਟਰ ਕਰਾਉਣ ਦੇ ਵਾਸਤੇ ਜੀ, ਹੀਰ ਤੇ ਸੈਦਾ ਦੋਵੇਂ ਆਏ ਨੇ ਜੀ।
ਲਾਲ ਫੁੱਲ ਵਟਾ ਕੇ, ਹਾਂ ਕਹਿ ਕੇ, ਸਾਰੇ ਕਾਗਜ਼ੀ ਕੰਮ ਮੁਕਾਏ ਨੇ ਜੀ।
ਮੁੰਡੇ ਕੁੜੀ ਦੇ ਬਾਪ ਗਵਾਹ ਬਣ ਗਏ, ਦੋਹਾਂ ਸਾਹਮਣੇ ਦਸਤਖ਼ਤ ਕਰਵਾਏ ਨੇ ਜੀ।
ਇਹ ਤਾਂ ਰੱਬ ਦੀਆਂ ਰੱਬ ਹੀ ਜਾਣਦਾ ਹੈ, ਕਿਹੜੇ ਦਿਨ ਇਹ ਰੱਬ ਨੇ ਦਿਖਾਏ ਨੇ ਜੀ।

ਰਾਂਝੇ ਨੂੰ ਹੀਰ ਦਾ ਖ਼ਤ ਮਿਲਣਾ

ਚਿੱਠੀ ਚੁੰਮ ਕੇ ਹਿੱਕ ਦੇ ਨਾਲ ਲਾਈ, ਰਾਂਝਾ ਹੀਰ ਦੀ ਲਿਖਤ ਪਛਾਣਦਾ ਜੀ।
ਚਿੱਠੀ ਖੋਲ੍ਹਦਾ ਹੀਰ ਨੂੰ ਯਾਦ ਕਰਦਾ, ਹੱਥ ਲਿਖਤ 'ਚੋਂ ਹੀਰ ਨੂੰ ਮਾਣਦਾ ਜੀ।
ਉਸਦੇ ਲਫ਼ਜ਼ਾਂ ਨੂੰ ਪੋਟਿਆਂ ਨਾਲ ਟੋਂਹਦਾ, ਹਰ ਲਫ਼ਜ਼ ਹੀ ਹੀਰ ਦੇ ਹਾਣ ਦਾ ਜੀ।
ਹੀਰ ਚਿੱਠੀ ਦੇ ਵਿੱਚੋਂ ਪ੍ਰਤੱਖ ਦਿਸਦੀ, ਲਾ ਟਿਕਟਕੀ ਹੀਰ ਸਿਆਣਦਾ ਜੀ।

ਲਿਖਿਆ ਹੀਰ ਨੇ ਰਾਂਝਿਆ ਮੁਆਫ਼ ਕਰਨਾ, ਤੈਨੂੰ ਬਿਨਾ ਦੱਸਿਆਂ ਚੜ੍ਹ ਆਈ ਏਧਰ।
ਗੱਲਾਂ-ਬਾਤਾਂ ਵਿੱਚ ਲੈ ਲਿਆ ਪਿਤਾ ਜੀ ਨੇ, ਕਾਲਜ ਵੈਨਚੂਰਾ ਪੜ੍ਹਨ ਨੂੰ ਪਾਈ ਏਧਰ।
ਕਦੇ ਸੋਚਿਆ ਨਹੀਂ ਸੀ ਹੋਊ ਏਦਾਂ, ਮੇਰੀ ਕਿਸਮਤ ਹੀ ਖਿੱਚ ਲਿਆਈ ਏਧਰ।
ਜਾਨ ਤੇਰੇ 'ਚ ਵੱਸਦੀ ਹੈ ਜਾਨ ਮੇਰੀ, ਐਵੇਂ ਜਿਸਮ ਨੂੰ ਚੁੱਕ ਲਿਆਈ ਏਧਰ।
ਰਾਹਦਾਰੀ ਘਲਾਈ ਹੈ ਅਸਾਂ ਤੈਨੂੰ, ਵੀਜ਼ਾ ਲੈ ਕੇ ਛੇਤੀ ਤੂੰ ਆਈਂ ਏਧਰ।

ਜਾਨ ਸੁੱਕਦੀ, ਮੁੱਕਦੀ ਜਾਏ ਮੇਰੀ, ਵੇ ਤੂੰ ਆਣ ਧਰਵਾਸ ਦਿਵਾਈਂ ਏਧਰ।
ਉੱਜੜੀ ਫਿਰੇ ਦੁਨੀਆ ਮੇਰੀ ਰਾਂਝਣਾ ਵੇ, ਦਰਸ਼ਨ ਦੇ ਕੇ ਫੇਰ ਵਸਾਈਂ ਏਧਰ।

ਰਾਹ ਦੇਖਦੀ ਹਾਂ ਤੇਰਾ ਦਿਨੇ ਰਾਤੀਂ, ਮੇਰੇ ਨੈਣਾਂ ਨੂੰ ਤ੍ਰਿਪਤ ਕਰਾਈਂ ਏਧਰ।

ਘੁੱਗ ਵੱਸਦਾ ਸ਼ਹਿਰ ਹੈ ਇਹ ਰਾਂਝਾ, ਤੇਰੇ ਬਿਨਾ ਲੇਕਿਨ ਬੀਆਬਾਨ ਹੈ ਜੀ।
ਜਦੋਂ ਸਾਗਰ ਦੀਆਂ ਛੱਲਾਂ ਦੀ ਸੂਕ ਸੁਣਦੀ, ਇਉਂ ਲੱਗੇ ਜਿਉਂ ਆਇਆ ਤੂਫ਼ਾਨ ਹੈ ਜੀ।
ਜਦੋਂ ਕੋਈ ਵੀ ਕਦਮ ਮੈਂ ਚੁੱਕਦੀ ਹਾਂ, ਮੈਨੂੰ ਜਾਪਦਾ ਮੇਰਾ ਇਮਤਿਹਾਨ ਹੈ ਜੀ।
ਤੇਰੀ ਹੀਰ ਤਾਂ ਤੇਰੀ ਹੀ ਰਹੂ ਰਾਂਝਾ, ਮੇਰਾ ਰਾਂਝਾ ਹੀ ਦੀਨ ਇਮਾਨ ਹੈ ਜੀ।

ਰਾਂਝੇ ਦਾ ਜਵਾਬ ਲਿਖਣਾ

ਰਾਂਝੇ ਲਿਖ ਜਵਾਬ ਸੀ ਤੁਰੰਤ ਘੱਲਿਆ, ਸਿਰਫ਼ ਹੀਰ ਹੀ ਰਾਂਝੇ ਦਾ ਸਾਹਸ ਹੈ ਜੀ।
ਹੀਰ ਰਾਂਝੇ ਵਿਚਾਲੇ ਬਸ! ਹੋਰ ਕੁੱਝ ਨਾ, ਇੱਕ ਵਿਸ਼ਵਾਸ, ਵਿਸ਼ਵਾਸ, ਵਿਸ਼ਵਾਸ ਹੈ ਜੀ।
ਚਿੰਤਾ ਨਾ ਕਰੀਂ ਮਿਲਾਂਗੇ ਤੁਰੰਤ ਆਪਾਂ, ਇੱਕੋ ਰੀਝ ਮੇਰੀ ਇੱਕੋ ਆਸ ਹੈ ਜੀ।
ਲੱਭ ਹੀਰ ਨੂੰ ਲਊ ਜਰੂਰ ਰਾਂਝਾ, ਕਿਤੇ ਕਿੱਡਾ ਕੁ ਧਰਤ, ਆਕਾਸ਼ ਹੈ ਜੀ।

ਜਦੋਂ ਮਰਜ਼ੀ ਮਹਿਸੂਸ ਕਰ ਲਵੀਂ ਹੀਰੇ, ਤੇਰਾ ਰਾਂਝਾ ਹਰ ਦਮ ਤੇਰੇ ਪਾਸ ਹੈ ਜੀ।
ਮੇਰੀ ਜਾਨ ਤਾਂ ਨਾਲ ਹੀ ਲੈ ਗਈ ਤੂੰ, ਆਹ ਜੋ ਤੁਰਿਆ ਫਿਰਦਾ ਸਿਰਫ਼ ਇਹ ਮਾਸ ਹੈ ਜੀ।
ਅੱਲਾ ਤਾਲਾ ਮਿਲਾਇਆ ਹੈ ਮੇਲ ਰੱਖੂ, ਮੇਰਾ ਰੱਬ 'ਤੇ ਪੂਰਣ ਵਿਸ਼ਵਾਸ ਹੈ ਜੀ।
ਧੌਲ ਧਰਮ ਦੇ ਸਿੰਙਾਂ 'ਤੇ ਖੜੀ ਧਰਤੀ, ਇੱਕੋ ਇਸ਼ਟ ਸਾਡਾ ਇੱਕੋ ਆਸ ਹੈ ਜੀ।

ਆਪਣੇ ਆਪ ਦਾ ਪੂਰਾ ਖ਼ਿਆਲ ਰੱਖੀਂ, ਵਕਤ ਨਾਲ ਸਭ ਪੀਵੀਂ ਤੇ ਖਾਈਂ ਹੀਰੇ।
ਜੇ ਕੋਈ ਧਰਮ ਅਸਥਾਨ ਹੈ ਆਸੇ-ਪਾਸੇ, ਮੱਥਾ ਟੇਕਣ ਜਰੂਰ ਤੂੰ ਜਾਈਂ ਹੀਰੇ।
ਮੇਰੇ ਵੱਲੋਂ ਵੀ ਕਰੀਂ ਅਰਦਾਸ ਜਾ ਕੇ, ਸੱਚੇ ਮਨੋਂ ਇਹ ਵਾਸਤਾ ਪਾਈਂ ਹੀਰੇ।
ਮਿਹਰ ਨਾਲ ਹੀ ਹੋਇਆ ਹੈ ਮੇਲ ਆਪਣਾ, ਮਿਹਰਾਂ ਵਾਲੇ ਦੀ ਮਿਹਰ ਕਰਾਈਂ ਹੀਰੇ।

ਰਾਂਝੇ ਨੂੰ ਵੀਜ਼ੇ ਤੋਂ ਇਨਕਾਰ

ਵੀਜ਼ਾ ਲੈਣ ਲਈ ਦਿੱਲੀ ਨੂੰ ਗਿਆ ਰਾਂਝਾ, ਇੱਕ ਮੰਤਰੀ ਵੀ ਉਸਨੇ ਨਾਲ ਖੜਿਆ।
ਐਸਾ ਕੰਮ ਕੋਈ ਕਦੇ ਵੀ ਨਹੀਂ ਹੋਇਆ, ਜਿਹੜਾ ਰਾਂਝੇ ਦੇ ਸਾਹਮਣੇ ਕਦੇ ਅੜਿਆ।
ਵੱਡੇ ਸਾਹਿਬ ਦੇ ਦਫ਼ਤਰ ਦੀ ਚਿੱਕ ਚੁੱਕੀ, ਸਿੱਧਾ ਦਫ਼ਤਰ ਦੇ ਵਿੱਚ ਆਣ ਵੜਿਆ।
ਪਿਉ-ਦਾਦੇ ਦੀ ਜਾਣ-ਪਛਾਣ ਏਨੀ, ਤਾਂ ਹੀ ਕੰਮ 'ਤੇ ਰਾਂਝਾ ਸੀ ਫਿਰੇ ਚੜਿਆ।

ਵੀਜ਼ਾ ਰਾਂਝੇ ਨੂੰ ਦੇਣ ਦੇ ਵਾਸਤੇ ਜੀ, ਵੱਡਾ ਸਾਹਿਬ ਨਾ ਹੋਇਆ ਤਿਆਰ ਹੈ ਜੀ।
ਤੁਰਨ-ਫਿਰਨ ਜਾਂਦੇ ਤੁਸੀਂ ਨਹੀਂ ਮੁੜਦੇ, ਕਰਨ ਲੱਗ ਜਾਂਦੇ ਕੰਮ ਕਾਰ ਹੈ ਜੀ।
ਜਾ ਕੇ ਦੇਖਣਾ ਤੁਸਾਂ ਨੇ ਕੁੱਝ ਵੀ ਨਾ, ਸਾਰੇ ਕਰਦੇ ਪੰਜਾਬੀ ਵਿਓਪਾਰ ਹੈ ਜੀ।

ਕਿਵੇਂ ਹੋਰ ਭਰੋਸਾ ਹੁਣ ਕਰੀ ਜਾਈਏ, ਸਾਰੇ ਪੰਜਾਬੀ ਕਰਦੇ ਖਵਾਰ ਹੈ ਜੀ।

ਪੁੱਤ ਚੌਧਰੀ ਦਾ ਰਾਂਝਾ ਨਾਮ ਮੇਰਾ, ਛੇਤੀ ਚੂਚਕ ਦਾ ਬਣਾ ਜਵਾਈ ਹੈ ਜੀ।
ਚੂਚਕ ਦੇਸ਼ ਵਿਦੇਸ਼ਾਂ ਵਿੱਚ ਕਰੇ ਬਿਜ਼ਨਸ, ਐਹ ਦੇਖ! ਉਸ ਰਾਹਦਾਰੀ ਪਾਈ ਹੈ ਜੀ।
ਹੱਥੀਂ ਲਿਖ ਕੇ ਹੀਰ ਨੇ ਆਪ ਮੈਨੂੰ, ਦੇਖੋ ਸਾਹਬ! ਇਹ ਚਿੱਠੀ ਘਲਾਈ ਹੈ ਜੀ।
ਬੈਂਕਾਂ ਵਿੱਚ ਹੈ ਕਈ ਕਰੋੜ ਸਾਡਾ, ਕਾਹਤੋਂ ਕਰੂੰ ਮੈਂ ਹੋਰ ਕਮਾਈ ਹੈ ਜੀ।

ਅਸੀਂ ਸੁਣਿਆਂ ਹੈ ਦੋਨੇ ਦੇ ਚੌਧਰੀ ਦਾ, ਵੱਡੇ-ਵੱਡੇ ਨੇ ਲੋਕ ਸਤਿਕਾਰ ਕਰਦੇ।
ਤੇਰੇ ਬਾਰੇ ਵੀ ਸੁਣਿਆਂ ਹੈ ਰਾਂਝਣਾ ਬਈ! ਬਹੁਤ ਲੋਕ ਨੇ ਤੈਨੂੰ ਪਿਆਰ ਕਰਦੇ।
ਚੰਗੀ ਤਰਾਂ ਚੂਕਕ ਨੂੰ ਵੀ ਜਾਣਦੇ ਹਾਂ, ਚੂਚਕ ਦੇਸ਼ ਵਿਦੇਸ਼ੀਂ ਵਿਓਪਾਰ ਕਰਦੇ।
ਧੀ ਚੂਚਕ ਦੀ ਵੀ ਨਹੀਂ ਮੁੜੀ ਜਾ ਕੇ, ਏਸੇ ਵਾਸਤੇ ਨਹੀਂ ਇਤਬਾਰ ਕਰਦੇ।

ਪਰਦੇਸਾਂ ਦੇ ਮਾਮਲੇ ਕੀ ਹੁੰਦੇ, ਸਿਰ ਪੈਣ ਤੇ ਰਾਂਝੇ ਨੂੰ ਸਮਝ ਆਈ।
ਜਲਦੀ ਜਾ ਮਿਲਣਾ ਆਪਣੀ ਹੀਰ ਤਾਈਂ, ਬੈਠਾ ਸੀ ਰਾਂਝਾ ਪੱਕੀ ਆਸ ਲਾਈ।
ਲੱਗੀ ਝੁਣਝੁਣੀ ਰਾਂਝੇ ਦੇ ਜਿਸਮ ਨੂੰ ਜੀ, ਪਹਿਲੀ ਵਾਰ ਸੀ ਕੱਚੀ ਤ੍ਰੇਲ ਆਈ।
ਲੂੰਈ ਕੰਡੇ ਖੜੇ ਸੀ ਓਸ ਦਿਨ ਤੋਂ, ਚਿੱਠੀ ਹੀਰ ਦੀ ਜਿਸ ਦਿਨ ਦੀ ਸੀ ਆਈ।

ਹੱਥ ਜੋੜ ਰਾਂਝਾ ਅਰਦਾਸ ਕਰਦਾ, ਰੱਬਾ ਰੂਹ ਕਲਬੂਤ ਵਿੱਚ ਪਾਇਓ ਜੀ।
ਮਿਲੇ ਬਿਨਾ ਨਾ ਮਨ ਨੂੰ ਚੈਨ ਮਿਲਣੀ, ਛੇਤੀ ਮਿਲਣ ਦੀ ਵਿਧ ਬਣਾਇਓ ਜੀ।
ਪੰਜਾਂ ਪੀਰਾਂ ਨੂੰ ਵੀ ਰਾਂਝਾ ਯਾਦ ਕਰਦਾ, ਫਸ ਗਈ ਗੱਡੀ ਧੱਕਾ ਲਾਇਓ ਜੀ।
ਸਤਿਗੁਰ ਸਾਹਮਣੇ ਖੜਾ ਅਰਦਾਸ ਕਰਦਾ, ਮਿਹਰਾਂ ਵਾਲੇ ਦੀ ਮਿਹਰ ਕਰਾਇਓ ਜੀ।

ਇੱਕ ਪਲ ਵੀ ਜੀਣਾ ਹਰਾਮ ਹੋਇਆ, ਕੀ ਦੱਸਾਂ ਮੈਂ ਵਸਲ ਏ ਯਾਰ ਬਾਝੋਂ।
ਚਿੱਤ ਕੁੱਝ ਵੀ ਕਰਨ ਨੂੰ ਨਹੀਂ ਕਰਦਾ, ਕੁੱਝ ਨਾ ਔੜਦਾ ਯਾਰ ਦੀਦਾਰ ਬਾਝੋਂ।
ਰਾਂਝੇ ਘੇਰ ਕੇ ਰੱਖਿਆ ਬੜਾ ਦਿਲ ਨੂੰ, ਬਣੂ ਗੱਲ ਜੀ ਖੱਜਲ ਖ਼ੁਆਰ ਬਾਝੋਂ।
ਕੋਈ ਜੀਣ ਦਾ ਅਰਥ ਹੀ ਨਹੀਂ ਬਣਦਾ, ਸੁਪਨਿਆਂ ਦੀ ਮਲਕਾ ਸੋਹਣੀ ਨਾਰ ਬਾਝੋਂ।

ਪੰਜਾਂ ਸੱਤਾਂ ਏਜੰਟਾਂ ਨਾਲ ਗੱਲ ਕੀਤੀ, ਕਿਸੇ ਕੀਮਤ ਤੇ ਵੀਜ਼ਾ ਲਵਾ ਦਿਓ ਜੀ।
ਹਰ ਹਾਲਤ ਹੀ ਪਹੁੰਚਣਾ ਹੀਰ ਤਾਈਂ, ਕੋਈ ਚੰਗਾ ਜਿਹਾ ਚੱਕਰ ਚਲਾ ਦਿਓ ਜੀ।
ਗਾਂ ਗੋਰੀ ਲਵੇਰੀ ਗਵਾਚੀ ਮੇਰੀ, ਨਾਲ ਹੋ ਕੇ ਮੈਨੂੰ ਲਭਾ ਦਿਓ ਜੀ।
ਜਿੰਨਾ ਖਰਚ ਆਵੇ ਮੈਂ ਹੁਣੇ ਦੇਵਾਂ, ਇੱਕ ਵਾਰ ਬਸ! ਮੇਲ ਕਰਾ ਦਿਓ ਜੀ।

ਦੋ ਲੱਖ ਰੁਪਇਆ ਏਜੰਟ ਮੰਗਿਆ, ਨਗ਼ਦ ਉਦੋਂ ਹੀ ਰਾਂਝੇ ਫੜਾਇਆ ਜੀ।
ਕਹਿੰਦਾ ਘੰਟੇ ਵਿੱਚ ਕਿਸੇ ਨਾ' ਗੱਲ ਕਰਕੇ, ਬਸ! ਏਦਾਂ ਹੀ ਗਿਆ ਤੇ ਆਇਆ ਜੀ।
ਪਈਆਂ ਸ਼ਾਮਾਂ ਏਜੰਟ ਪਰ ਨਾ ਮੁੜਿਆ, ਸਾਰਾ ਦਿਨ ਉਡੀਕ ਗਵਾਇਆ ਜੀ।
ਕਿਸੇ ਆਣ ਦੱਸਿਆ ਉਹ ਤਾਂ ਫ਼ੁਰਰ ਹੋਇਆ, ਤੈਨੂੰ ਰਾਂਝਿਆ! ਉੱਲੂ ਬਣਾਇਆ ਜੀ।

ਪਹਿਲਾਂ ਕਦੇ ਨਾ ਦੇਈਏ ਏਜੰਟ ਨੂੰ ਕੁੱਝ, ਫਿਰੇ ਤੁਰੇ ਲੋਕਾਂ ਸਮਝਾਇਆ ਸੂ।
ਅਸਾਂ ਰੋਮ ਤੋਂ ਜਾ ਕੇ ਸਿਪ ਫੜਨਾ, ਵੀਜ਼ਾ ਇਟਲੀ ਦਾ ਅਸੀਂ ਲਵਾਇਆ ਸੂ।
ਸਿਪ ਰੋਮ ਤੋਂ ਵੈਰਾਕਰੂਸ ਜਾਂਦਾ, ਗਲਫ਼ ਮੈਕਸੀਕੋ ਰੂਟ ਬਣਾਇਆ ਸੂ।
ਅੱਗੋਂ ਲੈ ਦੇ ਕੇ ਲੋਕੀਂ ਪਹੁੰਚ ਜਾਂਦੇ, ਜਿਨ੍ਹਾਂ ਐਲ ਏ ਪਹੁੰਚਣਾ ਚਾਹਿਆ ਸੂ।

ਇਟਲੀ ਜਾਣ ਨੂੰ ਹੋਇਆ ਤਿਆਰ ਰਾਂਝਾ, ਕਾਗਜ਼ ਪੱਤਰ ਤਿਆਰ ਕਰਵਾ ਲਿਆ ਜੀ।
ਇੱਕ ਲੱਖ ਦੇ ਵਿੱਚ ਹੀ ਗੱਲ ਬਣ ਗਈ, ਵੀਜ਼ਾ ਇਟਲੀ ਦਾ ਰਾਂਝੇ ਲਵਾ ਲਿਆ ਜੀ।
ਖੜੇ ਪੈਰ੍ਹ ਫਿਰ ਐਰੋਫਲੋਟ ਫੜ ਕੇ, ਰਾਂਝਾ ਦਿੱਲੀ ਤੋਂ ਮਾਸਕੋ ਆ ਲਿਆ ਜੀ।
ਰੋਮ ਜਾਣ ਵਾਲੀ ਸੀ ਫਲਾਈਟ ਲੰਘੀ, ਰਾਤੀਂ ਮਾਸਕੋ ਹੀ ਡੇਰਾ ਲਾ ਲਿਆ ਜੀ।

ਖਾਣ-ਪੀਣ ਤੇ ਰਹਿਣ ਦਾ ਖਰਚ ਸਾਰਾ, ਜਹਾਜ਼ ਵਾਲਿਆਂ ਆਪੇ ਹੀ ਕੀਤਾ।
ਚੰਗਾ ਸਾਥ ਮਿਲਿਆ ਰੋਟੀ ਖਾਣ ਲੱਗਿਆਂ, ਸਮਾਂ ਮਾਸਕੋ ਵਿੱਚ ਵਧੀਆ ਸੀ ਬੀਤਾ।
ਕੁੜੀ ਨਾਰਵੇ ਦੀ ਚੱਲੀ ਇੰਡੀਆ ਨੂੰ, ਰਾਤ ਮਾਸਕੋ ਰਹਿਣ ਨੂੰ ਜੀ ਕੀਤਾ।
ਹੱਸ ਖੇਡ ਕੇ ਰਾਤ ਲੰਘਾਈ ਦੋਹਾਂ, ਜਾਣ ਲੱਗੀ ਨੇ ਬਾਏ-ਬਾਏ ਵੀ ਕੀਤਾ।

ਵੀਹ ਰੂਬਲ ਸਵਰਨੇ ਨੇ ਸੀ ਦਿੱਤੇ, ਰਾਂਝੇ ਸੋਚਿਆ ਮਾਸਕੋ ਖਰਚ ਜਾਵਾਂ।
ਬੋਤਲ ਵਾਈਨ ਦੀ ਲੈ ਲਈ ਮਾਸਕੋ ਤੋਂ, ਸੋਚੇ ਰਾਹ ਦੇ ਵਿੱਚ ਕਿਤੇ ਪੈਗ ਲਾਵਾਂ।
ਜਾਂਦੇ ਰੋਮ ਨੂੰ ਰਸਤੇ ਦੇ ਵਿੱਚ ਖੋਲ੍ਹੀ, ਰਾਂਝੇ ਸੋਚਿਆ ਪੀ ਕੇ ਸੌਂ ਜਾਵਾਂ।
ਨਾਲ ਬੰਗਲਾਦੇਸ਼ੀ ਸੀ ਇੱਕ ਬੈਠਾ, ਕਹਿੰਦਾ ਲਿਆ ਯਾਰਾ! ਮੈਂ ਵੀ ਘੁੱਟ ਲਾਵਾਂ।

ਦੋ ਹਫ਼ਤਿਆਂ ਤਾਈਂ ਸੀ ਸਿਪ ਮੁੜਨਾ, ਜਿਸ ਸਿਪ 'ਤੇ ਰਾਂਝੇ ਨੇ ਜਾਵਣਾ ਜੀ।
ਲਿਆ ਹੋਟਲ 'ਚ ਕਮਰਾ ਕਿਰਾਏ ਉੱਤੇ, ਭੋਜਨ ਮਿਲੇ ਉੱਥੇ ਮਨ ਭਾਵਣਾ ਜੀ।
ਸੂਟ-ਬੂਟ ਪਾ ਕੇ, ਟਾਈ-ਸ਼ਾਈ ਲਾ ਕੇ, ਜਦੋਂ ਰਾਂਝਣੇ ਨੇ ਗੇੜਾ ਲਾਵਣਾ ਜੀ।
ਨਾਰਾਂ ਸਾਰੀਆਂ ਨੇ ਦਿਲ 'ਤੇ ਹੱਥ ਧਰਨੇ, ਰਾਂਝੇ ਜਿਧਰੋਂ ਦੀ ਲੰਘ ਜਾਵਣਾ ਜੀ।

ਆਈ ਸਿਡਨੀ ਤੋਂ ਕੁੜੀ ਇੱਕ ਸ਼ੈਰ ਖਾਤਰ, ਸਾਰੇ ਲੋਕ ਉਸਨੂੰ ਕਹਿੰਦੇ ਪਰੀ ਯਾਰੋ।
ਪਹਿਲੀ ਵਾਰ ਹੀ ਰਾਂਝੇ ਨੂੰ ਓਸ ਡਿੱਠਾ, ਵੇਂਹਦਿਆਂ ਸਾਰ ਹੀ ਰਾਂਝੇ 'ਤੇ ਮਰੀ ਯਾਰੋ।
ਖਾਣਾ ਖਾਣ ਬਹਾਨੇ ਨਾਲ ਲੈ ਗਈ, ਖਾਣਾ ਖਾਂਦਿਆਂ ਪੇਸ਼ਕਸ਼ ਕਰੀ ਯਾਰੋ।
ਕਹਿੰਦੇ ਔਰਤ ਦੀ ਪੇਸ਼ਕਸ਼ ਕੌਣ ਮੋੜੇ, ਰਾਂਝੇ ਰਾਤ ਸੁਹਾਵਣੀ ਕਰੀ ਯਾਰੋ।

ਪਰੀ ਆਖਦੀ ਰਾਂਝਿਆ ਚੱਲ ਸਿਡਨੀ, ਓਥੇ ਬਹੁਤ ਵੱਡਾ ਘਰ-ਬਾਰ ਸਾਡਾ।
ਲੱਖਾਂ ਭੇਡਾਂ ਨੇ ਡੈਡ ਦੇ ਫਾਰਮਾਂ ਵਿੱਚ, ਉੱਨ ਲਾਹੁਣ ਦਾ ਵੱਡਾ ਵਪਾਰ ਸਾਡਾ।
ਹੈ ਪਨੀਰ ਸਾਡਾ ਦੂਰ-ਦੂਰ ਜਾਂਦਾ, ਸਿਰੇ ਸਾਰ ਹੈ ਜੀ ਕਾਰੋਬਾਰ ਸਾਡਾ।
ਸਾਰੀ ਰਾਜਧਾਨੀ ਸਾਨੂੰ ਜਾਣਦੀ ਹੈ, ਕਹਿਣਾ ਮੋੜਦੀ ਨਹੀਂ ਸਰਕਾਰ ਸਾਡਾ।

ਰਾਂਝੇ ਆਖਿਆ ਵੈਂਚੂਰਾ ਮੈਂ ਜਾਣਾ, ਮੇਰਾ ਦਿਲ ਓਥੇ ਦਿਲਦਾਰ ਓਥੇ।
ਮੇਰੀ ਰੂਹ ਓਥੇ ਮੇਰੀ ਜਾਨ ਓਥੇ, ਮੇਰਾ ਪ੍ਰੇਮ ਓਥੇ ਮੇਰਾ ਪਿਆਰ ਓਥੇ।

ਇਵੇਂ ਜਾਪਦਾ ਮੇਰਾ ਸਭ ਕੁੱਝ ਓਥੇ, ਜਿੱਥੇ ਹੀਰ ਮੇਰੀ, ਘਰ-ਬਾਰ ਓਥੇ।
ਇੱਕ ਆਸ਼ਕ ਦਾ ਦਿਲ, ਦਿਲ ਵਿੱਚ ਮੇਰੇ, ਮੇਰਾ ਇਸ਼ਕ ਹੀ ਹੈ ਵਪਾਰ ਓਥੇ।

ਰਾਂਝਾ ਪਹੁੰਚਿਆ ਵੈਰਾਕਰੂਸ ਜਿਸ ਦਿਨ, ਓਸੇ ਦਿਨ ਹੀ ਸਿਪ ਛੱਡ ਆਇਆ ਜੀ।
ਸ਼ਹਿਰ ਸੋਹਣਾ ਸਮੁੰਦਰ ਦੇ ਨਾਲ ਬਣਿਆ, ਟੈਕਸੀ ਵਿੱਚ ਬਹਿ ਕੇ ਗੇੜਾ ਲਾਇਆ ਜੀ।
ਸੌ ਡਾਲਰ ਦੇ ਵਿੱਚ ਹੀ ਸ਼ਹਿਰ ਸਾਰਾ, ਟੈਕਸੀ ਵਾਲੇ ਨੇ ਖ਼ੂਬ ਘੁਮਾਇਆ ਜੀ।
ਬੋਲੀ ਕਿਸੇ ਦੀ ਸਮਝ ਨਾ ਆਏ ਲੇਕਿਨ, ਤੁੱਕੇ ਨਾਲ ਹੀ ਕੰਮ ਚਲਾਇਆ ਜੀ।

ਅਗਲੇ ਦਿਨ ਫਿਰ ਲੋਕਲ ਫਲਾਈਟ ਲੈ ਕੇ,ਰਾਂਝਾ ਸ਼ਹਿਰ ਮੈਕਸੀਕੋ ਆਇਆ ਜੀ।
ਦੋ ਦਿੱਲੀਆਂ ਨਾਲੋਂ ਵੀ ਸ਼ਹਿਰ ਵੱਡਾ, ਰਾਂਝੇ ਜਾ ਓਥੇ ਡੇਰਾ ਲਾਇਆ ਜੀ।
ਰਾਜਧਾਨੀ ਇਮਾਰਤ ਹੈ ਬੜੀ ਵੱਡੀ, ਮੋਹਰੇ ਗਾਂਧੀ ਦਾ ਬੁੱਤ ਵੀ ਲਾਇਆ ਜੀ।
ਰੰਗ ਰੂਪ ਸਭ ਦਾ ਹੈ ਪੰਜਾਬ ਵਰਗਾ, ਰਾਂਝੇ 'ਤਾਏ ਕੇ' ਆਖ ਬੁਲਾਇਆ ਜੀ।

ਇੱਕ ਦਮ ਪੰਜਾਬ ਦੇ ਲੋਕ ਲੱਗਦੇ, ਵਾਤਾਵਰਣ ਹੀ ਸਾਰਾ ਪੰਜਾਬ ਵਰਗਾ।
ਨੈਣ ਮਿਰਗ ਵਰਗੇ ਕਾਲੇ ਵਾਲ ਸਭ ਦੇ, ਰੰਗ ਰੰਨਾਂ ਦਾ ਨਿਰਾ ਗੁਲਾਬ ਵਰਗਾ।
ਖਾਂਦੇ ਤਰੀ ਤਰਕਾਰੀ ਕਰਾਰੀ ਲੋਕੀਂ, ਖਾਣਾ ਮਾਲਵੇ, ਮਾਝੇ, ਦੁਆਬ ਵਰਗਾ।
ਭਰਿਆ ਘੁੱਟ ਤਕੀਲੇ ਦਾ ਇਓਂ ਲੱਗਾ, ਪਹਿਲੇ ਤੋੜ ਦੀ ਦੇਸੀ ਸ਼ਰਾਬ ਵਰਗਾ।

ਕਸਰਤ ਕਰਨ ਵਾਲੇ ਕਮਰੇ ਵਿੱਚ ਜਾ ਕੇ, ਸ਼ਾਮੀਂ ਰਾਂਝੇ ਨੇ ਸਿਹਤ ਬਣਾਈ ਨੇ ਜੀ।
ਮਰਦ, ਔਰਤਾਂ ਪੂਲ 'ਚ ਨਹਾਉਣ 'ਕੱਠੇ, ਵਿੱਚ ਰਾਂਝੇ ਵੀ ਟੁੱਭੀ ਲਾਈ ਨੇ ਜੀ।
ਬੋਲੇ ਨਾ ਤਾਂ ਨਿਰੀ ਪੰਜਾਬੀ ਲੱਗੇ, ਪਿੰਡਾ ਗੁੰਦਵਾਂ ਕੁੜੀ ਇੱਕ ਆਈ ਨੇ ਜੀ।
ਰਾਂਝੇ ਸੌ ਡਾਲਰ ਉਸਨੂੰ ਦਿੱਤਾ, ਦੋ ਘੰਟੇ ਮਸਾਜ ਕਰਵਾਈ ਨੇ ਜੀ।

ਐਸੀ ਰਾਂਝੇ ਨੇ ਰੇਖ ਵਿੱਚ ਮੇਖ ਗੱਡੀ, ਕਈ ਨਵੀਆਂ ਲਕੀਰਾਂ ਬਣਾ ਲਈਆਂ।
ਅੰਬਰਾਂ ਵਿੱਚ ਸੀ ਭਾਲਦਾ ਹੀਰ ਆਪਣੀ, ਕਈ ਨਵੀਆਂ ਹੀ ਧਰਤੀਆਂ ਗਾਹ ਲਈਆਂ।
ਘਰੋਂ ਉੱਡਿਆ ਸੀ ਆਪਣੇ ਪਿਆਰ ਪਿੱਛੇ, ਕਈ ਨਵੀਆਂ ਉਡਾਰੀਆਂ ਲਾ ਲਈਆਂ।
ਨੁੱਕ-ਨਵੀਂਆਂ ਕਈ ਕੁੜਤੀਆਂ ਪਾ ਡਿੱਠੀਆਂ, ਜਿੰਨਾ ਹੰਢੀਆਂ, ਓਨਾ ਹੰਢਾ ਲਈਆਂ।

ਰਾਂਝੇ ਜੁਗਤ ਤਰਕੀਬ ਚਲਾਈ ਸਾਰੀ, ਲੌਸ ਏਂਜਲਸ ਸ਼ਹਿਰ ਆਇਆ ਜੀ।
ਫਿਰਦਾ ਭਾਲਦਾ ਆਪਣੀ ਹੀਰ ਤਾਈਂ, ਹੋਰ ਕੁੱਝ ਨਾ ਰਾਂਝੇ ਨੂੰ ਭਾਇਆ ਜੀ।
ਲੱਭਦਾ-ਲੱਭਦਾ ਵੈਂਨਚੂਰਾ ਜਾ ਪਹੁੰਚਾ, ਪਹੁੰਚ ਵੈਂਨਚੂਰਾ ਸਾਹ ਆਇਆ ਜੀ।
ਲੱਭਿਆ ਪਤਾ ਜੋ ਚਿੱਠੀ 'ਤੇ ਸੀ ਲਿਖਿਆ, ਰਾਂਝੇ ਜਾ ਕੁੰਡਾ ਖੜਕਾਇਆ ਜੀ।

ਹੀਰ ਸੋਚਦੀ ਕੌਣ ਹੈ ਅੱਜ ਆਇਆ, ਕਿਸਨੇ ਇਸ ਤਰਾਂ ਬਾਰ ਖੜਕਾਇਆ ਜੀ।
ਕੋਈ ਜਾਪਦਾ ਬੜਾ ਦਲੇਰ ਬੰਦਾ, ਕਿਸੇ ਖ਼ਾਸ ਹੀ ਮਾਰ 'ਤੇ ਆਇਆ ਜੀ।
ਬੂਹਾ ਖੋਲ੍ਹਿਆ ਕੈਦੋਂ ਨੇ ਜਦੋਂ ਜਾ ਕੇ, ਅੰਦਰ ਆਪਣੇ ਆਪ ਵੜ ਆਇਆ ਜੀ।
ਪੈਰੀਂ ਪੈਨਾਂ ਪਿਤਾ ਜੀ ਆਖ ਕੇ ਤੇ, ਜਾ ਚੂਚਕ ਦੇ ਪੈਰੀਂ ਹੱਥ ਲਾਇਆ ਜੀ।

ਚੂਚਕ ਲਿਆ ਪਛਾਣ ਸੀ ਰਾਂਝਣੇ ਨੂੰ, ਬਾਹੋਂ ਫੜ ਛਾਤੀ ਨਾਲ ਲਾਇਆ ਜੀ।
ਚਾਚਾ ਹੀਰ ਦਾ ਕੈਦੋਂ ਨਾਮ ਮੇਰਾ, ਕੈਦੋਂ ਰਾਂਝੇ ਨਾਲ ਹੱਥ ਮਿਲਾਇਆ ਜੀ।
ਪੁੱਛੀ ਪਿਆਰ ਦੇ ਨਾਲ ਗੱਲਬਾਤ ਸਾਰੀ, ਤੇ ਸਤਿਕਾਰ ਦੇ ਨਾਲ ਬਿਠਾਇਆ ਜੀ।
ਰਾਂਝਾ ਆਖਦਾ ਬੜੀ ਹੀ ਪਿਆਸ ਲੱਗੀ, ਹੱਥੀਂ ਚੂਚਕ ਨੇ ਜੂਸ ਪਿਲਾਇਆ ਜੀ।

ਹੀਰ ਸੁਣੀ ਆਵਾਜ਼ ਜਦ ਰਾਂਝਣੇ ਦੀ, ਭੱਜੀ-ਭੱਜੀ ਚੁਬਾਰੇ 'ਚੋਂ ਆਈ ਨੇ ਜੀ।
ਰਾਂਝਾ ਉੱਠ ਕੇ ਜ਼ਰਾ ਅਗਾਂਹ ਹੋਇਆ, ਦੋਹਾਂ ਧਾਅ ਗਲ਼ਵਕੜੀ ਪਾਈ ਨੇ ਜੀ।
ਧਾਹਾਂ ਮਾਰੀਆਂ ਮੋਢੇ 'ਤੇ ਸਿਰ ਰੱਖ ਕੇ, ਚੀਕ ਅੰਬਰਾਂ ਤੀਕ ਸੁਣਾਈ ਨੇ ਜੀ।
ਪੰਜਾਂ ਪੀਰਾਂ ਦੀ ਧੁਰੋਂ ਆਵਾਜ਼ ਆਈ, ਹੀਰ ਰਾਂਝੇ ਨੂੰ ਸਾਡੀ ਵਧਾਈ ਨੇ ਜੀ।

ਚੂਚਕ ਕੈਦੋਂ ਦੇ ਨਾਲ ਸਲਾਹ ਕਰਦਾ, ਸੋਚ ਸਮਝ ਕੇ ਫੈਸਲਾ ਲੈ ਹੋਣਾ।
ਹੀਰ ਰਾਂਝੇ ਦਾ ਪਿਆਰ ਹੈ ਬੜਾ ਗੂੜਾ, ਨਾ ਇਹ ਮਿਟ ਸਕਣਾ ਨਾ ਸਹਿ ਹੋਣਾ।
ਮੁੜਨਾ ਮੂਲ ਨਾ ਹੀਰ ਨੇ ਰਾਂਝਣੇ ਤੋਂ, ਨਾ ਸਾਥੋਂ ਝੱਲ ਹੋਣਾ ਨਾ ਕੁੱਝ ਕਹਿ ਹੋਣਾ।
ਡੂੰਘੇ ਪਾਣੀ ਵਿੱਚ ਡਿੱਗ ਪਈ ਧੀ ਸਾਡੀ, ਨਾ ਉਸਨੂੰ ਕੱਢ ਹੋਣਾ ਨਾ ਸਾਥੋਂ ਰਹਿ ਹੋਣਾ।

ਫਿਰ ਚੂਚਕ ਤੇ ਕੈਦੋਂ ਦੇ ਨਾਲ ਬਹਿ ਕੇ, ਰਾਂਝੇ ਬੀਅਰ ਬੱਤਾ ਮਾਸਾ ਲਾਇਆ ਜੀ।
ਪੀਜ਼ਾ ਹੱਟ ਤੋਂ ਘਰੋਂ ਹੀ ਕਾਲ ਕਰਕੇ, ਚੂਚਕ ਆਪ ਪੀਜ਼ਾ ਮੰਗਵਾਇਆ ਜੀ।
ਬਹਿ ਕੇ ਮਾਝੇ, ਦੁਆਬੇ ਦੀਆਂ ਕਰਨ ਗੱਲਾਂ, ਨਾਲੇ ਮੱਠਾ-ਮੱਠਾ ਪੈਗ ਲਾਇਆ ਜੀ।
ਰਾਤ ਰਹਿਣ ਦੇ ਵਾਸਤੇ ਰਾਂਝਣੇ ਲਈ, ਕਮਰਾ ਹੋਟਲ ਵਿੱਚ ਬੁੱਕ ਕਰਵਾਇਆ ਜੀ।

ਅਗਲੇ ਦਿਨ ਫਿਰ ਦਫ਼ਤਰ ਦੇ ਵਿੱਚ ਬਹਿ ਕੇ, ਹੀਰ ਰਾਂਝੇ ਨੂੰ ਚੂਚਕ ਸਮਝਾਂਵਦਾ ਜੀ।
ਹੋਟਲ ਪਹੁੰਚ ਕੇ ਰਾਂਝੇ ਨੂੰ ਨਾਲ ਲੈ ਕੇ, ਕੈਦੋਂ ਚੂਚਕ ਦੇ ਦਫ਼ਤਰ ਲਿਆਂਵਦਾ ਜੀ।
ਜੁਗ ਜੁਗ ਜੀਓ! ਤੇ ਮਾਣੋ ਜਵਾਨੀਆਂ ਨੂੰ, ਬੇਟਾ ਆਖ ਕੇ ਚੂਚਕ ਬੁਲਾਂਵਦਾ ਜੀ।
ਪਿਆਰ ਕਰਨਾ ਤਾਂ ਹੱਕ ਹੈ ਹਰ ਕਿਸੇ ਦਾ, ਲੇਕਿਨ ਵਿਰਲਾ ਕੋਈ ਸਿਰੇ ਚੜ੍ਹਾਂਵਦਾ ਜੀ।

ਚੂਚਕ ਆਖਦਾ ਰਾਂਝਿਆ ਸੁਣ ਪੁੱਤਰਾ! ਮੈਨੂੰ ਪਤਾ ਤੂੰ ਹੀਰ ਨੂੰ ਪਿਆਰ ਕਰਦਾਂ।
ਪਿਤਾ ਜੀ ਆਖ ਜਦ ਪੈਰੀਂ ਹੱਥ ਲਾਇਆ, ਇਸ ਤੋਂ ਪਤਾ ਲੱਗਾ ਤੂੰ ਸਤਿਕਾਰ ਕਰਦਾਂ।
ਲੱਗਦੈਂ ਰੱਬ ਦੀ ਰਜ਼ਾ ਵਿੱਚ ਰਹਿਣ ਵਾਲਾ, ਜ਼ਿਕਰ ਰੱਬ ਦਾ ਤੂੰ ਵਾਰ-ਵਾਰ ਕਰਦਾਂ।
ਪਿਆਰ ਪਰਵਰਦਗਾਰ ਨੇ ਵੀ ਕੀਤਾ, ਕੋਈ ਹਰਜ ਨਹੀਂ ਜੇ ਤੂੰ ਪਿਆਰ ਕਰਦਾਂ।

ਪਿਆਰ ਕਰਨ ਤੋਂ ਮੈਂ ਨਾ ਕਦੇ ਰੋਕਾਂ, ਇੱਕ ਬਾਪ ਦਾ ਬੱਚਿਆਂ ਨਾ' ਵਾਅਦਾ ਜੀ।
ਹਰ ਕਰਮ ਦੇ ਲੇਕਿਨ ਅਸੂਲ ਹੁੰਦੇ, ਪਿਆਰ ਕਰਨ ਦਾ ਵੀ ਹੈ ਕਾਇਦਾ ਜੀ।
ਹੂੜਮੱਤੀ 'ਚ ਪਿਆਰ ਬਦਨਾਮ ਕਰਨਾ, ਨਾ ਕੋਈ ਗੱਲ ਬਣਦੀ ਨਾ ਕੋਈ ਫ਼ਾਇਦਾ ਜੀ।
ਜੇ ਕਰ ਸਾਰਿਆਂ ਦੇ ਦਿਲ ਦੁਖੀ ਹੋ ਗਏ, ਕੀ ਫ਼ਾਇਦਾ ਐਸਾ ਦਿਲ ਲਾਏ ਦਾ ਜੀ।

ਚੂਚਕ ਆਖਿਆ ਰਾਂਝਿਆ ਦੱਸ 'ਕੇਰਾਂ, ਹੀਰ ਲਈ ਕੁਰਬਾਨੀ ਕੋਈ ਕਰ ਸਕਦਾਂ?
ਮੈਨੂੰ ਪਤਾ ਹੈ ਜਰਨਾ ਤਾਂ ਬਹੁਤ ਔਖਾ, ਕੀ ਤੂੰ ਸਾਲ ਦੋ ਸਾਲ ਲਈ ਜਰ ਸਕਦਾਂ?

ਤਰ ਆਇਆਂ ਤੂੰ ਦੁਨੀਆ ਦੇ ਪਾਣੀਆਂ ਨੂੰ, ਕੀ ਥੋੜਾ ਜਿਹਾ ਹੋਰ ਵੀ ਤਰ ਸਕਦਾਂ?
ਤੇਰੇ ਵਾਸਤੇ ਤੈਨੂੰ ਇੱਕ ਕੰਮ ਦੱਸਾਂ, ਮੇਰੇ ਮਗਰ ਲੱਗ ਕੇ ਕੀ ਤੂੰ ਕਰ ਸਕਦਾਂ?

ਰਾਂਝੇ ਆਖਿਆ ਪਰਖ਼ ਕੇ ਦੇਖ 'ਕੇਰਾਂ, ਮੈਂ ਤਾਂ ਹੀਰ ਲਈ ਕੁੱਝ ਵੀ ਕਰ ਸਕਦਾਂ।
ਸਮਾਂ ਬੇਵਫ਼ਾਈ ਨਾ ਕਰੇ ਜੇਕਰ, ਸੌ ਸਾਲ ਵੀ ਸਮੇਂ ਨੂੰ ਜਰ ਸਕਦਾਂ।
ਖੇਡਾਂ ਤਰਨ ਦੀਆਂ ਮਰਨ ਦੀਆਂ ਮੈਂ ਜਾਣਾਂ, ਭਵ ਸਾਗਰ ਹੀਰ ਲਈ ਤਰ ਸਕਦਾਂ।
ਜੀਂਦਾ ਰਹਾਂ ਮੈਂ ਹੀਰ ਲਈ ਉਮਰ ਸਾਰੀ, ਲੋੜ ਪਈ ਤਾਂ ਹੀਰ ਲਈ ਮਰ ਸਕਦਾਂ।

ਕਾਗਜ਼ ਹੀਰ ਦੇ ਬਣਨਗੇ ਸਾਲ ਖੰਡ ਵਿੱਚ, ਓਨਾ ਚਿਰ ਨਾ ਗੱਲ ਕੋਈ ਕਰੀਂ ਰਾਂਝਾ।
ਦਸਤਖ਼ਤ ਕਿਸੇ ਦੇ ਅਸਾਂ ਕਰਵਾਏ ਨੇ ਜੀ, ਤਕੜਾ ਦਿਲ ਕਰਕੇ ਤੂੰ ਜਰੀਂ ਰਾਂਝਾ।
ਪਰਦਾ ਰੱਖਣ ਦੇ ਵਿੱਚ ਹੀ ਜਿੱਤ ਤੇਰੀ, ਬਾਜ਼ੀ ਜਿੱਤੀ-ਜਤਾਈ ਨਾ ਹਰੀਂ ਰਾਂਝਾ।
ਪੇਪਰ ਹੀਰ ਦੇ ਜਦੋਂ ਵੀ ਬਣੇ ਪੱਕੇ, ਬੜੇ ਸ਼ੌਕ ਦੇ ਨਾਲ ਸ਼ਾਦੀ ਕਰੀਂ ਰਾਂਝਾ।

ਤੂੰ ਵੀ ਸੁਣ ਹੀਰੇ ਗੱਲ ਨੂੰ ਲੜ ਬੰਨ ਲੈ! ਮੈਂ ਖ਼ੁਦ ਜਾਣਦਾਂ ਰਾਂਝਾ ਦਿਲਦਾਰ ਤੇਰਾ।
ਬਣ ਜਾਣ ਕਾਗਜ਼ ਤਾਂ ਫਿਰ ਖੁਸ਼ੀ ਕਰ ਲਈਂ, ਕਿਤੇ ਭੱਜਾ ਨਹੀਂ ਜਾਂਦਾ ਇਹ ਪਿਆਰ ਤੇਰਾ।
ਉੱਘ-ਸੁੱਘ ਨਾ ਨਿਕਲੇ ਕਿਸੇ ਤਾਈਂ, ਕਿ ਤੂੰ ਰਾਂਝੇ ਦੀ ਹੈਂ ਰਾਂਝਾ ਯਾਰ ਤੇਰਾ।
ਦੜ ਵੱਟ ਕੇ ਸਾਲ ਦੋ ਸਾਲ ਕੱਢ ਲੈ, ਮੈਂ ਖ਼ੁਦ ਆਪ ਵਸਾਊਂ ਘਰ-ਬਾਰ ਤੇਰਾ।

ਓਸੇ ਕਾਲਜ ਤੇ ਓਸੇ ਕਲਾਸ ਦੇ ਵਿੱਚ, ਜਿੱਥੇ ਹੀਰ ਪੜ੍ਹਦੀ ਰਾਂਝਾ ਜਾਣ ਲੱਗਾ।
ਇੱਕ ਕਮਰਾ ਕਿਰਾਏ ਤੇ ਲਿਆ ਉਸਨੇ, ਆਪੇ ਖਾਣ ਤੇ ਆਪੇ ਪਕਾਣ ਲੱਗਾ।
ਰਵੀ ਔਜਲੇ ਨਾਲ ਜਾ ਗੱਲ ਕੀਤੀ, ਸੈਵਨ ਅਲੈਵਨ 'ਤੇ ਰਾਤਾਂ ਲਗਾਣ ਲੱਗਾ।
ਪਿੱਛੋਂ ਘਰਦਿਆਂ ਕੋਲੋਂ ਹੈ ਕੀ ਮੰਗਣਾ, ਆਪਣੇ ਖਰਚ ਜੋਗਾ ਸੀ ਕਮਾਣ ਲੱਗਾ।

ਕਾਲਜ ਵਿੱਚ ਸੀ ਇੱਕ ਦਿਨ ਮਿਲੀ ਸਹਿਤੀ, ਪੁੱਛਣ ਰਾਂਝੇ ਦਾ ਸਾਰਾ ਹਾਲ-ਚਾਲ ਲੱਗੀ।
ਕੁਰਸੀ ਖਿੱਚ ਕੇ ਰਾਂਝੇ ਦੇ ਕੋਲ ਕਰ ਲਈ, ਉਲਟ-ਪੁਲਟ ਜਿਹੇ ਪੁੱਛਣ ਸਵਾਲ ਲੱਗੀ।
ਕਹਿੰਦੀ ਉੱਠ ਕੇ ਜ਼ਰਾ ਕੁ ਖੜਾ ਹੋਵੀਂ, ਜੱਫ਼ਾ ਮਾਰ ਕੇ ਛਾਤੀ ਦੇ ਨਾਲ ਲੱਗੀ।
ਤੇਰੇ ਵਰਗਾ ਨਾ ਗੱਭਰੂ ਕੋਈ ਡਿੱਠਾ, ਸਾਰੀ ਉਮਰ ਸੀ ਮੈਨੂੰ ਤਾਂ ਭਾਲ ਲੱਗੀ।

ਰਾਂਝਾ ਆਖਦਾ ਜੱਟਾਂ ਦੀ ਕੁੜੀ ਲੱਗੇਂ, ਚੰਗੀ ਭਲੀ ਪੰਜਾਬੀ ਤੂੰ ਬੋਲਨੀ ਏਂ।
ਪਰ੍ਹਾਂ ਹੋ ਕੇ ਜ਼ਰਾ ਕੁ ਬੈਠ ਕੁੜੀਏ, ਇਹ ਕਸੂਤੀ ਕੜ੍ਹੀ ਕਿਉਂ ਘੋਲਨੀ ਏਂ।
ਲਾਲ਼ਾਂ ਸਿੱਟਦੀ ਏਂ ਨਵਾਂ ਦੇਖ ਬੰਦਾ, ਸ਼ਬਦ ਲੱਚਰ, ਅਸ਼ਲੀਲ ਕਿਉਂ ਬੋਲਨੀ ਏਂ।
ਮੇਰੇ ਅੰਦਰ ਹੈ ਸੁਲਘਦੀ ਅੱਗ ਜਿਹੜੀ, ਧੁਖ਼ਦੇ ਕੋਲੇ ਤੂੰ ਕਾਹਤੋਂ ਫਰੋਲਨੀ ਏਂ।

ਅੱਧੀ ਗੱਲ ਦੀ ਤੇਰੀ ਨਾ ਸਮਝ ਲੱਗੀ, ਗੂੜ੍ਹ ਗਿਆਨ ਤੇ ਬਹੁਤਾ ਨਾ ਜਾਣਦੀ ਮੈਂ।
ਖਾਣ-ਪੀਣ ਦਾ ਸ਼ੌਕ ਮੈਂ ਰੱਖਦੀ ਹਾਂ, ਰੱਜ-ਰੱਜ ਰੰਗ ਰਲੀਆਂ ਮਾਣਦੀ ਮੈਂ।
ਏਨਾ ਪਤਾ ਤੂੰ ਮੇਰੀ ਹੀ ਉਮਰ ਦਾ ਹੈਂ, ਮਿਣ ਕੇ ਦੇਖ ਲਾ ਤੂੰ, ਤੇਰੇ ਹਾਣ ਦੀ ਮੈਂ।
ਮੌਜ ਜ਼ਿੰਦਗੀ ਦੀ ਮੈਂ ਤਾਂ ਨਿੱਤ ਲੈਂਦੀ, ਬਹੁਤੀ ਗੁਣਾ ਘਟਾਓ ਨਾ ਜਾਣਦੀ ਮੈਂ।

ਇੱਕ ਰਾਤ ਨੂੰ ਰਾਂਝਾ ਸੀ ਕੰਮ ਕਰਦਾ, ਧੋਂਦਾ ਪਾਰਕਿੰਗ ਝਾੜੂ ਲਗਾਂਵਦਾ ਜੀ।
ਡੱਬੇ ਬੀਅਰ ਦੇ, ਖਾਲੀ ਗਲਾਸ ਚੁੱਕੇ, ਚੁੱਕ ਕੂੜੇ ਦੇ ਡੱਬੇ ਵਿੱਚ ਪਾਂਵਦਾ ਜੀ।
ਸਹਿਤੀ ਬੀਅਰ ਖਰੀਦਣ ਨੂੰ ਆਈ ਓਥੇ, ਰਾਂਝਾ ਵੇਖ ਯਕੀਨ ਨਾ ਆਂਵਦਾ ਜੀ।
ਲੱਗਦਾ ਨਹੀਂ ਕਿ ਕਦੇ ਇਸ ਕੰਮ ਕੀਤਾ, ਕੀ ਕਾਰਣ ਹੈ, ਪੋਚੇ ਲਾਂਵਦਾ ਜੀ।

ਏਨੀ ਦੇਰ ਨੂੰ ਆਪਣਾ ਕੰਮ ਕਰਕੇ, ਰਾਂਝਾ ਤੁਰਿਆ ਕਮਰੇ ਵੱਲ ਜਾਂਵਦਾ ਜੀ।
ਸਹਿਤੀ ਰੋਕ ਕੇ ਕਾਰ ਬਿਠਾ ਲਿਆ ਸੂ, ਕਹਿੰਦੀ ਤੇਰੇ 'ਤੇ ਤਰਸ ਹੈ ਆਂਵਦਾ ਜੀ।
ਸਹਿਤੀ ਆਖਦੀ ਤੇਰੇ ਮੈਂ ਘਰੇ ਜਾਣਾ, ਰਾਂਝਾ ਸਹਿਤੀ ਤੋਂ ਖਹਿੜਾ ਛੁਡਾਂਵਦਾ ਜੀ।
ਕਮਰੇ ਵਿੱਚ ਤਾਂ ਕੁੱਝ ਵੀ ਹੈ ਨਾ ਸੀ, ਸੰਗਦਾ-ਸੰਗਦਾ ਅੰਦਰ ਨੂੰ ਜਾਂਵਦਾ ਜੀ।

ਕੁਰਸੀ ਮੇਜ ਨਾ ਕੋਈ ਨਾ ਮੰਜਾ, ਪੀਹੜੀ, ਕਾਰਪੈਟ ਤੇ ਕੰਬਲ ਵਿਛਾਏ ਰਾਂਝਾ।
ਕਮਰੇ ਵਿੱਚ ਤਾਂ ਹੋਰ ਕੁੱਝ ਵੀ ਨਾ ਸੀ, ਸੋਚੇ ਸਹਿਤੀ ਨੂੰ ਕੀ ਦਿਖਾਏ ਰਾਂਝਾ।
ਸਹਿਤੀ ਅੱਖ ਦੇ ਨਾਲ ਜਾਂ ਅੱਖ ਮੇਲੀ, ਨਿੰਕਾ ਜਿਹਾ ਫਿਰ ਮੂੰਹ ਬਣਾਏ ਰਾਂਝਾ।
ਰਾਂਝਾ ਪੁੱਤ ਜੋ ਦੇਸ਼ ਦੇ ਚੌਧਰੀ ਦਾ, ਦੂਜੇ ਦੇਸ਼ ਵਿੱਚ ਨਜ਼ਰ ਚੁਰਾਏ ਰਾਂਝਾ।

ਆਹ ਤਾਂ ਬਹੁਤ ਵਧੀਆ ਸਹਿਤੀ ਆਖਦੀ ਸੂ, ਬੜੇ ਲੋਕ ਏਸੇ ਤਰ੍ਹਾਂ ਰਹਿਣ ਰਾਂਝਾ।
ਤੇਰੇ ਕੋਲ ਤਾਂ ਕੰਬਲ ਹੈ ਬੜਾ ਵਧੀਆ, ਲੋਕੀਂ ਕਾਰਪੈਟ ਉੱਤੇ ਹੀ ਪੈਣ ਰਾਂਝਾ।
ਆਹ ਲੈ! ਫੜ ਡੱਬਾ, ਆਪਾਂ ਬੀਅਰ ਪੀਈਏ, ਮੈਂ ਤੇ ਕੰਬਲ 'ਤੇ ਲੱਗੀ ਹਾਂ ਬਹਿਣ ਰਾਂਝਾ।
ਤਿੰਨ ਚਾਰ ਡੱਬੇ ਬੀਅਰ ਦੇ ਪੀ ਕੇ, ਸਹਿਤੀ ਆਖਦੀ ਲੱਗੀ ਮੈਂ ਪੈਣ ਰਾਂਝਾ।

ਰਾਂਝਾ ਆਖਦਾ ਆਪਣੇ ਘਰ ਮੁੜ ਜਾ, ਘਰ ਵਾਲੇ ਉਡੀਕਦੇ ਹੋਣਗੇ ਨੀ।
ਜਿਸਦੀ ਧੀ ਜਵਾਨ ਨਾ ਮੁੜੀ ਰਾਤੀਂ, ਸਾਰੀ ਰਾਤ ਉਹ ਕਿਸ ਤਰ੍ਹਾਂ ਸੌਣਗੇ ਨੀ।
ਅਚਨਚੇਤ ਜੇ ਦਾਗ਼ ਲੱਗ ਜਾਏ ਕੋਈ, ਸਾਰੀ ਉਮਰ ਫਿਰ ਕਿਸ ਤਰ੍ਹਾਂ ਧੋਣਗੇ ਨੀ।
ਜੇਕਰ ਆਂਡ-ਗਵਾਂਡ ਨੂੰ ਪਤਾ ਲੱਗੂ, ਘਰ ਦੇ ਮਾਰ ਦੁਹੱਥੜੇ ਰੋਣਗੇ ਨੀ।

ਸਹਿਤੀ ਆਖਦੀ ਸਮਝ ਨਾ ਲੱਗਦੀ ਸੂ, ਕਿਹੜਾ ਹਿਸਾਬ-ਕਿਤਾਬ ਲਗਾਵਣਾ ਏਂ।
ਉਰੇ ਆ ਤੇ ਘੁੱਟ ਪਿਲਾ ਮੈਨੂੰ, ਐਵੇਂ ਪੱਜ-ਪਲੱਜ ਕੀ ਲਾਵਣਾ ਏਂ।
ਆਹ ਤੂੰ ਡੱਬੇ ਨੂੰ ਕੀ ਚੁੰਘੀ ਜਾਵਣਾ ਏਂ, ਘੰਟੇ ਵਿੱਚ ਇਕ ਡੱਬਾ ਮੁਕਾਵਣਾ ਏਂ।
ਉਰ੍ਹੇ ਆਏਂਗਾ ਜਾਂ ਖਿਚ ਲਵਾਂ ਤੈਨੂੰ, ਰੱਬ ਤੋਂ ਹੋਰ ਦੱਸ ਕੀ ਤੂੰ ਚਾਹੁਣਾ ਏਂ।

ਮਿਹਣਾ ਮਰਦਾਂ ਨੂੰ ਛੱਡ ਮੈਦਾਨ ਭੱਜਣਾ, ਰਾਂਝੇ ਭਰ ਗਲਾਸੀ ਇੱਕ ਲਾਈ ਨੇ ਜੀ।
ਰਾਂਝੇ ਆਖਿਆ ਦੇਖ ਹੁਣ ਕਿਵੇਂ ਪੀਵਾਂ, ਇੱਕੋ ਸਾਹ ਗਲਾਸੀ ਮੁਕਾਈ ਨੇ ਜੀ।
ਸਹਿਤੀ ਰਾਂਝੇ ਦੇ ਮੋਢੇ 'ਤੇ ਸਿਰ ਰੱਖਿਆ, ਨਾਲੇ ਘੁੱਟ ਕੇ ਜੱਫ਼ੀ ਪਾਈ ਨੇ ਜੀ।
ਸੁੱਨੜਾ! ਗੱਲ ਨੂੰ ਸੁਣੀ ਤਿਆਰ ਹੋ ਕੇ, ਧੱਕੇ ਨਾਲ ਹੀ ਸੇਜ ਹੰਢਾਈ ਨੇ ਜੀ।

ਰਾਂਝੇ ਅਗਲੇ ਦਿਨ ਕੈਦੋਂ ਨੂੰ ਕਾਲ ਕੀਤੀ, ਕੀ ਕੁੱਝ ਕਰਨ ਕੁੜੀਆਂ ਦੁਹਾਈ ਨੇ ਜੀ।
ਸਾਰੀ ਖੋਲ੍ਹ ਕੇ ਰਾਤ ਦੀ ਗੱਲ ਦੱਸੀ, ਕਹਿੰਦਾ ਰਾਤ ਇੱਕ ਭੂਤਨੀ ਆਈ ਨੇ ਜੀ।

ਮੈਂ ਤਾਂ ਡਰਦਾ ਸੀ ਓਸਦੇ ਲੱਛਣਾਂ ਤੋਂ, ਧੱਕੇ ਨਾਲ ਉਸ ਸੇਵਾ ਕਰਵਾਈ ਨੇ ਜੀ।
ਚੰਗੀ ਭਲੀ ਸੀ, ਬੀਅਰ ਜਦ ਪੀਣ ਲੱਗੀ, ਬੀਅਰ ਪੀ ਕੇ ਹੋਸ਼ ਗਵਾਈ ਨੇ ਜੀ।

ਕੈਦੋਂ ਆਖਦਾ ਗੱਲ ਸੁਣ ਤੂੰ ਰਾਂਝਾ, ਤੇਰਾ ਬੜਾ ਹੀ ਕੰਮ ਸੂਤ ਆਇਆ ਨੇ।
ਦੇਖੀਂ ਸਾਲ ਦੋ ਸਾਲ ਦੇ ਵਿੱਚ ਰਾਂਝਾ, ਤੇਰਾ ਹਰਾ ਪੱਤਾ ਘਰ ਆਇਆ ਨੇ।
ਦਸਤਖ਼ਤ ਕਰਨ ਨੂੰ ਤੂੰ ਮਨਾਈ ਉਸਨੂੰ, ਤੇਰਾ ਕੰਮ ਤਾਂ ਕੰਢੇ 'ਤੇ ਆਇਆ ਨੇ।
ਗੱਲ ਕਰੀਂ ਤੂੰ ਰਾਂਝਿਆ! ਓਸ ਵੇਲੇ, ਜਦੋਂ ਉਸਨੇ ਪੈਗ ਇੱਕ ਲਾਇਆ ਨੇ।

ਹਾਲੇ ਮੂੰਹੋਂ ਹੀ ਰਾਂਝੇ ਨੇ ਗੱਲ ਕੱਢੀ, ਸਹਿਤੀ ਓਸੇ ਵੇਲੇ ਭੱਜੀ ਆਈ ਨੇ ਜੀ।
ਓਸੇ ਦਿਨ ਹੀ ਦਸਤਖ਼ਤ ਜਾ ਕੀਤੇ, ਗੱਡੀ ਰਾਂਝੇ ਦੀ ਲੀਹਾਂ 'ਤੇ ਪਾਈ ਨੇ ਜੀ।
ਘੁੰਮਦੇ ਰਹੇ ਦੋਵੇਂ ਉਸ ਦਿਨ ਬੀਚ ਉੱਤੇ, ਅੱਜ ਰਾਂਝੇ ਨੇ ਰੋਟੀ ਖਲਾਈ ਨੇ ਜੀ।
ਟੇਬਲ ਵਾਈਨ ਦੇ ਦੋ ਤਿੰਨ ਪੈਗ ਲਾ ਕੇ, ਸਹਿਤੀ ਪੱਕੀ ਗਲਾਸੀ ਵੀ ਲਾਈ ਨੇ ਜੀ।

ਲੰਘਿਆ ਸਮਾਂ ਤੇ ਪਤਾ ਹੀ ਨਾ ਲੱਗਾ, ਇੱਕ ਦਿਨ ਸਮੇਂ ਨੇ ਰੰਗ ਦਿਖਾਇਆ ਜੀ।
ਡੱਬਾ ਖੋਲ੍ਹ ਜਦ ਰਾਂਝੇ ਨੇ ਮੇਲ ਦੇਖੀ, ਹਰਾ ਪੱਤਾ ਅੱਜ ਡਾਕ ਵਿੱਚ ਆਇਆ ਜੀ।
ਰਾਂਝੇ ਯਾਰ ਬੇਲੀ ਸਾਰੇ ਕਰੇ 'ਕੱਠੇ, ਬਾਰ ਬੀ ਕਿਊ ਅੱਜ ਬਣਾਇਆ ਜੀ।
ਦੇਰ ਖੌਪੀਏ ਤਾਈਂ ਸੀ ਰਹੇ ਪੀਂਦੇ, ਪੂਰਾ ਜੰਮ ਕੇ ਖੁਸ਼ਾ ਮਨਾਇਆ ਜੀ।

ਟੂੰਨ ਹੋ ਕੇ ਕੈਦੋਂ ਵੀ ਗਿਆ ਓਥੇ, ਇੱਕ ਹੋਰ ਜਾ ਕੇ ਪੈਗ ਲਾਇਆ ਜੀ।
ਚਿੱਠਾ ਖੋਲ੍ਹ ਕੇ ਰੱਖਿਆ ਆਪਣਾ ਵੀ, ਪੱਤਾ ਕੈਦੋਂ ਵੀ ਇਵੇਂ ਬਣਾਇਆ ਜੀ।
ਕੋਈ ਗੱਲ ਦੱਸੇ ਆਪਣੇ ਨਾਲ ਬੀਤੀ, ਕਿੱਦਾਂ ਜੱਟਾਂ ਨੇ ਵਕਤ ਲੰਘਾਇਆ ਜੀ।
ਕਿਸੇ ਦੱਸਿਆ ਕਿ ਬਾਰ੍ਹਾਂ ਸਾਲ ਮਗਰੋਂ, ਚਿਹਰਾ ਬੱਚਿਆਂ ਦਾ ਨਜ਼ਰੀਂ ਆਇਆ ਜੀ।

ਚੂਚਕ ਕੋਲ ਫਿਰ ਅਗਲੇ ਦਿਨ ਗਿਆ ਰਾਂਝਾ, ਆਖੇ ਮੈਂ ਤਾਂ ਹੁਣ ਬੋਲ ਪੁਗਾਇਆ ਜੀ।
ਕਰੋ ਮਿਹਰ ਤੇ ਹੀਰ ਹੁਣ ਦਿਓ ਮੈਨੂੰ, ਆਪਣੀ ਹੀਰ ਨੂੰ ਲੈਣ ਮੈਂ ਆਇਆ ਜੀ।
ਚੂਚਕ ਆਖਦਾ ਖੇੜੇ ਤਾਂ ਨਹੀਂ ਮੰਨਦੇ, ਪਿਛਲੇ ਮਹੀਨੇ ਮੈਂ ਬੜਾ ਸਮਝਾਇਆ ਜੀ।
ਕਾਰਡ ਹੀਰ ਦਾ ਆਇਆ ਹੈ ਕਈ ਚਿਰ ਦਾ, ਪਰ ਨਾ ਖੇੜਿਆਂ ਸਾਨੂੰ ਦਿਖਾਇਆ ਜੀ।

ਓਸੇ ਵੇਲੇ ਹੀ ਸਹਿਤੀ ਨੂੰ ਕਾਲ ਕਰਕੇ, ਰਾਂਝੇ ਕਮਰੇ ਦੇ ਵਿੱਚ ਬੁਲਾਇਓ ਨੇ।
ਕਾਰਡ ਮਿਲਣ ਦੀ ਖੁਸ਼ੀ ਫਿਰ ਕਰੀ ਦੋਹਾਂ, ਕੱਠੇ ਬੈਠ ਕੇ ਪੈਗ-ਸ਼ੈਗ ਲਾਇਓ ਨੇ।
ਕਈਆਂ ਦਿਨਾਂ ਦੇ ਬਾਅਦ ਅੱਜ ਮਿਲੇ ਦੋਵੇਂ, ਰੱਜ-ਰੱਜ ਕੇ ਮਨ ਪਰਚਾਇਓ ਨੇ।
ਤੀਵੀਂ ਨਾ ਬਣੀ ਨਾ ਸਹੀ ਫੇਰ ਕੀ ਹੈ, ਆਪਣੇ ਪਿਆਰ ਨੂੰ ਨੇਪਰੇ ਲਾਇਓ ਨੇ।

ਸਹਿਤੀ ਆਖਦੀ ਰਾਂਝਿਆ! ਯਾਦ ਰੱਖੀਂ, ਮੈਂ ਤਾਂ ਆਪਣਾ ਫ਼ਰਜ਼ ਨਿਭਾ ਦਿੱਤਾ।
ਮੇਰਾ ਕੁੱਝ ਵੀ ਨਾ ਲੁਕਿਆ ਵੇ ਤੇਰੇ ਕੋਲੋਂ, ਅੰਗ-ਅੰਗ ਮੈਂ ਖੋਲ੍ਹ ਵਿਖਾ ਦਿੱਤਾ।
ਤੇਰੇ ਮੇਰੇ ਵਿਚਾਲੇ ਹੈ ਕੌਣ ਨੱਢੀ, ਜਿਸਨੇ ਤੇਰੇ 'ਤੇ ਜਾਦੂ ਚਲਾ ਦਿੱਤਾ।
ਦੱਸੀ ਦਿਲ ਦੀ ਗੱਲ ਨਾ ਕਦੇ ਮੈਨੂੰ, ਗੱਲੀਂ-ਬਾਤੀਂ ਤੂੰ ਮੈਨੂੰ ਟਰਕਾ ਦਿੱਤਾ।

ਰਾਂਝਾ ਆਖਦਾ ਚੂਚਕ ਨੇ ਕਸਮ ਪਾਈ, ਤਾਹੀਓਂ ਤੇਰੇ ਤੋਂ ਗੱਲ ਲੁਕਾਈ ਨਾਰੇ।
ਜਿਸਨੂੰ ਸਹਿਤੀਏ! ਭਾਬੀ ਤੂੰ ਆਖਦੀ ਹੈਂ, ਇਹ ਸਭ ਹੀਰ ਦੀ ਕਰੀ ਕਰਾਈ ਨਾਰੇ।
ਮੈਂ ਅਮਰੀਕਾ ਜੇ ਆਇਆ ਤਾਂ ਹੀਰ ਖਾਤਰ, ਹੀਰ ਖਿੱਚ ਕੇ ਮੈਨੂੰ ਲਿਆਈ ਨਾਰੇ।
ਮੇਰੇ ਆਉਣ ਤੋਂ ਪਹਿਲਾਂ ਹੀਰ ਦੇ ਲਈ, ਹਰੇ ਪੱਤੇ ਦੀ ਗੱਲ ਚਲਾਈ ਨਾਰੇ।

ਬਿਨਾ ਸ਼ਰਤ ਮੈਂ ਤੈਨੂੰ ਪਿਆਰ ਕੀਤਾ, ਜੁਗ ਜੁਗ ਜੀਅ ਤੂੰ ਤੇ ਮੇਰਾ ਯਾਰ ਮੀਆਂ।
ਕਰਦਾ ਚਿੱਤ ਜੇ ਰੱਬ ਧਿਆਵਣੇ ਨੂੰ, ਮੈਂ ਤਾਂ ਕਰਦੀ ਸਾਂ ਤੇਰਾ ਦੀਦਾਰ ਮੀਆਂ।
ਅਗਲੇ ਜਨਮ ਵਿੱਚ ਮਿਲਾਂਗੇ ਫੇਰ ਆਪਾਂ, ਤੇਰੇ ਸਿਰ ਹੈ ਮੇਰਾ ਉਧਾਰ ਮੀਆਂ।
ਤੇਰੀ ਹੀਰ ਮੈਂ ਤੈਨੂੰ ਦਿਵਾ ਦਿਆਂਗੀ, ਜਾਂਦੀ ਵਾਰ ਦਾ ਮੇਰਾ ਇਕਰਾਰ ਮੀਆਂ।

ਸਹਿਤੀ ਜਾ ਕੇ ਖੇੜੇ ਨਾਲ ਗੱਲ ਕਰਦੀ, ਕਹਿੰਦੀ ਗੱਲ ਸੁਣ ਲਾ ਕੇ ਕੰਨ ਵੀਰਾ।
ਹੀਰ ਤੇਰੀ ਤਾਂ ਕਦੇ ਨਾ ਹੋ ਸਕਦੀ, ਰਾਂਝੇ ਯਾਰ ਦੀ ਉਹ ਤਾਂ ਹੈ ਰੰਨ ਵੀਰਾ।
ਹੀਰ-ਰਾਂਝਾ ਤਾਂ ਰੂਹ ਕਲਬੂਤ ਪੱਕੇ, ਸਕੇ ਕੋਈ ਨਾ ਓਸ ਨੂੰ ਭੰਨ ਵੀਰਾ।
ਜੇਕਰ ਮਾਸਾ ਵੀ ਗੱਲ ਸੀ ਬਣ ਸਕਦੀ, ਸਾਡੇ ਆਉਂਦੀ ਫਿਰ ਰਾਂਝੇ ਦੀ ਜੰਨ ਵੀਰਾ।

ਮੈਂ ਤੇ ਰਾਂਝੇ ਦੇ ਨਾਲ ਪਿਆਰ ਕੀਤਾ, ਤੂੰ ਤਾਂ ਸਿਰਫ਼ ਬੱਸ ਹੀਰ ਨੂੰ ਚਾਹਿਆ ਨੇ।
ਹਰੇ ਪੱਤੇ ਦਾ ਮਾਣ ਨਾ ਕਰੀਂ ਵੀਰਾ, ਮੈਂ ਵੀ ਰਾਂਝੇ ਦਾ ਪੱਤਾ ਬਣਾਇਆ ਨੇ।
ਦਿਲ ਰਾਂਝੇ ਦਾ ਕਦੇ ਨਾ ਜਿੱਤ ਸਕੀ, ਭਾਵੇਂ ਜਿਸਮ ਨੂੰ ਪੂਰਾ ਹੰਢਾਇਆ ਨੇ।
ਤੂੰ ਤਾਂ ਮਨੋ ਮਨ ਹੀਰ ਨੂੰ ਪਿਆਰ ਕੀਤਾ, ਮੈਂ ਤਾਂ ਸਭ ਕੁੱਝ ਹੀ ਅੱਗੇ ਡਾਹਿਆ ਨੇ।

ਦੋ ਜਿਸਮ ਇੱਕ ਜਾਨ ਨੇ ਹੀਰ ਰਾਂਝਾ, ਰੱਬ ਨੇ ਜੋੜੀ ਇਹ ਆਪ ਬਣਾਈ ਵੀਰਾ।
ਕਿਸੇ ਦੀ ਨਾ ਤਾਕਤ ਜੋ ਬਦਲ ਦੇਵੇ, ਤੇਰੀ ਭੈਣ ਇਹ ਦੇਵੇ ਦੁਹਾਈ ਵੀਰਾ।
ਰਾਂਝਾ ਮਾਸਾ ਵੀ ਨਾ ਮੇਰਾ ਹੋ ਸਕਿਆ, ਮੈਂ ਵਾਹ ਜਹਾਨ ਦੀ ਲਾਈ ਵੀਰਾ।
ਤੂੰ ਉਡੀਕਦਾਂ ਪਿਆਰ ਦੇ ਤੰਗੜਾਂ ਨੂੰ, ਯਾਦ ਰੱਖੀਂ ਮਿਲਣੀ ਨਾ ਰਾਈ ਵੀਰਾ।

ਪੱਤਾ ਹੀਰ ਦਾ ਦੇਹ, ਆਪਣਾ ਕੱਟ ਪੱਤਾ, ਏਸੇ ਵਿੱਚ ਹੀ ਤੇਰੀ ਭਲਾਈ ਵੀਰਾ।
ਬਣਦੀ ਗੱਲ ਤਾਂ ਮੈਂ ਜਾ ਕੇ ਮਿੰਨਤ ਕਰਦੀ, ਤਰਲਾ ਪਾ ਲਿਆਉਂਦੀ ਭਰਜਾਈ ਵੀਰਾ।
ਤੇਰੀਆਂ ਅੱਖਾਂ ਦਾ ਨਹੀਂ ਇਲਾਜ ਹੋਣਾ, ਪਾਈਂ ਜਿਹੜੀ ਤੂੰ ਮਰਜੀ ਦਵਾਈ ਵੀਰਾ।
ਲਿਆ ਪੱਤਰਾ ਹੀਰ ਨੂੰ ਦੇ ਆਵਾਂ, ਐਵੇਂ ਲਈਂ ਫਿਰਦਾਂ ਦਿਲ ਨੂੰ ਲਾਈ ਵੀਰਾ।

ਸਹਿਤੀ ਹੀਰ ਨੂੰ ਮਿਲਣ ਫਿਰ ਜਾਂਵਦੀ ਹੈ, ਕਹਿੰਦੀ ਜਾ ਕੇ ਤੈਨੂੰ ਵਧਾਈ ਹੀਰੇ।
ਰਾਂਝਾ ਤੇਰਾ ਤਾਂ ਸਦਾ ਤੇਰਾ ਜੇਬ ਵਿੱਚ ਸੀ, ਹਰਾ ਪੱਤਾ ਮੈਂ ਤੇਰਾ ਲਿਆਈ ਹੀਰੇ।
ਮਾਫ਼ੀ ਅੱਜ ਮੈਂ ਤੇਰੇ ਤੋਂ ਮੰਗਣੀ ਆਂ, ਚੰਗਾ ਹੁੰਦਾ ਜੇ ਆਉਂਦਾ ਨਾਲ ਭਾਈ ਹੀਰੇ।
ਜੁਗ ਜੁਗ ਜਵਾਨੀਆਂ ਮਾਣਿਓ ਜੀ! ਜੋੜੀ ਤੁਸਾਂ ਦੀ ਰੱਬ ਬਣਾਈ ਹੀਰੇ।

ਰਾਂਝਾ ਆਖਦਾ ਹੀਰ ਨੂੰ ਚੱਲ ਚੱਲੀਏ, ਸ਼ਹਿਰ ਵੈਂਨਚੂਰਾ ਆਪਾਂ ਛੱਡ ਜਾਵਣਾ ਜੀ।
ਕਿਤੇ ਦੂਰ-ਦੁਰੇਡੇ ਹੈ ਚਲੇ ਜਾਣਾ, ਕਿਸੇ ਨਵੇਂ ਥਾਂ ਆਲ੍ਹਣਾ ਪਾਵਣਾ ਜੀ।

ਪੰਜਾਂ ਪੀਰਾਂ ਨੂੰ ਰੋਜ਼ ਧਿਆਂਵਦਾ ਸਾਂ, ਅੱਜ ਤੋਂ ਬਸ! ਹੁਣ ਤੈਨੂੰ ਧਿਆਵਣਾ ਜੀ।
ਸੁੱਨੜ ਆਖਦਾ ਸੀ ਰਾਂਝੇ ਮਿਲੀਂ ਆ ਕੇ, ਆਪਾਂ ਸੁੱਨੜ ਨੂੰ ਮਿਲਣ ਵੀ ਜਾਵਣਾ ਜੀ।

ਸੁੱਨੜ ਆਖਦਾ ਰਾਂਝੇ ਨੂੰ ਬੈਠ ਕੇ ਹੁਣ, ਮੇਰੀ ਗੱਲ ਦਾ ਕਰੀਂ ਖ਼ਿਆਲ ਪੁੱਤਰਾ।
ਜਿੰਨੇ ਮੋੜ ਮੁੜਿਆ ਤੂੰ ਆਪਣੀ ਜੀਵਨੀ ਦੇ, ਮੇਰੀ ਕਲਮ ਸੀ ਤੇਰੇ ਨਾਲ-ਨਾਲ ਪੁੱਤਰਾ।
ਜੋ ਵੀ ਜੀਵਨ ਦੇ ਵਿੱਚ ਤੈਨੂੰ ਪਿਆ ਕਰਨਾ, ਓਹੀ ਲਿਖਿਆ ਈ ਮੈਂ ਹਾਲ-ਚਾਲ ਪੁੱਤਰਾ।
ਹੀਰ ਸੁੱਨੜ ਮੈਂ ਅੱਜ ਤੈਨੂੰ ਦੇਣ ਲੱਗਾਂ, ਇੱਕ ਗੀਤ ਹੈ ਇਹ ਬੇਮਿਸਾਲ ਪੁੱਤਰਾ।

ਇਸ ਨੂੰ ਜਾ ਕੇ ਕਿਤੇ ਨਾ ਰੱਖ ਦੇਵੀਂ, ਸਾਰੀ ਦੁਨੀਆਂ ਨੂੰ ਗਾ ਕੇ ਸੁਣਾਈਂ ਬੇਟਾ।
ਬੈਂਤਾਂ ਵਾਰਿਸ ਦੇ ਵਾਂਗ ਬਣਾਈਆਂ ਨੇ, ਹੇਕਾਂ ਲਾ ਕੇ ਏਸ ਨੂੰ ਗਾਈਂ ਬੇਟਾ।
ਚਿੰਤਾ ਕਰੀਂ ਨਾ ਅੱਜ ਤੋਂ ਕੋਈ ਰਾਂਝਾ, ਹੀਰ ਗਾਈਂ ਤੇ ਹੀਰ ਹੰਢਾਈਂ ਬੇਟਾ।
ਲੱਖਾਂ ਹੀਰ ਰਾਂਝੇ ਦੁਨੀਆ ਵਿੱਚ ਫਿਰਦੇ, ਸਭ ਨੂੰ ਮੇਰਾ ਪੈਗ਼ਾਮ ਪੜ੍ਹਾਈਂ ਬੇਟਾ।

ਵਾਰਿਸ ਸ਼ਾਹ ਮੀਆਂ! ਤੇਰਾ ਹੁਕਮ ਮੰਨਿਆ, ਨਵੀਂ ਕਥਾ ਇਕ ਜੋੜ ਸੁਣਾਈ ਨੇ ਜੀ।
ਬਲ ਬੁੱਧੀ ਸੀ ਜਿੰਨੀ ਵੀ ਮਿਲੀ ਮੈਨੂੰ, ਜ਼ੋਰ ਲਾਇਆ ਕਹਾਣੀ ਬਣਾਈ ਨੇ ਜੀ।
ਪਾਤਰ ਚਿਤਰਣ ਮੈਂ ਕੀਤਾ ਦਿਮਾਗ਼ ਲਾ ਕੇ, ਕਿਸੇ ਪਾਤਰ 'ਤੇ ਊਜ ਨਾ ਲਾਈ ਨੇ ਜੀ।
ਕਿੱਸਾ ਕਾਵਿ ਸੀ ਪਿੰਜਰੇ 'ਚ ਬੰਦ ਹੋਇਆ, ਅੱਜ ਉਸਦੀ ਰਿਹਾਈ ਕਰਾਈ ਨੇ ਜੀ।
ਵਾਰਿਸ ਸ਼ਾਹ ਮੀਆਂ! ਮੈਨੂੰ ਮਾਫ਼ ਕਰਨਾ, ਇਹ ਤਾਂ ਮਾਫ਼ੀ ਦੀ ਹੀ ਅਰਜ਼ੀ ਪਾਈ ਨੇ ਜੀ।

◆ ◆ ◆

CPSIA information can be obtained
at www.ICGtesting.com
Printed in the USA
BVHW091032210922
647565BV00007B/94

9 781955 459211